AF758929

ഗ്രീൻ ബുക്സ്

നക്സൽ ചരിതം
അടിയന്തരാവസ്ഥയ്ക്കു ശേഷം

ടി.അജീഷ്

മലപ്പുറം ജില്ലയിലെ ചേലേമ്പ്രയിൽ ജനനം. മലയാള മനോരമ മലപ്പുറം യൂണിറ്റിൽ സീനിയർ സബ് എഡിറ്റർ. പത്രപ്രവർത്തനത്തിൽ പ്രസ് ഇൻസ്റ്റിറ്റ്യൂട്ട് ഓഫ് ഇന്ത്യയുടെ ദേശീയ പുരസ്കാരം, കേരള പ്രസ് അക്കാദമിയുടെ എൻ.എൻ. സത്യവ്രതൻ പുരസ്കാരം, സാന്ത്വനം ട്രസ്റ്റിന്റെ നെടുങ്ങാടി പുരസ്കാരം എന്നിവ ലഭിച്ചു. കഥാകൃത്ത് ടി.പത്മനാഭന്റെ കഥകളെക്കുറിച്ചെഴുതിയ കഥകൾക്കിടയിൽ, യാത്രാമധ്യേ, വി.പോസിറ്റീവ്, ജീവദായിനി, ജൈവകർഷൻ എന്നിവയാണു പ്രസിദ്ധീകരിച്ച മറ്റു കൃതികൾ.

ചരിത്രം

നക്സൽ ചരിതം
അടിയന്തരാവസ്ഥയ്ക്കു ശേഷം

ടി.അജീഷ്

ഗ്രീൻ ബുക്സ്

green books private limited
little road, ayyanthole, thrissur- 680 003
ph: 0487-2361038
website: www.greenbooksindia.com
e-mail: info@greenbooksindia.com

(malayalam)
naxal charitham
atiyantharavasthakku sesham
(history)
by
t. ajeesh

first published july 2016
copyright reserved

cover design : rajesh chalode

branches:
thrissur 0487-2422515
palakkad 0491-2546162
kannur 0497-2763038
thiruvananthapuram 9846670899

isbn : 978-93-86120-26-7

no part of this publication may be reproduced, or transmitted in any form or by any means, without prior written permission of the publisher

GBPL/796/2016

മുഖക്കുറി

അടിയന്തരാവസ്ഥയ്ക്കുശേഷം നടന്ന വിവിധ
നക്സലൈറ്റ് ആക്ഷനുകളിൽ പങ്കെടുത്തവരുടെ
ഓരോ കാൽവെപ്പുകളും അനുഭവപാഠങ്ങളും
രഹസ്യങ്ങളില്ലാതെ തുറന്നുവെയ്ക്കുന്നു.
സാംസ്കാരിക വേദിയോ വിപ്ലവപ്രവർത്തനമോ
ഏതാണ് മുൻപന്തിയിൽ വരേണ്ടത്,
പൊലീസിന്റെ കുറ്റപത്രങ്ങൾ, കേണിച്ചിറ മത്തായി
തൊട്ടുള്ള വിവിധ ഉന്മൂലനങ്ങളുടെ വിശദാംശങ്ങൾ.
കെ.വേണു മുതൽ കെ.എൻ. രാമചന്ദ്രൻവരെ
ആക്ഷനിൽ പങ്കെടുത്തവരുടെ അനുഭവസാക്ഷ്യങ്ങൾ.
ഉന്മൂലനസിദ്ധാന്തം വർഗ്ഗസമരത്തിന്റെ
ഉന്നതരൂപമാണെന്ന് വിശ്വസിച്ചിരുന്ന ഒരു നക്സലൈറ്റ്
കാലഘട്ടത്തിന്റെ ചരിത്ര ഭാഗങ്ങളുടെ രണ്ടാം ഭാഗം.

തോക്കിനേയും വാക്കിനേയും വെച്ചുമാറുന്ന
ഒരു വിപ്ലവകാലത്തിന്റെ തീക്ഷ്ണമായ ആവിഷ്കാരങ്ങൾ.
ചോരയും വിയർപ്പും വിലാപങ്ങളും കട്ടപിടിച്ച
ഒരു കാലഘട്ടത്തിന്റെ ഓർമ്മകൾ.

കൃഷ്ണദാസ്
മാനേജിങ് എഡിറ്റർ

ഉള്ളടക്കം

കായണ്ണ സ്റ്റേഷൻ ആക്രമണം 09
കെ. വേണു

ഡാൽമിയയുടെ വധശ്രമം 51
കെ.എൻ. രാമചന്ദ്രൻ

രാജന്റെ കൊലപാതകം 67
എം.എം. സോമശേഖരൻ

രാജനെ കൊല്ലുന്നത് ഞാൻ കണ്ടു 88
കാനങ്ങോട്ട് രാജൻ

എല്ലാം വേണുവിന്റെ കാല്പനികത 117
വി.കെ. പ്രഭാകരൻ

വിമോചന പ്രസ്ഥാനം ഒടുവിൽ
പീഡന പ്രസ്ഥാനമായി 130
മധുമാസ്റ്റർ

ജനകീയ സാംസ്കാരികവേദി
രൂപീകരിക്കുന്നു 149

കോഴിക്കോട് മെഡിക്കൽ കോളജ്
ജനകീയ വിചാരണ 158

മഠത്തിൽ മത്തായി കൊലപാതകം 172
മധുസൂദനൻ

സാംസ്കാരികവേദിയുടെ തകർച്ച 191

ഒന്ന്

കായണ്ണ സ്റ്റേഷൻ ആക്രമണം

കെ. വേണു

വയനാട്ടിൽ പ്രവർത്തനത്തിനു പോകുമ്പോൾ മീനങ്ങാടിയിലെ വർഗീസ് എന്ന പ്രവർത്തകന്റെ വീട്ടിലിയാരുന്നു ഞാൻ താമസിക്കാറുണ്ടായിരുന്നത്. ചെറിയൊരു കർഷക കുടുംബമായിരുന്നു വർഗീസിന്റേത്. 1976 ജൂൺ 26നു വൈകിട്ട് വർഗീസിന്റെ വീട്ടിലേക്കു തിരിയുന്ന കവലയിലെ ചായക്കടയിൽ ഞാനും സുഹൃത്തുക്കളും ചായകുടിച്ചിരിക്കുമ്പോഴാണ് അടിയന്തരാവസ്ഥാ പ്രഖ്യാപനം റേഡിയോയിൽ കേൾക്കുന്നത്. ജയപ്രകാശ് നാരായണനും മൊറാർജി ദേശായിയും ഉൾപ്പെടെയുള്ള നേതാക്കളെല്ലാം അറസ്റ്റിലായി. നക്സലൈറ്റ് ഗ്രൂപ്പുകളും ആർഎസ്എസ്, ജമാ അത്തെ ഇസ്ലാമി എന്നിവ ഉൾപ്പെടെ 26 സംഘടനകൾ നിരോധിക്കപ്പെട്ടു. പൗരാവകാശങ്ങൾ സസ്പെൻഡ് ചെയ്യപ്പെട്ടു. പത്രങ്ങൾക്കു സെൻസർഷിപ്പ് ഏർപ്പെടുത്തി. ചെറിയൊരു വാർത്താബുള്ളറ്റിനിലെ എല്ലാ വാർത്തകളും ഞെട്ടിപ്പിക്കുന്നതായിരുന്നു.

1975 ജനുവരി 25നാണു ഞാൻ നഗരൂർ-കുമ്മിൾ-കിളിമാനൂർ കേസിൽ വിട്ടയയ്ക്കപ്പെട്ട് ജയിലിൽ നിന്നു പുറത്തിറങ്ങുന്നത്. ഏതാനും ദിവസങ്ങൾക്കുള്ളിൽ താൽക്കാലിക സംസ്ഥാന സമിതി ചേർന്നു. കണ്ണൂരിലെ കെ.പി. ഗോപാലനായിരുന്നു പുനഃസംഘടിപ്പിക്കപ്പെട്ട പാർട്ടിയുടെ അന്നത്തെ സെക്രട്ടറി. നഗരൂർ-കുമ്മിൾ-കിളിമാനൂർ കേസിൽ ശിക്ഷയില്ലാതെ വിട്ടയയ്ക്കപ്പെട്ട കെ.പി. ഗോപാലൻ പിന്നീട് പാർട്ടി പ്രവർത്തനം ഉപേക്ഷിച്ചു. പാർട്ടിക്കു പുതിയ സെക്രട്ടറിയെ കണ്ടെത്തണമായിരുന്നു. എറണാകുളം, തൃശൂർ, കോഴിക്കോട് ജില്ലകളിലെ പ്രതിനിധികളാണു യോഗത്തിൽ പങ്കെടുത്തിരുന്നത്. ഞാൻ കോഴിക്കോട് ജില്ലയിൽ പ്രവർത്തിക്കണമെന്നാണ് സംസ്ഥാന കമ്മിറ്റി തീരുമാനിച്ചത്. തെക്കൻ ജില്ലകളേക്കാൾ സുരക്ഷിതം അവിടെയായിരിക്കുമെന്നും വയനാട്ടിലേക്ക് പ്രവർത്തനം വ്യാപിപ്പിക്കാൻ കഴിയുമെന്നും സംസ്ഥാന കമ്മിറ്റി അഭിപ്രായപ്പെടുകയുണ്ടായി. ചിതറികിടക്കുന്ന കണ്ണൂരിലെ പ്രവർത്തകരെ ഏകോപിപ്പിക്കാനും എന്നെ ചുതമലപ്പെടുത്തി.

കുന്നേൽ കൃഷ്ണൻ

കോഴിക്കോട് എന്റെ സഹോദരി കനകമുണ്ട്. ഞാൻ ആദ്യം ചെന്നത് ചേച്ചിയുടെ വീട്ടിലായിരുന്നു. ചേച്ചിയുടെ ഭർത്താവ് ഉണ്ണ്യേട്ടൻ സിപിഎം പ്രവർത്തകനാണ്. എന്റെ രീതിയോടു ചേട്ടന് തീരെ യോജിപ്പില്ലായിരുന്നു.

ടി.എൻ. ജോയിയായിരുന്നു കോഴിക്കോടിന്റെ ചുമതലയുണ്ടായിരുന്ന സംസ്ഥാന കമ്മിറ്റിയംഗം. ജോയി തന്നെയാണ് കോഴിക്കോട്ടെ പാർട്ടി ബന്ധങ്ങൾ പരിചയപ്പെടുത്താൻ എന്റെ കൂടെ വന്നത്. പയ്യോളിക്കടുത്ത് അയനിക്കാട്ടെ ദാമോദരൻമാഷായിരുന്നു ജില്ലയുടെ ഉത്തരവാദിത്വം ഏറ്റെടുത്തിരുന്നത്.

വയനാട്ടിൽ അധ്യാപകനായിരുന്ന അദ്ദേഹം ഒരേസമയം രണ്ടുജില്ലയിലും സജീവമായി പ്രവർത്തിച്ചിരുന്നു. ജോയിയോടൊപ്പമാണ് ഞാൻ മാഷെ കാണാൻ പോയത്. കോഴിക്കോട്ടെ പ്രധാന പ്രവർത്തകരെയെല്ലാം പരിചയപ്പെട്ട ശേഷം കണ്ണൂരിലേക്കു പോയി. അക്കാലത്ത് സംസ്ഥാന കമ്മിറ്റിയോടു വിയോജിച്ചു നിൽക്കുകയായിരുന്നു കണ്ണൂരിലെ പ്രവർത്തകർ. എറണാകുളം, തൃശൂർ കേന്ദ്രമാക്കി പുനഃസംഘടിപ്പിച്ചവർക്കൊപ്പം പ്രവർത്തിക്കാൻ അവർ തയ്യാറായിരുന്നില്ല.

തിരുവനന്തപുരത്ത് എന്നെ കാണാൻ വന്നിരുന്ന ചെറുകുന്നു സ്വദേശി ശിവപ്രസാദിനെയാണു ഞാൻ ആദ്യം സന്ദർശിച്ചത്. ശിവപ്രസാദ് സജീവ പ്രവർത്തനത്തിനു തയാറായിരുന്നില്ല. അതേപോലെ തന്നെയായിരുന്നു കെ.പി. ഗോപാലനും. ജയിലിൽ നിന്നു പുറത്തുവന്ന ശേഷം അദ്ദേഹം പാർട്ടി പ്രവർത്തനം നിർത്തി വീട്ടിൽ കഴിയുകയായിരുന്നു. ജില്ലയിലെ പ്രധാനപ്പെട്ടവരെയെല്ലാം ഞാൻ കണ്ടു. സംസ്ഥാന കമ്മിറ്റിയുമായി സഹകരിക്കാൻ അവർ തയ്യാറാണെന്നു പറഞ്ഞു. പാപ്പിനിശ്ശേരിക്കാരൻ അമീർഅലിയെയാണ് സംസ്ഥാന കമ്മിറ്റി പ്രതിനിധിയായി തിരഞ്ഞെടുത്തത്.

കണ്ണൂരിൽ നിന്നു തിരിച്ചെത്തിയ ശേഷം അയനിക്കാട് ദാമോദരൻ മാഷുടെകൂടെ വയനാട്ടിലേക്കു പോയി. മീനങ്ങാടിയിലെ പ്രവർത്തകരെ പരിചയപ്പെടുത്തിയ ശേഷം മാഷ് മാനന്തവാടി വാളാട്ടെ കുന്നേൽ കൃഷ്ണേട്ടന്റെ വീട്ടിലേക്കാണു കൂട്ടിക്കൊണ്ടുപോയത്. വളരെ ആരോഗ്യവാനായ കുന്നേൽ കൃഷ്ണൻ മുൻപ് സിപിഎമ്മിന്റെ സജീവ പ്രവർത്തകനായിരുന്നു. പാർട്ടി വിട്ട് അദ്ദേഹം ഞങ്ങളോടൊപ്പം ചേർന്നപ്പോൾ കുറെ പ്രവർത്തകരും കൂടെ പോന്നു. അതുവരെ വയനാടിനെക്കുറിച്ചു കേട്ടു മാത്രമേ അറിഞ്ഞിരുന്നുള്ളൂ. അവിടത്തെ ശുദ്ധമായ കാലാവസ്ഥയിൽ കുറച്ചുദിവസം കൃഷ്ണേട്ടനൊപ്പം താമസിച്ചു. ജയിലിൽ കഴിഞ്ഞതിന്റെ ക്ഷീണം തീർത്തത് വാളാട്ടുവച്ചായിരുന്നു. ചക്കയും മാങ്ങയുമെല്ലാമായി വിഭവസമൃദ്ധമായ നാളുകളായിരുന്നു.

ആദിവാസി ഊരുകളുമായി നല്ല ബന്ധമുണ്ടാക്കാൻ സാധിച്ചതായിരുന്നു വാളാട്ടെ താമസം കൊണ്ടുണ്ടായ ഏറ്റവും വലിയ നേട്ടം. അവരുടെ

ജീവിതരീതിയും പൊതുസമൂഹത്തിന് അവരോടും അവർക്കു പൊതു സമൂഹത്തോടുമുള്ള ബന്ധവുമെല്ലാം മനസ്സിലാക്കാൻ സാധിച്ചു. മുൻപ് വർഗീസ് ആദിവാസികൾക്കിടയിൽ പ്രവർത്തിച്ചിരുന്ന രീതിയൊക്കെ പലരും പറഞ്ഞു മനസ്സിലാക്കാൻ പറ്റി. ഇവരിലൊരാളായിട്ടായിരുന്നു വർഗീസ് പ്രവർത്തിച്ചിരുന്നത്. ഏറെക്കാലംക്കൊണ്ടേ അങ്ങനെ അവരുടെ കൂട്ടത്തിലൊരാളായി ഇഴചേരാൻ കഴിയുകയുള്ളൂവെന്ന് എനിക്കു പെട്ടെന്നു തന്നെ ബോധ്യമായി.

കോഴിക്കോട്, വയനാട്, കണ്ണൂർ ഭാഗങ്ങളിലായി ഞാൻ പ്രവർത്തനം സജീവമാക്കി. എല്ലാം രഹസ്യപ്രവർത്തനമായിരുന്നു. വാളാട്ട് പലതവണ വന്നിരുന്നു. കൃഷ്ണേട്ടൻ മാനന്തവാടിയിൽ ഉണ്ടാക്കിയ ബന്ധം കൊണ്ട് ഞങ്ങളുടെ പ്രവർത്തനം സജീവമാക്കി നിലനിർത്താൻ സാധിച്ചു. സ്റ്റഡി ക്ലാസുകളിലെല്ലാം ധാരാളം പേർ പങ്കെടുക്കും. എല്ലാവരും ചർച്ചകളിൽ സജീവമായി ഇടപെടും. നാരായണൻ, വർക്കി, കുഞ്ഞിരാമൻ, മുരളി എന്നിവരെല്ലാം ഇത്തരം സ്റ്റഡി ക്ലാസുകളിലൂടെ വളർന്നുവന്നരായിരുന്നു. ജയിലിൽ വച്ച് ഞാനെഴുതിയ ഇന്ത്യൻ വിപ്ലവത്തിന്റെ കാഴ്ചപ്പാട് എന്ന ലേഖന പരമ്പര കെ.എൻ. രാമചന്ദ്രന്റെ പാലായിലെ ജനതാ ബുക്സ്റ്റാൾ പുസ്തകമാക്കിയിരുന്നു. ഈ പുസ്തകം വച്ചുകൊണ്ടാണ് പാർട്ടി ക്ലാസുകളെടുത്തിരുന്നത്. രാഷ്ട്രീയ ചർച്ചകളിലൂടെയാണ് പാർട്ടിപ്രവർത്തകരുടെ സംശയങ്ങൾ ദൂരീകരിക്കാനും പാർട്ടിയുടെ നിലപാടുകൾ വ്യക്തമാക്കാനും സാധിച്ചിരുന്നത്.

സംഘടനാ പ്രവർത്തനം സജീവമായി നടക്കുന്നതിനോടൊപ്പം സാംസ്കാരിക രംഗത്തും മുന്നേറ്റം നടത്തണമെന്നായിരുന്നു ഞങ്ങളുടെ തീരുമാനം. അതിനായി പാർട്ടിക്കൊരു സാംസ്കാരിക പ്രസിദ്ധീകരണം വേണം. കവി സച്ചിദാനന്ദനോടും ബി.രാജീവനോടുമൊക്കെ സംസാരിച്ചു. എന്നാൽ അവർക്കൊന്നും അതിൽ താത്പര്യം തോന്നിയില്ല. കലാസാഹിത്യാദികളിൽ താൽപര്യമുള്ള ധാരാളം ചെറുപ്പക്കാർ ഞങ്ങളുമായി ബന്ധമുണ്ടായിരുന്നു. എന്നാൽ ഇവരെയെല്ലാവരെയും ഒരുമിപ്പിച്ചുകൊണ്ടൊരു പ്രവർത്തനം നടത്തിയിരുന്നില്ല. കാരണം ഞങ്ങളൊന്നും പരസ്യപ്രവർത്തനം നടത്താറില്ല. എല്ലാവരും ഒളിവിൽ നിന്നുകൊണ്ടാണ് പാർട്ടി ശക്തിപ്പെടുത്തുന്നത്.

ഇങ്ങനെ കലയിലും സാഹിത്യത്തിലും താത്പര്യമുള്ള, വിപ്ലവ ചിന്തയുള്ളവരെ ഏകോപിപ്പിക്കാനുള്ള ചുമതല ദാമോദരൻ മാഷിനായിരുന്നു. ഇത്തരത്തിലുള്ള ധാരാളം ആളുകളോട് മാഷ് സംസാരിച്ചിരുന്നു. അങ്ങനെയാണ് വയനാട്ടിലെ മീനങ്ങാടിയിലെ അധ്യാപകനായ കോഴിക്കോട്ടുകാരൻ മധുമാസ്റ്ററെ പരിചയപ്പെടുത്തുന്നത്. മാഷ് വിപ്ലവ പക്ഷത്തേക്കു നീങ്ങാൻ തീരുമാനിച്ചു നിൽക്കുകയായിരുന്നു. നാടകമായിരുന്നു മാഷുടെ മാധ്യമം. മീനങ്ങാടിയുടെ ഉൾഭാഗത്ത് ചെറിയൊരു വാടകവീട്ടിലായിരുന്നു അദ്ദേഹം താമസിച്ചിരുന്നത്. അവിടെ നാടകത്തെക്കുറിച്ചുള്ള ചർച്ച സജീവമായി നടക്കുന്ന സമയം കൂടിയായിരുന്നു.

മധുമാഷും കൂട്ടുകാരും പുതിയ നാടകം തുടങ്ങാനുള്ള ഒരുക്കത്തിലായിരുന്നു. ആ സംഘവുമായി ഞങ്ങൾ ചർച്ച നടത്തി. സാംസ്കാരിക പ്രസിദ്ധീകരണം ഉടൻ തുടങ്ങണമെന്ന് അവിടെ വച്ചു തീരുമാനിക്കുകയും ചെയ്തു. മധുമാഷുടെ അടുക്കൽ ഞാൻ ഇടയ്ക്കിടെ വന്നു താമസിക്കാൻ തുടങ്ങി.

പിന്നീട് സിവിക് ചന്ദ്രനെയാണു ദാമോദരൻമാഷ് പരിചയപ്പെടുത്തിയത്. അമ്പലവയലിലെ സ്കൂൾ അധ്യാപകനായിരുന്നു സിവിക്. സാംസ്കാരിക പ്രസിദ്ധീകരണത്തെക്കുറിച്ചു പറഞ്ഞപ്പോൾ സിവികും അതിൽ തത്പരനാണെന്നു ബോധ്യമായി. തലശ്ശേരിയിലെ ലോഡ്ജിൽ ഞാനും ദാമോദരൻമാഷും സിവികും ഒത്തുചേർന്നു. സാംസ്കാരിക പ്രസിദ്ധീകരണത്തിന്റെ ആവശ്യത്തെക്കുറിച്ചാണു മൂന്നുപേരും സംസാരിച്ചത്. പിന്നീട് കെ.കെ. കൊച്ചും ഈ കൂട്ടായ്മയിൽ ചേർന്നു. കൊച്ച് അന്നു സ്വന്തമായി ഒരു പ്രസിദ്ധീകരണം തുടങ്ങാനിരിക്കുകയായിരുന്നു. ദാമോദരൻമാഷ് പറഞ്ഞതനുസരിച്ചാണ് കൊച്ച് ഞങ്ങളുമായി ചേർന്നത്. കൊച്ചും സിവികും ചേർന്ന് മാസികയ്ക്ക് യെനാൻ എന്നു പേരിട്ടു. മാവോയുടെ 1942ലെ യെനാൻ എന്ന സ്ഥലത്തെ പ്രസംഗത്തെ ഓർമ്മപ്പെടുത്തുന്നതായിരുന്നു ആ പേര്. കലാ-സാഹിത്യ വിഷയങ്ങളിൽ പാർട്ടി പ്രവർത്തകരും അനുഭാവികളുമായ പ്രവർത്തകർ എന്തെല്ലാമാണു ശ്രദ്ധിക്കേണ്ടത് എന്നതു സംബന്ധിച്ചായിരുന്നു മാവോയുടെ പ്രഭാഷണം. കലയെയും സാഹിത്യത്തെയും സംബന്ധിച്ച യെനാൻ ഫോറത്തിലെ പ്രസംഗങ്ങൾ എന്നാണ് ആ പ്രഭാഷണത്തെ പറഞ്ഞിരുന്നത്. പുറത്തിറങ്ങാൻപോകുന്ന പ്രസിദ്ധീകരണം കലാ-സാഹിത്യത്തെക്കുറിച്ചായതിനാലാണ് യെനാൻ എന്ന പേര് അവർ സ്വീകരിച്ചത്.

ആ സമയത്ത് മടപ്പള്ളി കോളജ് കേന്ദ്രമാക്കി ഞങ്ങളുടെ വിദ്യാർഥികളുടെ ഒരു ഗ്രൂപ്പ് സജീവമായിരുന്നു. എം.എം. സോമശേഖരനായിരുന്നു സംഘത്തിന്റെ നേതാവ്. കോളജിനുത്ത് പീടികകെട്ടിടത്തിന്റെ മുകളിലെ മുറികളായിരുന്നു സംഘത്തിന്റെ ആസ്ഥാനം. യെനാന്റെ ഭാവികാര്യങ്ങളൊക്കെ ചർച്ച ചെയ്തിരുന്നത് അവിടെ വച്ചായിരുന്നു. ഞാനും ഈ ലോഡ്ജിലെ പഠന ക്ലാസുകളിൽ പങ്കെടുക്കാറുണ്ടായിരുന്നു. വി.സി. ശ്രീജൻ, വി.കെ. പ്രഭാകരൻ എന്നിങ്ങനെ വലിയൊരു വിദ്യാർഥിസംഘം സോമനോടൊപ്പമുണ്ടായിരുന്നു.

ടി.എൻ. ജോയി വഴിയാണ് ശ്രീജൻ യെനാനുമായി ബന്ധപ്പെടുന്നത്. ജോയി അന്ന് ബെന്നി എന്ന പേരിലാണു പ്രവർത്തിച്ചിരുന്നത്. വി.സി. ശ്രീജനെ പത്രാധിപരാക്കിക്കൊണ്ട് യെനാൻ പ്രസിദ്ധീകരിക്കാൻ തീരുമാനിച്ചു. സിവികും കെ.കെ. കൊച്ചും സർക്കാർ ജീവനക്കാരായതുകൊണ്ടാണ് പത്രാധിപരായി വി.സി. ശ്രീജനെ തിരഞ്ഞെടുത്തത്.

സേതുമാധവൻ എന്ന തൂലികാ നാമത്തിൽ സ്വാതന്ത്ര്യത്തിന്റെ സാക്ഷാത്കാരം എന്ന ലേഖനമാണു യെനാൻ ആദ്യലക്കത്തിൽ

എഴുതിയത്. വിപ്ലവകാരിയുടെ സ്വാതന്ത്ര്യസങ്കല്പം എങ്ങനെയായിരിക്കുമെന്ന ദാർശനിക വിചാരമായിരുന്നു അതിൽ. കമലാദാസിന്റെ സമ്മർ ഇൻ കൽക്കട്ടയിലെ ദേശീയപതാക എന്ന കവിതയുടെ തർജമ, ബ്രഹ്തിന്റെ കവിതകളുടെ തർജമ എന്നിവയൊക്കെയായിരുന്നു മറ്റു രചനകൾ. കാര്യമായ തയാറെടുപ്പൊന്നുമില്ലാതെ, എങ്ങനെയെങ്കിലും ഒരു പ്രസിദ്ധീകരണം തുടങ്ങുക എന്ന ആവേശത്തിലായിരുന്നു യെനാൻ ഇറക്കിയത്. അതുകൊണ്ടു തന്നെ ധാരാളം പോരായ്മകളുണ്ടായിരുന്നു. അതിന്റെ കെട്ടും മട്ടുമെല്ലാം മോശമായിരുന്നു. എങ്കിലും തുടക്കമെന്ന നിലയ്ക്ക് അത്രയെങ്കിലും ആയല്ലോ എന്നൊരു ആശ്വാസമായിരുന്നു. പ്രസക്തിക്കു ശേഷം അതുപോലെയൊരു സംരംഭം തുടങ്ങിയപ്പോൾ പ്രസക്തിപോലെയായില്ല എന്നൊരു നിരാശയും കൂട്ടത്തിലുണ്ടായിരുന്നു. പിന്നീടുള്ള പതിപ്പുകൾ ഞാനും സോമശേഖരനുമെല്ലാം ചേർന്ന് ഭംഗിയാക്കി പ്രസിദ്ധീകരിച്ചു.

അപ്പോഴാണ് അടിയന്തരാവസ്ഥ പ്രഖ്യാപിക്കുന്നതും പാർട്ടി നിരോധിക്കപ്പെടുന്നതും. പ്രസിദ്ധീകരണം നിലച്ചു. എല്ലാവരും ഒളിവിൽപോയി. ആദ്യകാലത്തെ നക്സലൈറ്റുകളെല്ലാം അറസ്റ്റിലായി. തലശ്ശേരി, കുറ്റ്യാടി സ്റ്റേഷൻ ആക്രമണത്തിലും പുൽപ്പള്ളി, കോങ്ങാട് ആക്ഷനുകളിലുണ്ടായിരുന്നവരെല്ലാം പലപ്പോഴായി ജയിലിലെത്തി.

അടിയന്തരാവസ്ഥ പ്രഖ്യാപിച്ചതിനെ തുടർന്ന് ഞങ്ങളുടെ സംസ്ഥാന കമ്മിറ്റി രഹസ്യമായി ചേർന്നു. ഇന്ത്യൻ ജനാധിപത്യത്തിൽ ഞങ്ങൾ വിശ്വസിച്ചിരുന്നില്ലാത്തതുകൊണ്ട് ആ ജനാധിപത്യം പുനഃസ്ഥാപിക്കണമെന്ന ചിന്ത ഞങ്ങൾക്കുണ്ടായിരുന്നില്ല. അടിയന്തരാവസ്ഥയിലെ കർക്കശവും വ്യാപകവുമായ അടിച്ചമർത്തലുകൾ ചെറുക്കാൻ ജനങ്ങളെ നിർബന്ധിതരാക്കുമെന്നും അങ്ങനെ അന്തിമമായി അത് വിപ്ലവത്തെ സഹായിക്കുമെന്നുമായിരുന്നു ഞങ്ങളുടെ വിലയിരുത്തലുകൾ. ഇന്ത്യൻ ഭരണാധികാരി വർഗങ്ങളിലെ രണ്ടു വിഭാഗങ്ങൾ അമേരിക്കൻ സാമ്രാജ്യത്വത്തിന്റെയും സോവിയറ്റ് സോഷ്യൽ സാമ്രാജ്യത്വത്തിന്റെയും ആളുകളായി പരസ്പരം മത്സരിക്കുമ്പോൾ വിപ്ലവശക്തികൾ ആരുടെയും പക്ഷം പിടിക്കേണ്ടതില്ലെന്നായിരുന്നു ഞങ്ങളുടെ അഭിപ്രായം.

ജന്മിത്വത്തിനെതിരായ സമരമാണ് പ്രധാനമെന്ന ചാരുമജുംദാറുടെ ലൈൻ പിന്തുടരാനായിരുന്നു അടിയന്തരാവസ്ഥ പ്രഖ്യാപിക്കുന്നതിനു മുൻപ് പാർട്ടിയുടെ നിലപാട്. കേരളത്തിലെ സാഹചര്യത്തിൽ ജനകീയമായി അതു നടപ്പാക്കുന്നതിൽ നല്ല തയ്യാറെടുപ്പുകൾ ആവശ്യമായിരുന്നു. ഇനിയൊരു സായുധസമരം തുടങ്ങുമ്പോൾ എല്ലാവിധ തയ്യാറെടുപ്പോടെ വേണമെന്നതിനാൽ അതിനുള്ള ഒരുക്കത്തിലായിരുന്നു പാർട്ടി. അടിയന്തരാവസ്ഥ പ്രഖ്യാപനം വന്നതോടെ പാർട്ടിയുടെ നയത്തിൽ മാറ്റം വരുത്താനും തീരുമാനിച്ചു. ജന്മിത്തത്തിനും ഭരണകൂടത്തിനും എതിരെ ഒരേസമയം പോരാട്ടം അഴിച്ചുവിടാനായിരുന്നു തീരുമാനം. ഭരണകൂടത്തിന്റെ പ്രതീകമെന്ന നിലയ്ക്ക് പൊലീസ് സ്റ്റേഷനും ആജന്മശത്രുവെന്ന

നിലയ്ക്കു ജന്മിത്തത്തിനും എതിരെ ഒരേസമയം ആക്രമണം നടത്തുക. അടിയന്തരാവസ്ഥയുടെ പശ്ചാത്തലത്തിൽ പൊലീസ് സ്റ്റേഷൻ ആക്രമണം മാത്രം നടത്തിയാൽ ചാരുമജുംദാർ ലൈൻ അപ്രസക്തമായെന്നും കുന്നിക്കൽ നാരായണൻ ലൈനാണു ശരിയെന്നും വ്യാഖ്യാനം വരും. അങ്ങനെയൊരു ആക്ഷേപം ഇല്ലാതാക്കാനാണ് ഒരേസമയം രണ്ടു തരത്തിലുള്ള ആക്രമണവും നടത്താൻ പാർട്ടി സംസ്ഥാന കമ്മിറ്റി തീരുമാനിച്ചത്.

സായുധസമരത്തിലേക്ക്

സംസ്ഥാനതലത്തിലും ജില്ലാതലത്തിലും മുഴുവൻ സമയ പ്രവർത്തകരാകാനും വേണമെങ്കിൽ ഒളിവിൽ പോകാനും തയ്യാറായി അമ്പതോളം പേരുണ്ടായിരുന്നു. പാർട്ടി ആവശ്യപ്പെട്ടാൽ പ്രവർത്തനത്തിനു തയ്യാറായി നൂറോളം പേരും സജ്ജരായി. ഇവരോടെല്ലാം ഏതുസമയവും പ്രവർത്തനത്തിനു തയ്യാറാകാൻ നിർദേശം നൽകി. സായുധസമരവുമായി മുന്നോട്ടുപോകാൻ പാർട്ടി തീരുമാനമെടുത്തു. തൃശൂർ, എറണാകുളം ജില്ലകളിൽ ആദ്യം സമരം തുടങ്ങുക. പാർട്ടി ഏല്പിക്കുന്ന ഏത് ഉത്തരവാദിത്വവും ഏറ്റെടുക്കാൻ തയ്യാറുള്ളവർ ഈ ജില്ലകളിലായിരുന്നു കൂടുതലുണ്ടായിരുന്നത്. തൃശൂർ ജില്ലയിലെ പ്രവർത്തകരാണ് ഭരണകൂടത്തിനെതിരായ ആക്രമണം ഏറ്റെടുത്തത്. വർഗശത്രുവിനെതിരായ ആക്രമണം എറണാകുളം ജില്ലക്കാരും. നടേശനായിരുന്നു തൃശൂരിന്റെ ചുമതല. എറണാകുളത്തിന്റേത് കുട്ടിക്കൃഷ്ണനനും. പൊതുവായ തീരുമാനം മാത്രമേ സംസ്ഥാന കമ്മിറ്റി എടുത്തുള്ളൂ. ആക്ഷൻ നടത്തേണ്ടതും അതിന്റെ ആസൂത്രണവുമെല്ലാം അതതു ജില്ലാ കമ്മിറ്റി നടപ്പാക്കിക്കൊള്ളണം. ഏത് പൊലീസ് സ്റ്റേഷൻ ആക്രമിക്കണമെന്ന് തൃശൂർ ജില്ലക്കാർക്കു തീരുമാനിക്കാം. ഏതു വർഗശത്രുവിനെ ഇല്ലായ്മ ചെയ്യണമെന്ന് എറണാകുളത്തുകാർക്കും.

കെ.എൻ. രാമചന്ദ്രനെ സംസ്ഥാന കമ്മിറ്റിയിലേക്ക് എടുക്കുന്നത് ആഗസ്തിൽ ചേർന്ന യോഗത്തിലായിരുന്നു. വളരെ ഊർജസ്വലനായ യുവാവായിരുന്നു കെ.എൻ. ആലപ്പുഴ, കൊല്ലം ജില്ലകളുടെ ചുമതല അദ്ദേഹം ഏറ്റെടുത്തു. ആലപ്പുഴയിൽ പൊലീസ് സ്റ്റേഷൻ ആക്രമണം നടത്താമെന്നുകൂടി ഏറ്റായിരുന്നു രാമചന്ദ്രൻ പോയത്.

സായുധപോരാട്ടത്തിന് സ്വയം സന്നദ്ധരായവരെ മാത്രമേ ചുമതലകൾ ഏല്പിച്ചിരുന്നുള്ളൂ. ആരെയും നിർബന്ധിച്ചു ചേർത്തിരുന്നില്ല എന്നർഥം. സായുധസമരത്തിൽ പങ്കെടുക്കുക എന്നു പറഞ്ഞാൽ സാധാരണ ജീവിതം പൂർണമായും ഉപേക്ഷിക്കാൻ തയ്യാറാകുക എന്നാണ്. ആക്ഷനു ശേഷം ഒളിവുജീവിതം, അറസ്റ്റ്, പൊലീസ് മർദനം, ചിലപ്പോൾ മരണം. ഇതെല്ലാം നേരിടേണ്ടി വരും. അതിനു തയ്യാറുള്ളവരും കഴിവുള്ളവരും മാത്രമേ ആക്ഷൻ സ്ക്വാഡിലേക്കു തിരഞ്ഞെടുക്കപ്പെട്ടുള്ളൂ.

അതേസമയം, ആക്ഷനു തയ്യാറായപ്പോഴും അതിനുതക്ക ശേഷി സംഘടനയ്ക്കുണ്ടോ എന്നൊരു സംശയം ഞങ്ങളിൽ പലർക്കും ഉണ്ടായിരുന്നു. സായുധ സമരത്തിനുള്ള സാങ്കേതികമായ തയ്യാറെടുപ്പൊന്നും എവിടെയും ഉണ്ടായിരുന്നില്ല. ചാരുമജുംദാറുടെ കാഴ്ചപ്പാടാണ് ഇത്തരം സംശയം ചോദിക്കുന്നവർക്കുള്ള ഉത്തരം. ആയുധവും സാങ്കേതികവിദ്യയുമൊന്നുമല്ല, രാഷ്ട്രീയമായ തയ്യാറെടുപ്പും സന്നദ്ധതയുമാണു പ്രധാനം എന്നാണു ചാരുമജുംദാർ പറഞ്ഞത്. ആദ്യഘട്ടത്തിൽ നാടൻ ആയുധങ്ങൾ ഉപയോഗിച്ചാണു സായുധസമരം നടത്തേണ്ടതെന്ന പ്രത്യേക നിർദേശവും അദ്ദേഹം നൽകിയിരുന്നു.

കൊടുങ്ങല്ലൂർ മണ്ഡലത്തിലെ മതിലകം സ്റ്റേഷൻ ആക്രമിക്കാനാണ് നടേശന്റെ നേതൃത്വത്തിൽ തീരുമാനിച്ചത്. സ്റ്റേഷൻ ആക്രമിച്ച് റൈഫിളുകൾ തട്ടിയെടുക്കുക. പൊലീസുകാരെ ആക്രമിക്കരുതെന്ന് സംസ്ഥാന കമ്മിറ്റി ആദ്യമേ തന്നെ നിർദേശം നൽകിയിരുന്നു. പൊലീസുകാർ ശത്രുവർഗങ്ങളുടെ ഉപകരണം മാത്രമാണ്. വർഗപരമായി ശത്രുക്കളല്ല. അനാവശ്യമായ രക്തച്ചൊരിച്ചിൽ ഒഴിവാക്കാനും സംസ്ഥാന കമ്മിറ്റിയുടെ നിർദേശത്തിലുണ്ടായിരുന്നു.

പതിനഞ്ചുപേരുടെ സ്ക്വാഡാണ് സ്റ്റേഷൻ ആക്രമണത്തിനു രൂപീകരിച്ചത്. ജില്ലാ കമ്മിറ്റിയിലുള്ളവരെ ഒഴിവാക്കിക്കൊണ്ട് അതിലും താഴെയുള്ള പ്രവർത്തകരായിരുന്നു സ്ക്വാഡ് അംഗങ്ങൾ. കൊടുങ്ങല്ലൂരിലെ മേത്തല, എസ്.എൻ. പുരം ഭാഗങ്ങളിലുള്ളവരായിരുന്നു ഇവർ. നാരായണനായിരുന്നു കമാൻഡന്റ്.

പരിപാടിക്കു രൂപം നൽകാൻ എസ്.എൻ. പുരത്തെ ഒരു വീട്ടിൽ എല്ലാവരും ഒത്തുകൂടാൻ തീരുമാനിച്ചു. രണ്ടും മൂന്നും ബാച്ചുകളായി പലയിടത്തു ബസ്സിറങ്ങും. അവരെ പാർട്ടിയുടെ ആളുകൾ ഈ വീട്ടിൽ എത്തിക്കും. എല്ലാം ആസൂത്രണം ചെയ്തു. ബസ്സിറങ്ങിയവരുടെ കൂട്ടത്തിൽ ഒരാൾ മാത്രം ബന്ധപ്പെടേണ്ട ആളെ കാണാതെ ബസ്സിറങ്ങിയ സ്ഥലത്ത് കുറേ നേരം കാത്തുനിന്നു. അപരിചിതനായ ആളെ കണ്ട നാട്ടുകാർ ചോദ്യം ചെയ്തു. അയാൾ ബുദ്ധിപൂർവം പ്രവർത്തിക്കാത്തതിന്റെ ഫലമായി നാട്ടുകാർ കള്ളനാണെന്നു പറഞ്ഞു മർദിച്ച് പൊലീസിൽ ഏല്പിച്ചു. അയാളുടെ കൈവശം കത്തിയുണ്ടായിരുന്നു. പൊലീസിന്റെ ചോദ്യം ചെയ്യലിൽ അയാൾ സ്റ്റേഷൻ ആക്രമണത്തെക്കുറിച്ച് ഒന്നും പറഞ്ഞില്ല. ഇക്കാര്യം മറ്റുള്ളവർ അറിയുകയും യോഗം മാറ്റിവയ്ക്കുകയും ചെയ്തു. പൊലീസ് പിടികൂടിയ ആളെ പിന്നീട് പുറത്തിറക്കി.

ആദ്യശ്രമം തന്നെ പാളിയെങ്കിലും ആക്ഷൻ നടപ്പാക്കാൻ തന്നെയായിരുന്നു സ്ക്വാഡിന്റെ തീരുമാനം. പൊലീസ് പിടികൂടിയ ആളെ ഒഴിവാക്കിക്കൊണ്ട് ആക്ഷനുവേണ്ട ഒരുക്കങ്ങൾ വീണ്ടും തുടങ്ങി. പൊലീസ് സ്റ്റേഷനെക്കുറിച്ചുള്ള റിപ്പോർട്ട് തയാറാക്കി. 12 റൈഫിളുകളാണ്

സ്റ്റേഷനിലുള്ളത്. റൈഫിളുകൾ തട്ടിയെടുത്ത് ഉൾവഴികളിലൂടെ യാത്ര ചെയ്ത് മേത്തല ഭാഗത്ത് എത്തിക്കണം.

രാത്രി ഒന്നിനും രണ്ടിനും ഇടയിൽ ആക്ഷൻ നടത്താനായിരുന്നു തീരുമാനം. കൃത്യസമത്ത് എല്ലാവരും സ്റ്റേഷനു പിന്നിലെ മതിലിനു പുറത്തായി എത്തി. നാടൻബോംബുകൾ, കത്തികൾ, ഇരുമ്പുവടികൾ എന്നിവയായിരുന്നു ആയുധങ്ങൾ. ആക്ഷന്റെ ആദ്യപടിയായി ടെലിഫോൺ ലൈൻ വേർപെടുത്തി. ആക്രമണത്തിനു തയ്യാറായി എല്ലാവരും ഒരുങ്ങുമ്പോഴാണ് പൊലീസ് ജീപ്പ് സ്റ്റാർട്ട് ആകുന്ന ശബ്ദം കേട്ടത്. നോക്കിയപ്പോൾ എസ്ഐയും ചില പൊലീസുകാരും ജീപ്പിൽ കയറി പോകുകയാണ്. എസ്ഐയും സംഘവും തിരിച്ചെത്തിയിട്ടുമതി ആക്ഷനെന്നു കമാൻഡന്റ് നിർദേശം നൽകി. പുറത്തുപോയവർ എപ്പോൾ വേണമെങ്കിലും തിരിച്ചുവരാം. ആക്ഷനിടെ വരികയാണെങ്കിൽ സംഘട്ടനം അനിവാര്യമാകും. അതില്ലാതാക്കാൻ എസ്ഐ തിരിച്ചെത്തുന്നതുവരെ കാത്തിരിക്കാൻ തീരുമാനിച്ചു. എന്നാൽ അതിനെ ചിലർ എതിർത്തു. സംഘട്ടനം വേണ്ടിവരികയാണെങ്കിൽ കൈവശമുള്ള ബോംബ് ഉപയോഗിക്കാമെന്ന് അവർ വാദിച്ചു. പൊലീസുകാരെ ആക്രമിക്കാൻ പാടില്ലെന്ന സംസ്ഥാന കമ്മിറ്റി നിർദേശമുള്ളതുകൊണ്ട് എസ്ഐ വരാൻ കാത്തിരിക്കാൻ തീരുമാനമായി. കാത്തുനില്പ് മണിക്കൂറോളം നീണ്ടു. പുലർച്ചെ അഞ്ചുമണിയോടെയാണ് പുറത്തുപോയവർ വന്നത്. ഇനി ആക്ഷൻ നടത്തിയാൽ സുരക്ഷിത സ്ഥാനങ്ങളിൽ തിരിച്ചെത്താൻ കഴിയില്ലെന്ന കാരണത്താൽ ആക്ഷൻ മാറ്റിവയ്ക്കാൻ തീരുമാനിച്ചു. എല്ലാവരും പിരിഞ്ഞു.

തിരിച്ചുപോരുമ്പോൾ ടെലിഫോൺ ലൈൻ പഴയതുപോലെയാക്കിയിരുന്നില്ല. അത് തിരിച്ചടിയായി. അടുത്ത ദിവസം പൊലീസ് അതു കണ്ടെത്തി. പൊലീസ് സ്റ്റേഷനിലെ ടെലിഫോൺ പ്രവർത്തിക്കാത്തതു നോക്കിയപ്പോഴാണു രണ്ടു ലൈനുകൾ കൂട്ടികെട്ടിയ നിലയിൽ കണ്ടത്. അതോടെ സംശയമായി. അന്വേഷണം തുടങ്ങി. കുറച്ചുദിവസം മുൻപ് നാട്ടുകാർ കള്ളനെന്നു പറഞ്ഞുപിടികൂടിയ ആളിലേക്കു സംശയം നീണ്ടു. അയാളെ പൊലീസ് കസ്റ്റഡിയിലെടുത്തത് മറ്റാരും അറിഞ്ഞിരുന്നില്ല. പൊലീസ് ഇനിയും ചോദ്യം ചെയ്യാൻ വിളിക്കുകയാണെങ്കിൽ മറ്റുള്ളവരെ അറിയിക്കണമെന്ന നിർദേശം അയാൾക്കു കൊടുത്തിരുന്നു. എന്നാൽ വളരെ രഹസ്യമായിട്ടായിരുന്നു പൊലീസ് നീക്കം. പൊലീസ് ചോദ്യം ചെയ്യലിൽ അയാൾ സത്യം പറഞ്ഞു. സ്റ്റേഷൻ ആക്രമണ പദ്ധതിയെക്കുറിച്ചു പറഞ്ഞു. സംഘത്തിൽ പരിചയമുള്ളവരുടെ പേരും. പൊലീസ് നന്നായി മർദിച്ചപ്പോഴാണ് എല്ലാം തുറന്നുപറഞ്ഞത്.

സ്റ്റേഷൻ ആക്രമണ സംഘത്തിലെ മുൻനിരക്കാരെല്ലാം അപ്പോഴേക്കും ഒളിവിൽ പോയിരുന്നു. വീട്ടിൽ തന്നെയുണ്ടായിരുന്നവരെ പൊലീസ് പിടികൂടി. അവരിൽ നിന്നു ബാക്കിയുള്ളവരുടെ വിവരവും ലഭിച്ചു. ഗൂഢാലോചനയുമായി ബന്ധമുള്ള എല്ലാവരെയും പൊലീസ്

പിടികൂടി. നൂറിലധികം പേരെയാണ് ഇതേതുടർന്നു പിടികൂടിയത്. മിക്കവർക്കും നല്ല മർദനമേറ്റു. സ്റ്റേഷൻ ആക്രമണം കേസാക്കാത്തതിനാൽ എല്ലാവരെയും മിസ ആക്ട് പ്രകാരമാണ് തടവുകാരായി വിയ്യൂർ സെൻട്രൽ ജയിലിലേക്ക് അയച്ചത്. ഏറ്റവും ഒടുവിലാണ് നടേശൻ പിടിയിലായത്. ഒളിവിൽ കഴിയുമ്പോൾ പൊലീസ് പിടികൂടുകയായിരുന്നു.

എറണാകുളം ആക്ഷൻ

തൃശൂരിലും എറണാകുളത്തും ഒരേസമയം തന്നെയാണ് ആക്ഷൻ പ്ലാൻ ചെയ്തിരുന്നത്. എന്നാൽ രണ്ടു ജില്ലക്കാർക്കും പരസ്പരം ഒന്നും അറിയില്ലായിരുന്നു. തൃശൂരിൽ ആക്ഷൻ ആദ്യം പാളിപ്പോയതൊന്നും എറണാകുളത്തുകാർ അറിഞ്ഞിരുന്നില്ല. തൃശൂരിൽ ഭരണകൂടത്തിനെതിരായ ആക്ഷൻ നടപ്പാക്കാൻ തീരുമാനിച്ചപ്പോൾ എറണാകുളത്ത് വർഗശത്രുവിനെയാണ് വകവരുത്തേണ്ടത്. വേമ്പനാട്ടുകായലിന്റെ ഓരത്തുള്ള കുമ്പളം വില്ലേജിലെ ഹാജിയാരെയാണ് അവിടുത്തുകാർ വർഗശത്രുവായി തിരഞ്ഞെടുത്തത്. 1975 സെപ്തംബർ 20ന് ആണ് ആക്ഷൻ നടത്താനുള്ള തീയതി നിശ്ചയിച്ചത്.

വർഗശത്രുവായി ഒരാളെ തീരുമാനിക്കുമ്പോൾ അയാളെക്കുറിച്ചു ശരിക്കു പഠിക്കണം. അയാളുടെ പ്രവർത്തനവും അയാളുടെ ദ്രോഹത്തിനിരയാകുന്നവരുടെ അവസ്ഥയുമെല്ലാം പോയി പഠിച്ച് അയാൾ കൊല്ലപ്പെടേണ്ട ആളാണെന്ന് ഉറപ്പാക്കിയേ ഉന്മൂലനം ചെയ്യാവൂ. പക്ഷേ, എറണാകുളം ജില്ലാ കമ്മിറ്റിക്കാർ അങ്ങനെയൊന്നും പഠനം നടത്തിയില്ല. സൂക്ഷ്മമായി അന്വേഷിക്കാതെ കേട്ടറിവു വച്ചാണ് അവർ വർഗശത്രുവിനെ തീരുമാനിച്ചത്.

ഒൻപതംഗ സംഘമാണ് ആക്ഷനിലുണ്ടായിരുന്നത്. കുട്ടിക്കൃഷ്ണനനും സംഘത്തിലുണ്ടായിരുന്നു. സംസ്ഥാന കമ്മിറ്റിയുടെ തീരുമാനത്തിനു വിരുദ്ധമായിരുന്നു ഇതും. സംസ്ഥാന, ജില്ലാ കമ്മിറ്റിക്കാർ നേരിട്ടു പങ്കെടുക്കാതെ പ്രാദേശികമായ ഗ്രൂപ്പുകളെ കൊണ്ടുവേണമായിരുന്നു ആക്ഷൻ നടത്തിക്കേണ്ടത്. എങ്ങാനും പിടിക്കപ്പെട്ടുപോയാൽ സംസ്ഥാന, ജില്ലാ കമ്മിറ്റികൾ തകരാതിരിക്കാനും മുൻനിരക്കാരെ പൊലീസ് പിടികൂടാതിരിക്കാനും വേണ്ടിയായിരുന്നു ഈ മുൻകരുതൽ. അതും അവിടെ ലംഘിക്കപ്പെട്ടു.

വഞ്ചി ഉപയോഗിച്ചു മാത്രമേ വർഗശത്രുവിന്റെ താവളത്തിലേക്കു പോകാൻ പറ്റുമായിരുന്നുള്ളൂ. വഞ്ചി കിട്ടാതെ ഏറെ നേരം കാത്തുനിന്ന് ആക്ഷൻ ഉപേക്ഷിക്കാമെന്നു തീരുമാനിച്ചു. അപ്പോഴേക്കും ഒരാൾ വഞ്ചിയുമായി എത്തി. പക്ഷേ, ലക്ഷ്യത്തിലെത്തിയപ്പോൾ അവിടെ ശത്രുവില്ലായിരുന്നു. സംഘത്തെ കണ്ടു ഭയന്ന സ്ത്രീകളും കുട്ടികളും നിലവിളിച്ചു. അതുകേട്ട് ഓടിയെത്തിയ അവരുടെ ബന്ധുവായ അബുഹാജി സംഘവുമായുള്ള ഏറ്റുമുട്ടലിൽ കൊല്ലപ്പെട്ടു. അവിടെയും ആക്ഷൻ പരാജയപ്പെടുകയായിരുന്നു. സംഘാംഗങ്ങളെല്ലാം ഒളിവിൽ പോയി.

നക്സൽബാരി സിന്ദാബാദ് എന്നു വിളിച്ചുകൊണ്ടാണ് സംഘാംഗങ്ങൾ മടങ്ങിപ്പോന്നത്. കൊലപാതകം പൊലീസിനെ ശരിക്കും ഞെട്ടിച്ചു. ജയറാം പടിക്കലിന്റെ നേതൃത്വത്തിൽ ഇടപ്പള്ളിയിൽ പൊലീസിന്റെ ക്യാംപ് തുടങ്ങി. സംശയം തോന്നിയവരെയെല്ലാം പിടികൂടി ക്യാംപിൽ കൊണ്ടുവന്ന് ഭീകരമായി മർദിച്ചു. ഇടത് ആഭിമുഖ്യമുള്ള എല്ലാവരെയും പൊലീസ് പിടികൂടി മർദിച്ചു. അവരിൽ നിന്നു കിട്ടുന്ന വിവരം വച്ച് വേറെ ചിലരെ പിടികൂടും. അങ്ങനെ ക്രൂരമായ മർദനത്തിലൂടെയാണ് പൊലീസ് രഹസ്യങ്ങളെല്ലാം ചോർത്തിയിരുന്നത്. നൂറിലധികം പേരെ പൊലീസ് പിടികൂടി മർദിച്ചു. മിക്കവരും ഉരുട്ടലിനു വിധേയരായി. ആക്ഷൻ സംഘാംഗങ്ങളെ ഒടുവിൽ പിടികൂടി. കോഴിക്കോട് കൊയിലാണ്ടിയിലെ ചെങ്ങോട്ടുകാവിലായിരുന്നു കുട്ടിക്കൃഷ്ണന്റെ വീട്. പാർട്ടി പ്രവർത്തനത്തിനായി എറണാകുളത്ത് എത്തിയതായിരുന്നു. എറണാകുളത്തു നിന്നു തന്നെയാണു പിടിയിലാകുന്നത്. പൊലീസ് പിടിയിലാകുന്ന ആദ്യ സംസ്ഥാന കമ്മിറ്റിയംഗമായിരുന്നു കുട്ടിക്കൃഷ്ണൻ. ഒരുമാസത്തിലേറെ അദ്ദേഹം ഉരുട്ടലിനു വിധേയനായി. കുട്ടിക്കൃഷ്ണനു പിന്നാലെ നടേശനും പിടിക്കപ്പെട്ടു. രണ്ടുപേരെയും ക്രൈംബ്രാഞ്ചുകാർ നന്നായി ദ്രോഹിച്ചിരുന്നു. നവംബറിൽ ചേർന്ന സംസ്ഥാന കമ്മിറ്റിയിൽ കുട്ടിക്കൃഷ്ണൻ എത്താതിരുന്നപ്പോഴാണ് അവൻ പൊലീസ് പിടിയിലായ വിവരം മനസ്സിലാകുന്നത്.

എഴുപതിലെ തടങ്കൽ ക്യാംപ് പോലെയായിരുന്നില്ല ഇത്തവണ. ഇടപ്പള്ളി ക്യാംപോടെ മർദനത്തിന്റെ പുതിയൊരു രീതി തന്നെ ജയറാം പടിക്കൽ നടപ്പാക്കി തുടങ്ങി. പിടികൂടുന്നവരെ കെട്ടിയിട്ട്, ഇരുമ്പുലക്ക കൊണ്ടുരുട്ടി സത്യം പറയിക്കുന്നതായിരുന്നു പുതിയരീതി. സംഘടനാ രഹസ്യം ചോർത്താൻ എത്ര ദിവസം വേണമെങ്കിലും പൊലീസുകാർ മർദനത്തിനു വിധേയമാക്കും. ചോദ്യം ചെയ്യലിൽ നിന്നു സംഘടനാ രഹസ്യം മാത്രമല്ല, മുഴുവൻ കണ്ണികളെയും കണ്ടെത്തുന്നതുവരെ മർദന മേൽക്കേണ്ടി വരും.

ആലപ്പുഴയിൽ കെ.എൻ. രാമചന്ദ്രന്റെ നേതൃത്വത്തിൽ ആസൂത്രണം ചെയ്ത പൊലീസ് സ്റ്റേഷൻ ആക്രമണവും പരാജയപ്പെടുകയായിരുന്നു. മാരാരിക്കുളം പൊലീസ് സ്റ്റേഷൻ ആണ് ആക്രമിക്കാൻ തിരഞ്ഞെടുത്തത്. ഭാസുരേന്ദ്രബാബു, തോണ്ടൻകുളങ്ങര രവീന്ദ്രൻ, കുര്യാക്കോസ് എന്നിങ്ങനെയുള്ള ജില്ലാ കമ്മിറ്റി അംഗങ്ങളും കെ.എൻ. രാമചന്ദ്രനും ഉൾപ്പെട്ട സ്ക്വാഡാണ് ആക്ഷനായി തയാറായത്. പൊലീസ് സ്റ്റേഷനെക്കുറിച്ചു കൃത്യമായി പഠിച്ച ശേഷമാണ് ആക്ഷൻ തീയതി നിശ്ചയിച്ചത്. എല്ലാവരും കൃത്യമായി പൊലീസ് സ്റ്റേഷനു പിന്നിലെത്തി. ആദ്യഘട്ടമെന്ന നിലയിൽ ടെലിഫോൺ കമ്പികൾ തടസ്സപ്പെടുത്തി. ആക്ഷൻ നടത്താൻ ഒരുങ്ങുമ്പോഴാണ് സ്റ്റേഷനിൽ കൂടുതൽ പൊലീസുകാരെ കണ്ടത്. രാത്രിയിൽ സാധാരണ ഉണ്ടാകുന്നതിലും എത്രയോ കൂടുതൽ പേർ വളരെ സജീവമായി അവിടെയുണ്ടായിരുന്നു. രാത്രിയിൽ

സെൻട്രിയിലുള്ളവരും ബാക്കി ഉറങ്ങുന്നവരുമായിരിക്കും സാധാരണയുള്ളത്. അതോടെ ആക്ഷൻ മാറ്റിവയ്ക്കാൻ തീരുമാനിക്കുകയായിരുന്നു. ഇത്രയും വലിയൊരു പൊലീസ് സംഘത്തെ നേരിടാൻ തങ്ങൾക്കാവില്ല എന്നു തിരിച്ചറിഞ്ഞ എല്ലാവരും മടങ്ങി. എന്നാൽ ടെലിഫോൺ ബന്ധം തടസ്സപെടുത്തിയത് അടുത്തദിവസം പൊലീസിന്റെ ശ്രദ്ധയിൽപ്പെട്ടു. അന്വേഷണം ആരംഭിച്ചു. സംശയം തോന്നിയവരെയെല്ലാം പിടികൂടി മർദിച്ചു. ജില്ലാ കമ്മിറ്റിയംഗങ്ങളെല്ലാം ഒളിവിലായതിനാൽ ആരെയും ഉടൻ തന്നെ അറസ്റ്റ് ചെയ്യാൻ പറ്റിയില്ല.

അങ്ങനെ മൂന്നാമത്തെ ആക്ഷനും പരാജയപ്പെട്ടു. പുനലൂരിൽ മറ്റൊരു ആക്ഷൻ കൂടി രാമചന്ദ്രന്റെ നേതൃത്വത്തിൽ നടന്നു. പേപ്പർ മിൽ ഉമട ഡാൽമിയയെ ആക്രമിക്കാൻ ഒരു ശ്രമം നടത്തി. പക്ഷേ, അതും പരാജയപ്പെടുകയായിരുന്നു. കൊല്ലത്തെ പ്രവർത്തകരായിരുന്നു ഇതിൽ രാമചന്ദ്രനോടൊപ്പമുണ്ടായിരുന്നത്.

ആക്ഷൻ പരാജയപ്പെടുന്നിടത്തെല്ലാം പാർട്ടിയും തകരുന്നു. എറണാകുളവും തൃശൂരും ആലപ്പുഴയും കൊല്ലവും ഏറെക്കുറെ നിർജീവമായി കഴിഞ്ഞു. മിക്കവരും പൊലീസ് കസ്റ്റഡിയിലായി. എല്ലാവരെയും മാനസികമായി തളർത്തിയ സംഭവങ്ങളായിരുന്നു ഇതെല്ലാം.

ഇതിനിടെ വയനാട്ടിൽ ഒരു മണി ആക്ഷൻ നടത്തി. അതും പരാജയപ്പെട്ടു. ജന്മിമാരും പൂഴ്ത്തിവെപ്പുകാരുമായ പ്രമാണിമാരുടെ വീട് ആക്രമിച്ച് സ്വർണവും പണവും കൈക്കലാക്കുകയായിരുന്നു പദ്ധതി. ഇൻകിലാബ് പ്രസിദ്ധീകരണം പുനരാരംഭിക്കാൻ പണം കണ്ടെത്തുന്നതിനാണ് മണി ആക്ഷൻ പ്ലാൻ ചെയ്തത്. സൈക്ലോസ്റ്റൈൽ മെഷീൻ വാങ്ങാനുള്ള പണം മണി ആക്ഷനിലൂടെ കണ്ടെത്താമെന്നായിരുന്നു കണക്കുകൂട്ടിയിരുന്നത്. എന്നാൽ ആക്ഷൻ നടന്നെങ്കിലും സ്വർണമൊന്നും കിട്ടിയില്ല. അതും പരാജയപ്പെട്ടു. പൊലീസ് പ്രവർത്തകരെ തേടിയിറങ്ങി. സംശയമുള്ളവരെയെല്ലാം പിടികൂടി മർദിച്ചു. കുന്നേൽ കൃഷ്ണേട്ടനെയാണ് ആദ്യം തേടിയെത്തിയത്. അദ്ദേഹം ഒളിവിലായിരുന്നു. അദ്ദേഹത്തിന്റെ ഭാര്യയെയും മക്കളെയും ഉണ്ണ്യേട്ടന്റെ സഹോദരിയുടെ വീട്ടിൽ കൊണ്ടു താമസിപ്പിച്ചു. എന്റെ സഹോദരീ ഭർത്താവായ ഉണ്ണ്യേട്ടൻ രാഷ്ട്രീയപരമായി എന്നോട് എതിർപ്പായിരുന്നെങ്കിലും ഇങ്ങനെയൊരു കാര്യത്തിനായതുകൊണ്ടു സമ്മതിക്കുകയായിരുന്നു.

ഇനി കണ്ണൂരും കോഴിക്കോടും ജില്ലാ കമ്മിറ്റി മാത്രമേ അല്പമെങ്കിലും സജീവമായി ഉള്ളൂ. ആക്ഷൻ നടത്താൻ മാത്രം തങ്ങൾ തയ്യാറായില്ലെന്ന് കണ്ണൂർ ജില്ലാ കമ്മിറ്റി അറിയിച്ചു. അതോടെ കോഴിക്കോടെങ്കിലും ആക്ഷൻ നടത്തണമെന്ന സമ്മർദ്ദമുണ്ടായി. കോഴിക്കോട് എനിക്കായിരുന്നു ചാർജ്. അങ്ങനെ കോഴിക്കോട് ആക്ഷൻ നടത്താനുള്ള ഉത്തരവാദിത്വം ഞാൻ ഏറ്റെടുത്തു

കായണ്ണ പൊലീസ് സ്റ്റേഷൻ ആക്രമണം

തൃശൂർ, ആലപ്പുഴ, എറണാകുളം ജില്ലകളിലെ പ്രവർത്തകരെ പിടികൂടിയതോടെ ഈ ആക്ഷനുകളുമായി എനിക്കുള്ള ബന്ധത്തെക്കുറിച്ചു പൊലീസിനു വിവരം ലഭിച്ചു. അന്വേഷണം എന്നിലേക്കെത്തിയെന്നു മനസ്സിലായതോടെ കോഴിക്കോട്ടെ ചാത്തമംഗലം, മടപ്പള്ളി എന്നിവിടങ്ങളിൽ ഒളിവിൽ കഴിഞ്ഞുകൊണ്ടു പ്രവർത്തനം തുടർന്നു. കോഴിക്കോട്ടെ ചേച്ചിയുടെ വീട്ടിൽ പോകുന്നതു വരെ നിർത്തി. ചേച്ചിയുടെ വീട്ടിനടുത്ത് ക്രൈം ബ്രാഞ്ചുകാർ കാവൽ തുടങ്ങിയിരുന്നു. അവരുടെ വീടിനടുത്ത് മറ്റൊരു വീട് വാടകയ്ക്കെടുത്തായിരുന്നു താമസം. തൃശൂരിൽ നിന്ന് അമ്മ ചേച്ചിയുടെ വീട്ടിൽ വന്നിരുന്നു. അമ്മയെ കാണാൻ ഞാൻ എത്തുമെന്ന് പൊലീസിന് ഉറപ്പായിരുന്നു. പക്ഷേ, അപകടം മുൻകൂട്ടി മനസ്സിലാക്കി അമ്മയെ കാണാൻ പോയില്ല.

വയനാട്ടിലെ മണി ആക്ഷൻ പരാജയപ്പെട്ടിരുന്നുവെങ്കിലും പല പ്രവർത്തകരിൽ നിന്നായി സ്വരൂപിച്ച പണം കൊണ്ട് സൈക്ക്ളോസ്റ്റിൻ മെഷീൻ വാങ്ങിയിരുന്നു. ചാത്തമംഗലത്തെ റീജ്യണൽ എൻജിനീയറിങ് കോളജിനടുത്ത ഒരു കെട്ടിടത്തിൽ മുറി വാടകയ്ക്കെടുത്ത് അവിടെ വച്ചായിരുന്നു ഇൻക്വിലാബ് പ്രസിദ്ധീകരിക്കാനുള്ള ജോലി ചെയ്തിരുന്നത്. മുരളി കണ്ണമ്പള്ളിയും സുഹൃത്തുക്കളും വാടകയ്ക്കെടുത്ത കെട്ടിടമായിരുന്നു അത്. മുരളിയെ കൂടാതെ ജോസഫ് ചാലിയും ഞങ്ങൾക്കു വേണ്ട സഹായം ചെയ്തിരുന്നു. ചാലി ഇടയ്ക്ക് മുറിയിൽ വരുന്നതിനാൽ വിദ്യാർഥികൾ അല്ലാതെ വേറെയാരും അവിടെയുണ്ടെന്ന് നാട്ടുകാർക്കുപോലും സംശയം തോന്നിയിരുന്നില്ല. പി. രാജനും ഇടയ്ക്ക് അവിടെ വരും. രാജൻ വഴി മെസ് തൊഴിലാളികളായ കോരുക്കുട്ടിയും ഗംഗാധരക്കുറുപ്പും ഈ മുറിയിൽ ഞങ്ങളുമായി ബന്ധപ്പെടാൻ വരുമായിരുന്നു. ഇവിടെ നടക്കുന്ന പഠന ക്ലാസുകളിൽ ഇവരെല്ലാം സജീവമായിരുന്നു.

അടിയന്തരാവസ്ഥക്കാലത്ത് പാർട്ടി നടത്തിയ ആക്ഷനുകൾ, അടിയന്തരാവസ്ഥ സംബന്ധിച്ച രാഷ്ട്രീയ വിലയിരുത്തലുകൾ, അടിയന്തരാവസ്ഥക്കാലത്തെ സമരമുറകൾ എന്നിവ സംബന്ധിച്ചെല്ലാം വിശദീകരണം നൽകുന്ന ഇൻക്വിലാബ് ഇവിടെ വച്ചു തയ്യാറാക്കി പൊലീസ് പിടിയിലാകാത്തവർക്ക് എത്തിച്ചുകൊടുക്കാനുള്ള ഏർപ്പാടുണ്ടാക്കി. ഞാൻ തന്നെയാണ് എല്ലാം എഴുതിയുണ്ടാക്കിയത്. പഴയ സൈക്ലോസ്റ്റിൻ മെഷീൻ ആയിരുന്നതിനാൽ ഏറെ പകർപ്പൊന്നും എടുക്കാൻ സാധിച്ചിരുന്നില്ല. ഇൻക്വിലാബിന്റെ പകർപ്പ് പൊലീസിനു കിട്ടിയാൽ അന്വേഷണം തുടങ്ങുമെന്ന് ഉറപ്പാണ്. അങ്ങനെയാണെങ്കിൽ ചാത്തമംഗലത്തും പൊലീസ് എത്തും. അന്നേരം ഈ മെഷീൻ പിടിയിലാകാതിരിക്കാൻ അതു വയനാട്ടിലേക്കു മാറ്റാൻ തീരുമാനിച്ചു. മധുമാസ്റ്റർ വഴി പരിചയപ്പെട്ട കരുണാകരൻ മാഷുടെ വീട്ടിലെത്തിക്കാനായിരുന്നു

തീരുമാനം. വയനാട്ടിലെ സുഗതൻ ആണ് ആർഇസിക്കടുത്തുള്ള ഞങ്ങളുടെ താവളത്തിൽ നിന്ന സൈക്ലോസ്റ്റിൻ എടുത്തുകൊണ്ടു പോയത്.

കമ്യൂണിസ്റ്റ് പാർട്ടി വിട്ട നാണു എന്ന വയനാട്ടുകാരൻ ഞങ്ങൾക്കൊപ്പം പോന്നത് സിപിഎമ്മിനു വലിയ ദോഷം ചെയ്തിരുന്നു. അവർ ഒറ്റിക്കൊടുത്തത് അനുസരിച്ച് നാണുവിനെ പൊലീസ് പിടികൂടി. മധു മാസ്റ്ററുടെ നാടകത്തിൽ അഭിനയിച്ചിരുന്ന സുലോചനയും അറസ്റ്റിലായി. ഏറെ കഴിയാതെ മധുമാഷും. വേഷം മാറി നടക്കുകയായിരുന്ന മധു മാഷെ ബത്തേരി ബസ് സ്റ്റാൻഡിൽ നിന്നാണ് അറസ്റ്റ് ചെയ്യുന്നത്. പിന്നീട് കരുണാകരൻ മാഷും സൈക്ലോസ്റ്റിൻ കൊണ്ടുപോയ സുഗതനും പിടിയിലായി. പൊലീസിനു രഹസ്യങ്ങൾ ചോർത്തിക്കൊടുക്കണമെന്ന ഉപാധിയോടെ സുഗതനെ വിട്ടയച്ചെങ്കിലും കൂടെയുള്ളവരെ ഒറ്റിക്കൊടുക്കുന്നതിൽ മനഃസാക്ഷിക്കുത്ത് അനുഭവിച്ച സുഗതൻ പുറത്തിറങ്ങിയ രാത്രി തൂങ്ങിമരിച്ചു. പൊലീസ് ഏജന്റായി പ്രവർത്തിക്കുന്നതിലും നല്ലതു മരണമാണെന്ന് സുഗതൻ കണക്കാക്കിയിരുന്നു.

കോഴിക്കോട് ജില്ലയിലെ ആക്ഷൻ പ്ലാൻ ചെയ്യുമ്പോൾ അവിടെ ജില്ലാ കമ്മിറ്റിപോലുമില്ലായിരുന്നു. കാര്യമായ പ്രവർത്തകരുമില്ല. ദാമു മാഷും മടപ്പള്ളി കോളജ് വിദ്യാർഥിയായിരുന്ന സോമശേഖരൻ, ആർഇസിയിലെ മുരളി കണ്ണമ്പള്ളി, മെഡിക്കൽ കോളജിലെ വാസു എന്നിവരെയൊക്കെ ചേർത്തുകൊണ്ടാണ് ജില്ലാ കമ്മിറ്റി താൽക്കാലികമായി പുനഃസംഘടിപ്പിക്കുന്നത്. അടിയന്തരാവസ്ഥ പ്രഖ്യാപിച്ചതോടെ സോമനും മുരളിയും വാസുവും പഠനം ഉപേക്ഷിച്ച് ഒളിവിൽ പ്രവർത്തിച്ചുകൊണ്ടിരിക്കുകയായിരുന്നു.

പൊലീസ് സ്റ്റേഷൻ ആക്രമിക്കുക എന്ന സംസ്ഥാന കമ്മിറ്റിയുടെ തീരുമാനം ജില്ലാ കമ്മിറ്റി അംഗീകരിക്കണം. എന്നാലേ ആക്ഷൻ നടക്കുകയുള്ളൂ. അതിനു വേണ്ടിയാണ് ജില്ലാ കമ്മിറ്റി പെട്ടെന്നു പുനഃസംഘടിപ്പിച്ചത്. വയനാട്ടിലെ കുന്നേൽ കൃഷ്ണേട്ടനെ ബന്ധപ്പെട്ടപ്പോൾ വയനാട്ടിലെ ചിലരും ആക്ഷനിൽ പങ്കെടുക്കുമെന്ന് ഉറപ്പുകിട്ടി. പൊലീസ് സ്റ്റേഷൻ ആക്രമണമെന്ന സംസ്ഥാന കമ്മിറ്റി തീരുമാനം ജില്ലാ കമ്മിറ്റി അംഗീകരിച്ചു. ആക്രമണം നടത്തേണ്ട സ്റ്റേഷൻ കണ്ടുപിടിക്കേണ്ട ചുമതല സോമശേഖരനും ആക്രമണത്തിന്റെ മൊത്തം ചുമതല എന്നെയും ഏല്പിച്ചു. ഇനി ആക്രമണത്തിനു പറ്റിയ സ്ക്വാഡ് രൂപീകരിക്കണം.

മുൻപ് ആക്ഷനിൽ പങ്കെടുത്ത ഒരാളെ അമ്പലവയലിലുള്ള ബാലേട്ടൻ മുഖാന്തരം പരിചയപ്പെട്ടു. ശശിമല രാമൻനായർ എന്നായിരുന്നു അയാളുടെ പേര്. തലശ്ശേരി-പുൽപ്പള്ളി സംഭവത്തിൽ പങ്കെടുത്ത ശേഷം പൊലീസിനു പിടികൊടുക്കാതെ ഒളിവിൽ കഴിയുകയാണെന്നായിരുന്നു രാമൻനായർ പറഞ്ഞിരുന്നത്. കറുത്തു തടിച്ച ആരോഗ്യവാനായ അദ്ദേഹം കുന്നിക്കലുമായി അടുപ്പമുള്ള ആളായിരുന്നു. ഞങ്ങളുടെ

ചാരുമജുംദാർ ലൈനിനോട് എതിർപ്പുണ്ടായിരുന്ന അദ്ദേഹം കുന്നിക്കലിന്റെ പൊലീസ് സ്റ്റേഷൻ ആക്രമണമെന്ന രീതിക്കു കൂടുതൽ പ്രസക്തി വന്നതായി പറഞ്ഞു.

രാമൻനായർ എന്നത് ഒളിവിൽ കഴിയാൻ വേണ്ടി അദ്ദേഹം സ്വീകരിച്ച പേരായിരുന്നു. ഒളിവിൽ കഴിയുമ്പോൾ ഞാനും വേറെ പേരായിരുന്നു സ്വീകരിച്ചിരുന്നത്. തൃശൂർ ജില്ലയിലെ വടക്കാഞ്ചേരിക്കാരനായിരുന്ന ഭരതേട്ടനായിരുന്നു അദ്ദേഹം. കമ്യൂണിസ്റ്റ് പാർട്ടി പ്രവർത്തകനായിരുന്ന അദ്ദേഹം പിന്നീട് കുന്നിക്കൽ നാരായണനുമായി ബന്ധപ്പെടുകയും തലശേരി-പുൽപ്പള്ളി ആക്ഷനിൽ പങ്കെടുക്കുകയും ചെയ്തു. പിന്നീട് ഒളിവിൽ പോകുകയായിരുന്നു. അദ്ദേഹത്തിന്റെ മുൻ അനുഭവം ഞങ്ങൾക്ക് കരുത്തേകുമെന്ന് ഉറപ്പായി. അതൊരു വലിയ സന്തോഷവുമായിരുന്നു. കാരണം എനിക്കോ സോമശേഖരനോ മുൻപ് ആക്ഷനിൽ പങ്കെടുത്ത അനുഭവമൊന്നുമില്ലായിരുന്നല്ലോ.

ആക്ഷനിൽ പങ്കെടുക്കാൻ പതിനഞ്ചംഗ സ്ക്വാഡ് ആണ് രൂപീകരിക്കാൻ തീരുമാനിച്ചത്. കൃഷ്ണേട്ടൻ, ഭരതേട്ടൻ, ഞാൻ എന്നിവരൊഴിച്ച് ബാക്കിയെല്ലാവരും കോഴിക്കോട് ജില്ലയിൽ നിന്നുള്ളവരായിരിക്കണം. അതിന്റെ ചുമതല സോമശേഖരനെയാണ് ഏല്പിച്ചിരിക്കുന്നത്. അതേപോലെ തന്നെ ആയുധങ്ങളും ശേഖരിക്കണം. അക്കാലത്ത് 250 രൂപ നൽകിയാൽ കള്ളത്തോക്ക് ലഭിക്കുമായിരുന്നു. പക്ഷേ, അതുവാങ്ങാനൊന്നും പണമുണ്ടായിരുന്നില്ല. പിന്നെയുള്ളത് നാടൻ ബോംബുകളാണ്. ബോംബുണ്ടാക്കാൻ അറിയുന്നവർ പാർട്ടിയിലുണ്ടായിരുന്നു. അതെല്ലാം ആർഇസിയിലെ ഗ്രൂപ്പിനെയാണ് ഏല്പിച്ചത്. ആക്ഷനിൽ പങ്കെടുക്കാനുള്ള പതിനഞ്ചുപേരും നാടൻ ആയുധങ്ങളും കൊണ്ടുവരണമെന്ന് നിർദേശിച്ചിരുന്നു. ആർഇസിക്കടുത്തുള്ള ലോഡ്ജിൽ വച്ചും ചാത്തമംഗലത്ത് ടൈപ്പ്റൈറ്റിങ് ഇൻസ്റ്റിറ്റ്യൂട്ട് നടത്തിയിരുന്ന കാനങ്ങാട്ട് രാജന്റെ വീട്ടിൽ വച്ചുമായിരുന്നു ഞങ്ങൾ പദ്ധതി പ്ലാൻ ചെയ്തിരുന്നത്. ഇതോടൊപ്പം തന്നെ ഇൻക്വിലാബ് പുതിയ പതിപ്പ് പ്രസിദ്ധീകരിക്കാനുള്ള ശ്രമവും തുടങ്ങിയിരുന്നു. കൈവശമുണ്ടായിരുന്ന സൈക്ലോസ്റ്റൈൽ മെഷീൻ വയനാട്ടിലേക്കു കൊണ്ടുപോയപ്പോൾ നഷ്ടമായി. പുതുതായൊന്നു സംഘടിപ്പിക്കാനുള്ള ശ്രമത്തിലായിരുന്നു. മുരളിയുടെ സുഹൃത്തായിരുന്നു പോപ്പുലർ ഓട്ടോമൊബൈൽസിന്റെ ഉടമ ജോൺ കെ. പോൾ. അവൻ ഒരു മെഷീൻ വാങ്ങിത്തന്നു. വിദേശനിർമിതമായിരുന്ന അത് ഉപയോഗിക്കാൻ സാധിച്ചില്ല. നന്നാക്കാൻ കോഴിക്കോട്ടെ ഒരു സ്ഥാപനത്തിലാണ് ഏല്പിച്ചത്. കാനങ്ങാട്ട് രാജനെയായിരുന്നു ഏല്പിച്ചത്. ചാത്തമംഗലത്തെ ബാർബർ ഷാപ്പ് ജോലിക്കാരനായിരുന്ന വേണുവും രാജനോടൊപ്പമുണ്ടായിരുന്നു.

ആക്ഷൻ നടത്താനുള്ള സ്റ്റേഷൻ കണ്ടെത്തി സോമശേഖരൻ റിപ്പോർട്ട് ചെയ്തു. കോഴിക്കോട് ജില്ലയുടെ മലയോരമേഖലയിലുള്ള കൂരാച്ചുണ്ട് (ഇപ്പോൾ കായണ്ണ) സ്റ്റേഷനായിരുന്നു അത്. വൈദ്യുതിയും

ടെലിഫോണും എത്തിയിട്ടില്ലാത്ത അവിടെ രാത്രി പത്തുമണിയാകുമ്പോഴേക്കും പൊലീസുകാർ പെട്രോമാക്സെല്ലാം കെടുത്തി ഉറങ്ങും. തൊട്ടടുത്തു തന്നെ സിനിമാ തിയറ്ററുണ്ട്. ഫസ്റ്റ് ഷോ മാത്രമേ ഉണ്ടാകൂ. അതു കഴിഞ്ഞാൽ കൂരാച്ചുണ്ട് വിജനമാകും. പൊലീസ് സ്റ്റേഷനു തൊട്ടപ്പുറം പാറക്കെട്ടാണ്. പൊലീസ് സ്റ്റേഷനു പിൻഭാഗം റബർ തോട്ടമാണ്. അവിടെയുള്ള പൊലീസുകാരുടെ സ്വഭാവത്തെക്കുറിച്ചും സോമശേഖൻ റിപ്പോർട്ടിലുണ്ടായിരുന്നു. ജനങ്ങളോടു വളരെ മോശമായിട്ടായിരുന്നു അവർ പെരുമാറിയിരുന്നത്. എന്തുകൊണ്ടും ആക്ഷൻ നടത്താൻ പറ്റിയ സ്റ്റേഷനാണെന്ന് ഉറപ്പായി. പിന്നീടു ഞാനും സോമശേഖരനും കൂടി അവിടെ പോയി കാര്യങ്ങളെല്ലാം കണ്ടു വിലയിരുത്തി. 1976 ഫെബ്രുവരിയിലായിരുന്നു ആക്ഷനെക്കുറിച്ച് അന്തിമതീരുമാനത്തിലെത്തിയത്. വർഗീസ് രക്തസാക്ഷിദിനത്തിൽ നടത്താനായിരുന്നു ആദ്യ തീരുമാനം. പക്ഷേ, അന്ന് വെളുത്തവാവ് ആയതിനാൽ പദ്ധതി ഉപേക്ഷിക്കുകയായിരുന്നു.

തൃശൂർ, എറണാകുളം, ആലപ്പുഴ ജില്ലയിലെ ആക്ഷനുകൾ പരാജയപ്പെട്ടതിനാൽ ഇവിടെ പാളിച്ചകളൊന്നുമില്ലാതെ നടത്തണമെന്നായിരുന്നു ഞങ്ങളുടെ ലക്ഷ്യം. ശരിയായ ആസൂത്രണവും തയ്യാറെടുപ്പും വേണമെങ്കിൽ മാസങ്ങൾ വേണ്ടിവരും. പക്ഷേ, അതിനുള്ള സമയമൊന്നുമില്ല. നടത്തുന്നത് വീഴ്ചയില്ലാതെ വേണമെന്ന് സോമശേഖനു നിർദേശം നൽകി. ഇക്കാര്യം അയാൾ മറ്റുള്ളവരെ അറിയിച്ചു.

നാടൻ ആയുധങ്ങളുമായി പതിനഞ്ചുപേരും ഫസ്റ്റ് തുടങ്ങുമ്പോഴേക്കും കൂരാച്ചുണ്ടിൽ എത്തുക. തിയ്യറ്ററിൽ കയറി സിനിമ കണ്ടിറങ്ങിയ ശേഷം ആൾക്കൂട്ടത്തിലൂടെ സ്റ്റേഷനു കുറച്ചകലെയുള്ള പാറക്കെട്ടിലേക്കു നീങ്ങുക. അവിടെ വച്ച് സ്ക്വാഡ് രൂപീകരണവും ആക്ഷൻ പ്ലാനിങ്ങും. പന്ത്രണ്ടു മണിയോടെ ആക്ഷൻ നടത്തുക.

ഫെബ്രുവരി 28ന് വൈകുന്നേരത്തോടെ ഞാനും കൃഷ്ണേട്ടനും സോമശേഖരനും കൂരാച്ചുണ്ടിലെത്തി. സിനിമയ്ക്കു കയറുന്നതിനു മുൻപ് ഒരു വിലയിരുത്തൽ നടത്തി. അന്നേരമാണു സോമശേഖരൻ പറയുന്നത് പതിനഞ്ചംഗത്തിൽ രണ്ടുപേർ കുറവുണ്ടെന്ന്. വടകര ഭാഗത്തു നിന്നു വരാമെന്നേറ്റിരുന്ന രണ്ടുപേർ എത്തിയില്ല. പദ്ധതിയിട്ടതു പ്രകാരമുള്ള ആയുധങ്ങളും ശേഖരിക്കാൻ സാധിച്ചില്ല. റിവോൾവറിനായി അവസാനവട്ടം വരെ ശ്രമിച്ചിരുന്നെങ്കിലും വിജയിച്ചില്ല. കണ്ണൂരുകാരൻ അമീർ അലിയാണ് റിവോൾവർ കൊണ്ടുവരേണ്ടത്. അമീർ അലിയും വന്നില്ല. വടകരയിൽ നിന്നു വരേണ്ടവരാണ് ഇരുമ്പുവടി കൊണ്ടുവരേണ്ടത്. അവർ വരാത്തതിനാൽ അതും ഇല്ല. കുറച്ചു നാടൻ ബോംബും ഏതാനും കത്തികളും മാത്രമേ ഉണ്ടായിരുന്നുള്ളൂ. തയ്യാറെടുപ്പുകൾ വേണ്ടരീതിയിൽ നടന്നില്ലെങ്കിലും ആക്ഷനിൽ നിന്നു പിൻമാറില്ലെന്നു ഞങ്ങൾ ഉറപ്പിച്ചു.

എല്ലാവരും സിനിമയ്ക്കു കയറി. ഫസ്റ്റ് ഷോ കഴിഞ്ഞപ്പോഴാണു മറ്റൊരു കാര്യം അറിയുന്നത്. അന്ന് ശിവരാത്രി ആയതിനാൽ സെക്കൻഡ് ഷോ കൂടിയുണ്ടാകുമെന്ന്. അതു ഞങ്ങൾക്കാർക്കും അറിയില്ലായിരുന്നു. നാട്ടുകാരായ ആരും സ്ക്വാഡിൽ ഉണ്ടായിരുന്നില്ല. അതുകൊണ്ടാണ് ഈ പാളിച്ച വന്നത്. എല്ലാവരും എന്തെങ്കിലും കഴിച്ച് സെക്കൻഡ് ഷോയ്ക്കു കയറാൻ തീരുമാനമായി. ആദ്യമൊരു ആശയക്കുഴപ്പമുണ്ടായിരുന്നെങ്കിലും പെട്ടെന്നു തന്നെ തീരുമാനത്തിലെത്തി. കൈവശമുണ്ടായിരുന്ന പണം കൊണ്ട് ലഘുഭക്ഷണം കഴിച്ച് ഞങ്ങളെല്ലാം സെക്കൻഡ് ഷോയും കണ്ടു.

സിനിമ കഴിഞ്ഞ് മൂന്നു സംഘങ്ങളായി നാട്ടുകാർക്കൊപ്പം പൊലീസ് സ്റ്റേഷനു മുൻപിലൂടെ തൊട്ടപ്പുറത്തുള്ള പാറക്കൂട്ടത്തിലേക്കു നടന്നു. ആരുടെയും ശ്രദ്ധയിൽപ്പെടാതെ ഒരുകിലോമീറ്റർ അകലെയുള്ള പാറക്കെട്ടിൽ ഒത്തുകൂടി. ദാമുമാഷ്, കൃഷ്ണേട്ടൻ, ഭരതേട്ടൻ, സോമശേഖരൻ, അച്യുതൻ, വി.കെ. പ്രഭാകരൻ, അശോകൻ, സുഗതൻ, രാഘവൻ, വത്സരാജൻ, കൊച്ചുരാജൻ, അപ്പു, ഞാൻ എന്നിവരായിരുന്നു സ്ക്വാഡ്.

എല്ലാവരും വട്ടത്തിലിരുന്നു. ഞാൻ ആക്ഷൻ നടത്തേണ്ട സാഹചര്യത്തെക്കുറിച്ചു സംസാരിച്ചു. പൊലീസുകാരെ കെട്ടിയിട്ട് റൈഫിളുകൾ തട്ടിയെടുക്കുകയാണ് ആക്ഷന്റെ ലക്ഷ്യമെന്നും വിശദീകരിച്ചു. സംഘത്തിലെ ഓരോരുത്തർക്കും അവരവരുടെ അഭിപ്രായം പറയാൻ അവസരം നൽകി. എല്ലാവരും ആക്ഷൻ നടത്താൻ തയ്യാറാണെന്നു പ്രഖ്യാപിച്ചു. അവിടെ വച്ച് ഞങ്ങൾ സൈനികഗ്രൂപ്പായി മാനസികമായി മാറിക്കഴിഞ്ഞു. എന്നെ കമാൻഡന്റ് ആയി തിരഞ്ഞെടുത്തു. ഇനി വിമർശനത്തിനും അഭിപ്രായ വ്യത്യാസത്തിനും സ്ഥാനമില്ല. കമാൻഡന്റ് പറഞ്ഞാൽ എല്ലാവരും അനുസരിക്കണം. സ്വന്തം പേര് വിളിക്കാൻ പാടില്ലെന്നും എല്ലാവർക്കും പുതിയൊരു പേരും നൽകി. തുടർന്ന് ഓരോരുത്തരുടെയും ഉത്തരവാദിത്വങ്ങൾ നിശ്ചയിച്ചു.

ഞാനും കൃഷ്ണേട്ടനും ഭരതേട്ടനും ആക്രമണത്തിന്റെ മുൻനിരയിലുണ്ടാകും. ഞങ്ങൾ സെൻട്രിമാരെ കീഴ്പ്പെടുത്തും. പിന്നെ സ്റ്റേഷനിൽ രണ്ടോ മൂന്നോ പൊലീസുകാരേ ഉണ്ടാകൂ. അവരെ അടുത്ത നാലുപേർ കൈകാര്യം ചെയ്യണം. ബോംബ് കൈവശമുള്ളവർ മാറിനിൽക്കും. ആവശ്യം വന്നാൽ പൊലീസുകാരെ ഭയപ്പെടുത്താൻ പൊട്ടിക്കും. രണ്ടു പേർ സെൻട്രിമാരുടെ കൈവശമുള്ള തോക്കുകൾ കൈവശപ്പെടുത്തണം. ഇത്രയുമായാൽ ആക്ഷൻ വിജയിച്ചു.

സംഘത്തിലുള്ള കുറച്ചുപേർ ഇരുപതു വയസ്സിനു താഴെയുള്ളവർ മാത്രമായിരുന്നു. അവരെ മാനസികമായി ഉത്തേജിപ്പിക്കാൻ ഞാൻ ആക്ഷൻ നടത്തേണ്ടതിന്റെ രാഷ്ട്രീയ സാഹചര്യത്തെക്കുറിച്ചു വ്യക്തമാക്കിക്കൊടുത്തു. രണ്ടുമണിയോടെ ഞങ്ങൾ ആക്ഷൻ നടത്താൻ സ്റ്റേഷനിലേക്കു മാർച്ച് നടത്തി. ആയുധം കുറവായതിനാൽ മൂന്ന് വേലിത്തറികൾ കൂടി കൈവശം വച്ചു.

സ്റ്റേഷന്റെ മുറ്റത്തെത്തിയപ്പോൾ സെൻട്രികൾ ആരെടാ എന്നു വിളിച്ചു ചോദിച്ചു. ഞങ്ങൾ നക്സലൈറ്റുകൾ, ആരെയും ഉപദ്രവിക്കില്ല, കീഴടങ്ങിക്കൊള്ളണമെന്നും തിരിച്ചുവിളിച്ചുപറഞ്ഞു. ഇതുകേട്ടപാടെ പൊലീസുകാർ ഞങ്ങളെ കൊല്ലുന്നേ എന്ന് ഉറക്കെ വിളിച്ചുകരയാൻ തുടങ്ങി. ഞങ്ങൾ കൈവശമുള്ള ടോർച്ചടിച്ച് കത്തിക്കാണിച്ചു. പൊലീസുകാർ താഴെയിട്ട റൈഫിൾ സംഘത്തിലുള്ളവർ കൈക്കലാക്കി. അപ്പോഴേക്കും അകത്തുനിന്ന് കൂടുതൽ പൊലീസുകാർ എത്തി. ഒരു പൊലീസുകാരൻ മേശവിളക്കുമായി വരുന്നുണ്ടായിരുന്നു. ഞാൻ ഉടനെ അത് തല്ലിത്താഴെയിട്ടു. അതിലുള്ള മണ്ണെണ്ണ ആളിപ്പടർന്നു. ഒരു വടികൊണ്ട് അതു തല്ലിക്കെടുത്താൻ ശ്രമിക്കുമ്പോൾ മറ്റൊരു പൊലീസുകാരൻ ഇരുമ്പുവടിയുമായി വന്ന് എന്റെ തലയ്ക്കടിച്ചു. തലപൊട്ടി ചോരയൊലിക്കാൻ തുടങ്ങി. ഞാൻ മുറ്റത്തേക്കു ചാടി. സക്വാഡിനു പിൻവാങ്ങാൻ നിർദേശം നൽകി. സോമശേഖരനും ഞാനും ഒഴികെയുള്ളവരെല്ലാം പിൻവാങ്ങി. ആരെങ്കിലും അകത്തുപെട്ടിട്ടുണ്ടോയെന്നു വിളിച്ചു ചോദിക്കുമ്പോഴുണ്ട് കമാൻഡർ എന്നൊരു വിളി. നോക്കുമ്പോൾ കൃഷ്ണേട്ടന്റെ മേൽ ഒരു പൊലീസുകാരൻ കയറിയിരിക്കുന്നു. കൃഷ്ണേട്ടന്റെ ഒരു വിരൽ അയാൾ കടിച്ചുപിടിച്ചിരിക്കുന്നു. സോമശേഖരൻ കൈവശമുണ്ടായിരുന്ന ഇരുമ്പുവടികൊണ്ട് അടികൊടുത്തു. എങ്ങനെയൊക്കയോ കൃഷ്ണേട്ടനെ രക്ഷപ്പെടുത്തി. അപ്പോഴേക്കും പൊലീസ് വെടിവയ്ക്കാൻ തുടങ്ങിയിരുന്നു. ലക്ഷ്യമില്ലാതെ പൊലീസ് വയ്ക്കുന്ന വെടികൾക്കിടയിലൂടെ ഞങ്ങൾ മൂന്നുപേരും നടന്നുപോന്നു. ബാക്കിയെല്ലാവരും രക്ഷപ്പെട്ടിരുന്നു.

ഞങ്ങൾക്കു മൂന്നുപേർക്കും തിരിച്ചുപോരാനുള്ള വഴി അറിയില്ലായിരുന്നു. നടന്നും ഓടിയും മുന്നോട്ടുപോയി. ഒരുഘട്ടത്തിൽ എത്തിച്ചേർന്നത് കൂരാച്ചുണ്ട് ടൗണിൽ തന്നെയായിരുന്നു. പക്ഷേ, അപ്പോഴൊന്നും കൂടുതൽ പൊലീസ് സ്ഥലത്തെത്തിയിരുന്നില്ല. ഞങ്ങൾ വേറെയൊരു വഴിയിലൂടെ രക്ഷപ്പെട്ടു. വഴിമധ്യേ ഒരു വീട്ടിൽ കയറി വഴി ചോദിച്ചു. നേരം പുലർന്നപ്പോൾ സോമശേഖരനു പരിചയമുള്ള ഞങ്ങളുടെ ഒരു അനുഭാവിയുടെ വീട്ടിലെത്തി. അവിടെ നിന്നു ഭക്ഷണം കഴിച്ചു. എന്റെ മുറിവിൽ മരുന്നുവെച്ചുകെട്ടി. പരിക്കു പുറത്തേക്കുകാണാത്ത വിധത്തിൽ മുടി ചീകിയൊതുക്കി. കുപ്പായത്തിലെ ചോരക്കറയെല്ലാം കഴുകിക്കളഞ്ഞ് ഞങ്ങൾ യാത്രപുറപ്പെട്ടു. കനാൽ അരികിലൂടെ നടന്ന് കോഴിക്കോട്ടെത്തി. കൃഷ്ണേട്ടൻ നിലമ്പൂർ വഴി വയനാട്ടിലേക്കു പുറപ്പെട്ടു. ഞാനും സോമശേഖരനും കൂടി ഫാറൂഖ് കോളജിനടുത്തുള്ള സോമന്റെ വീട്ടിലേക്കു പോയി. ഈ വീട്ടിലെ കുഞ്ഞുലക്ഷ്മിയമ്മ പാർട്ടി അനുഭാവിയായിരുന്നു. ഞാൻ അന്നവിടെ തങ്ങി. സോമശേഖരൻ ആർഇസി ഭാഗത്തേക്കു പോയി. അടുത്ത ദിവസം ഫാറൂഖ് കോളജിലെ വിദ്യാർഥി ഇസ്മയീലിന്റെ ഹോസ്റ്റൽ മുറിയിൽ ഒത്തുകൂടാമെന്ന് തീരുമാനിച്ചു.

എന്നാൽ ഈ സമയമാകുമ്പോഴേക്കും പൊലീസുകാർ ആർഇസി ഭാഗമാകെ വളഞ്ഞിരുന്നു. പലരെയും പിടികൂടിയെന്ന വാർത്തയുമായാണ് സോമൻ അടുത്തദിവസം തിരിച്ചെത്തിയത്. അവിടെ വച്ച് ഞങ്ങൾ പിരിഞ്ഞു. സോമന്റെ കൂടെ വന്ന മെഡിക്കൽ കോളജ് വിദ്യാർഥി വാസുവും ഞാനും അങ്ങാടിപ്പുറം ബാലകൃഷ്ണന്റെ അടുത്തേക്കും സോമശേഖരൻ മലപ്പുറം ജില്ലയിലെ കൽപ്പകഞ്ചേരിയിലെ സുഹൃത്തിന്റെ അടുത്തേക്കും പുറപ്പെട്ടു.

അങ്ങാടിപ്പുറം ബാലകൃഷ്ണൻ

പെരിന്തൽമണ്ണ അങ്ങാടിപ്പുറത്ത് ബീഡിത്തൊഴിലാളികളുടെ സഹകരണസംഘത്തിന്റെ പ്രധാന സഹകാരിയായിരുന്നു സർവേ ഓഫീസിൽ ജീവനക്കാരനായിരുന്ന ബാലകൃഷ്ണൻ. വാടകവീട്ടിലായിരുന്നു ബാലകൃഷ്ണനും ഭാര്യയും കുട്ടികളും കഴിഞ്ഞിരുന്നത്. അങ്ങാിടപ്പുറത്തെ അധ്യാപകനായ പ്രഭാകരൻ വഴിയാണ് ഞങ്ങൾ ബന്ധപ്പെടുന്നതും. പലതവണ ഞാൻ ബാലകൃഷ്ണന്റെ വീട്ടിൽ പോയിട്ടുണ്ട്. ഫാറൂഖ് കോളജ് ഹോസ്റ്റലിൽ നിന്നു വാസവും ഞാനും ബാലകൃഷ്ണന്റെ സഹകരണസംഘം ഓഫീസിലെത്തുമ്പോൾ രാത്രിയായിരുന്നു. അന്നു രാത്രി അദ്ദേഹത്തിന്റെ വീട്ടിൽ താമസിച്ചു. അടുത്തദിവസം മലപ്പുറത്തുള്ള സാഹിത്യകാരൻ ബി. രാജീവന്റെ വീട്ടിലേക്കു പോയി. അപ്പോഴേക്കും സ്റ്റേഷൻ ആക്രമണ വാർത്ത രാജീവൻ അറിഞ്ഞിരുന്നു. കാര്യങ്ങളെല്ലാം വിശദീകരിച്ചു. സ്റ്റേഷൻ ആക്രമണ വിവരങ്ങൾ വച്ച് ഉടൻ തന്നെ ഇൻക്വിലാബ് പ്രസിദ്ധീകരിക്കാനായിരുന്നു എന്റെ തീരുമാനം. അതിനായി കോഴിക്കോട്ട് നന്നാക്കാൻ കൊടുത്ത സൈക്ലോസ്റ്റൈൽ മെഷീൻ വാങ്ങാൻ വാസുവിനെ പറഞ്ഞയച്ചു. അപകടം ഉണ്ടാകുമെന്നറിഞ്ഞിട്ടും പരീക്ഷണത്തിനു തയ്യാറായിട്ടാണു വാസു പോയത്. ആർഇസിക്കടുത്ത് പൊലീസ് എല്ലാവരെയും അറസ്റ്റ് ചെയ്യുന്ന കാര്യം സോമശേഖരൻ പറഞ്ഞിരുന്നല്ലോ. അങ്ങനെയെങ്കിൽ കാനങ്ങോട്ട് രാജനെയും അറസ്റ്റ് ചെയ്തിട്ടുണ്ടാകും. അയാളിൽ നിന്ന് സൈകോസ്റ്റൈൽ മെഷീൻ ശരിയാക്കാൻ കൊടുത്ത വിവരം പൊലീസ് അറിയും. മെഷീൻ വാങ്ങാൻ ആരെങ്കിലും വരുമെങ്കിൽ അവരെ അറസ്റ്റ് ചെയ്യാൻ പൊലീസ് തയാറായി നിൽക്കുന്നുണ്ടാകും. വാസുവിന്റെ പോക്ക് അപകടത്തിലേക്കാണെന്നറിയാമായിരുന്നിട്ടും അവൻ ധൈര്യത്തോടെ പോയി.

വാസുവിന് എന്തെങ്കിലും അപകടം സംഭവിച്ചാൽ അറിയിക്കാനായി മറ്റൊരാളെ അയാൾക്കു പിന്നാലെ പറഞ്ഞയിച്ചിരുന്നു. മലപ്പുറം ഗവ. കോളജിലെ വിദ്യാർഥിയായ കോട്ടയ്ക്കൽ സ്വദേശി അച്ചുവിനെ രാജീവനാണ് ഏർപ്പാടാക്കിയത്. പ്രതീക്ഷിച്ചതു തന്നെയാണു സംഭവിച്ചത്. ഫ്രാൻസിസ് റോഡിലുള്ള കടയിൽ വാസു എത്തിയപ്പോഴേക്കും പൊലീസ് പിടികൂടി. മുദ്രാവാക്യം വിളിച്ചാണ് വാസു കീഴടങ്ങിയത്. അച്ചു ഉടൻ തന്നെ മലപ്പുറത്തേക്കു ബസ് കയറി ഞങ്ങൾക്കു വിവരം തന്നു.

പൊലീസ് ഏതുസമയത്തും എത്തുമെന്നുറപ്പായിരുന്നു. വാസുവിനെ മർദിക്കുമ്പോൾ ഒരുഘട്ടം കഴിഞ്ഞാൽ അവൻ സത്യം പറയുമെന്ന് ഉറപ്പാണ്. കാരണം പൊലീസിന്റെ മർദനം അത്രയ്ക്കു ഭീകരമായിരിക്കും. ഞാൻ ബി. രാജീവന്റെ വീട്ടിൽ നിന്നു നേരെ പോയത് അങ്ങാടിപ്പുറം ബാലകൃഷ്ണന്റെ അടുത്തേക്കാണ്. പൊലീസ് അവിടെയും എത്താൻ സാധ്യതയുണ്ട്. എങ്കിലും രാജീവന്റെ പേരു പറഞ്ഞാലും ബാലകൃഷ്ണന്റെ പേര് വാസു പെട്ടെന്നൊന്നും പറയില്ലെന്നായിരുന്നു എന്റെ കണക്കുക്കൂട്ടൽ.

ഞാൻ ചെല്ലുമ്പോൾ ബാലകൃഷ്ണൻ സംഘത്തിന്റെ കണക്കുകൾ ശരിയാക്കുകയായിരുന്നു. അതുകഴിഞ്ഞ് ഞങ്ങൾ വീട്ടിലേക്കിറങ്ങി. നേർവഴിക്കുപോകാതെ വളഞ്ഞ വഴിയിലൂടെയാണു ബാലകൃഷ്ണന്റെ വീട്ടിലേക്കു പോയത്. വഴിമധ്യേ രണ്ടുപേർ ഓടിവന്നു പറഞ്ഞു രക്ഷപ്പെട്ടോളാൻ. പൊലീസ് വീടുവളഞ്ഞിട്ടുണ്ടായിരുന്നു. നേർവഴിക്കു പോയിരുന്നെങ്കിൽ അന്നേരം തന്നെ അകപ്പെടുമായിരുന്നു. രണ്ടുപേരും ഇരുട്ടിലൂടെ രക്ഷപ്പെട്ടു. അങ്ങാടിപ്പുറത്തു നിന്ന് നിലമ്പൂർ ഭാഗത്തേക്കു നടന്നു. ഫാറൂഖ് കോളജിൽ ഹോസ്റ്റലിൽ ഞങ്ങൾ തങ്ങാറുള്ളത് ഇസ്മയീലിന്റെ മുറിയിലായിരുന്നല്ലോ. അയാളുടെ സുഹൃത്ത് ഞങ്ങൾക്കവിടെ മുറിയുടെ മുകളിൽ താമസം ശരിയാക്കിത്തന്നു. സുഹൃത്തുക്കളാരെങ്കിലും വഴി ഭാര്യയെയും മക്കളെയും സുരക്ഷിത സ്ഥാനങ്ങളിലേക്കു മാറ്റി തിരിച്ചെത്താമെന്നു പറഞ്ഞ് ബാലകൃഷ്ണൻ പോയി. ഒരു കാരണവശാലും വീട്ടിലേക്കു പോകരുതെന്ന് ഞാൻ നിർദേശം നൽകിയിരുന്നു.

നിലമ്പൂരും ചുങ്കത്തറയിലുമെല്ലാം യാത്ര ചെയ്ത് ഞാൻ ബാലകൃഷ്ണനുമായി പറഞ്ഞുറപ്പിച്ച സമയത്ത് അങ്ങാടിപ്പുറത്തെത്തി. അരമണിക്കൂർ കാത്തുനിന്നിട്ടും ബാലകൃഷ്ണൻ വന്നില്ല. എന്തോ സംഭവിച്ചതായി ബോധ്യമായി. അരമണിക്കൂറിൽ കൂടുതൽ കാത്തുനിൽക്കരുതെന്നാണ് ഞങ്ങളുടെ ചട്ടം. സംഭവിച്ചത് ഇതായിരുന്നു. ബാലകൃഷ്ണൻ നേരിട്ടു വീട്ടിൽ ചെന്നു. കാത്തുനിന്നിരുന്ന പൊലീസ് പിടികൂടി. മൂന്നു ദിവസം മലപ്പുറം ക്രൈംബ്രാഞ്ച് ഓഫീസിൽ ക്രൂരമായ മർദനത്തിനിരയായി. അടുത്ത ദിവസം പ്രഭാകരൻ മാഷും അറസ്റ്റിലായി. രണ്ടുപേരെയും പൊലീസ് വാഹനത്തിൽ കക്കയത്തേക്കു കൊണ്ടുവരുമ്പോഴാണ് ബാലകൃഷ്ണന്റെ ജീവത്യാഗം സംഭവിക്കുന്നത്. പൊലീസ് വാഹനത്തിൽ ഉണ്ടായിരുന്ന പെട്രോൾ ടിൻ മറിച്ച് ബാലകൃഷ്ണൻ തീക്കൊളുത്തി. ബീഡിവലിക്കാനായിട്ടായിരുന്നു തീപ്പെട്ടി ഉരച്ചത്. മുൻസീറ്റിൽ ഇരിക്കുകയായിരുന്ന ഡിവൈഎസ്പിയുടെ കഴുത്തിനു വട്ടമിട്ടുപിടിച്ച ബാലകൃഷ്ണനെ പൊലീസിനു പിടിച്ചുമാറ്റാനായില്ല. പ്രഭാകരൻമാഷും മറ്റു പൊലീസുകാരും പൊള്ളലോടെ രക്ഷപ്പെട്ടു. സർക്കിൾ ഇൻസ്പെക്ടർക്കും പൊള്ളലേറ്റിരുന്നു. കാലിക്കറ്റ് സർവകലാശാലയ്ക്കടുത്തുവച്ചായിരുന്നു അപകടം. ബാലകൃഷ്ണനും ഡിവൈഎസ്പിയും വാഹനത്തിൽ വെന്തമർന്നു. പൊലീസുകാരെ ആകെ ഞെട്ടിച്ച ഈ

സംഭവത്തിലൂടെ ബാലകൃഷ്ണൻ എന്ന നക്സലൈറ്റിന്റെ മനോധൈര്യ മാണു വെളിവായത്. അപൂർവമായി മാത്രം കാണാവുന്ന രക്തസാക്ഷി ത്വത്തിന്റെ മാതൃകയായിരുന്നു ബാലകൃഷ്ണന്റേത്.

ഈ സംഭവമൊക്കെ ഞാൻ പിന്നീടാണു മനസ്സിലാക്കിയത്. ബാല കൃഷ്ണനെ കാത്തുനിന്ന് കാണാതെ വീണ്ടും രാജീവന്റെ വീട്ടിലേക്കു പോയി. അവിടെ പൊലീസ് എത്തിയിരിക്കുമെന്ന് ഉറപ്പില്ലായിരുന്നു. നേരെ പോകാതെ വളഞ്ഞ വഴിയിലൂടെയാണു ചെന്നത്. പൂമുഖത്ത് എത്തിയപ്പോൾ പരിചയമില്ലാത്ത രണ്ടുപേർ. ഒരാൾ ഉറങ്ങുകയായിരുന്നു. സംഭവം ബോധ്യമായി. പൊലീസിന്റെ വലയിൽ ചെന്നു ചാടിയിരിക്കു കയാണ്. പരിഭ്രമം പുറത്തുകാട്ടാതെ ഞാൻ തിരിഞ്ഞുനടന്നു. പൊലീ സുകാർക്ക് എന്നെ മനസ്സിലായിരുന്നില്ല. അവർക്കു കാര്യം തിരിഞ്ഞു വരുമ്പോഴേക്കും ഞാൻ നടന്നകന്നു. മലപ്പുറത്തെത്തി ആദ്യം കണ്ട ബസ്സിൽ കയറി.

രാജീവൻ ഹൗസ് അറസ്റ്റിലായിരുന്നു. വാസുവിനെ കോഴിക്കോട്ടുവച്ച് പൊലീസ് പിടികൂടി ചോദ്യം ചെയ്തപ്പോൾ ഞാൻ രാജീവന്റെ വീട്ടി ലുള്ള കാര്യം പറഞ്ഞിരുന്നു. പൊലീസ് അവനെയും കൂട്ടി അവിടെ യെത്തി. ഞാൻ അങ്ങാടിപ്പുറത്തേക്കു പുറപ്പെട്ട് അരമണിക്കൂർ കഴിഞ്ഞ പ്പോഴേക്കും പൊലീസ് എത്തിയിരുന്നു. രാജീവന്റെ വീട്ടിൽ നിന്നാണ് അവർ ബാലകൃഷ്ണന്റെ വീട്ടിലെത്തുന്നത്. ബാലകൃഷ്ണനും ഞാനും അയാളുടെ വീട്ടിലെത്തുമ്പോഴേക്കും പൊലീസ് അവിടെ വളഞ്ഞുകഴി ഞ്ഞിരുന്നു. തലനാരിഴയ്ക്കാണു രക്ഷപ്പെട്ടത്.

മലപ്പുറത്തുനിന്നു കയറിയത് തിരൂർ ബസ്സിലായിരുന്നു. അതു കൽപകഞ്ചേരി പോകുമെന്നറിഞ്ഞപ്പോൾ അവിടെയിറങ്ങി. സോമശേഖ രൻ അവിടെയുള്ള സുഹൃത്ത് പ്രഭാകരന്റെ അടുക്കലുണ്ടാകും. കല്പക ഞ്ചേരിയിൽ പ്രഭാകരൻ സ്ഥിരമായി ഭക്ഷണം കഴിക്കുന്ന ചായക്കടയിൽ കയറി ചായയ്ക്കു പറഞ്ഞു. ഇതിനിടെ രഹസ്യമായി സപ്ലെയറോടു പ്രഭാ കരനെപ്പറ്റി തിരക്കി. പ്രഭാകരനെയും കൂട്ടുകാരനെയും പൊലീസ് പിടി കൂടിയ കാര്യം പറയുമ്പോൾ ഹോട്ടലിൽ ഒരാൾ ഞങ്ങളെ ശ്രദ്ധിക്കുന്നു ണ്ടായിരുന്നു. സാധാരണ വേഷത്തിലെത്തിയ പൊലീസാണെന്നു വ്യക്ത മായി. സംശയത്തിനിട നൽകാതെ ചായയുടെ പണം കൊടുത്ത് ഹോട്ട ലിൽ നിന്നിറങ്ങി നടന്നു. കുറച്ചു നടന്നപ്പോഴേക്കും ജീപ്പിന്റെ ശബ്ദം കേട്ടു. നോക്കുമ്പോൾ പൊലീസ് ജീപ്പ്. മുന്നിൽ തന്നെ ഹോട്ടലിൽ കണ്ട ആളുണ്ട്. ജീപ്പ് കുറച്ചു മുന്നിലായി നിർത്തി. ഞാൻ തൊട്ടടുത്ത കണ്ട ചെറിയ റോഡിലൂടെ ഓടി. പൊലീസുകാർ പിന്നാലെയും. തെങ്ങിൻ തോപ്പിലൂടെ ഞാൻ ഓടി. പൊലീസുകാർ പേടിയോടെയാണു പിന്നാലെ ഓടുന്നത്. നക്സലൈറ്റല്ലേ. ബോംബ് കൈവശമുണ്ടാകുമെന്ന പേടി കൊണ്ടാണ് പൊലീസ് അങ്ങനെ ഓടിയത്. പൊലീസ് പിന്നാലെയുള്ള ഓട്ടം ഉപേക്ഷിച്ചതോടെ ഞാൻ നടക്കാൻ തുടക്കി. ഇടയ്ക്കു കാലിനേറ്റ മുറിവിൽ മരുന്നുവച്ചുകെട്ടി. ഒളിജീവിതത്തിനിടയിൽ മരുന്നെല്ലാം

അരയിലെ ബൽറ്റിൽ സൂക്ഷിക്കുമായിരുന്നു. നടന്നു നടന്ന് എത്തിയത് കുറ്റിപ്പുറത്താണ്. അവിടെ നിന്നു തൃശൂർ ബസ്സിൽ കയറി. കൽപകഞ്ചേരിയിലെ രക്ഷപ്പെടലും തലനാരിഴയ്ക്കായിരുന്നു.

തൃശൂരിൽ ബസ്സിറങ്ങി സുഹൃത്തായ എ.വി ജോസ് വഴി പ്രഫ. അരവിന്ദാക്ഷന്റെ വീട്ടിലെത്തി. കമ്യൂണിസ്റ്റ് പാർട്ടിക്കാരനായ അദ്ദേഹത്തിന് എന്റെ രാഷ്ട്രീയ നിലപാടുകളോടു യോജിപ്പില്ലെങ്കിലും അന്നു തങ്ങാൻ അനുമതി തന്നു. പിറ്റേന്നു പുലർച്ചെ സ്ഥലം വിടാമെന്നു മാഷോടു പറഞ്ഞു. പുലർച്ചെ അഞ്ചുമണിയോടെ അവിടെ നിന്നു പോന്നു. ഇനി എവിടെ പോകണമെന്നൊരു ആശങ്കയുണ്ടായി. കോഴിക്കോട്, വയനാട് ജില്ലകളിലുള്ള പ്രധാനപ്പെട്ടവരെല്ലാം പിടിക്കപ്പെട്ടു കഴിഞ്ഞു. തൃശൂരും എറണാകുളവും ഇതുതന്നെയായിരുന്നു സ്ഥിതി. അന്നേരമാണു ടി.എൻ. ജോയിയെ ഓർമ വന്നത്. ജോയി തിരുവനന്തപുരത്താണുള്ളത്. പിടിയിലാകാത്ത പ്രധാന നേതാവും ജോയി തന്നെയാണ്. ജോയിയെ കണ്ട് പാർട്ടി പുനഃസംഘടിപ്പിക്കുന്ന കാര്യം ചർച്ച ചെയ്യാമെന്നു കരുതി തിരുവനന്തപുരത്തേക്കു പുറപ്പെട്ടു.

പുലർച്ചെയാണ് അവിടെ ട്രെയിനിറങ്ങിയത്. നേരെ ഓട്ടോ പിടിച്ച് പി. ഗോവിന്ദപ്പിള്ളയുടെ വീട്ടിലേക്കു പോയി. അദ്ദേഹം ചിക്കൻപോക്സ് പിടിപെട്ട് കുളിച്ചിട്ടേ ഉണ്ടായിരുന്നുള്ളൂ. രാജമ്മ ചേച്ചിക്കു ചിക്കൻ പോക്സ് പിടിപെട്ടിരുന്നു. രണ്ടുദിവസം അവിടെ താമസിച്ചു. ജോയിയെ അന്വേഷിക്കാൻ ശ്രമം നടത്തി. ബെന്നി എന്ന പേരിലാണ് ജോയി ഒളിവിൽ കഴിഞ്ഞിരുന്നത്. കെ.പി. കുമാരന്റെ അടുത്തൊന്നും ജോയി എത്തിയില്ല എന്നു മനസ്സിലായി. മൂന്നാഴ്ചയായി തലസ്ഥാനത്തെത്തിയിട്ട്. അതിനർഥം ജോയിയും പിടിയിലായി എന്നാണ്. ഇനിയും തിരുവനന്തപുരത്തു നിന്നിട്ടു കാര്യമില്ലെന്നുറപ്പായി. അന്നുരാത്രി തൃശൂരിലേക്കു ട്രെയിൻ കയറി. ജോയിയുടെ വീട്ടുകാരെ അവൻ അറസ്റ്റിലായ വിവരം അറിയിച്ചു. കെ.ജി.ശങ്കരപ്പിള്ളയെ ബന്ധപ്പെടാൻ ശ്രമിച്ചെങ്കിലും പൊലീസ് അവിടെ സ്ഥിരമായി എന്നെ തേടിവരാറുള്ളതിനാൽ അതും നടന്നില്ല. തൃശൂർ സുരക്ഷിതമായിരുന്നില്ല. ഇനി സുരക്ഷിതമായി കഴിയാവുന്ന ഏക സ്ഥലം കണ്ണൂർ മാത്രമാണ്. അവിടെ ആക്ഷനൊന്നും നടക്കാത്തതിനാൽ പൊലീസ് തിരച്ചിൽ കുറവായിരിക്കും. കണ്ണൂരിൽ ആകെ പരിചയമുള്ള ആൾ അമീർ അലിയാണ്. അവിടെയെത്തിയപ്പോഴാണ് അമീർ ജയിലിലാണെന്നറിയുന്നത്. അമീർ പിടിയിലായത് നക്സലൈറ്റ് ബന്ധത്തിന്റെ പേരിലായിരുന്നില്ല. അടിയന്തരാവസ്ഥയിൽ ടിക്കറ്റില്ലാതെ ട്രെയിൻ കയറിയതിനായിരുന്നു. ടിക്കറ്റില്ലാതെ ട്രെയിൻ കയറി പിടിയിലായാൽ രണ്ടുമാസം ജയിലിൽ കിടക്കേണ്ടി വരും. കണ്ണൂരിലെ രവിമാഷിൽ നിന്നാണ് അമീർ അലിയുടെ വിവരങ്ങൾ അറിഞ്ഞത്. കുറച്ചുദിവസം അവിടെ നിന്ന് വീണ്ടും തൃശൂരിലേക്കു പോന്നു. അവിടെയുള്ള ഗോപാലകൃഷ്ണൻ എന്ന പ്രവർത്തകൻ വഴി കവി സച്ചിദാനന്ദന്റെ വീട്ടിലെത്തി.

തൃശൂരിൽ നിന്ന് ഗോപാലകൃഷ്ണൻ വഴി പി.ഗോവിന്ദപ്പിള്ളയെ ബന്ധപ്പെടാൻ ശ്രമിച്ചു. അദ്ദേഹം ഗോപാലകൃഷ്ണൻ വഴി കൊടുത്തയച്ച കത്തിൽ നിന്നാണു ഞാൻ തിരുവനന്തപുരത്തു നിന്നു പോന്നതിനുശേഷം ഉണ്ടായ കാര്യങ്ങൾ അറിഞ്ഞത്. ഭാഷാ ഇൻസ്റ്റിറ്റ്യൂട്ടിലെ കൊച്ചുനാരായണനെയും രാധാകൃഷ്ണനെയുമൊക്കെ അറസ്റ്റ് ചെയ്തിരുന്നു. പൊലീസ് തന്നെ തേടി എല്ലായിടത്തുമുണ്ട്. സൂക്ഷിക്കുക എന്നായിരുന്നു പി.ജിയുടെ കത്തിലെ ഉള്ളടക്കം. കുറച്ചുദിവത്തിനുശേഷം പി.ജിയും അറസ്റ്റിലായി. അദ്ദേഹത്തെ ജയറാം പടിക്കൽ തുടർച്ചയായി ചോദ്യം ചെയ്തുകൊണ്ടിരുന്നു.

എനിക്കു രണ്ടുദിവസം സംരക്ഷണം തന്നതിനു പി.ജിക്കു വലിയ നഷ്ടങ്ങളുണ്ടായി. സംഭവം പുറത്തറിഞ്ഞതോടെ ദേശാഭിമാനി എഡിറ്റർ സ്ഥാനത്തു നിന്നു നീക്കം ചെയ്തു. മൈസൂർ സർവകലാശാലയിൽ ഗവേഷണത്തിനായി പറഞ്ഞയച്ചു. സസ്പെൻഷനു തുല്യമായിരുന്നു ഈ നടപടി.

ജോയിക്കു വേണ്ടിയുള്ള തിരിച്ചിലിനിടെയാണ് കൊച്ചുനാരായണനും രാധാകൃഷ്ണനും പൊലീസ് പിടിയിലാകുന്നത്. ക്രൂരമർദനമേറ്റ ശേഷമാണു രാധാകൃഷ്ണൻ ഞാൻ പി.ജിയുടെ വീട്ടിൽ കഴിഞ്ഞ കാര്യം പറഞ്ഞത്. അങ്ങനെയാണ് പൊലീസ് പി.ജിയുടെ വീട്ടിലെത്തിയതും അറസ്റ്റ് ചെയ്തതും.

ജൂൺ 20

ഈ സമയമാകുമ്പോഴേക്കും അമീർഅലി ജയിലിൽ നിന്നു പുറത്തിറങ്ങിയിരുന്നു. ഞാൻ തൃശൂരിൽ നിന്നു കണ്ണൂരിലേക്കു പോയി അമീറിനെ കണ്ടു. രവിമാഷുടെ വീട്ടിൽ വച്ച് ഇൻക്വിലാബിന്റെ പുതിയ ലക്കം തയാറാക്കി. കൂരാച്ചുണ്ട് സ്റ്റേഷൻ ആക്രമണം, ബാലകൃഷ്ണന്റെ രക്തസാക്ഷിത്വം തുടങ്ങിയ കാര്യങ്ങളൊക്കെ വച്ചുകൊണ്ടാണ് പത്തുപേജിൽ ഇൻക്വിലാബ് പ്രസിദ്ധീകരിച്ചത്. കണ്ണൂർ ജില്ലയിലെ പ്രവർത്തകർക്ക് ഇൻക്വിലാബ് എത്തിച്ചുകൊടുക്കാനുള്ള ഏർപ്പാട് ചെയ്തു.

ഇനിയും കേരളത്തിൽ നിന്നാൽ പൊലീസ് പിടിയിലാകുമെന്ന് ഉറപ്പായിരുന്നു. തൃശിനാപ്പള്ളിയിൽ ജോലി ചെയ്യുന്ന കഥാകൃത്ത് യു.പി. ജയരാജിന്റെ അടുക്കൽ പോകാൻ തീരുമാനിച്ചു. ജയരാജിന്റെ മേൽവിലാസം മുൻപ് സോമശേഖരൻ സംഘടിപ്പിച്ചു തന്നിരുന്നു. നക്സലൈറ്റ് അനുഭാവം പുലർത്തുന്ന കഥകൾ എഴുതി ശ്രദ്ധേയനായിരുന്നു യു.പി. ജയരാജ്.

ഇൻക്വിലാബിന്റെ പുതിയ പതിപ്പ് തൃശൂരിൽ ചിലർക്ക് എത്തിച്ചുകൊടുത്ത ശേഷം തൃശിനാപ്പള്ളിയിലേക്കു ട്രെയിൻ കയറി. ആയുധനിർമാണശാലയിലാണ് യു.പി. ജയരാജ് ജോലി ചെയ്യുന്നത്. അവരുടെ ഓർഡിനൻസ് എസ്റ്റേറ്റിലെ ക്വാർട്ടേഴ്സിലാണു താമസിച്ചിരുന്നത്.

ഇരുനില കെട്ടിടത്തിന്റെ മുകൾ നിലയിലായിരുന്നു ജയരാജും സുഹൃത്തും കഴിഞ്ഞിരുന്നത്. ജയരാജ് അവിവാഹിതനായിരുന്നു. ജയരാജിന് എംഎൽ പ്രസ്ഥാനത്തോടുള്ള താത്പര്യം സംസാരത്തിൽ നിന്നു മനസ്സിലായി. സ്റ്റേഷൻ ആക്രമണ ശേഷം ഒളിവിൽ പോയ ദാമു മാഷ് അവിടെ ചെന്ന കാര്യം അപ്പോഴാണ് അറിയുന്നത്. ജൂൺ 16ന് എത്തുമെന്നു പറഞ്ഞാണു മാഷ് പോയത്. രണ്ടു ദിവസം അവിടെ കഴിഞ്ഞു. ജൂൺ 20ന് ഞാൻ തിരിച്ചെത്തുമെന്നും മാഷ് വന്നാൽ അവിടെ നിൽക്കണമെന്നും പറഞ്ഞാണു മടങ്ങിയത്. പോരുമ്പോൾ ജയരാജ് മറ്റൊരു സുഹൃത്തായ വിജയകുമാറിനെ പരിചയപ്പെടുത്തി. ഞാൻ എത്തിയാൽ ആദ്യം വിജയകുമാറിന്റെ ക്വാർട്ടേഴ്സിൽ പോകണമെന്നും അവിടെ നിന്നുള്ള വിവരം കിട്ടിയാലേ ജയരാജിനെ കാണാൻ ചെല്ലാവൂ എന്നും പ്രത്യേകം പറഞ്ഞിരുന്നു. പിടിയിലാകാതിരിക്കാനുള്ള മുന്നറിയിപ്പായിരുന്നു അത്.

തൃശിനാപ്പള്ളിയിൽ നിന്നു കൊച്ചിയിലെത്തി. രണ്ടു ദിവസശേഷം കണ്ണൂരിലേക്കു പോന്നു. അമീർഅലിയെ കണ്ടു. ഇപ്പോൾ സംസ്ഥാന കമ്മിറ്റി അംഗങ്ങളായി ഞാനും അമീറും ദാമു മാഷും മാത്രമേ പുറത്തുള്ളൂ. മാഷെ കാണാനുള്ള സാധ്യത അമീറിനോടു പറഞ്ഞു. കുറച്ചു ദിവസശേഷം കൊച്ചിയിലേക്കു പോന്നു. അവിടെ നിന്നു തൃശിനാപ്പള്ളിയിലേക്കും.

ജൂൺ 20ന് രാവിലെ ഞാൻ തൃശിനാപ്പള്ളിയിൽ ട്രെയിനിറങ്ങി. ഓർഡിനൻസ് എസ്റ്റേറ്റിൽ എനിക്കു വഴി തെറ്റി. വിജയകുമാറിന്റെ ക്വാർട്ടേഴ്സിലേക്കു പോകാതെ നേരെ ജയരാജിന്റെ ക്വാർട്ടേഴ്സിലേക്കു പോന്നു. കോണി കയറമ്പോൾ ഒരാൾ താഴേക്കിറങ്ങുന്നതുകണ്ടു. ജയരാജിന്റെ ക്വാർട്ടേഴ്സിനു മുൻപിലെത്തി. വാതിൽ അടച്ചിട്ടിരുന്നില്ല. സാധാരണ അങ്ങനെയല്ല ഉണ്ടാകാറ്. പെട്ടെന്ന് ഒരാൾ വാതിൽ തുറക്കുകയും എന്നെ വട്ടംചുറ്റി പിടിക്കുകയും ചെയ്തു. എല്ലാം പെട്ടെന്നായിരുന്നു. താഴോട്ടു പോയ ആളും തിരിച്ചെത്തി. ക്രൈംബ്രാഞ്ച് ഡിവൈഎസ്പി രവീന്ദ്രനായിരുന്നു എന്നെ പിടികൂടിയ ആൾ. താഴേക്കുപോയി തിരിച്ചെത്തിയത് എസ്.ഐ. കരീമും. അവർ എന്നെ വിശദമായി പരിശോധിച്ചു. ബാഗും ആയുധമൊന്നുമില്ലെന്ന് ഉറപ്പുവരുത്തി. ചായ വരുത്തിച്ചു. ഞാനും അവർക്കൊപ്പമിരുന്നു കുടിച്ചു. ഡിവൈഎസ്പിയെ എനിക്കു നല്ല പരിചയമുണ്ടായിരുന്നു.

പൊലീസ് അവിടെയെത്തിയതെങ്ങനെയെന്നല്ലേ. ജൂൺ 16ന് ആണ് ദാമു മാഷ് ജയരാജിന്റെ അടുക്കൽ വരുമെന്നു പറഞ്ഞിരുന്നത്. എന്നാൽ ആറിനു തന്നെ മാഷ് എത്തി. ഇരുപതിനു ഞാൻ എത്തുമെന്നറിഞ്ഞപ്പോൾ അന്നേരം എത്താമെന്നു പറഞ്ഞ് മാഷ് പോന്നു. ബാംഗ്ലൂരിലുള്ള ചില പരിചയക്കാരുടെ അടുക്കലേക്കായിരുന്നു പോന്നിരുന്നത്. എന്നാൽ വടകരയിൽ നിന്നു പിടികൂടിയിരുന്ന ചിലരിൽ നിന്ന് ദാമുമാഷ് ബാംഗ്ലൂരിൽ ചെല്ലാൻ സാധ്യതയുണ്ടെന്ന് പൊലീസ് മനസ്സിലാക്കി

അവിടെയെത്തിയിരുന്നു. തൃശിനാപ്പള്ളിയിൽ നിന്ന് ബാംഗ്ലൂരിലെത്തിയത് പൊലീസിന്റെ വലയിലേക്കായിരുന്നു. പിടിയിലാകുമ്പോൾ മാഷുടെ കൈവശം തൃശിനാപ്പള്ളിയിൽ നിന്നുള്ള ട്രെയിൻ ടിക്കറ്റുണ്ടായിരുന്നു. യാത്ര കഴിഞ്ഞാൽ ടിക്കറ്റുകൾ നശിപ്പിക്കണമെന്നാണ് ഞങ്ങളുടെ ചട്ടം. മാഷ് അതു മറന്നു. ട്രെയിൻ ടിക്കറ്റിനെക്കുറിച്ച് അന്വേഷിച്ചപ്പോൾ യു.പി. ജയരാജിന്റെ കാര്യവും 20ന് ഞാൻ എത്തുന്നതും പൊലീസ് മനസ്സിലാക്കി. കുറേദിവസം കസ്റ്റഡിയിൽ വച്ചു മർദിച്ച ശേഷമാണ് മാഷിൽ നിന്നു സത്യം മനസ്സിലാക്കാൻ പൊലീസിനു സാധിച്ചത്. ജൂൺ 19ന് ഞാൻ എത്തുമെന്നായിരുന്നു മാഷ് പൊലീസിനോടു പറഞ്ഞത്. ജൂൺ 17നു തന്നെ ഡിവൈഎസ്പിയും എസ്ഐയും ജയരാജിന്റെ ക്വാർട്ടേഴ്സിലെത്തി.

വളരെ ആസൂത്രിതമായിരുന്നു പൊലീസിന്റെ നീക്കം. ജയരാജ് ജോലി ചെയ്യുന്നത് കേന്ദ്ര സർക്കാരിന്റെ നേരിട്ടു നിയന്ത്രണമുള്ള ആയുധനിർമാണശാലയിലാണല്ലോ. അവരുടെ ക്വാർട്ടേഴ്സിൽ നിന്ന് ആരെയെങ്കിലും അറസ്റ്റ് ചെയ്യണമെങ്കിൽ മുൻകൂട്ടി അനുവാദം വേണം. അറസ്റ്റ് ചെയ്താൽ കോടതിയിൽ ഹാജരാക്കണം. തമിഴ്നാട്ടിൽ നിന്ന് അറസ്റ്റ് ചെയ്താൽ അവിടത്തെ കോടതിയിൽ ഹാജരാക്കി കേരളത്തിലെ കോടതി വേണം ഇങ്ങോട്ടു കൊണ്ടുവരാൻ. അന്നേരം പൊലീസ് മുറയിലെ ചോദ്യം ചെയ്യലൊന്നും നടക്കില്ല. അതില്ലാതാക്കാൻ ജയരാജിന്റെ വിവാഹ ആലോചനകാര്യം സംസാരിക്കാനെന്ന വ്യാജേനയാണ് ക്വാർട്ടേഴ്സ് കോംപൗണ്ടിലേക്കു പ്രവേശിച്ചത്. ജയരാജിന്റെ ലീവ് മറ്റാരോ വഴി കൊടുത്തയച്ചു. മൂന്നുദിവസത്തെ കാത്തിരിപ്പിനൊടുവിൽ ഞാൻ മുൻധാരണ തെറ്റിച്ചു കടന്നുവന്നു. പിടിയിലായി. ഇത്രയും ദിവസം ജയരാജ് വല്ലാത്ത മാനസികാവസ്ഥയിലായിരുന്നു. ഞാൻ നേരത്തെ പറഞ്ഞതുപോലെ വിജയകുമാറിന്റെ ക്വാർട്ടേഴ്സിലേക്കാണ് ആദ്യം പോയിരുന്നതെങ്കിൽ ചിലപ്പോൾ പിടിയിലാകുമായിരുന്നില്ല.

ജയരാജ് വല്ലാത്തൊരു മാനസികാവസ്ഥയിലായിരുന്നു. എന്നോട് ഒന്നും സംസാരിക്കാൻ കഴിഞ്ഞില്ല. ഞങ്ങൾക്കെന്തെങ്കിലും സംസാരിക്കാനുണ്ടെങ്കിൽ ആവാമെന്ന് ഡിവൈഎസ്പി പറഞ്ഞിരുന്നു. ഇതൊക്കെ രാഷ്ട്രീയത്തിന്റെ ഭാഗമാണെന്നും അതിൽ തളർന്നുപോകരുതെന്നും ജയരാജിനോടു പറഞ്ഞു.

എന്നെ കൈവിലങ്ങണിയിക്കാതെ അവരിലൊരാളായി നടത്തിച്ചു കൊണ്ടുവരികയായിരുന്നു. ആർക്കും സംശയം തോന്നാത്ത വിധമായിരുന്നു കൊണ്ടുവന്നത്. എന്റെ അറസ്റ്റ് അവിടെയറിഞ്ഞാൽ ഉണ്ടാകുന്ന നിയമ പ്രശ്നങ്ങൾ കൃത്യമായി അറിയുന്നതിനാൽ അത്തരത്തിലുള്ള സംശയങ്ങൾക്കൊന്നും പൊലീസ് ഇട നൽകിയില്ല. ക്വാർട്ടേഴ്സിനു പുറത്തെത്തി ബസ്സിൽ കയറി പൊലീസ് ക്യാംപ് ചെയ്ത ഹോട്ടലിലെത്തിച്ചു. അവിടെ വലിയൊരു സംഘം ഞങ്ങളെ കാത്തുനിൽക്കുന്നുണ്ടായിരുന്നു.

കെ. വാസു

നാലഞ്ചു വാഹനങ്ങളിലായി ഞങ്ങൾ പുറപ്പെട്ടു. ശാസ്തമംഗലം ക്രൈം ബ്രാഞ്ച് ക്യാംപിലേക്കായിരുന്നു എന്നെ ആദ്യം കൊണ്ടുവന്നത്.

ഞാൻ തൃശിനാപ്പള്ളിയിൽ എത്തുമെന്നറിഞ്ഞ് വലിയൊരു പൊലീസ് സംഘം റയിൽവേ സ്റ്റേഷനിൽ തന്നെ കാത്തുനിൽക്കുന്നുണ്ടായിരുന്നു. ഞാൻ വന്നത് പൊലീസും അവരുള്ളത് ഞാനും അറിഞ്ഞിരുന്നില്ല. ജയരാജിന്റെ മുറിയിൽ പൊലീസുകാർ എത്തിയ കാര്യം വിജയകുമാറിന് അറിയാമായിരുന്നു. ഞാൻ വിജയകുമാറിന്റെ മുറിയിലേക്കായിരിക്കും പോകുകയെന്ന് ജയരാജും കണക്കുകൂട്ടിയിരുന്നു. പക്ഷേ, എന്റെ തന്നെ പിഴവുകൊണ്ട് ഒടുവിൽ പൊലീസ് വലയിലായി.

മർദനത്തിന്റെ നാളുകൾ

രാത്രി പന്ത്രണ്ടോടെ ശാസ്തമംഗലം ക്രൈംബ്രാഞ്ച് ക്യാംപിൽ എത്തിച്ച എന്നെ കൈക്കും കാലിനും വിലങ്ങിട്ട് ഒരു മുറിയിൽ കിടത്തി. അടുത്ത ദിവസം ഓഫീസർമാരുടെ മുറിയിൽ കൈക്കും കാലിനും വിലങ്ങിട്ട് മേശയുടെ കാലിനോടു ചങ്ങലകൊണ്ടു ബന്ധിക്കുകയായിരുന്നു. തൃശിനാപ്പള്ളിയിൽ നിന്നെത്തിയതിന്റെ രണ്ടാംദിവസം എന്നെ ജയറാം പടിക്കൽ ചോദ്യം ചെയ്യാനെത്തി. ചോദ്യങ്ങളോടു നല്ലരീതിയിൽ സഹകരിക്കണമെന്നായിരുന്നു അദ്ദേഹത്തിന്റെ ഉപദേശം. ഇത്രയും കാലം എവിടെയെല്ലാം തങ്ങിയെന്നായിരുന്നു കൃത്യമായി അറിയേണ്ടിയിരുന്നത്. തിരുവനന്തപുരത്ത് പി. ഗോവിന്ദപ്പിള്ളയുടെ വീട്ടിൽ തങ്ങിയതിനു ശേഷം ഞാൻ എവിടെയായിരുന്നുവെന്നതു സംബന്ധിച്ച് പൊലീസിന് കാര്യമായി അറിയില്ലായിരുന്നു. അതുകൊണ്ടു തന്നെ ഞാൻ കെട്ടിച്ചമച്ച കുറേ കഥകൾ പറഞ്ഞു. അതവർ പൂർണമായും വിശ്വസിച്ചിരുന്നില്ല. അന്ന് മർദനമൊന്നുമുണ്ടായില്ല. എന്നാൽ അലക്സാണ്ടർ ചോദ്യം ചെയ്യാൻ തുടങ്ങിയതോടെയാണു മർദനമേൽക്കേണ്ടി വന്നത്. ജയിലിൽ കഴിയുന്ന പി. ടി. തോമസുമായുള്ള ബന്ധത്തെക്കുറിച്ചായിരുന്നു അറിയേണ്ടിയിരുന്നത്. ജയിലിൽ പി. ടിയുമായി ബന്ധപ്പെടാറുണ്ടോ എന്നു ചോദിച്ചപ്പോൾ ഇല്ലെന്നു പറഞ്ഞു. അതോടെ രണ്ടു മൂന്നുപേർ ചേർന്നു മർദിക്കാൻ തുടങ്ങി. വീണ്ടും ചങ്ങലയിൽ ബന്ധിപ്പിച്ചു.

കഴിഞ്ഞ തവണ ഞാൻ കസ്റ്റഡിയിലായിരുന്നപ്പോൾ അലക്സാണ്ടറുടെ കൂടെ എന്നെ ക്രൂരമായി മർദിച്ചിരുന്ന സിഐ ഷൺമുഖദാസ് ഇക്കുറി വളരെ മാറിപ്പോയിരുന്നു. ചെയ്തതെല്ലാം തെറ്റാണെന്നു ബോധ്യപ്പെട്ടിട്ടോ മറ്റോ അയാൾ പ്രതികളെ മർദിക്കുന്നതു നിർത്തിയിരുന്നു. ഞങ്ങളുടെ കത്തുകൾ കൈമാറിയിരുന്ന ജയിൽ വാർഡർ രവി പൊലീസ് കസ്റ്റഡിയിലായതും കെ.പി. കുമാരനെ ചോദ്യം ചെയ്യാൻ കൊണ്ടുവന്നതുമെല്ലാം ഷൺമുഖദാസ് വഴി അറിയാൻ സാധിച്ചു. ജയിലിൽ പി.ടി. തോമസുമായി ബന്ധപ്പെട്ടിരുന്ന കാര്യം ക്രൈം ബ്രാഞ്ചുകാർ അറിഞ്ഞിട്ടുണ്ടെന്ന് അങ്ങനെയാണു മനസ്സിലാക്കിയത്. അടുത്ത ദിവസം ജയറാം പടിക്കൽ ഇതേകാര്യം ചോദിച്ചപ്പോൾ ഞാൻ എല്ലാം സമ്മതിച്ചു.

ഞാൻ പിടിയിലാകുമ്പോഴേക്കും ഞങ്ങളുടെ പ്രധാന പ്രവർത്തകരും അനുഭാവികളുമെല്ലാം ഏറെക്കുറെ അകത്തായി കഴിഞ്ഞിരുന്നു. അടിയന്തരാവസ്ഥ പ്രഖ്യാപിച്ചപ്പോൾ തന്നെ ആദ്യകാലത്തെ പ്രവർത്തകരെയെല്ലാം മിസ പ്രകാരമാണ് അറസ്റ്റ് ചെയ്തത്. പ്രശ്നങ്ങളൊന്നുമുണ്ടാക്കാതിരിക്കാൻ കരുതൽ തടങ്കലിൽ വയ്ക്കുകയായിരുന്നു. കുന്നിക്കൽ നാരായണനൊക്കെ അങ്ങനെയാണ് വീണ്ടും കണ്ണൂർ ജയിലിൽ എത്തുന്നത്. എന്നാൽ അടിയന്തരാവസ്ഥ പ്രഖ്യാപിച്ചതിനു ശേഷം നടന്ന ആക്ഷനുമായി ബന്ധപ്പെട്ടവരെയൊന്നും മിസ പ്രകാരമല്ല അറസ്റ്റ് ചെയ്തത്. ആക്ഷനെ തുടർന്നുള്ള അന്വേഷണങ്ങളിലാണ് ഇവരെല്ലാം പിടിയിലാകുന്നത്. ഇവരെല്ലാം മാസങ്ങളോളം കസ്റ്റഡിയിൽ കഴിഞ്ഞതിനു ശേഷമാണ് കോടതിയിൽ ഹാജരാകുന്നത്. ചോദ്യം ചെയ്യലിൽ നിന്നു പരമാവധി വിവരങ്ങൾ പൊലീസ് ശേഖരിക്കും. ഇനിയൊന്നും പറയാനില്ലെന്നു ബോധ്യമായാലേ കോടതിയിൽ ഹാജരാക്കൂ.

ഞാൻ പിടിയിലാകുമ്പോഴേക്കും അറസ്റ്റും മർദനങ്ങളുമൊക്കെ ഏറെക്കുറെ കഴിഞ്ഞിരുന്നു. എനിക്കും കൂടുതലൊന്നും പറയാനില്ല എന്ന് പൊലീസിനും അറിയാമായിരുന്നു. കായണ്ണ ആക്ഷനു ശേഷം ഞാൻ എവിടെയെല്ലാം പോയി എന്നായിരുന്നു അവർക്ക് അറിയേണ്ടിയിരുന്നത്. കുറേ കാര്യങ്ങളൊക്കെ മാറ്റി പറഞ്ഞ് ഞാൻ പിടിച്ചുനിന്നു. ആക്ഷൻ കഴിഞ്ഞ് നാലാംമാസമാണു ഞാൻ പിടിയിലാകുന്നത്. ആക്ഷൻ നടന്ന് ഉടൻ തന്നെ പിടിയിലായിരുന്നെങ്കിൽ ഇതായിരിക്കില്ല ചോദ്യം ചെയ്യലിന്റെ രീതി.

മൂന്നുമാസമാണ് ശാസ്തമംഗലം ക്യാംപിൽ എന്നെ പാർപ്പിച്ചത്. എന്റെ കാലിലെ വിലങ്ങ് മേശയുടെ കാലിൻമേൻ ചങ്ങലുമായി ബന്ധിപ്പിക്കും. കൈയിലും വിലങ്ങുണ്ട്. രാത്രി കിടക്കുമ്പോഴും ഈ വിലങ്ങുണ്ടായിരിക്കും. പ്രഭാതകൃത്യങ്ങൾക്കു മാത്രം വിലങ്ങഴിക്കും. അന്നേരം രണ്ടുപൊലീസുകാർ കാവലുണ്ടാകും. രാവിലെയും വൈകുന്നേരവും മാത്രമേ ഭക്ഷണമുണ്ടാകൂ. അതും വറ്റൊന്നുമില്ലാത്ത കഞ്ഞി. കസ്റ്റഡിയിലുള്ളവർക്കു സ്വന്തം പണം കൊണ്ട് ഭക്ഷണം വാങ്ങിപ്പിക്കാമായിരുന്നെന്നു പിന്നീടാണ് അറിഞ്ഞത്. ഡിവൈഎസ്പി രവീന്ദ്രനോട് ഇക്കാര്യം പറഞ്ഞപ്പോൾ അദ്ദേഹം സമ്മതിച്ചു. പിടിയിലാകുമ്പോൾ 125 രൂപ കൈവശമുണ്ടായിരുന്നു. എല്ലാ വൈകിട്ടും ഒരു പൊതി ദോശ വാങ്ങിക്കഴിച്ചാണ് വിശപ്പകറ്റിയിരുന്നത്.

ദിവസങ്ങൾ കഴിയുന്തോറും ഡ്യൂട്ടിയിലുണ്ടാകുന്ന പൊലീസുകാരുമായി നല്ല ബന്ധം സ്ഥാപിക്കാൻ സാധിച്ചു. രാത്രിയിലെ പൊലീസുകാരിൽ നിന്നാണ് ശാസ്തമംഗലം ക്യാംപിൽ ദാമുമാഷ് ഗുരുതരാവസ്ഥയിൽ കഴിയുന്ന കാര്യം അറിഞ്ഞത്. ബാംഗ്ലൂരിൽ നിന്നാണ് മാഷ് പിടിയിലാകുന്നത്. തൃശിനാപ്പള്ളിയിൽ നിന്നുള്ള ട്രെയിൻ ടിക്കറ്റ് കീശയിൽ കണ്ട് പൊലീസ് ചോദ്യം ചെയ്തപ്പോൾ മാഷ് ഒന്നും പറഞ്ഞിരുന്നില്ല.

ക്രൂരമായ മർദനം സഹിക്കാനാവാതെയാണ് യു.പി. ജയരാജിന്റെ കാര്യവും ഞാൻ അവിടെ എത്തുമെന്നും പറയുന്നത്. പൊലീസ് മർദന ത്തിൽ മാഷും കൊല്ലപ്പെടേണ്ടതായിരുന്നു. എന്നാൽ വിദേശത്തു നിന്നു വരെ മരുന്നെത്തിച്ച് അദ്ദേഹത്തെ രക്ഷിക്കുകയായിരുന്നു.

ഒരുദിവസം എന്നെ ജയറാം പടിക്കലിന്റെ മുറിയിൽ കൊണ്ടുവന്നു. കുറച്ചുകഴിഞ്ഞപ്പോൾ ജോയി, രാമചന്ദ്രൻ, നടേശൻ എന്നിവരെയും ബന്ധനസ്ഥരാക്കി കൊണ്ടുവന്നു. അന്നേരമാണ് അവരെല്ലാം അവിടെ യുള്ള കാര്യം അറിയുന്നത്. മാസങ്ങളോളമായി അവർ അവിടെയെത്തി യിട്ട്. എന്നെ പിടികൂടാൻ വേണ്ടി കാത്തിരിക്കുകയായിരുന്നു. ഞങ്ങളോട് ഇനി പ്രവർത്തിക്കുമോ എന്നു ചോദിച്ചപ്പോൾ ഞാൻ അതെയെന്നു പറഞ്ഞു. അവരൊക്കെ പ്രവർത്തിക്കില്ലെന്നും പറഞ്ഞു. പിന്നീട് എന്നെയും അവരുടെ മുറിയിലേക്കു മാറ്റി. അഞ്ചുപേരാണ് അവിടെ യുണ്ടായിരുന്നത്. ഒരു മേശയ്ക്കു ചുറ്റും എല്ലാവരെയും ചങ്ങലയ്ക്കി ടുകയായിരുന്നു. കാലിൽ മാത്രമേ ചങ്ങലയുണ്ടായിരുന്നുള്ളൂ. കൈകൾ സ്വതന്ത്രമായിരുന്നു. നിൽക്കാനും നടക്കാനുമൊക്കെ സാധിക്കും. പക്ഷേ, മിണ്ടാൻ പാടില്ല. ഇതേ മുറിയിൽ ഒരു പൊലീസുകാരൻ ഇരിക്കുന്നു ണ്ടാകും. ഞങ്ങൾ ചുണ്ടനക്കുന്നുണ്ടോയെന്നു സൂക്ഷിച്ചു നോക്കുക യാണ് അയാളുടെ ജോലി. ഈ മുറി ക്ലോസ്ഡ് സർക്യൂട്ട് ടി. വിയിലൂടെ ജയറാം പടിക്കൽ അദ്ദേഹത്തിന്റെ മുറിയിൽ നിന്നു കാണും. എന്നാൽ ജയറാം പടിക്കൽ പോയി കഴിഞ്ഞാൽ പൊലീസുകാർ ചെറിയ ഇളവു തരും. പൊലീസുകാർ മുറിയിൽ നിന്നു പുറത്തിറങ്ങിയാൽ ഞങ്ങൾ വേഗ ത്തിൽ സംസാരിക്കും. ആക്ഷനുകളെല്ലാം പരാജയപ്പെട്ടത് എല്ലാവരെയും നിരാശരാക്കിയിരുന്നു. ആലപ്പുഴ, കൊല്ലം ജില്ലകളിൽ രാമചന്ദ്രൻ നേതൃത്വം നൽകിയ രണ്ട് ആക്ഷനും പരാജയപ്പെട്ടിരുന്നു. അതിൽ രാമ ചന്ദ്രൻ ആകെ തകർന്നിരിക്കുകയായിരുന്നു. പോരാത്തതിനു പൊലീസ് മർദനവും.

ജോയി എന്നോടു മിണ്ടുക പോലുമുണ്ടായില്ല. ഇനിയും പ്രവർത്തി ക്കാൻ ഇല്ലെന്ന നിലപാടിലായിരുന്നു അയാൾ. നടേശൻ പ്രവർത്തിക്കാൻ സന്നദ്ധനായിരുന്നു. പത്തനംതിട്ടക്കാരനായിരുന്ന രമേശൻ ആണ് നാലാമത്തെ ആൾ. അയാൾ എൻജിനീയറിങ് ബിരുദധാരിയായിരുന്നു. ഇൻക്വിലാബ് പ്രസിദ്ധീകരിക്കുന്ന കാലത്തേ ഞങ്ങൾ പരിചയമുണ്ട്.

അമേരിക്കയിൽ നിന്ന് ഇലക്ട്രോണിക്സ് എൻജിനീയറിങ് ബിരുദം നേടിയ മോഹൻകുമാർ ആയിരുന്നു മുറിയിലെ അഞ്ചാമൻ. അദ്ദേഹം കെൽട്രോണിൽ എൻജിനീയറായിരുന്നു. കനഡയിലെ ഹിന്ദുസ്ഥാൻ ഗദ്ദർ പാർട്ടി (എംഎൽ) എന്ന നക്സൽ ഗ്രൂപ്പിന്റെ പ്രവർത്തകനായിരുന്നു മോഹൻകുമാർ. എൻജിനീയറിങ് വിദ്യാർഥിയായിരിക്കുമ്പോഴേ അയാൾക്കു ഗദ്ദർ പാർട്ടിയുമായി ബന്ധമുണ്ടായിരുന്നു. രമേശന് ഇന്ത്യയ്ക്കു വെളി യിലുള്ള എല്ലാ എംഎൽ ഗ്രൂപ്പുകളുമായും ബന്ധമുണ്ടായിരുന്നു. അങ്ങനെയാണ് ഗദ്ദർ പാർട്ടിയുമായി ബന്ധപ്പെടുന്നതും ആ ബന്ധം

മോഹൻകുമാറിലെത്തുന്നതും. കേരളത്തിൽ പ്രവർത്തനം മനസ്സിലാക്കാനാണ് മോഹൻകുമാർ ഇവിടെയെത്തിയത്. മോഹൻകുമാർ ഇവിടെയെത്തി കെൽട്രോണിൽ ജോലിക്കു ചേർന്നു. ഇവിടെ അനുഭാവിയായി നിൽക്കുകയും ഗദ്ദർ പാർട്ടിയുമായി ബന്ധം തുടരുകയും ചെയ്തു. എന്നാൽ പൊലീസ് അറസ്റ്റ് ചെയ്ത ചിലരിൽ നിന്ന് രമേശനു വിദേശത്തെ എംഎൽ പാർട്ടിക്കാരുമായുള്ള ബന്ധം അറിയുകയും തുടർന്ന് അന്വേഷണം മോഹൻകുമാറിലെത്തുകയുമായിരുന്നു.

സെപ്തംബർ 20ന് ആണ് ഞങ്ങളെ ശാസ്തമംഗലം ക്യാംപിൽ നിന്നു കോടതിയിൽ ഹാജരാക്കുന്നത്. മോഹൻകുമാറിന്റെയും രമേശന്റെയും പേരിൽ കേസൊന്നുമുണ്ടായില്ല. അവരെ രണ്ടുപേരെയുമാണ് ആദ്യം കൊണ്ടുപോയത്. നടേശനെ എറണാകുളത്തേക്കും രാമചന്ദ്രനെ ആലപ്പുഴയിലേക്കും കൊണ്ടുപോയി. എന്നെയും ജോയിയെയും പുനലൂർ കോടതിയിലാണ് ഹാജരാക്കിയത്. രാമചന്ദ്രന്റെ നേതൃത്വത്തിൽ നടന്ന ഡാൽമിയ ആക്രമണ കേസിൽ ഞങ്ങളെയും പ്രതികളാക്കിയിരുന്നു. സംസ്ഥാന കമ്മിറ്റിയുടെ അറിവോടെയാണ് എല്ലാ ആക്ഷനുകളും നടന്നതെന്നും അതുകൊണ്ട് സംസ്ഥാന കമ്മിറ്റിക്കാർ എല്ലാ കേസിലും ഗൂഢാലോചനയിൽ പ്രതികളാണെന്നുമാണ് പൊലീസ് പറഞ്ഞത്. കോടതി ബഹിഷ്കരിക്കുകയായിരുന്നു സംസ്ഥാന കമ്മിറ്റിയുടെ തീരുമാനം. അതുകൊണ്ട് കോടതിയിൽ ഞങ്ങളൊന്നും പറഞ്ഞില്ല. റിമാൻഡ് ചെയ്ത് ഞങ്ങളെ കൊട്ടാരക്കര സബ് ജയിലിലേക്ക് അയച്ചു. ഇവിടെ വച്ചാണ് വർക്കല വിജയൻ കൊല്ലപ്പെട്ട കാര്യം ജോയി പറയുന്നത്.

ജോയി തിരുവനന്തപുരത്തു വരുമ്പോൾ ബന്ധപ്പെടാറുള്ള പ്രവർത്തകനാണ് വർക്കല വിജയൻ. മാർച്ച് അഞ്ചിന് വിജയനും കാര്യവട്ടം ക്യാംപസിലെ വിദ്യാർഥിയായ അനന്തനും ജോയിയും കാണാനിരുന്നതായിരുന്നു. പക്ഷേ, അതിനു മുൻപു തന്നെ അനന്തൻ പിടിയിലായി. ക്രൂരമായ മർദനം ഏൽക്കേണ്ടി വന്നപ്പോൾ അവൻ എല്ലാം പറഞ്ഞു. ജോയിയും വിജയനും മാർച്ച് അഞ്ചിനു കിഴക്കേ കോട്ടയിൽ എത്തുമെന്നറിഞ്ഞ പൊലീസ് അനന്തനെയും കൂട്ടി അവിടെയെത്തി. അവൻ കാട്ടിക്കൊടുത്തതുപ്രകാരം വിജയനും ജോയിയും പിടിയിലായി. രണ്ടുപേരെയും പൊലീസ് നന്നായി മർദിച്ചു. ഈ മർദനത്തിലാണ് വിജയൻ കൊല്ലപ്പെട്ടത്.

അന്നു രാത്രി കോഴിക്കോട്ടു നിന്ന് ക്രൈം ബ്രാഞ്ച് ഡിവൈഎസ്പിയുടെ നേതൃത്വത്തിൽ പൊലീസെത്തി ഞങ്ങളെ ജീപ്പിൽ കയറ്റിക്കൊണ്ടുപോയി. പിറ്റേന്ന് എലത്തൂർ സ്റ്റേഷനിലെത്തി, അവിടെ ലോക്കപ്പിലിട്ടു. എന്നെ കോഴിക്കോട് മെഡിക്കൽ കോളജ് ആശുപത്രിയിൽ കൊണ്ടുപോയി പരിശോധന നടത്തി. തലയുടെ മുറിവു സംബന്ധിച്ച റിപ്പോർട്ട് തയ്യാറാക്കി തിരിച്ചെത്തി. അടുത്ത ദിവസം ഞങ്ങളെ പേരാമ്പ്ര മജിസ്ട്രേറ്റിന്റെ മുൻപിൽ ഹാജരാക്കി. കായണ്ണ കേസ് ആ കോടതിയിലായിരുന്നു.

മജിസ്ട്രേറ്റ് ഞങ്ങളെ കോഴിക്കോട് ജില്ലാ ജയിലിലേക്കു റിമാൻഡ് ചെയ്തു. കുറച്ചു ദിവസങ്ങൾ കഴിഞ്ഞ് മാനന്തവാടി മജിസ്ട്രേറ്റ് കോടതിയിലേക്കു കൊണ്ടുപോയി. അവിടെ നിന്ന് റിമാൻഡ് ചെയ്ത് അയച്ചത് കണ്ണൂർ സെൻട്രൽ ജയിലിലേക്കായിരുന്നു. ആഗ്രഹിച്ചതുപോലെ കണ്ണൂർ സെൻട്രൽ ജയിലിലെത്തിയ സന്തോഷത്തിലായിരുന്നു. നക്സലൈറ്റുകളെയെല്ലാം ക്ലോസ്ഡ് പ്രിസണിൽ ആണു പർപ്പിച്ചിരുന്നത്. ഞാനും ജോയിയും ഒരു മുറിയിലായിരുന്നു.

ഏകദേശം മുന്നൂറ് ക്ലോസ്ഡ് പ്രിസൺ ഉണ്ടായിരുന്നു. അതിൽ മൂന്നു വിഭാഗമായിട്ടായിരുന്നു നക്സലൈറ്റുകളെ പാർപ്പിച്ചിരുന്നത്. തലശ്ശേരി-പുൽപ്പള്ളി, കുറ്റ്യാടി, കോങ്ങാട് കേസുവരെയുള്ള പഴയ കേസിലുള്ളവരായിരുന്നു ആദ്യ വിഭാഗം. അവരെ പകൽ മുഴുവൻ തുറന്നു വിടും. അവർക്കു രാഷ്ട്രീയ ചർച്ചയോ യോഗമോ നടത്താം. മറ്റൊരു വിഭാഗം മിസ തടവുകാരാണ്. പഴയ കേസിൽ ശിക്ഷിക്കപ്പെട്ടവരും ഇക്കൂട്ടത്തിലുണ്ടായിരുന്നു. മൂന്നാമത്തെ വിഭാഗം ഞങ്ങളെ പോലെ പുതിയ ആക്ഷനുമായി ബന്ധപ്പെട്ടവരായിരുന്നു. അവരായിരുന്നു കൂടുതലും. ആക്ഷനുകളിൽ പങ്കെടുത്തവരും ചർച്ചകളിൽ പങ്കെടുത്തവരും ഇവർക്കു സഹായം ചെയ്തുകൊടുത്തവരുമെല്ലാം ഇതിൽ പെടും. കണ്ണൂർ, കോഴിക്കോട്, വയനാട് ജില്ലകളിലുള്ളവരായിരുന്നു കൂടുതലും. മൂന്നാമത്തെ വിഭാഗത്തെ അപകടകാരികളായി കണക്കാക്കിയതിനാൽ പകലും തുറന്നുവിടാറില്ല. കുളിക്കാൻ പോകുമ്പോൾ മാത്രമാണു മറ്റുള്ളവരുമായി ബന്ധപ്പെടാൻ സാധിക്കുക.

കായണ്ണ, മാനന്തവാടി മണി ആക്ഷൻ കേസുകളിലുള്ളവരായിരുന്നു ഞങ്ങളുടെ ബ്ലോക്കിൽ. ഇതിൽ മധുമാഷ് മാത്രമേ ആക്ഷനുമായി ബന്ധമില്ലാതിരുന്നുള്ളൂ. വയനാട് ജില്ലാ കമ്മിറ്റിക്കാരനെന്ന നിലയ്ക്കാണു മധുമാഷെ കേസിൽ ഉൾപ്പെടുത്തിയത്. വയനാട്ടിലെ നാടക പ്രവർത്തക സുലോചനയും മിസ തടവുകാരിയായി സ്ത്രീകളുടെ ബ്ലോക്കിൽ ഉണ്ടായിരുന്നു.

കായണ്ണ കേസിൽ ദാമു മാഷ് ഒഴികെ ബാക്കിയുള്ളവരെല്ലാം ക്ലോസ്ഡ് പ്രിസണിൽ എത്തിയിരുന്നു. ആക്ഷനു ശേഷം മിക്കവരെയും അവിടെയെത്തിയ ശേഷമാണു കാണുന്നത്. ആക്ഷനിൽ പങ്കെടുത്തവരിൽ മൂന്നുപേരൊഴികെ ബാക്കിയെല്ലാവരെയും അന്നാണ് കണ്ടത്. ജയിലിലെത്തിയതോടെ എല്ലാവരെയും പരിചയപ്പെടാൻ സാധിച്ചു. ആക്ഷനിൽ പങ്കെടുക്കാതിരുന്ന ആർഇസി വിദ്യാർഥിയായിരുന്ന മുരളി കണ്ണമ്പള്ളിയും അക്കൂട്ടത്തിൽ ഉണ്ടായിരുന്നു. ഏറെ ദിവസങ്ങൾക്കു ശേഷം ദാമുമാഷെ ക്ലോസ്ഡ് പ്രിസണിൽ കൊണ്ടുവന്നു. നടക്കാൻ പോലുമാവാതെയാണു മാഷെ കൊണ്ടുവന്നത്. ഭീകരമായി മാഷ് മർദിക്കപ്പെട്ടിരുന്നെന്ന് കാണുമ്പോൾ തന്നെ അറിയാമായിരുന്നു. മാഷെ ഒറ്റയ്ക്കൊരു മുറിയിലാണു താമസിപ്പിച്ചത്. ശാരീരിക ക്ഷീണത്തേക്കാളേറെ

മാനസികമായി തകർന്ന നിലയിലായിരുന്നു മാഷ്. പിന്നീട് ഞങ്ങളെയെല്ലാം കണ്ടതോടെയാണ് പൂർവ സ്ഥിതിയിലായത്. അടുത്തദിവസം രാമചന്ദ്രനും എത്തി. പുനലൂർ, ആലപ്പുഴ കേസുകൾക്കുള്ള നടപടിയൊക്കെ പൂർത്തിയാക്കിയ ശേഷമാണ് രാമചന്ദ്രനെ കൊണ്ടുവന്നത്. കുറച്ചു ദിവസങ്ങൾക്കു ശേഷം കുട്ടിക്കൃഷ്ണനും എത്തി. ജോയി, കുട്ടിക്കൃഷ്ണൻ, രാമചന്ദ്രൻ, ഞാൻ എന്നിങ്ങനെ നാൽവർ സംഘത്തെ മിക്ക ദിവസവും കോടതിയിൽ ഹാജരാക്കാൻ ഒന്നിച്ചു കൊണ്ടുപോകും.

മാനന്തവാടി, പേരാമ്പ്ര കോടതികളിൽ രണ്ടാഴ്ച കൂടുമ്പോൾ ഞങ്ങളെ ഹാജരാക്കണം. കോടതി ബഹിഷ്ക്കരിക്കാനായിരുന്നു ഞങ്ങളുടെ തീരുമാനം. ആദ്യമൊന്നും കോടതിയിൽ ഞങ്ങൾ മുദ്രാവാക്യം വിളിച്ചിരുന്നില്ല. പിന്നീട് ബൂർഷ്വാ കോടതി തുലയട്ടെ എന്ന് കോടതിയിൽ കയറി മജിസ്ട്രേറ്റിനു മുൻപിൽ മുഷ്ടി ചുരുട്ടി മുദ്രാവാക്യം വിളിക്കും. പൊലീസ് വാനിൽ കയറുന്നതു തന്നെ മുദ്രാവാക്യം വിളിച്ചുകൊണ്ടാണ്. കോടതിയിൽ ഞങ്ങൾ മുദ്രാവാക്യം വിളിക്കുമ്പോൾ മജിസ്ട്രേറ്റായാലും ജഡ്ജി ആയാലും കേട്ടുനിൽക്കുകയേ നിർവാഹമുണ്ടായിരുന്നുള്ളൂ.

ഒക്ടോബർ ആറിന് വൈകുന്നേരം ജയിലിലെ റേഡിയോയിലൂടെയാണ് മാവോ സേ തുങ് മരിച്ച വിവരം അറിയുന്നത്. സെല്ലുകളിൽ ഞങ്ങളൊരു അനുസ്മരണ യോഗം സംഘടിപ്പിച്ചു. മാവോയുടെ ഭാര്യ ചിയാങ് ചിങ് ഉൾപ്പെടെയുള്ള നാൽവർ സംഘം അറസ്റ്റ് ചെയ്യപ്പെട്ടതായിരുന്നു അടുത്ത ദിവസത്തെ വാർത്ത. ചൈനയുടെ പോക്ക് മുതലാളിത്ത പാതയിലേക്കാണെന്ന് അന്നുതന്നെ ബോധ്യമായി.

മാവോയുടെ നിര്യാണവും നാലാൾ സംഘത്തിന്റെ അറസ്റ്റും ചൈനയുടെ നേതൃത്വത്തിന്റെ വ്യതിയാനവും ഞങ്ങൾക്കിടയിൽ വലിയൊരു ചർച്ചയ്ക്കു തുടക്കമിട്ടു. ആദ്യകാല നക്സലൈറ്റ് പ്രവർത്തകരെയും നേതാക്കളെയുമൊക്കെ ഈ സന്ദർഭത്തിലാണു പരിചയപ്പെടുന്നത്. വാസുവേട്ടൻ, മുണ്ടൂർ രാവുണ്ണി, സിവിക് ചന്ദ്രൻ, പി.എൻ. ദാസ്, ആർടിസ്റ്റ് മോഹനൻ എന്നിവരെയൊക്കെ പരിചയപ്പെട്ടു. പ്രസ്ഥാനത്തിന്റെ തകർച്ചയ്ക്കുണ്ടായ കാരണങ്ങളെക്കുറിച്ചായി പിന്നീടു ചർച്ച. രാഷ്ട്രീയപരമായ നിലപാടുകളിലോ സമീപനങ്ങളിലോ അടിസ്ഥാനപരമായ പിശകു പറ്റിയിട്ടുണ്ടോയെന്നു ചിന്തിക്കാനൊന്നും ഞങ്ങളന്നു തയ്യാറായില്ല. സാങ്കേതിക കാരണങ്ങൾക്കൊണ്ടാണ് ആക്ഷനുകളെല്ലാം പരാജയപ്പെട്ടതെന്നായിരുന്നു ഞങ്ങളുടെയൊക്കെ നിലപാട്. സംഘടനാശൈലിയിലും ആയുധങ്ങളുടെ കാര്യത്തിലും കൂടുതൽ മെച്ചപ്പെട്ട സമീപനം ഉണ്ടാകണമായിരുന്നെന്നും അങ്ങനെയായിരുന്നെങ്കിൽ പരാജയം സംഭവിക്കില്ലായിരുന്നെന്നും ഞാനൊക്കെ വാദിച്ചു. ഗൗരവമായ ആത്മപരിശോധനയ്ക്കോ സ്വയം വിമർശനത്തിനോ ഞങ്ങളാരും തയാറായില്ല. പകരം സംഘടനയും ആയുധങ്ങളുമെല്ലാം പരിഷ്കരിച്ച്

കൂടുതൽ ശക്തിയോടെ മുന്നോട്ടുപോകാനാണ് സംസ്ഥാന കമ്മിറ്റിയിലെ എല്ലാവരും അഭിപ്രായപ്പെട്ടത്. ഇതേസമയം തന്നെയാണ് ജയിലിൽ നിന്നു രക്ഷപ്പെടണമെന്ന അഭിപ്രായം ഞാൻ മുന്നോട്ടുവച്ചത്. എത്രയും പെട്ടെന്നുപുറത്തെത്തി സംഘടനയെ വീണ്ടും കെട്ടിപ്പടുക്കുക. അതിനായി ജയിൽചാടാൻ ഞങ്ങൾ തീരുമാനിച്ചു. രാമചന്ദ്രൻ, ജോയി, കുട്ടിക്കൃഷ്ണൻ, ഞാൻ എന്നിവരായിരുന്നു രക്ഷപ്പെടാൻ തീരുമാനിച്ചത്.

ഞങ്ങളെ നാലുപേരെ മിക്ക ആഴ്ചയിലും കേസിനായി പുറത്തുകൊണ്ടുപോകും. അങ്ങനെ കൊണ്ടുപോകുമ്പോൾ രാത്രിയിൽ രക്ഷപ്പെടാമെന്നായിരുന്നു എന്റെ നിലപാട്. തുടർന്നു പ്രവർത്തിക്കാൻ സന്നദ്ധനല്ലാത്തതുകൊണ്ട് ജോയിയുടെ നിലപാടായിരുന്നു പ്രധാനം. ഈ പദ്ധതിയിൽ നിന്നു തന്നെ ഒഴിവാക്കണമെന്ന് അയാൾ അഭ്യർഥിച്ചു. സംസ്ഥാനക്കമ്മിറ്റിക്കാരായ നാലുപേരെയും ഒരുമിച്ചേ പുറത്തുകൊണ്ടുപോകുകയുള്ളൂ. നാലുപേരും ഒരുമിച്ചു നിന്നാലേ രക്ഷപ്പെടാൻ സാധിക്കുകയുള്ളൂ. ജോയിയുടെ നിലപാട് മാറ്റാൻ ഏറെ പ്രയാസപ്പെടേണ്ടിവന്നു.

നാലുപേരും ശ്രമിച്ചാൽ തന്നെ എല്ലാവർക്കും രക്ഷപ്പെടാൻ സാധിച്ചെന്നു വരില്ല. ഞാനും രാമചന്ദ്രനും രക്ഷപ്പെടുന്ന കാര്യം ചിന്തിച്ചാൽ മതിയെന്നും പദ്ധതിയോടു സഹകരിക്കണമെന്നും ജോയിയോടു പറഞ്ഞു. ഈ രക്ഷപ്പെടുന്ന കൂട്ടത്തിൽ താനെങ്ങാനും പെട്ടുപോയാൽ എന്തുചെയ്യുമെന്നായിരുന്നു ജോയിയുടെ സംശയം. അങ്ങനെയൊരു സാഹചര്യം വന്നാൽ രക്ഷപ്പെടാതിരിക്കാൻ ജോയിക്കു ശ്രമിക്കാമെന്നു പറഞ്ഞതോടെ അയാൾ തയാറായി.

രണ്ടാഴ്ച കൂടുമ്പോഴാണ് എറണാകുളം കോടതിയിൽ ഹാജരാക്കാൻ കൊണ്ടുപോകുന്നത്. വൈകിട്ട് ആറുമണിയോടെയാണ് കണ്ണൂരിൽ നിന്നു പുറപ്പെടുക. രാത്രി രണ്ടുമണി വരെ വാഹനം ഓടും. പിന്നീട് ഏതെങ്കിലും സ്റ്റേഷനിൽ എത്തി ഞങ്ങളെ ലോക്കപ്പിലിടും. രാവിലെ വീണ്ടും പുറപ്പെട്ട് പതിനൊന്നുമണിയോടെ കോടതിയിൽ ഹാജരാക്കും. നാലുപേർക്കു നാല് പൊലീസുകാരും ഒരു ഡ്രൈവറുമാണുണ്ടാകുക. ആദ്യമൊക്കെ എഎസ്ഐയും കൂടെയുണ്ടായിരുന്നു. പിന്നീട് ഹെഡ് കോൺസ്റ്റബിളായി. പിന്നെ പിന്നെ അതുമില്ലാതായി. സായുധസേനയിലെ പൊലീസുകാരാണുണ്ടാകുക. സ്ഥിരം യാത്രയായതോടെ ഞങ്ങളും അവരും നല്ല ബന്ധത്തിലായി. അതോടെ വാഹനത്തിൽ കയറിയാൽ കൈവിലങ്ങ് അണിയിക്കുന്നതും നിർത്തി.

രക്ഷപ്പെടേണ്ട സാഹചര്യങ്ങളെല്ലാം അനുകൂലമായിരുന്നു. കണ്ണൂരിൽ നിന്നു പുറപ്പെടുന്ന വാഹനം ഒരു മണിയാകുമ്പോൾ എത്താറുള്ളത് മലപ്പുറം ജില്ലയിലാണ്. അന്നേരമാണു മൂത്രമൊഴിക്കാൻ നിർത്തുക. വിജനസ്ഥലത്ത് വണ്ടി നിർത്തും. പൊലീസ് അകമ്പടിയോടെയാണു പുറത്തിറങ്ങുക. ഈ സമയത്ത് നാലുപേരും കൂടി ഓടി രക്ഷപ്പെടുക.

ഇതായിരുന്നു ഞങ്ങളുടെ പ്ലാൻ. പൊലീസ് പിന്നാലെ വരും. കൂട്ടത്തിലുള്ള രണ്ടുപേർ, ഞാനും രാമചന്ദ്രനും രക്ഷപ്പെടുക. പറ്റിയ സ്ഥലം തിരഞ്ഞെടുക്കാനും ഓടാനുള്ള സിഗ്നൽ നൽകാനും എന്നെ ചുമതലപ്പെടുത്തി. പൊലീസ് പിടിയിൽ നിന്നു രക്ഷപ്പെട്ട്, തുടർന്നു യാത്ര ചെയ്യാനുള്ള പണം ഫറോക്കിലെ സോമൻ വഴി സംഘടിപ്പിച്ചിരുന്നു. അത് ശരീരത്തിലെ രഹസ്യഭാഗങ്ങളിൽ ഒളിപ്പിച്ചുവച്ചു.

രക്ഷപ്പെടാനുള്ള ഒരുക്കങ്ങളോടെ യാത്ര പുറപ്പെട്ടു. മലപ്പുറം ജില്ലയിലെ ചേളാരി കഴിഞ്ഞുള്ള വിജന സ്ഥലത്ത് വാഹനം നിർത്താൻ ആവശ്യപ്പെട്ടു. പക്ഷേ, ഡ്രൈവർ ബോധപൂർവം അവിടെ നിർത്താതെ രണ്ടു ഭാഗത്തും മതിലുള്ള റോഡരികിലാണു നിർത്തിയത്. വണ്ടിയുടെ മുന്നിലും പിന്നിലും പൊലീസുകാരായിരുന്നു. അതോടെ അന്നത്തെ രക്ഷപ്പെടൽ പദ്ധതി ഉപേക്ഷിച്ചു. അടുത്ത തവണയും ഇതാവർത്തിച്ചു. മൂന്നാമത്തെ തവണയും പദ്ധതി ഉപേക്ഷിക്കുകയായിരുന്നു. അതിനു പ്രത്യേകിച്ചൊരു കാരണമുണ്ടായിരുന്നു. പതിവിൽ നിന്നു വ്യത്യസ്തമായി വലിയൊരു വാനിലാണു കൊണ്ടുപോയത്. ആ വാഹനത്തിൽ കുന്നിക്കൽ നാരായണനും മന്ദാകിനി ചേച്ചിയും ഉണ്ടായിരുന്നു. ആദ്യമായിട്ടായിരുന്നു അവരോടൊപ്പം യാത്ര ചെയ്യുന്നത്. മിസ തടവുകാരായിട്ടാണ് അവരെ ജയിലിലാക്കിയത്. അതിനെതിരെ ഹൈക്കോടതിയിൽ പരാതി നൽകിയിരുന്നു. അതിന്റെ അടിസ്ഥാനത്തിൽ കോടതിയിൽ ഹാജരാക്കാൻ കൊണ്ടുപോകുകയാണ്. ഇവർ കൂടെയുണ്ടാകുമ്പോൾ രക്ഷപ്പെടാൻ ശ്രമിച്ചാൽ അതിന്റെ ദോഷം ഞങ്ങളേക്കാൾ കുന്നിക്കലിനും മന്ദാകിനിചേച്ചിക്കുമായിരിക്കും. അതുകൊണ്ടായിരുന്നു അന്നത്തെ രക്ഷപ്പെടൽ ഉപേക്ഷിച്ചത്.

അടുത്ത യാത്രയിൽ രക്ഷപ്പെടൽ പദ്ധതി നടപ്പാക്കണമെന്നു തന്നെ ഉറപ്പിച്ചു. പതിവുപോലെ കോടതിയിൽ ഹാജരാകേണ്ടതിന്റെ തലേ ദിവസം വാഹനം തയ്യാറായി. ഞങ്ങൾ വാഹനത്തിൽ കയറുമ്പോഴാണു കൂടെയുള്ള പൊലീസുകാരനെ ശ്രദ്ധിച്ചത്. ഞങ്ങളോടു വളരെ സ്നേഹവും താൽപര്യവുമുള്ള ഹവിൽദാർ ഭരതനായിരുന്നു പൊലീസുകാരുടെ തലവൻ. യാത്രയിൽ ഞങ്ങൾക്കു നല്ല ഭക്ഷണമൊക്കെ വാങ്ങിത്തരാറുള്ള അദ്ദേഹം തടവുകാരോടെന്ന പോലെയായിരുന്നില്ല ഞങ്ങളോടു പെരുമാറിയിരുന്നത്. അദ്ദേഹം കൂടെയുള്ളപ്പോൾ രക്ഷപ്പെടുന്നത് ശരിയല്ലല്ലോ എന്നു ചിന്തിച്ചുനോക്കിയെങ്കിലും പദ്ധതി നടപ്പാക്കാൻ തന്നെ തീരുമാനിച്ചു.

വാഹനത്തിൽ അദ്ദേഹം ഒരിക്കലും വിലങ്ങുവയ്ക്കാറില്ല. രക്ഷപ്പെടാൻ ഏറ്റവും അനുകൂല സാഹചര്യം അന്നുതന്നെയായിരുന്നു. കൂടെയുള്ളവരിൽ ഡ്രൈവറും മറ്റൊരു പൊലീസും അല്പം പ്രായമായവരാണ്. അവർക്ക് വേഗത്തിൽ ഓടാൻ കഴിയില്ല. മൂന്നുപേർക്കു മാത്രമേ വേഗത്തിൽ ഓടാൻ സാധിക്കൂ. അങ്ങനെയാകുമ്പോൾ ഒരാൾക്കു രക്ഷപ്പെടാം. അതു ചിലപ്പോൾ ഞാനോ രാമചന്ദ്രനോ ആയിരിക്കും.

ഹൈവേയിൽ കോട്ടയ്ക്കൽ കഴിഞ്ഞാൽ വിജനമായ സ്ഥലം ഉണ്ട്. മൂത്രമൊഴിക്കാൻ നിർത്താൻ ആവശ്യപ്പെട്ടു. അവിടെ രക്ഷപ്പെടാൻ പറ്റിയ സ്ഥലമാണെന്നുറപ്പായി. എങ്കിലും ചെറിയൊരു കയ്യാല ചാടിക്കടക്കണം. കാനയ്ക്കരികിൽ മൂത്രമൊഴിക്കാൻ ഇരുന്നു. നാലുപേരും ഒന്നിച്ചെഴുന്നേറ്റു. ഞാൻ റെഡി എന്നു പറഞ്ഞതും ഒരു നിമിഷം പോലും പാഴാക്കാതെ ഓടി. പൊലീസുകാർക്കു കാര്യം തിരിയുമ്പോഴേക്കും ഓടിയിരുന്നു. ഞാൻ കയ്യാല ചാടിക്കടന്നു. ചതിച്ചല്ലോടാ വേണൂ എന്നു പറഞ്ഞ് ഭരതൻ പൊലീസ് പിന്നാലെയുണ്ട്. അരകിലോമീറ്റർ ഓടി. മൺതിട്ടയിൽ തട്ടി വീണുപോയി. അപ്പോഴേക്കും ഭരതൻ പൊലീസ് എന്റെ മേൽ ചാടി വീണു. ഞങ്ങൾ തമ്മിൽ മൽപ്പിടുത്തമായി. ചെറിയൊരു അവസരം കിട്ടിയപ്പോൾ ഭരതൻ വിസിൽ വിളിച്ചു. വിസിൽ പിടിച്ചുവലിച്ചപ്പോൾ അയാളുടെ പല്ലും കൂടെ പോന്നു. പൊലീസുകാരൻ ഓടിയെത്തി. അവർ എന്റെ മുണ്ടഴിച്ച് കൈ പിന്നിൽ വരിഞ്ഞുകെട്ടി. രണ്ടുപേരും എന്നെ പിടിച്ചുകൊണ്ട് വാഹനത്തിന്റെ അടുത്തെത്തിച്ചു. പൊലീസ് വാഹനത്തിൽ കയറിയപ്പോൾ ഞെട്ടിപ്പോയി. മൂന്നുപേരും വാഹനത്തിൽ തന്നെയുണ്ട്. ആർക്കും രക്ഷപ്പെടാൻ പറ്റിയില്ല. വാഹനം നേരെ കോട്ടയ്ക്കൽ സ്റ്റേഷനിലേക്കു വിട്ടു. സ്റ്റേഷനിൽ ഞങ്ങളെ ലോക്കപ്പിലിട്ടു. അന്നേരമാണ് സംഭവിച്ച കാര്യം ബോധ്യമായത്. ജോയി ഓടിയതേയില്ല. എങ്ങാനും രക്ഷപ്പെട്ടാൽ എന്തു ചെയ്യുമെന്ന ആശയക്കുഴപ്പമായിരുന്നു അവന്. കുട്ടിക്കൃഷ്ണൻ കയ്യാലയ്ക്കപ്പുറം ഒളിച്ചിരിക്കുകയായിരുന്നു. അവനെയും പൊലീസ് വേഗം പിടികൂടി. രാമചന്ദ്രൻ കയ്യാല ചാടിക്കടക്കുമ്പോൾ പൊലീസിന്റെ പിടിയിലായി.

ഒരു കേസും കൂടി ഞങ്ങളുടെ പേരിലുണ്ടായി എന്നല്ലാതെ വേറെ മെച്ചമൊന്നുമുണ്ടായില്ല. മഞ്ചേരി മജിസ്ട്രേറ്റിന്റെ മുന്നിലാണ് ഹാജരാക്കിയത്. അവിടെനിന്ന് കണ്ണൂരിലേക്കു തന്നെ കൊണ്ടുവന്നു. രാത്രിയോടെ ജയിലിൽ തിരിച്ചെത്തി. അടുത്തദിവസം പുലർച്ചെ നാലുപേരെയും ക്ലോസ്ഡ് പ്രിസണിൽ നിന്ന് കണ്ടംഡ് സെല്ലിലേക്കു മാറ്റി. വധശിക്ഷയ്ക്കു വിധിക്കുന്നവരെ താമസിപ്പിക്കുന്ന ബ്ലോക്കായിരുന്നു അത്. ഇനിയുള്ള കോടതി യാത്രയിൽ പൊലീസുകാരുടെ പെരുമാറ്റം പഴയതുപോലെയാകില്ലെന്ന് ഉറപ്പായിരുന്നു.

കായണ്ണ കേസിൽ പേരാമ്പ്ര കോടതിയിലേക്കാണ് അടുത്തയാത്ര. രണ്ടുപേരെ വീതം വിലങ്ങുവച്ച് വാഹനത്തിൽ താഴെ ഇരുത്തിയാണു കൊണ്ടുപോയത്. സീറ്റിലെല്ലാം ആയുധധാരികളായ പൊലീസുകാർ. ഞങ്ങൾ തലയുയർത്താതെ മിണ്ടാതെ ഇരിക്കണം. മുൻപൊക്കെ മുദ്രാവാക്യം വിളിച്ചാണ് പൊലീസ് വാഹനത്തിൽ പോയിരുന്നത്. ആ യാത്രയിൽ ആരും മിണ്ടിയില്ല. തലയുയർത്തുകയോ മിണ്ടുകയോ ചെയ്താൽ പൊലീസുകാർ തോക്കുകൊണ്ട് അടിക്കുമെന്നുറപ്പായിരുന്നു.

ഞങ്ങൾ നാലുപേരെ മാത്രം കൊണ്ടുപോകുമ്പോഴും നിയന്ത്രണം കർശനമായിരുന്നു. ഒരു നീണ്ട ചങ്ങലയിലാണ് ബന്ധിക്കുക. മറ്റേ അറ്റം

പൊലീസുകാരുടെ കൈയിലും. രാത്രി ലോക്കപ്പിനുള്ളിലാക്കിയ ശേഷമേ ചങ്ങല അഴിക്കൂ. ലോക്കപ്പിൽ അടിവസ്ത്രം മാത്രം ധരിച്ചു കിടക്കണം. ഷർട്ടും മുണ്ടും പുറത്തഴിച്ചു വയ്ക്കണം. ഹോട്ടലിൽ കൊണ്ടുപോയുള്ള ഭക്ഷണം കഴിക്കലും നിർത്തലാക്കി. എസ്ഐയുടെ നേതൃത്വത്തിലായിരുന്നു യാത്ര. ഒരാൾക്കു രണ്ടുപൊലീസ് കാവലുണ്ടാകും.

ഞങ്ങളുടെ രക്ഷപ്പെടാനുള്ള ശ്രമം കാരണം മറ്റു തടവുകാരും ബുദ്ധിമുട്ട് അനുഭവിക്കാൻ തുടങ്ങി. അവർക്കു നൽകിയിരുന്ന സൗകര്യങ്ങളെല്ലാം നിർത്തലാക്കി. മുഴുവൻ സമയവും പൂട്ടിയിടും. എഴുതാൻ കൊടുത്ത പേനയും പുസ്തകവുമെല്ലാം തിരിച്ചുവാങ്ങി. വായിക്കാനും പുസ്തകം നൽകിയില്ല.

രക്ഷപ്പെടുമ്പോൾ കൂടെയുണ്ടായിരുന്ന പൊലീസുകാരെ സസ്പെൻഡ് ചെയ്തു. ഞങ്ങളോടു മാന്യമായി പെരുമാറിയതിന്റെ ഫലമാണ് അവർ അനുഭവിക്കുന്നതെന്ന് ചില പൊലീസുകാർ പറഞ്ഞിരുന്നു. അടിയന്തരാവസ്ഥയിലെ അവസാന പ്രതിഷേധവും അവിടെ അവസാനിച്ചു.

1977 ജനുവരി 18ന് പ്രസിഡന്റ് ഫക്രുദ്ദീൻ അലി പാർലമെന്റ് പിരിച്ചുവിട്ട് തിരഞ്ഞെടുപ്പ് നടത്താനുള്ള തീരുമാനം പ്രഖ്യാപിച്ചു. പുനലൂർ കേസിനു വേണ്ടി ഞങ്ങളെ കൊണ്ടുപോകുമ്പോൾ ഏറ്റുമാനൂർ സ്റ്റേഷനിലായിരുന്നു രാത്രി പാർപ്പിച്ചിരുന്നത്. അടുത്ത ദിവസമാണ് ഈ പ്രഖ്യാപനമുണ്ടാകുന്നത്.

ജയിലിൽ എഴുത്തും വായനയും നിരോധിച്ചതിൽ പ്രതിഷേധിച്ച് നിരാഹാര സമരം തുടങ്ങാൻ തീരുമാനമായി. ഇതിനു മുൻപ് സൂപ്രണ്ട് ജോർജ് വന്നപ്പോൾ പുസ്തകവും പേനയും തിരിച്ചുതരുന്നതിനെക്കുറിച്ചു സംസാരിച്ചിരുന്നു. പൊതുവെ ഞങ്ങളോടു നല്ല സമീപനം എടുക്കാറുള്ള അദ്ദേഹം തീരുമാനമെടുക്കാമെന്നു പറയുകയല്ലാതെ നടപടിയൊന്നുമുണ്ടായില്ല. ഞാൻ ഒറ്റയ്ക്കു നിരാഹാരം തുടങ്ങി. നിരാഹാര സമരം നീണ്ടുപോകുകയാണെങ്കിൽ രാമചന്ദ്രനും സമരം തുടങ്ങാനായിരുന്നു നിശ്ചയിച്ചത്. നിരാഹാരം തുടങ്ങി അഞ്ചാംദിവസം സൂപ്രണ്ടും ജയിലറും തടിയൻമാരായ ചില വാർഡർമാരും എന്റെ മുറിയിലെത്തി. ഒരു വാർഡർ പാത്രത്തിൽ കഞ്ഞികൊണ്ടുവന്നു. സൂപ്രണ്ട് അതു കുടിക്കാൻ എന്നോടാവശ്യപ്പെട്ടു. ഞാൻ കുടിച്ചില്ല. ഉടൻ തന്നെ വാർഡർമാർ എന്നെ ബലമായി നിലത്തുപിടിച്ചു കിടത്തി. ഒരാൾ വായയിൽ സ്പൂൺ വച്ച് കഞ്ഞി ഒഴിച്ചു. കുറച്ചു ഞാൻ തുപ്പി, കുറച്ച് അകത്തേക്കിറങ്ങി. വളരെ പ്രാകൃതമായ രീതിയിൽ എന്റെ നിരാഹാരം പൊളിക്കാനായിരുന്നു സൂപ്രണ്ടിന്റെ തീരുമാനം. എന്നാൽ ഞാൻ നിരാഹാരം നിർത്തിയില്ല. അടുത്ത ദിവസം ക്ലോസ്ഡ് പ്രിസണിലുള്ളവരും നിരാഹാരം തുടങ്ങി. അവരെയും നിർബന്ധിച്ചു കഞ്ഞികുടിപ്പിക്കാനുള്ള ശ്രമം നടത്തിനോക്കി. പിന്നീട് മർദിച്ച് മറ്റൊരു ബ്ലോക്കിലേക്കു മാറ്റി.

അടുത്ത ദിവസം സൂപ്രണ്ട് കാണാൻ വന്നു. വായിക്കാനും എഴുതാനുമുള്ള സൗകര്യങ്ങൾ അനുവദിച്ചിട്ടുണ്ടെന്നും സെല്ലിൽ നിന്നു മാറ്റുന്ന കാര്യം ഇപ്പോൾ തീരുമാനിക്കാൻ പറ്റില്ലെന്നും പറഞ്ഞു. കോടതിയിൽ കൊണ്ടുപോകുമ്പോൾ രക്ഷപ്പെടാൻ ശ്രമിച്ചത് ജയിൽ ചാട്ടത്തിനു തുല്യമായ കേസാണെന്നും അതുകൊണ്ടാണ് വധശിക്ഷക്കാരുടെ ബ്ലോക്കിലേക്കു മാറ്റിയതെന്നും സൂപ്രണ്ട് പറഞ്ഞു. ചട്ടംലംഘിച്ച് തനിക്കൊന്നും ചെയ്യാൻ കഴിയില്ലെന്നും അദ്ദേഹം പറഞ്ഞു. മറ്റു തടവുകാരോടു ചോദിച്ച് ഞാൻ നിരാഹാര സമരം അവസാനിപ്പിച്ചു. അടുത്ത ദിവസം മുതൽ പത്രവാരികകളും പുസ്തകങ്ങളും ലഭിച്ചു തുടങ്ങി. ഞങ്ങളുടെ ഡയറിയും പേനയും ലഭിച്ചു. പത്രങ്ങൾ കിട്ടാൻ തുടങ്ങിയതോടെ പുറത്തെ രാഷ്ട്രീയ മാറ്റം മനസ്സിലായി. കോൺഗ്രസിനെതിരെ അഖിലേന്ത്യാടിസ്ഥാനത്തിൽ ജയപ്രകാശ് നാരായണന്റെ നേതൃത്വത്തിൽ ജനതാപാർട്ടി രൂപീകരിച്ചതായിരുന്നു പ്രധാന സംഭവം. മൊറാർജി ദേശായിയുടെ സംഘടനാ കോൺഗ്രസ്, വാജ്പേയിയും അഡ്വാനിയും നയിക്കുന്ന ജനസംഘം, ജോർജ് ഫെർണാണ്ടസെല്ലാം നയിക്കുന്ന സോഷ്യലിസ്റ്റ് പാർട്ടി, ചരൺസിങ്ങിന്റെ ഭാരതീയ ലോക്ദൾ തുടങ്ങിയ പ്രമുഖ പാർട്ടികളൊക്കെ ചേർന്നുകൊണ്ടാണ് ജനതാ പാർട്ടി രൂപീകരിച്ചത്. ജയപ്രകാശ് നാരായണനായിരുന്നു പാർട്ടിയുടെ എല്ലാമെല്ലാം. എന്നാൽ അദ്ദേഹം സ്ഥാനമാനമൊന്നും സ്വീകരിച്ചിരുന്നില്ല. സിപിഎം, ഡിഎംകെ, അകാലിദൾ എന്നിവയും പ്രാദേശിക പാർട്ടികളൊക്കെ പുറത്തുനിന്നു പിന്തുണ നൽകിയിരുന്നു. ഫെബ്രുവരി 10ന് ഔപചാരികമായി തിരഞ്ഞെടുപ്പു പ്രഖ്യാപനം വന്നു. മാർച്ച് 16ന് തിരഞ്ഞെടുപ്പു നടത്താനായിരുന്നു തീരുമാനം. മാർച്ച് 16നു തന്നെ തിരഞ്ഞെടുപ്പു നടന്നു. 18ന് ആയിരുന്നു ഫലം. രാവിലെ ഡ്യൂട്ടിക്ക് എത്തിയ വാർഡർ പറഞ്ഞത് അമ്മയും മകനും തോറ്റു എന്നായിരുന്നു. ഇന്ദിരാഗാന്ധിയുടെയും സഞ്ജയ്ഗാന്ധിയുടെയും പരാജയത്തെക്കുറിച്ചായിരുന്നു വാർഡർ പറഞ്ഞത്. കേരള നിയമസഭയിലേക്കു നടന്ന തിരഞ്ഞെടുപ്പിൽ കോൺഗ്രസ്-സിപിഐ സഖ്യം നല്ല ഭൂരിപക്ഷത്തോടെ ജയിച്ചു. അഖിലേന്ത്യാ അടിസ്ഥാനത്തിൽ കോൺഗ്രസ് നാമാവശേഷമായപ്പോൾ കേരളത്തിൽ ഫലം നേരെ തിരിച്ചായിരുന്നു.

റായ്ബറേലിയിൽ രാജ്നാരായണൻ ഇന്ദിരാഗാന്ധിയെ തോല്പിച്ചു. 1971ൽ 350 സീറ്റോടെ അധികാരത്തിൽ കയറിയ കോൺഗ്രസ് 77ൽ 153 സീറ്റിലേക്കു മൂക്കുകുത്തി. ജനതാപാർട്ടിക്ക് ഒറ്റയ്ക്കു 271 സീറ്റ് കിട്ടി. മാർച്ച് 21ന് ഇന്ദിരാഗാന്ധി തന്നെ ആഭ്യന്തര അടിയന്തരാവസ്ഥ പിൻവലിച്ചു. മാർച്ച് 24ന് മൊറാർജി ദേശായി പ്രധാനമന്ത്രിയായി ചുമതലയേറ്റു. ആർഎസ്എസ്സ് മുതൽ നക്സലൈറ്റുകൾ വരെയുള്ള സംഘടനകളുടെ നിരോധനം പിൻവലിച്ചു. 1971ൽ ബംഗ്ലാദേശ് യുദ്ധകാലത്ത് നടപ്പാക്കിയ അടിയന്തരാവസ്ഥയും അദ്ദേഹം പിൻവലിച്ചു. മിസ തടവുകാരെയും സാമ്പത്തിക കുറ്റവാളികളെയും വിട്ടയയ്ക്കാൻ തീരുമാനിച്ചു. മിസക്കാരല്ലാത്ത നക്സലൈറ്റുകളുടെ കാര്യത്തിൽ തീരുമാനമൊന്നുമുണ്ടായില്ല.

വാസുവേട്ടൻ, സിവിക് ചന്ദ്രൻ തുടങ്ങിയ നൂറിലേറെപേർ ക്ലോസ്ഡ് പ്രിസണിൽ നിന്നു പുറത്തിറങ്ങി. കുറച്ചു ദിവസത്തിനു ശേഷം കണ്ടംഡ് സെല്ലിൽ നിന്നു ഞങ്ങളെ ക്ലോസ്ഡ് പ്രിസണിലേക്കു മാറ്റി. ആദ്യകാല കേസുകളിൽ ശിക്ഷിക്കപ്പെട്ടവർ മാത്രമേ അവിടെയുണ്ടായിരുന്നുള്ളൂ. പുതിയ കേസുകളിൽപെട്ട ഞങ്ങളെ പകൽ തുറന്നുവിടുന്ന അവസ്ഥയായി. രാവിലെ ആറുമുതൽ വൈകിട്ട് ആറുവരെ മുറിക്കുള്ളിൽ കഴിയേണ്ടതില്ല. ക്ലാസുകളും ചർച്ചകളുമായി എല്ലാവരും സജീവമായി. അടിയന്തരാവസ്ഥ പിൻവലിച്ചതുകൊണ്ടുണ്ടായ ഏക നേട്ടം അതായിരുന്നു. പുൽപ്പള്ളി കേസിലെ തേറ്റമല കൃഷ്ണൻകുട്ടി, കോങ്ങാട് കേസിലെ മുണ്ടൂർ രാവുണ്ണി എന്നിവരുമായൊക്കെ നല്ല സൗഹാർദത്തിലായി. പഴയ പ്രവർത്തകരും പുതിയവരും തമ്മിൽ നല്ലൊരു ബന്ധം നിലവിൽ വന്നു.

കോടതിയിൽ ഹാജരാക്കാൻ കൊണ്ടുപോകുമ്പോൾ വണ്ടിയിലെ യാത്ര പഴയതുപോലെയായി. നീണ്ട ചങ്ങല ഒഴിവായി. വാഹനത്തിൽ മുദ്രാവാക്യം വിളിക്ക് ശക്തിയേറിയിരുന്നു. ക്രൈംബ്രാഞ്ച് ക്യാംപിലെ മർദനങ്ങളെക്കുറിച്ചു വിവരങ്ങൾ പുറത്തുവരാൻ തുടങ്ങിയിരുന്നു. സിവിക് ചന്ദ്രൻ ഒറ്റയ്ക്കു മുൻകൈയെടുത്ത് തടവറക്കവിതകൾ എന്ന പുസ്തകം പ്രസിദ്ധീകരിച്ചു. തിരുവനന്തപുരം, തൃശൂർ, കണ്ണൂർ ജയിലിൽ കിടന്നിരുന്നവർ അവിടെവച്ച് എഴുതിയ കവിതകളാണ് തടവറക്കവിതകൾ എന്ന പുസ്തകത്തിൽ ഉണ്ടായിരുന്നത്. അതോടെ സാംസ്കാരിക രംഗത്ത് പുത്തൻ ഉണർവു പ്രത്യക്ഷപ്പെടാൻ തുടങ്ങി.

ജയിലിൽ എല്ലാതരം പുസ്തകങ്ങളും പ്രസിദ്ധീകരണങ്ങളും ലഭിക്കാൻ തുടങ്ങി. ചൈനയിൽ നിന്നും അൽബേനിയയിൽ നിന്നുമുള്ള പ്രസിദ്ധീകരണങ്ങളും കനഡയിലെ ഹിന്ദുസ്ഥാൻ ഗദ്ദർ പാർട്ടിയുടെ പീപ്പിൾസ് കനഡ ഡെയ്‌ലി ന്യൂസുമെല്ലാം കൃത്യമായി കിട്ടും.

കായണ്ണ കേസ് വിധി വന്നപ്പോൾ പ്രതികളെല്ലാവരെയും വെറുതെ വിട്ടു. വിധി ഞങ്ങൾക്കനുകൂലമാകുമെന്നുറപ്പായിരുന്നു. ഇരുപതു പ്രതികളിൽ പതിമ്മൂന്നുപേർ പുറത്തിറങ്ങി. ഞങ്ങൾ ഏഴു പേർ മാത്രമായി ജയിലിൽ. ഞങ്ങൾക്ക് എറണാകുളത്തും ആലപ്പുഴയിലുമെല്ലാം കേസുണ്ടായിരുന്നു. പുറത്തിറങ്ങിയ സോമശേഖരനോടും മുരളി കണ്ണമ്പള്ളിയോടും പാർട്ടി പുനഃസംഘടനാ പ്രവർത്തനത്തെക്കുറിച്ച് ഞങ്ങൾക്കു വിവരം തരാൻ ഏർപ്പാടാക്കിയിരുന്നു. സോമശേഖരനും സുഹൃത്തുക്കളും മുൻകൈ എടുത്ത് പാർട്ടി പുനഃസംഘടിപ്പിക്കാൻ തുടങ്ങി. അങ്ങനെയാണ് കോഴിക്കോട് ടൗൺഹാളിൽ പൊതുയോഗം സംഘടിപ്പിക്കുന്നത്. നക്സലൈറ്റ് പ്രവർത്തനത്തെക്കുറിച്ച് വാസുവേട്ടനായിരുന്നു മറുപടി പറഞ്ഞിരുന്നത്. ഇതുപോലെയുള്ള പൊതുയോഗം എല്ലായിടത്തും നടത്താൻ പ്രവർത്തകർ ആവശ്യപ്പെട്ടിരുന്നു. രാജൻ കേസിന്റെയും പൊലീസ് ക്യാംപിലെ ക്രൂരമർദനങ്ങളും പുറത്തുവന്ന സാഹചര്യത്തിൽ അനുകൂലമായ അന്തരീക്ഷമായിരുന്നു കേരളത്തിലുടനീളം ഉണ്ടായിരുന്നത്. എന്നാൽ പൊതുയോഗങ്ങളോ പരസ്യ പ്രവർത്തനങ്ങളോ നടത്താൻ

പാടില്ലെന്നായിരുന്നു പുതിയ സംസ്ഥാന കമ്മിറ്റിയുടെ തീരുമാനം. തിരുത്തൽവാദപരമായ ഇത്തരം പ്രവർത്തനങ്ങളിൽ ഏർപ്പെടരുതെന്ന് അവർ സർക്കുലർ ഇറക്കി.

അടിയന്തരാവസ്ഥക്കാലത്തെ പ്രവർത്തനങ്ങളെ സ്വയം വിമർശന ത്തിനു വിധേയമാക്കി, ഭാവി പ്രവർത്തനങ്ങൾക്കു മാർഗനിർദേശം നൽകു ന്നൊരു രേഖ ഞങ്ങൾ തയാറാക്കിക്കൊടുത്തിരുന്നു. എന്നാൽ അത് തിരുത്തൽവാദരേഖയാണെന്നു വിലയിരുത്തി, പഴയ വരട്ടുവാദ നിലപാടു കൾ ആവർത്തിച്ചു പ്രഖ്യാപിക്കുന്ന ബദൽ അവർ തയാറാക്കിയിരുന്നു. ഇക്കാര്യമൊന്നും സോമശേഖരനോ മുരളിയോ ഞങ്ങളെ അറിയിച്ചില്ല. പുറത്തുനിന്നുള്ള വേറെപ്രവർത്തകർ അതിന്റെ പകർപ്പ് അയച്ചുതരിക യായിരുന്നു. ഈ സമയത്ത് കെ.എൻ. രാമചന്ദ്രനു ജാമ്യം ലഭിച്ചിരുന്നു. കൃഷ്ണയ്യർ ജയിൽ സന്ദർശിച്ചതിനു ശേഷമാണ് സുപ്രീം കോടതിയിൽ നിന്നു ജാമ്യം ലഭിച്ചത്. പാർട്ടി ചട്ടപ്രകാരം ജാമ്യത്തിലിറങ്ങിയ ആൾക്ക് പാർട്ടി കമ്മിറ്റികളിൽ പങ്കെടുക്കാൻ പറ്റില്ല. അതുകൊണ്ടു തന്നെ സംസ്ഥാന കമ്മിറ്റി തീരുമാനങ്ങളിൽ രാമചന്ദ്രനു പങ്കൊന്നുമില്ലായിരുന്നു. ഞങ്ങളുടെ അഭിപ്രായങ്ങൾ അവരെ അറിയിക്കുക മാത്രമേ ചെയ്യാൻ കഴിയുമായിരുന്നുള്ളൂ. എങ്കിലും മധ്യവർത്തി നയമാണ് രാമചന്ദ്രൻ സ്വീകരിച്ചിരുന്നത്. ഞങ്ങളുടെ എല്ലാ അഭിപ്രായങ്ങളും അവിടെ അറി യിക്കില്ല, അവിടുത്തേത് ഞങ്ങളെയും. രാമചന്ദ്രന്റെ നേതൃത്വത്തിൽ കോമ്രേഡ് പ്രസിദ്ധീകരിക്കാൻ തുടങ്ങി. സംസ്ഥാന കമ്മിറ്റിയുടെ നിയന്ത്ര ണത്തിനു വിധേയമായിട്ടാണ് അതു പ്രസിദ്ധീകരിച്ചുകൊണ്ടിരുന്നത്. ജയിലിൽ നിന്നുള്ള ഞങ്ങളുടെ നിലപാടുകളും അതിൽ പ്രസിദ്ധീകരി ച്ചിരുന്നു. ചൈനയിലെ സംഭവങ്ങൾ ഇവിടെ പ്രവർത്തകർക്കിടയിൽ ആശയക്കുഴപ്പമുണ്ടാക്കിയിരുന്നു. അൽബേനിയൻ പാതയാണു സ്വീകരി ക്കേണ്ടതെന്ന നിലാപാടും ചിലർക്കിടയിൽ ഉണ്ടായിരുന്നു. അതിനെ യെല്ലാം ഖണ്ഡിച്ചുകൊണ്ട് ആറു ലക്കങ്ങളിലായി ഞാൻ കോമ്രേഡിൽ എഴുതി.

ഞങ്ങളുടെ മറ്റു കേസുകളെല്ലാം അന്തിമതീർപ്പിലേക്കു നീങ്ങുകയാ യിരുന്നു. കോടതിയിൽ വിശ്വാസമില്ലാത്തതുകൊണ്ട് ഒരു കേസിനും ഞങ്ങളാരും അഭിഭാഷകനെ വച്ചിരുന്നില്ല. പുനലൂർ കേസിൽ രാമചന്ദ്രൻ ആയിരുന്നു പ്രധാന പ്രതി. കേസ് വാദിച്ചിരുന്നത് രാമചന്ദ്രൻ തന്നെയാ യിരുന്നു. കോൺഗ്രസ് നേതാവായിരുന്ന പത്മരാജൻ ആയിരുന്നു പ്രോസി ക്യൂഷനു വേണ്ടി ഹാജരായിരുന്നത്. ഈ കേസും നിരുപാധികം വിട്ട യയ്ക്കുകയായിരുന്നു.

അവശേഷിക്കുന്നവയിൽ കുമ്പളം കേസ് ആയിരുന്നു പ്രധാനം. എറണാകുളം സ്പെഷൽ കോടതിയിൽ വിചാരണ നടക്കുന്നതിനിടെ ഹൈക്കോടതി ഉത്തരവു പ്രകാരം പാലക്കാട്ടേക്കു മാറ്റിയിരുന്നു. ഈ കേസിൽ ജീവപര്യന്തം തടവ് കിട്ടുമെന്ന പ്രതീക്ഷയിലായിരുന്നു ഞങ്ങൾ. കാരണം കൊല്ലപ്പെട്ട ആളുടെ ബന്ധുക്കളായിരുന്നു ദൃക്സാക്ഷികൾ.

അവർ കൂറുമാറുന്ന പ്രശ്നമുണ്ടായിരുന്നില്ല. കോടതി പരിസരത്ത് വലിയൊരു ആൾക്കൂട്ടവും പൊലീസുമെല്ലാം ഉണ്ടായിരുന്നു. കേസിനാസ്പദമായ സംഭവം നടന്ന സ്ഥലം ആ കോടതിയുടെ നിയമാധികാര പരിധിയിൽ വരാത്തതിനാൽ കേസ് നിലനിൽക്കുന്നതല്ലെന്നും എല്ലാ പ്രതികളെയും നിരുപാധികം വിട്ടയയ്ക്കുന്നുവെന്നുമായിരുന്നു ജഡ്ജി ആന്റണിയുടെ വിധി. അപ്രതീക്ഷിതമായിരുന്നു ഈ വിധി.

പൊലീസ് കസ്റ്റഡിയിൽ നിന്നു രക്ഷപ്പെടാൻ ശ്രമിച്ചതിന്റെ കേസ് മഞ്ചേരി കോടതിയിലായിരുന്നു. രാമചന്ദ്രൻ മാത്രമാണ് കേസ് വാദിച്ചത്. പൊലീസുകാരുടെ മൊഴിയിലെ വൈരുദ്ധ്യം ഞങ്ങൾക്കു ഗുണമായി. ആ കേസും വെറുതെ വിട്ടു. മാനന്തവാടിയിലെ മണി ആക്ഷന്റെ കേസ് ആണ് ബാക്കിയുള്ളത്. അതു തലശ്ശേരി സെഷൻസ് കോടതിയിൽ ആയിരുന്നു. ആ കേസിലും ശിക്ഷിക്കാൻ സാധ്യതയുണ്ടെന്നായിരുന്നു ഞങ്ങളുടെ കണക്കുകൂട്ടൽ. എന്നാൽ അടിയന്തരാവസ്ഥ സൃഷ്ടിച്ച പൊതുസാഹചര്യം അനുകൂലമായി. 1979 ജൂലൈ 29ന് കേസിന്റെ വിധി വന്നു. എല്ലാവരെയും നിരുപാധികം വിട്ടയച്ചു. ജോയി ഒഴികെ ബാക്കിയെല്ലാവരും ജയിൽ മോചിതരായി. കരുനാഗപ്പള്ളിയിൽ കേസുണ്ടായതിനാൽ ജോയി മാത്രം പുറത്തിറങ്ങിയില്ല. (പിന്നീട് ഈ കേസിൽ ജോയിയെയും വെറുതെവിട്ടു). മൂന്നവർഷത്തെ ജയിൽവാസത്തിനു ശേഷം ഞാൻ പുറത്തിറങ്ങി. 1975ൽ ജയിലിൽ നിന്നു പുറത്തിറങ്ങുമ്പോഴുള്ള സാഹചര്യമായിരുന്നില്ല അന്നേരം. പരസ്യമായ പ്രവർത്തനം നടത്താൻ തീരുമാനിച്ചതോടെ കൂടുതൽ പേർ പാർട്ടിയിൽ എത്തിയിരുന്നു. സാംസ്കാരിക രംഗത്താണ് ഏറെപ്പേർ സജീവമായിരുന്നത്. കോഴിക്കോട് പൊറ്റമ്മലിൽ വാസുവേട്ടൻ വർഗീസ് സ്മാരക ബുക്സ്റ്റാൾ ആരംഭിച്ചിരുന്നു. ആ ബുക്സ്റ്റാൾ ആയിരുന്നു കോഴിക്കോട്ടെ കേന്ദ്രം.

കെ.ജെ. ബേബിയുടെ നാടുഗദ്ദിക, മധുമാസ്റ്ററുടെ സ്പാർട്ടക്കസ്, അമ്മ നാടകങ്ങൾ എന്നിവ സാംസ്കാരിക രംഗത്തു പുത്തൻ ഊർജം നൽകി. തൃശൂരിലെ പ്രേരണ മാസികയും സാംസ്കാരിക രംഗത്തെ ആശയ സംവാദത്തിന്റെ വേദിയാക്കിക്കൊണ്ടിരുന്നു. ജനകീയ സാംസ്കാരിക വേദി എന്ന പേരിൽ സംസ്ഥാനാടിസ്ഥാനത്തിൽ സംഘടന രൂപീകരിക്കാൻ തീരുമാനമായി. പാർട്ടിയുടെ സംഘടനാപരമായ ആധിപത്യം ഇല്ലാതെ പ്രവർത്തിക്കാവുന്ന രീതിയിലായിരുന്നു ജനകീയ സാംസ്കാരികവേദിയുടെ രൂപീകരണം.

പരസ്യപ്രവർത്തനവും ബഹുജന പ്രവർത്തനങ്ങളും ഏറ്റെടുക്കാൻ പാർട്ടി തീരുമാനിച്ചതോടെ സംസ്ഥാനത്തെ പലയിടങ്ങളും അത്തരത്തിലുള്ള പ്രവർത്തനം ശക്തിപ്പെട്ടു. കൊടുങ്ങല്ലൂരിലെ അലൂമിനിയം ഫാക്ടറി അടച്ചുപൂട്ടിയപ്പോൾ തൊഴിലാളികൾക്കു നഷ്ടപരിഹാരം വാങ്ങിക്കൊടുപ്പിക്കാൻ പാർട്ടിക്കു സാധിച്ചു. എല്ലാ രാഷ്ട്രീയപാർട്ടികളുടെയും തൊഴിലാളി യൂണിയനുകൾ ഇടപെട്ടിട്ടും നടക്കാത്ത കാര്യമാണ് പാർട്ടിക്കു സാധിച്ചത്. ഒളിച്ചിരുന്നു ഭീകര പ്രവർത്തനം നടത്തുന്നവരാണ്

നക്സലൈറ്റുകൾ എന്ന പ്രതിച്ഛായ മാറികിട്ടി. രാഷ്ട്രീയപരമായി ഇത്തരം മുന്നേറ്റങ്ങൾ പാർട്ടി നടത്തിക്കൊണ്ടിരിക്കെ മറുഭാഗത്ത് സാംസ്കാരിക വേദിയും സജീവമായ പ്രവർത്തനത്തിലേക്ക് ഉയർന്നുവന്നു. ഇങ്ങനെ എല്ലാരംഗത്തും പുത്തൻ ഉണർവുണ്ടാകുന്ന സമയത്താണ് എനിക്കു വീണ്ടും ഒളിവിൽ പോകേണ്ടിവന്നത്. അതാകട്ടെ തെറ്റായിപ്പോയെന്നു പിന്നീട് തോന്നിയിട്ടുണ്ട്.

പാലക്കാട് വച്ച് സ്പെഷൽ ജഡ്ജ് ആന്റണി വെറുതെ വിട്ട കുമ്പളം കേസ് വീണ്ടും വിചാരണ ചെയ്യാൻ ഹൈക്കോടതി ഉത്തരവിട്ടതോടെയാണ് വീണ്ടും ഒളിവിൽ പോകേണ്ടിവന്നത്. എല്ലാ പ്രതികളെയും അറസ്റ്റ് ചെയ്യാനും ഉത്തരവുണ്ടായിരുന്നു. ഒരുപ്രവാവശ്യം വിചാരണ കഴിയുകയും വെറുതെവിടുകയും ചെയ്ത കേസായതുകൊണ്ട് ജാമ്യം കിട്ടാൻ എളുപ്പമായിരുന്നു. പക്ഷേ, പ്രധാന പ്രവർത്തകരെല്ലാം ഒളിവിൽപോകാനായിരുന്നു പാർട്ടി തീരുമാനം. വിപ്ലവ പാർട്ടിയുടെ സംഘടനാപരമായ ഉത്തരവാദിത്വങ്ങൾ വഹിക്കുന്നവർ പൊലീസിനും കോടതിക്കും കീഴ്പ്പെട്ട് ജാമ്യത്തിൽ നിൽക്കുന്നത് ആ സംഘടനയെ വിപ്ലവപാർട്ടിയല്ലാതാക്കും എന്നതായിരുന്നു ഞാനടക്കമുള്ള നേതൃത്വത്തിന്റെ വിശ്വാസം. അന്ന് ജാമ്യമെടുത്ത് പരസ്യപ്രവർത്തന രംഗത്ത് തുടരാമായിരുന്നിട്ടും ഒളിവിൽ പോകുകയല്ലാതെ മാർഗമില്ലെന്നായിരുന്നു കരുതിയത്. അടിയന്തരാവസ്ഥയ്ക്കു മുൻപുള്ള പൊലീസിന്റെ സമീപനം അറിയുന്നതുകൊണ്ടായാണ് പ്രധാനപ്രവർത്തകർ പൊലീസ് പിടിയിലാകാതിരിക്കാൻ ഒളിവിൽപോകാൻ തീരുമാനിച്ചത്.

ഒളിവിൽപോയെങ്കിലും പാർട്ടിയോഗങ്ങളിലും ചർച്ചകളിലുമെല്ലാം ഞാൻ സജീവമായി പങ്കെടുത്തിരുന്നു. വയനാട് ജില്ലയിലെ വാളാട് നടന്ന സംസ്ഥാന സമ്മേളനത്തിൽ പങ്കെടുത്തു. രഹസ്യവാദത്തെ പരാജയപ്പെടുത്തി വിപ്ലവപരമായ ബഹുജനലൈൻ ആധിപത്യം നേടിയ സമ്മേളനമായിരുന്നു 1981 ജനുവരിയിൽ നടന്നത്. 1981 ഫെബ്രുവരി 19ന് കടുക്കച്ചോട് ലൈബ്രറി ഉദ്ഘാടനം നടത്തിയതും വലിയൊരു സംഭവമായിരുന്നു. ഒളിവിൽപോയ ഞാൻ ലൈബ്രറി ഉദ്ഘാടനം നടത്തി പ്രസംഗിക്കുന്ന ചിത്രം മാതൃഭൂമി പത്രത്തിൽ അച്ചടിച്ചുവന്നു. പൊലീസിനു ചീത്തപ്പേരുണ്ടാക്കിയ ആ സംഭവം അസംബ്ലിയിൽ വരെ ചർച്ചയായി. പത്രങ്ങൾ നക്സലൈറ്റുകൾക്ക് അമിത പ്രാധാന്യം നൽകുന്നു എന്നായിരുന്നു അന്നത്തെ മുഖ്യമന്ത്രിയായ നായനാർ ആരോപിച്ചത്.

ഒളിവിൽ കഴിയുമ്പോഴാണ് എന്റെ വിവാഹം നടന്നതും. ഭീകരവാദ പ്രവർത്തനത്തിൽ നിന്നു ജനകീയപ്രവർത്തന ശൈലിയിലേക്കു വരുന്നതുവരെ വിവാഹത്തെക്കുറിച്ചുള്ള ചിന്ത പൂർണമായും ഉപേക്ഷിച്ചതായിരുന്നു. എന്നാൽ ജനകീയ വിപ്ലവപ്രവർത്തനം സാധ്യമാണെന്ന് പ്രായോഗിക തലത്തിൽ തെളിഞ്ഞതോടെ വിവാഹജീവിതം ആവാമെന്ന് പാർട്ടി പ്രവർത്തകർ ചിന്തിക്കാൻ തുടങ്ങി. എനിക്കന്ന് മുപ്പത്തഞ്ചു കഴിഞ്ഞിരുന്നു. വ്യത്യസ്ത ജാതിയിലുള്ള തൊഴിലാളിയായ ഒരാളെയാണ്

ഞാൻ വിവാഹം കഴിക്കാൻ ആഗ്രഹിച്ചത്. എന്റെ സങ്കല്പം ഞാൻ മറ്റുള്ളവരോടു പറഞ്ഞിരുന്നു. ഭരതേട്ടനായിരുന്നു വിവാഹത്തിനു മുൻകൈ എടുത്തത്. അന്തിക്കാടിനടുത്തുള്ള കരിക്കൊടി കയർ സഹകരണ സംഘത്തിലെ തൊഴിലാളിയായ മണിയെക്കുറിച്ച് ഭരതേട്ടനാണ് എന്നോടു പറഞ്ഞത്. അന്ന് കരിക്കൊടി കയർ സഹകരണ സംഘത്തിൽ തൊഴിൽ സമരം നടക്കുന്ന കാലമാണ്. മണിയുടെ വീടായിരുന്നു സമരത്തിന്റെ കേന്ദ്രം. മണിയുടെ അച്ഛൻ കന്നമ്പുള്ളി ശങ്കരൻ ആദ്യകാല കമ്യൂണിസ്റ്റ് പ്രവർത്തകനായിരുന്നു.

വിവാഹകാര്യം മണിയോടു സംസാരിച്ചു. തൊഴിലാളി സ്ത്രീയുടെ പരുക്കൻ സ്വഭാവവും തന്റേടവുമായിരുന്നു മണിക്കുണ്ടായിരുന്നത്. മണിയെ വിവാഹം കഴിക്കാനുള്ള തീരുമാനം പാർട്ടി കമ്മിറ്റിയിൽ അറിയിച്ചു. എന്റെ തീരുമാനം യാന്ത്രികമാണെന്നായിരുന്നു ചിലരുടെ വിമർശനം. തൊഴിലാളി വർഗ ലൈൻ നടപ്പാക്കുന്നതിനു വേണ്ടിയാണ് വിദ്യാഭ്യാസമോ ബൗദ്ധികജീവിതമോ ഇല്ലാത്ത സ്ത്രീയെ ഞാൻ തിരഞ്ഞെടുത്തതെന്നായിരുന്നു വിമർശനം. സംസ്ഥാന കമ്മിറ്റി തീരുമാനപ്രകാരം മാർച്ച് 22ന് വിവാഹം നിശ്ചയിച്ചു. അത്യാവശ്യം വേണ്ടപ്പെട്ടവരെ അറിയിച്ച്, പൊലീസിനു വിവരമൊന്നും ലഭിക്കാതെ വിവാഹം സംഘടിപ്പിക്കാനുള്ള ചുമതല തൃശൂർ ജില്ലാ കമ്മിറ്റിയിലെ രവിയെ പാർട്ടി ചുമതലപ്പെടുത്തി.

മണിയുടെ വീട്ടിൽ വച്ചായിരുന്നു വിവാഹം. സുഹൃത്തുക്കൾ ചെമ്പരത്തിപ്പൂവും തുളസിയിലയും കൊണ്ടുണ്ടാക്കിയ മാല തന്നു. എല്ലാവരും വട്ടമിട്ടിരുന്ന് ചെറിയൊരു യോഗം ചേർന്നു. പാർട്ടി പ്രതിനിധിയായി ഭാസുരേന്ദ്രബാബു സംസാരിച്ചു. അധികം ആളുകളൊന്നുമുണ്ടായില്ല. തുടർന്ന് ചെറിയൊരു സദ്യ. വിവാഹം കഴിഞ്ഞ ഉടൻ തന്നെ രണ്ടുപേരെയും തോണിയിൽ കയറ്റി കായലിനക്കരെ എത്തിച്ചു. അവിടെനിന്ന് കാറിൽ ഗുരുവായൂരിലെ പാർട്ടി അനുഭാവിയുടെ വീട്ടിലെത്തി. അവിടെയായിരുന്നു ഞങ്ങൾ ആദ്യരാത്രി അന്തിയുറങ്ങിയത്. അടുത്ത ദിവസം ബാംഗ്ലൂരിലേക്കു പുറപ്പെട്ടു. നാലഞ്ചുദിവസം അവിടെ തങ്ങി. മണിയെ അവിടെ നിർത്തി ഞാൻ ബോംബെയിൽ പാർട്ടി യോഗത്തിൽ പങ്കെടുക്കാൻ പോയി. പാർട്ടി പ്രവർത്തനവുമായി ദേശീയതലത്തിലേക്ക് ഞാൻ നീങ്ങിയെങ്കിലും അധികകാലം തുടരാനായില്ല. പിന്നീട് പാർട്ടി വിടേണ്ട സാഹചര്യം വന്നു. 1996ലെ നിയമസഭാ തിരഞ്ഞെടുപ്പിൽ ഞാൻ ഗൗരിയമ്മയുടെ ജെ.എസ്എസിന്റെ സ്ഥാനാർഥിയായി മൽസരിച്ചു. ഏറെ വിമർശനം ഏൽക്കേണ്ടി വന്നെങ്കിലും പാർലമെന്ററി പാതയിലേക്കുള്ള എന്റെ തീരുമാനം ശരിയാണെന്നു തന്നെയാണ് ഞാനിപ്പോഴും വിശ്വസിക്കുന്നത്.

പിന്നീട് ജെ.എസ്.എസുമായുള്ള ബന്ധം ഉപേക്ഷിച്ചു. ഇപ്പോൾ ആം ആദ്മി പാർട്ടിയുടെ നേതൃത്വത്തിലുള്ളവർ വിളിക്കാറുണ്ടെങ്കിലും ഞാൻ ഒരു രാഷ്ട്രീയ പാർട്ടിയിലും ചേരേണ്ടെന്നു തീരുമാനിച്ചിരിക്കുകയാണ്. കുറേ എഴുതാൻ ബാക്കിയുണ്ട്. അതിന്റെ തിരക്കിലാണിപ്പോൾ.

രണ്ട്

ഡാൽമിയയുടെ വധശ്രമം

കെ.എൻ. രാമചന്ദ്രൻ

തളിയോലപ്പറമ്പ് ഗവ. സ്കൂളിൽ പഠിക്കുന്ന സമയത്തു തന്നെ വിദ്യാർഥി രാഷ്ട്രീയത്തിൽ ഞാൻ സജീവമായിരുന്നു. പിന്നീട് ആലപ്പുഴ എസ്ബി കോളജിലെത്തിയപ്പോൾ എഐഎസ്എഫിന്റെ നേതൃത്വത്തിലെത്തി. ഇതേ കോളജിലായിരുന്നു വയലാർ രവിയും പഠിച്ചിരുന്നത്. യൂണിയൻ തിരഞ്ഞെടുപ്പിൽ കെഎസ്‌യു സ്ഥാനാർഥിയായിരുന്ന രവിയെ ഞാൻ പരാജയപ്പെടുത്തി. തിരുവനന്തപുരം എൻജിനീയറിങ് കോളജിലെത്തിയതോടെ രാഷ്ട്രീയ പ്രവർത്തനം കൂടുതൽ ആവേശം നിറഞ്ഞതായി. 1961ൽ കോളജ് യൂണിയൻ ചെയർമാനായി ഞാൻ വിജയിച്ചു.

ഇഎംഎസ് സർക്കാർ ആദ്യമായി അധികാരത്തിലേൽക്കുന്ന സമയത്താണ് തിരുവനന്തപുരത്തെത്തുന്നത്. വിദ്യാർഥി-യുവജന പ്രസ്ഥാന നേതൃത്വത്തിൽ ഞങ്ങൾ ശക്തരായൊരു വിഭാഗം തലസ്ഥാനത്തുണ്ടായിരുന്നു. ഗവർണറുടെ നയപ്രഖ്യാപന സമയത്ത് പാർട്ടി ലൈനുമായി ഞങ്ങൾക്കുള്ള അഭിപ്രായ വ്യത്യാസം തുറന്നുപറയേണ്ടി വന്നു. ഇഎംഎസ് സർക്കാറിന്റെ നയപ്രഖ്യാപനം നടത്തുമ്പോൾ എന്റെ മന്ത്രിസഭ എന്നാണ് ഗവർണർ പറഞ്ഞത്. അസംബ്ലിയിൽ ഞങ്ങളെല്ലാം ബഹളമുണ്ടാക്കി. വാച്ച് ആൻഡ് വാർഡർ വന്നു ഞങ്ങളെ പുറത്താക്കി. കാട്ടായിക്കോണം ശ്രീധരനാണ് അന്നത്തെ ജില്ലാ സെക്രട്ടറി. ഞങ്ങൾ അദ്ദേഹത്തെ എതിർപ്പ് അറിയിച്ചു. ഇഎംഎസ് ലൈൻ കമ്യൂണിസ്റ്റ് വിരുദ്ധമാണെന്ന് ഞങ്ങൾ തുറന്നുപറഞ്ഞു. പിന്നീട് വിമോചനസമരം വരുമ്പോഴേക്കും ഞങ്ങളുടെ എതിർപ്പും ശക്തമായിരുന്നു. പാർട്ടിയുടെ ലൈൻ തെറ്റിയെന്നു ബോധ്യമായതോടെ ഞാൻ തലസ്ഥാനം വിടാൻ തീരുമാനിച്ചു. എൻജിനീയറിങ് കഴിഞ്ഞ് ഞാൻ പൊതുമരാമത്ത് വകുപ്പിൽ എൻജിനീയറായി ചേർന്നു. പിന്നീട് നെയ്‌വേലി ലിഗ്നൈറ്റ് കോർപ്പറേഷനിലേക്കു പോയി. അവിടെ നിന്ന് ബോർഡർ കൺട്രോൾ കൺസ്ട്രക്ഷനിൽ ചേർന്ന് ഭൂട്ടാൻ അതിർത്തിയിലേക്കു പോയി.

നക്സൽ ചരിതം –
അടിയന്തരാവസ്ഥയ്ക്കു ശേഷം

പാർട്ടി പിളർന്നപ്പോൾ ഞാൻ സിപിഎമ്മിന്റെ കൂടെയായിരുന്നു. രാഷ്ട്രീയ പ്രവർത്തനം ഏറെക്കുറെ നിർത്തി വിവർത്തന സാഹിത്യത്തിൽ ശ്രദ്ധ കൊടുത്തിരിക്കുകയായിരുന്നു. മാവോയുടെ പല കൃതികളും വിവർത്തനം ചെയ്തു. ഈ സമയത്താണ് നക്സൽബാരി കലാപം തുടങ്ങിയത്. സ്വാഭാവികമായും എനിക്ക് ആ സമരത്തോട് താത്പര്യം തോന്നി. 68ൽ ഞാൻ ബംഗാളിൽ ജോലിക്കെത്തി. അവിടത്തെ പ്രവർത്തകരെ പരിചയപ്പെട്ടു. ഞാൻ ജോലി ചെയ്യുന്ന പ്രൊജക്ടിന്റെ ഭാഗമായി എഴുത്തുകാരൻ ആനന്ദ് ഒരുതവണ എന്നോടൊപ്പം വന്നിരുന്നു. അങ്ങനെയാണ് അഭയാർഥികൾ എന്ന നോവൽ അദ്ദേഹം എഴുതുന്നത്.

എന്റെ ക്വാർട്ടേഴ്സിൽ വൈകുന്നേരമാകുമ്പോൾ നക്സൽബാരി കർഷക രക്ഷാ സമിതിയുടെ ധാരാളം ചെറുപ്പക്കാർ വരും. പിന്നെ സജീവ ചർച്ചയാണ്. പ്രത്യക്ഷത്തിൽ ഞാൻ പാർട്ടിയിൽ ചേർന്നില്ലെങ്കിലും ബാക്കിയെല്ലാം ഉണ്ടായിരുന്നു. 72ൽ ചാരുമജുംദാർ കസ്റ്റഡിയിൽ കൊല്ലപ്പെട്ടതോടെ ഞാനൊരു തീരുമാനമെടുത്തു. ഇനി ഉദ്യോഗസ്ഥനായി ഇരിക്കുന്നതിൽ അർഥമില്ല. പൂർണ സമയവും പാർട്ടിക്കു വേണ്ടി പ്രവർത്തിക്കണം. കുടുംബത്തെ നാട്ടിലേക്കു പറഞ്ഞയച്ചു. ജോലി രാജിവച്ചു.

ചാരുമജുംദാറെ പാർട്ടിക്കാർ തന്നെ ഒറ്റിക്കൊടുക്കുകയായിരുന്നു. 1970ൽ ചാരുമജുംദാർ രഹസ്യമായി സൗരൻ ബോസിന്റെ നേതൃത്വത്തിൽ അഞ്ചംഗ സംഘത്തെ ചൗ ഇൻ ലായുമായി ചർച്ചയ്ക്ക് ചൈനയിലേക്ക് അയച്ചിരുന്നു. ഇന്ത്യൻ വിപ്ലവത്തെക്കുറിച്ചുള്ള ചൈനയുടെ നിലപാട് വ്യക്തമാക്കുന്ന ദീർഘമായ ലേഖനം ചൗ ഇൻ ലാ ബോസിന്റെ കൈവശം കൊടുത്തയച്ചിരുന്നു. അതിൽ പ്രധാനമായും പറഞ്ഞിരുന്നത് ഇന്ത്യയിലെ കാര്യങ്ങളെക്കുറിച്ചുള്ള വിമർശനമായിരുന്നു. ഇവിടത്തെ നയങ്ങൾ പിഴച്ചുപോയതായിട്ടായിരുന്നു അതിൽ പറഞ്ഞിരുന്നത്.

വർഗശത്രുക്കളെ ശാരീരികമായി ഉന്മൂലനം ചെയ്യുന്ന പ്രസ്ഥാനം മതി എന്ന നയം പുനഃപരിശോധിക്കണം. വർഗശത്രുവിന്റെ ചോര കൈകളിൽ പുരളാത്ത വിപ്ലവകാരി ഒരു കമ്യൂണിസ്റ്റല്ല എന്ന നയത്തെയും എതിർത്തിരുന്നു. ഇതാണ് കമ്യൂണിസ്റ്റിനെ അളക്കേണ്ട മാനദണ്ഡമെങ്കിൽ ഒരു കമ്യൂണിസ്റ്റ് പാർട്ടിക്ക് കമ്യൂണിസ്റ്റ് പാർട്ടിയായി നിൽക്കാൻ കഴിയില്ല. ബഹുജന സംഘടനകളും ബഹുജന പ്രസ്ഥാനങ്ങളും ഇല്ലെങ്കിൽ കർഷകരുടെ സായുധസമരത്തിനു നിലനില്പില്ലെന്നും ചൈനീസ് കമ്യൂണിസ്റ്റ് പാർട്ടി നക്സൽബാരി വിപ്ലവത്തെ പ്രോത്സാഹിപ്പിച്ചത് വെറും അധികാരം പിടിച്ചെടുക്കാനുള്ള സമരം എന്ന നിലയ്ക്കായിരുന്നില്ലെന്നും ചൈന തുറന്നെഴുതി. പക്ഷേ, ഈ കുറിപ്പ് പാർട്ടി അണികളിൽ ചർച്ച ചെയ്യുകയോ തെറ്റുതിരുത്താൻ ശ്രമം നടത്തുകയോ ഉണ്ടായില്ല. എന്നാൽ അറസ്റ്റിലാകുന്നതിനു മുൻപ് ചാരുമജുംദാർ തെറ്റുതിരുത്താൻ തയ്യാറായിരുന്നു. ഉന്മൂലന പരിപാടി കണക്കിലധികമായിപ്പോയി. പാകപ്പിഴ പറ്റി. തിരുത്തലുകൾ നടത്തുന്നതാണ് എന്ന്

അദ്ദേഹം എഴുതിവച്ചിരുന്നു. ലിബറേഷന്റെ അവസാന ലക്കത്തിൽ അതിന്റെ പ്രതിഫലനം ഉണ്ടായിരുന്നു. ജനങ്ങളുടെ താത്പര്യമാണ് പാർട്ടിയുടെ താത്പര്യം, പാർട്ടിയുടെ താത്പര്യമാണ് ജനങ്ങളുടെ താത് പര്യം എന്നായിരുന്നു ലേഖനം. ജയപ്രകാശ് നാരായണന്റെ നേതൃത്വ ത്തിൽ ജനകീയ ഉയിർത്തെഴുന്നേല്പ് ആരംഭിച്ചിരുന്നു. ഈ പശ്ചാത്ത ലത്തിലാണ് തെറ്റുതിരുത്തലിനു മജുംദാർ തയ്യാറായത്. എന്നാൽ കൂടെ യുള്ള പലർക്കും ഈ തെറ്റുതിരുത്തലിനോടു താത്പര്യമുണ്ടായിരുന്നില്ല. അവരിൽ ചിലർ അദ്ദേഹത്തെ വിട്ടുപോയി. അക്കൂട്ടത്തിൽ ആരോ ആണ് മജുംദാറെ ഒറ്റിക്കൊടുത്തത്. 72 ജൂലായിൽ ആണ് അദ്ദേഹം അറസ്റ്റി ലാകുന്നത്. ആ മാസം 28ന് കസ്റ്റഡിയിൽ കൊല്ലപ്പെട്ടു.

പാർട്ടിയുടെ ഈ ചരിത്രം മനസ്സിലാക്കിയാണ് ഞാൻ കേരളത്തിലേക്കു വരുന്നത്. പത്തുവർഷത്തിനു ശേഷമുള്ള തിരിച്ചുവരവ്. തിരുവനന്ത പുരത്ത് സുഭാഷ് ചന്ദ്രബോസിനെ പരിചയപ്പെട്ടു. ബോസ് അന്ന് സ്ട്രീറ്റ് എന്ന മാഗസിൻ പ്രസിദ്ധീകരിക്കുന്നുണ്ട്. ബോസ് ഫിലിപ്പ് എം പ്രസാ ദിന്റെ കൂടെയുണ്ടായിരുന്ന ആളായിരുന്നു. സ്ട്രീറ്റിൽ മജുംദാറെ വിമർ ശിക്കുന്ന ലൈനായിരുന്നു സ്വീകരിച്ചിരുന്നത്. ഒരു തരം നെഗറ്റീവ് ചിന്താഗതിയായിരുന്നു അദ്ദേഹം പ്രകടിപ്പിച്ചിരുന്നത്. മജുംദാർ തെറ്റ്, എന്നാൽ ശരിയെന്തെന്ന് അവർ പറഞ്ഞില്ല. അതിനെയാണ് ഞാൻ എ തിർത്തത്. മജുംദാർ തെറ്റെങ്കിൽ ശരിയെന്തെന്നു പറഞ്ഞുകൊടുക്കണ മല്ലോ. കുന്നിക്കലൊക്കെ ഇതേ ലൈനിൽ തന്നെയായിരുന്നു. അതു കൊണ്ടാണ് അവർ ഉന്മൂലനത്തെക്കാൾ അപകടകരമായ പശ്ചാത്തല ത്തിൽ എത്തിയത്. കേരളത്തിൽ സിപിഐഎംഎല്ലിൽ നക്സൽ ബാരിക്കു ശേഷം അതു സ്വാധീനച്ചവർ കുറവായിരുന്നെങ്കിലും പിന്നീട് കൂടിക്കൂടി വന്നു. കെ.പി.ആറിനെ പോലെയുള്ളവർ എംഎൽഎ സ്ഥാനം രാജിവച്ചു പുറത്തുവന്നെങ്കിലും അവരെയൊന്നും ഒന്നിപ്പിക്കുന്നതിലല്ല ശ്രമം നടന്നത്. മറിച്ച് ആ ഒഴുക്ക് ഇല്ലാതാക്കുകയായിരുന്നു കുന്നിക്ക ലൊക്കെ ചെയ്തത്. അഞ്ച് എംഎൽഎമാർ സിപിഎം വിട്ടുവരുന്നത് വലിയൊരു സംഭവമായിരുന്നു. ഇതിനെ അതിന്റേതായ പ്രാധാന്യം നൽ കാൻ കുന്നിക്കലൊന്നും ശ്രമിച്ചില്ല. എംഎൽഎമാർ വിട്ടുവന്നത് ഒറ്റപ്പെട്ട സംഭവമായിപ്പോയി. കുന്നിക്കലിന്റെ ഇടപെടൽ ദോഷമാണ് ചെയ്തത്. വർഗസമരത്തെ ബഹുജന പ്രക്ഷോഭമാക്കാൻ കുന്നിക്കലിനൊന്നും സാധിച്ചില്ല. വർഗസമരത്തിന്റെ ഭാഗമായി വർഗശത്രു ആക്രമിക്കപ്പെ ടുന്നത് സ്വാഭാവികമാണ്. എന്നാൽ ഇവിടെയതല്ല സംഭവിച്ചത്. എന്താണ് ചെയ്യേണ്ടതെന്ന് പലർക്കും അറിയില്ലായിരുന്നു. മജുംദാറുടെ ഉന്മൂലന സിദ്ധാന്തം തെറ്റായി നടപ്പാക്കുകയായിരുന്നു. ഒരു വർഗശത്രുവിനെ കണ്ടെത്തുക, അയാളെ ഇല്ലാതാക്കുക. അത്തരമൊരു പശ്ചാത്തലമാ യിരുന്നു ഞാൻ വരുമ്പോൾ ഇവിടെ നടന്നിരുന്നത്. അതുകൊണ്ടുതന്നെ പൊതുജനം പാർട്ടിയിൽ നിന്ന് അകന്നുപോയി. മുണ്ടൂർ രാവുണ്ണിയൊക്കെ ഇതുതന്നെയാണ് ചെയ്തത്. വർഗസമരത്തിൽ ജനങ്ങളാണ് നായകർ.

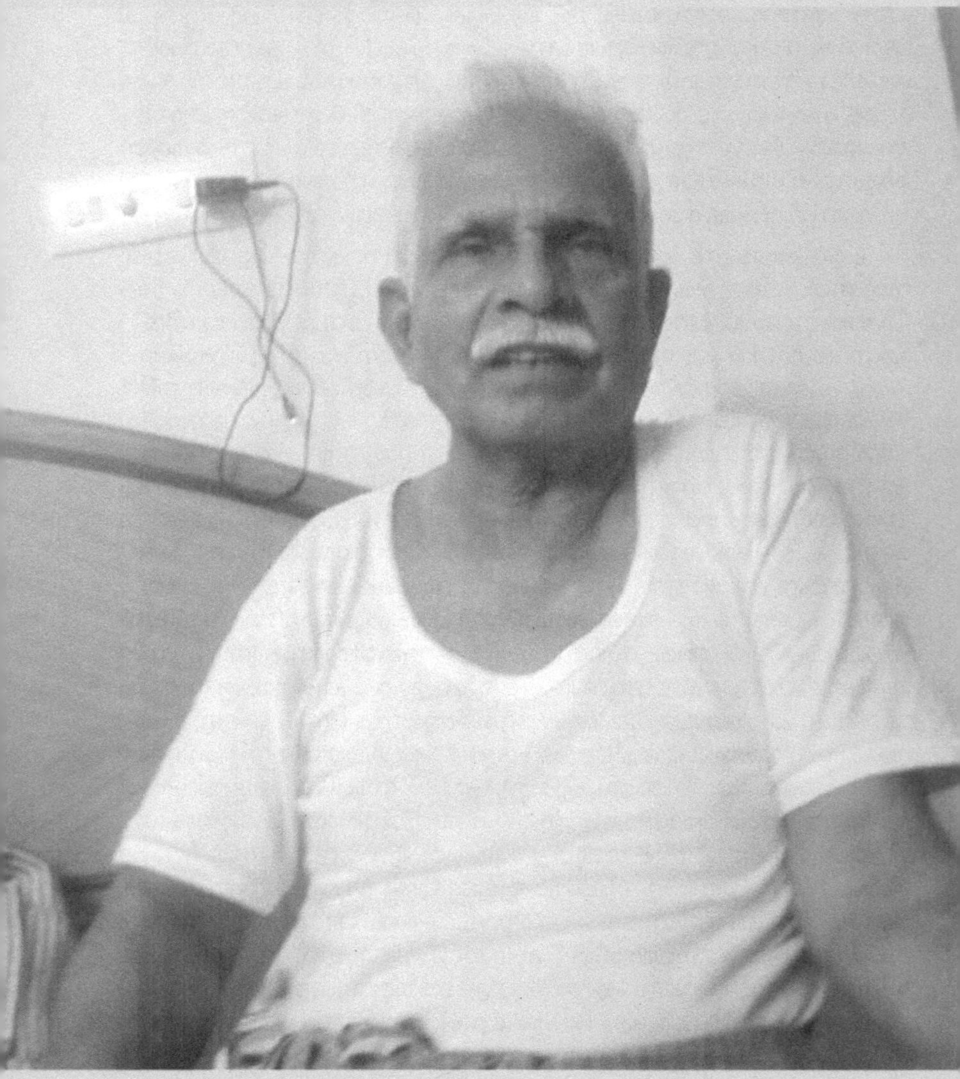

കെ.എൻ. രാമചന്ദ്രൻ

വർഗീസിന്റെ രക്തസാക്ഷിത്വത്തെയൊക്ക ഉയർത്തിപ്പിടിച്ചത് ഇത്തരമൊരു അറിവില്ലായ്മയിൽ നിന്നാണ്. വർഗസമരം മുന്നോട്ടുകൊണ്ടു പോയില്ല എന്നതുമാത്രമല്ല, ജനങ്ങളിൽ നിന്നകലുകയുമുണ്ടായി.

നാട്ടിലെത്തി കോട്ടയത്തുള്ള സി.കെ. സോമനെ കണ്ടു. എ.കെ.ജിയുമായി വളരെ അടുപ്പുണ്ടായിരുന്നു സോമന്. പിന്നീട് സിപിഎം വിട്ടു സിനിമ മാസികയിൽ പ്രവർത്തിക്കാൻ തുടങ്ങി. സോമൻ കൂടുതൽ പേരെ പരിചയപ്പെടുത്തിത്തന്നു. ഭാര്യയുടെ പേരിൽ പാലായിൽ ഉണ്ടായിരുന്ന സ്ഥലത്ത് കെട്ടിടം നിർമിച്ച് അവിടെ ജനത ബുക്സ് തുടങ്ങി. ചൈനയുടെ മുകളിൽ ചുവന്നതാരകം എന്ന പുസ്തകമാണ് ആദ്യമായി വിവർത്തനം ചെയ്ത് പ്രസിദ്ധീകരിക്കുന്നത്. മാവോയുടെ ഒട്ടുമിക്ക കൃതികളും വിവർത്തനം ചെയ്തു. ഇതോടൊപ്പം തന്നെ ചെറിയ ചെറിയ കരാർ ജോലികളൊക്കെ ഏറ്റെടുത്തു.

സിപിഐഎംഎല്ലിന്റെ നേതാക്കളുമായൊക്കെ വീണ്ടും ബന്ധം സ്ഥാപിച്ചു. ചെറുപ്പക്കാരുടെതായ ചെറിയ സംഘങ്ങൾ പലയിടത്തായി ഉണ്ടായിരുന്നു. ടി.എൻ. ജോയി, കുട്ടിക്കൃഷ്ണൻ എന്നിവരൊക്കെയായി വളരെ അടുത്തു. അന്ന് വേണു ജയിലിലാണ്. ഞാനൊരു നിർദേശം മുന്നോട്ടുവച്ചു. പാർട്ടിക്ക് പരസ്യമായൊരു പ്രസിദ്ധീകരണം വേണം. പാർട്ടി തൊഴിലാളികൾക്കിടയിൽ പ്രവർത്തിക്കണം. ഇതു രണ്ടും ജോയിയും കുട്ടിക്കൃഷ്ണനും അംഗീകരിച്ചു. അങ്ങനെയാണ് കൊച്ചിൻ ഷിപ്പ്യാർഡിലെ തൊഴിലാളികൾക്കിടയിൽ പാർട്ടി സജീവമായി പ്രവർത്തിക്കാൻ തുടങ്ങിയത്. കോമ്രേഡ് എന്ന പ്രസിദ്ധീകരണം ആരംഭിച്ചു. അടുത്തവർഷം മാസ് ലൈൻ എന്ന ഇംഗ്ലിഷ് മാസികയും. ദേശീയതലത്തിൽ എംഎൽ ഗ്രൂപ്പുകളുടെ ഐക്യമുണ്ടാക്കാനുള്ള ശ്രമത്തിന്റെ ഭാഗമായിട്ടായിരുന്നു മാസ്ലൈൻ പ്രസിദ്ധീകരണം തുടങ്ങിയത്. വരവരറാവുവിന്റെയും സത്യമൂർത്തിയുടെയും കവിതകൾ മാസ്ലൈനിൽ പ്രസിദ്ധീകരിച്ചു. ബംഗാളിലെ നേതാക്കളുടെ മേൽവിലാസത്തിലെല്ലാം മാസ് ലൈൻ അയച്ചു. ഇന്ത്യൻ ഭരണകൂടം തകർക്കണമെങ്കിൽ അഖിലേന്ത്യാ തലത്തിൽ സംഘടന വേണം. അല്ലാതെ കേരളത്തിലെ കാഴ്ചപ്പാടു മാത്രമായി നിന്നിട്ടു കാര്യമില്ല.

കോമ്രേഡ്, മാസ് ലൈൻ, പുസ്തക പ്രസാധനം എന്നിവയിലൂടെ സജീവമായ പ്രവർത്തനം തന്നെ നടത്തി. കോമ്രേഡിന്റെ രണ്ടായിരം കോപ്പികളായിരുന്നു അന്ന് അച്ചടിച്ചിരുന്നത്. മാസ് ലൈൻ ഇന്ത്യയിലെ മിക്ക സംസ്ഥാനങ്ങളിലെയും നേതാക്കൾക്ക് അയച്ചുകൊടുത്തു. ഈ സമയത്താണ് കെ. വേണു ജയിലിൽ നിന്നിറങ്ങുന്നത്. അന്ന് ഞാൻ സംസ്ഥാന കമ്മിറ്റിയിൽ ഇല്ല. അടിയന്തരാവസ്ഥ പ്രഖ്യാപിച്ചതോടെ ഒളിവിൽ പോകേണ്ടി വന്നു. കോമ്രേഡിന്റെ ജൂലായ് ലക്കം അതിസാഹസിമായിട്ടാണ് ഇറക്കിയത്. പ്രസ്സുകാരനെയൊക്കെ സമ്മതിപ്പിച്ച് എങ്ങനെയൊക്കയോ പ്രസിദ്ധീകരിച്ചു. എല്ലാവർക്കും അയച്ചുകൊടുത്ത ശേഷമാണ് വീട്ടിൽ പറഞ്ഞ് ഒളിവിൽ പോയത്. സിക്കിമിനെ

പിടിച്ചടുക്കുന്നതിനെ വിമർശിച്ചുകൊണ്ടുള്ള ലേഖനമായിരുന്നു ആ ലക്കത്തിലെ പ്രധാനം.

ഒളിവിൽ കഴിയുന്ന കാലത്താണ് ഞാൻ സംസ്ഥാന കമ്മിറ്റിയിലേക്കു വരുന്നത്. ഏഴുപേരാണ് അന്ന് സംസ്ഥാന കമ്മിറ്റിയിൽ ഉണ്ടായിരുന്നത്. ടി.എൻ. ജോയി, കുട്ടിക്കൃഷ്ണൻ, വേണു എന്നിവരൊക്കെയായിരുന്നു പ്രധാനപ്പെട്ടവർ. അടിയന്തരാവസ്ഥയിൽ ഞങ്ങൾ സജീവമാണെന്നു കാണിക്കാൻ എന്തെങ്കിലും ചെയ്യണം. അതിന് ആക്രമണലൈൻ തന്നെയാണു വേണ്ടതെന്നായിരുന്നു സംസ്ഥാന കമ്മിറ്റിയുടെ തീരുമാനം. തെക്കൻ ജില്ലകളിലായിരുന്നു ഞാൻ പ്രവർത്തിച്ചിരുന്നത്.

പുനലൂർ പേപ്പർമിൽ ഉടമ ഡാൽമിയയെ ആക്രമിക്കാനായിരുന്നു ഞങ്ങളുടെ ജില്ലാ കമ്മിറ്റിയുടെ തീരുമാനം. അതുപ്രകാരം രാത്രി അദ്ദേഹത്തെ ആക്രമിക്കാൻ തയാറായി നിന്നു. ഇരുപതു പേരാണ് സംഘത്തിൽ ഉണ്ടായിരുന്നത്. എന്നാൽ ആക്രമണം പരാജയപ്പെട്ടു. ഞങ്ങൾ പ്രതീക്ഷിച്ചതിലും കൂടുതുൽ വാഹനങ്ങൾ അന്നുരാത്രി അവിടെ വന്നുകൊണ്ടിരുന്നു. അതോടെ ആ ആക്ഷൻ ഉപേക്ഷിച്ചു. പിന്നീട് മാരാരിക്കുളം പൊലീസ് സ്റ്റേഷൻ ആക്രമിക്കാൻ ശ്രമം നടത്തി. അവിടെയും ഉദ്ദേശിച്ചതിൽ കൂടുതൽ പൊലീസ് ഉണ്ടായിരുന്നതിനാൽ ഉപേക്ഷിക്കേണ്ടി വന്നു. ഞങ്ങൾ കുറച്ചുപേർ മാത്രമേ ഉണ്ടായിരുന്നുള്ളൂ. സാധാരണ ആയുധം മാത്രമേ കൈവശമുണ്ടായിരുന്നുള്ളൂ. അന്ന് ഏതോ ക്ഷേത്രത്തിലെ ഉൽസവം പ്രമാണിച്ചായിരുന്നു കൂടുതൽ പൊലീസുകാർ അവിടെ എത്തിയിരുന്നത്. അതൊന്നും ഞങ്ങൾക്കറിയില്ലായിരുന്നു. മാവേലിക്കരയിൽ തൊഴിൽശാല ഉടമയ്ക്കെതിരെ ആക്ഷൻ പ്ലാൻ ചെയ്തിരുന്നുവെങ്കിലും അതും വിജയിച്ചില്ല. എല്ലാ ആക്ഷനുകളും പരാജയപ്പെട്ടുവെങ്കിലും അത് പ്രവർത്തകർക്കിടയിൽ ആവേശത്തിന്റേതായ അന്തരീക്ഷം സൃഷ്ടിച്ചു.

അടിയന്തരാവസ്ഥ അറബിക്കടലിൽ എന്ന മുദ്രാവാക്യമുയർത്തി കോമ്രേഡിന്റെ പുതിയ ലക്കം പ്രസിദ്ധീകരിച്ചു. ഇഎംഎസ് ഈ മുദ്രാവാക്യം വിളിക്കുന്നതിനു മുൻപുതന്നെ ഞങ്ങൾ അടിയന്തരാവസ്ഥ അറബിക്കടലിൽ എന്നുവിളിച്ചവരാണ്. എന്നാൽ പിന്നീട് അദ്ദേഹത്തിന്റെ പേരിലാണ് ഈ മുദ്രാവാക്യം അറിയപ്പെട്ടത്. ഇടുക്കി ഡാമിനു നേരെ ആരോ ആക്രമണ ശ്രമം നടത്തിയപ്പോൾ അത് ഞങ്ങളുടെ പേരിലാക്കാൻ ശ്രമം നടന്നിരുന്നു. പക്ഷേ, അതിൽ ഞങ്ങൾക്കു പങ്കില്ലായിരുന്നു. എന്തായാലും അടിയന്തരാവസ്ഥയിൽ വളരെ സജീവമായിരുന്നത് നക്സലൈറ്റുകൾ മാത്രമായിരുന്നു.

ഞാൻ അറസ്റ്റിലായി രണ്ടുദിവസം കഴിഞ്ഞാണ് കോഴിക്കോട് കൂരാച്ചുണ്ട് പൊലീസ് സ്റ്റേഷൻ ആക്രമമുണ്ടാകുന്നതും പിന്നീട് രാജൻ കൊല്ലപ്പെടുന്നതുമെല്ലാം. കൊല്ലത്തുവച്ചാണ് അറസ്റ്റിലാകുന്നത്. വിജയകുമാർ എന്ന പേരിലാണ് ഞാൻ ഒളിവിൽ കഴിഞ്ഞിരുന്നത്. യുക്തിവാദ സംഘത്തിലുണ്ടായിരുന്ന എൻജിനീയറുടെ വീട്ടിൽ ഞാനെത്തുന്ന വിവരം

അറിഞ്ഞാണ് പൊലീസ് വീടു വളയുന്നതും എത്തിയപ്പോൾ പിടികൂടുന്നതും. പൊലീസ് സ്റ്റേഷനിൽ കൊണ്ടുവന്നു മർദനം തുടങ്ങി. മാരാരിക്കുളം സ്റ്റേഷൻ ആക്രമണശ്രമത്തിനു പിന്നിൽ ഞാനാണെന്നു തെളിഞ്ഞു. മുരളീകൃഷ്ണദാസ് ആണ് എന്നെ ചോദ്യം ചെയ്തത്. അവിടെ നിന്ന് ശാസ്തമംഗലം ക്യാംപിലേക്കു കൊണ്ടുവന്നു. ഏഴര മാസം അവിടെയുണ്ടായിരുന്നു. അതിനു ശേഷമാണ് മജിസ്ട്രേറ്റിന്റെ മുന്നിൽ ഹാജരാക്കുന്നത്. റിമാൻഡ് ചെയ്തു ജയിലിലായി. അടിയന്തരാവസ്ഥയിൽ നടന്ന മിക്ക സംഭവങ്ങളുടെയും ഗൂഢാലോചനക്കേസിൽ ഞാൻ പ്രതി ചേർക്കപ്പെട്ടു. കണ്ണൂർ സെൻട്രൽ ജയിലിലെത്തിയപ്പോൾ അവിടെ മിക്കവരും ഉണ്ടായിരുന്നു. പഴയതും പുതിയതുമായ നക്സലൈറ്റുകാർ. പിന്നീട് വേണുവും സോമശേഖരനുമൊക്കെയെത്തി.

ആദ്യകാല നക്സലൈറ്റുകളും രാവുണ്ണിയുടെ കാലത്തുള്ളവരും തമ്മിൽ ഐക്യമൊന്നുമുണ്ടായിരുന്നില്ല. ഞങ്ങളെത്തി എല്ലാകൂട്ടരുമായും സംസാരിച്ചു. അങ്ങനെ എല്ലാവിഭാഗവും തമ്മിലൊരു ഐക്യം വന്നു. അതോടെ ഞങ്ങളെ ക്ലോസ്ഡ് പ്രിസണിൽ നിന്നു മാറ്റി.

ആഴ്ചയിൽ രണ്ടു ദിവസമെങ്കിലും ഞങ്ങളെ കോടതിയിൽ ഹാജരാക്കാൻ കൊണ്ടുപോകുമായിരുന്നു. മിക്ക കേസുകളിലും ഞാനും വേണുവും ജോയിയും കുട്ടിക്കൃഷ്ണനും ഗൂഢാലോചനാകേസിൽ പ്രതികളായിരുന്നു. ഒരുതവണ കൊണ്ടുപോകുമ്പോൾ കുന്നിക്കലും മന്ദാകിനിയും അതേ വാഹനത്തിലുണ്ടായിരുന്നു. അവർ ഹൈക്കോടതിയിലേക്കും ഞങ്ങൾ സെഷൻസിലേക്കും. ആ യാത്രയിലാണ് കുന്നിക്കലുമായി കൂടുതൽ അടുക്കാൻ സാധിച്ചത്.

ജയിൽ ചാടാനുള്ള ഒരുക്കത്തിലായിരുന്നു ഞങ്ങൾ. ചൈനയിൽ മാവോയുടെ മരണശേഷം പാർട്ടി മുതലാളിത്തപാതയിലേക്കു നീങ്ങുകയാണെന്നു ഞങ്ങൾ വിലയിരുത്തിയിരുന്നു. അതുസംബന്ധിച്ചൊരു പഠനമൊക്കെ ഞങ്ങൾ തയ്യാറാക്കി ജയിൽ വാർഡർമാർ വഴി രഹസ്യമായി പുറത്തെത്തിച്ചു. അടിയന്തരാവസ്ഥ നീളും. അപ്പോൾ പുറത്തുള്ളവരുമായി ചേർന്ന് എന്തെങ്കിലും പദ്ധതി നടത്തണം, അതിന് ഞാനോ വേണുവോ ആരെങ്കിലും പുറത്തിറങ്ങണം.

പൊലീസ് വാഹനത്തിൽ കോടതിയിൽ ഹാജരാക്കാൻ കൊണ്ടുപോകുമ്പോൾ രക്ഷപ്പെടാനായിരുന്നു പ്ലാൻ. പുറത്തിറങ്ങിയാൽ യാത്ര ചെയ്യാനും മറ്റുമായി കുറച്ചുപണം രഹസ്യമായി സംഘടിപ്പിച്ചിരുന്നു.

എറണാകുളത്തേക്കു കൊണ്ടുപോകുന്ന വഴിയിൽ പൊലീസ് വാഹനത്തിൽ നിന്നു രക്ഷപ്പെടാനൊരു ശ്രമം നടത്തി. കുറ്റിപ്പുറത്തിനപ്പുറത്തുവച്ചായിരുന്നു സംഭവം. മൂത്രമൊഴിക്കാൻ നിർത്തിയ സ്ഥലത്തിനപ്പുറമൊരു മതിൽ ഉണ്ടായിരുന്നു. അവിടെ നിന്നു രക്ഷപ്പെടാൻ ശ്രമം നടത്തി. എന്നാൽ ജോയി രക്ഷപ്പെടാതെ അവിടെ നിന്നു. തൊട്ടുപിന്നാലെ കുട്ടിക്കൃഷ്ണനെയും പിടികൂടി. മതിൽ ചാടിയ എന്റെ മേൽ

രണ്ടു പൊലീസുകാർ ചാടി വീണു. അല്പദൂരം ഓടിയ വേണുവും പിടിയിലായി. രക്ഷപ്പെടാനുള്ള ആ ശ്രമവും പാളി. തൂക്കിക്കൊല്ലാൻ വിധിച്ചവരെ പാർപ്പിക്കുന്ന സെല്ലിലാണു പിന്നീടു ഞങ്ങളെയിട്ടത്. വീണ്ടുമൊരു ജയിൽ ചാട്ടത്തിനു പ്ലാൻ നടത്തുമ്പോഴാണ് അടിയന്തരാവസ്ഥ പിൻവലിക്കുന്നത്. ഇത്ര പെട്ടെന്ന് അടിയന്തരാവസ്ഥ പിൻവലിക്കുമെന്നു കരുതിയിരുന്നില്ല.

അടിയന്തരാവസ്ഥയ്ക്കു ശേഷം

അപ്രതീക്ഷിത ജനകീയമുന്നേറ്റമാണ് അടിയന്തരാവസ്ഥയ്ക്കു ശേഷം ഉണ്ടാകുന്നത്. രാജന്റെ കൊലപാതകം മുദ്രാവാക്യത്തിലൂടെ ഞങ്ങൾ പുറത്തറിയിച്ചു. അടിയന്തരാവസ്ഥക്കാലത്തെ പൊലീസ് പീഡനം പുറത്തറിഞ്ഞതോടെ ഞങ്ങൾക്കനുകൂലമായ അന്തരീക്ഷമായിരുന്നു കേരളത്തിലുടനീളം ഉണ്ടായിരുന്നത്. ഈ അന്തരീക്ഷത്തിലാണ് കോമ്രേഡ് വീണ്ടും ഇറക്കുന്നത്. തുടർന്ന് ജനകീയ സാംസ്കാരിക വേദി രൂപീകരിച്ചു. എല്ലാവരും കരുതുന്നതുപോലെ ചില ബുദ്ധിജീവികളുടെതായിരുന്നില്ല ജനകീയ സാംസ്കാരിക വേദി. അത് പൂർണമായും പാർട്ടിയുടെതായിരുന്നു. പാർട്ടിയാണ് വേദി രൂപീകരിക്കുന്നതൊക്കെ. പരസ്യമായി പ്രവർത്തിക്കാൻ പാർട്ടി തീരുമാനിച്ചിരുന്നില്ല. ജനങ്ങളുടെ പുതിയ ബോധത്തെ രൂപപ്പെടുത്തിയെടുക്കാനുള്ള വേദിയായിട്ടാണ് സാംസ്കാരിക വേദി രൂപീകരിക്കുന്നത്. അതായിരുന്നു എല്ലാം. സാംസ്കാരിക രംഗത്തെ മുന്നേറ്റമായിരുന്നു. ട്രേഡ് യൂണിയൻ പ്രവർത്തനമൊക്കെ വേദി നടത്തിയിട്ടുണ്ട്. അതിന്റെ ഭാഗമായിട്ടാണ് സച്ചിദാനന്ദനൊക്കെ പ്രസംഗിക്കാൻ പോകുന്നത്. എല്ലാ രംഗത്തെ ബഹുജന പ്രവർത്തനമായിരുന്നു വേദി നടത്തിയിരുന്നത്. സിപിഐ എംഎൽ പ്രസ്ഥാനം പഴയ വിഭാഗീയ നിലപാട് മാറ്റി, ബഹുജന പ്രവർത്തനത്തിനു തയ്യാറായതിന്റെ ഭാഗമായിരുന്നു കോഴിക്കോട് ടൗൺ ഹാളിൽ ആദ്യത്തെ യോഗം നടക്കുന്നത്. എ. വാസു, ഭാസുരേന്ദ്രബാബു, കണ്ണമ്പള്ളി മുരളി എന്നിവരൊക്കെ പങ്കെടുത്ത ഈ യോഗമായിരുന്നു പാർട്ടിയുടെ ആദ്യ പൊതുയോഗം. ആയിരക്കണക്കിനാളുകളാണ് അന്ന് ടൗൺഹാളിൽ എത്തിയത്. 1978ൽ ആണ് ഈ യോഗം നടക്കുന്നത്. അടുത്ത വർഷമാണ് ജനകീയ സാംസ്കാരികവേദി രൂപീകരിക്കുന്നത്. നാടകം, കവിത എന്നിവയിലൂടെ സാംസ്കാരികമായൊരു മുന്നേറ്റം നടത്താൻ സാധിച്ചു. ഇതോടെ പാർട്ടി പുതിയൊരു വളർച്ചയിലേക്കു വരുകയാണ്. പാർട്ടി തീരുമാനപ്രകാരം ഞാൻ ജാമ്യത്തിലിറങ്ങി. പാർട്ടി പരസ്യ പ്രവർത്തനത്തിനു തയ്യാറായ സാഹചര്യത്തിൽ ഇതരസംസ്ഥാനങ്ങളിലെ ഘടകങ്ങളുമായി ചേർന്നുകൊണ്ട് അഖിലേന്ത്യാടിസ്ഥാനത്തിൽ പ്രവർത്തിക്കേണ്ട സാഹചര്യത്തെക്കുറിച്ച് ഞങ്ങൾ ചർച്ച ചെയ്തിരുന്നു. ചാരുമജുംദാറുടെ മരണത്തെ തുടർന്ന് ബംഗാളിൽ പാർട്ടി തകർന്നിരുന്നു. 79ൽ ആണ് ആദ്യം ഞാൻ ദേശീയതലത്തിലൊരു കോ-ഓർഡിനേഷൻ കമ്മിറ്റി രൂപീകരിക്കാൻ ഡൽഹിയിലേക്കു പോകുന്നത്.

കോമ്രേഡിന്റെ ചുമതല സംസ്ഥാന കമ്മിറ്റിയെ ഏല്പിച്ചു. മാസ്ലൈൻ മാത്രമായി എന്റെ ചുമതല. ഒളിവിൽ നിന്നുകൊണ്ടാണ് ഈ പ്രവർത്തനമെല്ലാം നടത്തിയത്.

കേരളത്തിലെതു പോലെ മറ്റു സംസ്ഥാനങ്ങളിലെ സംഘടനകളും പരസ്യ പ്രവർത്തനത്തിനു തയ്യാറായിരുന്നു. അവരുമായൊക്കെ ബന്ധപ്പെടാൻ നോക്കിയപ്പോഴാണ് പ്രത്യയശാസ്ത്രപരമായ വൈരുദ്ധ്യം മറനീക്കി പുറത്തുവന്നത്. പുതിയ ചൈനീസ് നേതൃത്വത്തെ അംഗീകരിക്കാൻ ഞങ്ങൾ തയ്യാറായിരുന്നില്ല. ചൈനീസ് കമ്യൂണിസ്റ്റ് പാർട്ടി മാവോയുടെ നിലപാടുകൾ കൈവിട്ട് മുതലാളിത്തപാതയിലേക്കു നീങ്ങിയിരുന്നു. എന്നാൽ ഇത്രയും നാൾ തങ്ങളെ നയിച്ചിരുന്ന ചൈനീസ് കമ്യൂണിസ്റ്റ് പാർട്ടിയെ തള്ളിപ്പറയാൻ ബംഗാളിലെയോ ആന്ധ്രയിലെയോ ഘടകങ്ങൾക്കു കഴിയുമായിരുന്നില്ല. ചൈനീസ് കമ്യൂണിസ്റ്റ് പാർട്ടിയിൽ വന്ന മാറ്റം ഉൾക്കൊള്ളാൻ അവർ തയ്യാറായതുമില്ല, ഞങ്ങൾ പറഞ്ഞതിനോടു യോജിക്കുകയുമുണ്ടായില്ല. ആന്ധ്രയിലെ അഡ്വ. റാവുഫിന്റെ നേതൃത്വം മാത്രമേ ഞങ്ങളുടെ ലൈൻ അംഗീകരിച്ചതുള്ളൂ. പീപ്പിൾസ് വാർ ഗ്രൂപ്പിന്റെ കേന്ദ്ര കമ്മിറ്റി അംഗമായിരുന്നു റാവുഫ്. കേന്ദ്രത്തോടു തെറ്റിപിരിഞ്ഞു നിൽക്കുന്ന സമയത്താണ് ഞാൻ അദ്ദേഹത്തെ കാണുന്നത്. ചൈനീസ് പാർട്ടിയുടെ നയവ്യത്യാസത്തെക്കുറിച്ചുള്ള ചർച്ചയിലാണ് റാവുഫ് കേന്ദ്രകമ്മിറ്റിയോടു തെറ്റിപ്പിരിഞ്ഞത്. ദേശീയതലത്തിൽ ഒന്നിച്ചു പ്രവർത്തിക്കാൻ റാവുഫ് തയ്യാറായി. സത്യമൂർത്തി, വരവരറാവു എന്നിവരൊക്കെയുമായി ചർച്ച നടത്തി. കൊണ്ടാപ്പള്ളി സീതാരാമയ്യയെ കാണാൻ ചെല്ലുന്ന ദിവസമാണ് അദ്ദേഹം അറസ്റ്റിലായത്.

റാവുഫുമായി ചേർന്ന് സിപിഐഎംഎൽ പുനസംഘടനാ കമ്മിറ്റി രൂപീകരിച്ചു. ബാംഗ്ലൂരിൽ വച്ചായിരുന്നു യോഗം. ഞാനും കെ. വേണുവും റാവുഫും മാത്രമേ പങ്കെടുത്തിരുന്നുള്ളൂ. ഡൽഹിയിലും കൊൽക്കത്തയിലും മുബൈയിലുമുള്ള ചില ഘടകങ്ങളുമായി ഞാൻ നേരത്തെ തന്നെ ചർച്ച ചെയ്തിരുന്നു. പുതിയ കമ്മിറ്റി രൂപീകരിച്ചതിന്റെ അടിസ്ഥാനത്തിൽ അവരെയൊക്കെ കൂടെ ചേർക്കാൻ വിപുലമായ ചർച്ചയ്ക്കു തീരുമാനിച്ചു. അതിനായി ഒരു കരടുരേഖയും ഞങ്ങൾ മൂന്നുപേരും ചേർന്നു തയ്യാറാക്കി. പുനഃസംഘടനാ കമ്മിറ്റിയുടെ സെക്രട്ടറിയായി എന്നെ തിരഞ്ഞെടുത്തു.

ഈ സമയത്ത് കേരളത്തിൽ പാർട്ടി കൂടുതൽ വളർച്ച പ്രാപിച്ചു. ജനകീയ സാംസ്കാരികവേദി മിക്കയിടങ്ങളിലും സജീവമായി. കെ.ജെ. ബേബിയുടെയും മധുമാസ്റ്ററുടെയും നാടകങ്ങളും സച്ചിദാനന്ദൻ, ബി.രാജീവൻ, കെ.ജി. ശങ്കരപ്പിള്ള, ബാലചന്ദ്രൻ ചുള്ളിക്കാട് എന്നിവരുടെ കവിതകളുമൊക്കെ ഇതിനു വലിയ പങ്കു വഹിച്ചു. കടമ്മനിട്ടയുടെ കവിത ഏതു സാധാരണക്കാരനും ചൊല്ലുന്ന സ്ഥിതിയിലെത്തി.

തുടർന്നാണ് കോഴിക്കോട് മെഡിക്കൽ കോളജ് ജനകീയ വിചാരണയൊക്കെയുണ്ടാകുന്നത്. ജനങ്ങളുടെ പ്രശ്നങ്ങളിൽ പാർട്ടി സജീവമായി ഇടപെട്ട് വിജയിച്ചതിന്റെ തെളിവായിരുന്നു ഇതൊക്കെ.

വേണുവായിരുന്നു സംസ്ഥാന സെക്രട്ടറി. പാർട്ടി ശക്തിപ്പെട്ടതിന്റെ അടിസ്ഥാനത്തിൽ ഒരു സംസ്ഥാന സമ്മേളനം നടത്തുന്നതിനെക്കുറിച്ചു ചിന്തിക്കാൻ തുടങ്ങിയിരുന്നു. മിക്കയിടത്തും ജില്ലാ കമ്മിറ്റി സജീവമായ പ്രവർത്തനം തുടങ്ങിയിരുന്നു. പ്രധാനപ്പെട്ട ജില്ലകളിലെല്ലാം താഴേതട്ടിൽ വരെയുള്ള കമ്മിറ്റികളായിരുന്നു. ഓരോ പ്രദേശത്തെയും ജനകീയ പ്രശ്നങ്ങളിൽ ഇടപെട്ട്, അതിനു പരിഹാരം കണ്ടുകൊണ്ട് മാതൃകാപരമായ പ്രവർത്തനം പാർട്ടി കാഴ്ചവച്ചു. രഹസ്യവാദത്തിനെതിരെ പാർട്ടിക്കുള്ളിൽ തന്നെ തുറന്ന ചർച്ചകൾ സജീവമായി. സാംസ്കാരികവേദിയുടെ പരസ്യ പ്രവർത്തനവും കൂടിയായതോടെ പാർട്ടിക്ക് ജനകീയമായൊരു മുഖം വന്നു.

ഏരിയാ സമ്മേളനങ്ങളാണ് ആദ്യം നടന്നത്. സക്രിയമായ ചർച്ചകളായിരുന്നു എല്ലാ സമ്മേളനങ്ങളിലും. രഹസ്യവാദവും പരസ്യവാദവും തന്നെയായിരുന്നു മിക്കയിടത്തും ആശയസംഘട്ടനമായി ഉണ്ടായിരുന്നത്. രഹസ്യവാദവും സായുധസമരവും ആയിരുന്നു ഒരു വിഭാഗം മുന്നോട്ടുവച്ചത്. എന്നാൽ പാർട്ടി പരസ്യ പ്രവർത്തനം നടത്തി കൂടുതൽ ജനകീയമാകേണ്ടതിനെക്കുറിച്ച് മറുവിഭാഗവും വാദിച്ചു. രണ്ടാമത്തെ കൂട്ടർക്കായിരുന്നു മിക്കയിടത്തും മേൽക്കൈ ലഭിച്ചത്. അങ്ങനെ 1981 ജനുവരിയിൽ വയനാട്ടെ വാളാട്ട് വച്ച് സിപിഐഎംഎല്ലിന്റെ ആദ്യ സംസ്ഥാന സമ്മേളനം നടന്നു. ജില്ലാ സെക്രട്ടറിയായിരുന്ന കുന്നേൽ കൃഷ്ണേട്ടന്റെ പറമ്പിലായിരുന്നു സമ്മേളനം. പാർട്ടി പരസ്യമായി പ്രവർത്തിക്കാൻ തയ്യാറായെങ്കിലും സംസ്ഥാന സമ്മേളനം വളരെ രഹസ്യമായിട്ടായിരുന്നു നടത്തിയിരുന്നത്. ഈ നിലപാടിനോട് എനിക്കു യോജിപ്പുണ്ടായിരുന്നില്ല. അഖിലേന്ത്യാ പുനഃസംഘടനാ സെക്രട്ടറിയായ ഞാൻ ഇക്കാര്യം അറിഞ്ഞിരുന്നില്ല. സംസ്ഥാന സെക്രട്ടറിയായ വേണുവായിരുന്നു ഇതിനൊക്കെ ചുക്കാൻ പിടിച്ചത്. മാനന്തവാടിയിൽ ബസ്സിറങ്ങിയപ്പോഴാണ് രഹസ്യ സമ്മേളനമാണ് നടക്കാൻ പോകുന്നതെന്ന് ഞാൻ അറിയുന്നതുതന്നെ. വേണു അന്ന് ഒളിവിലായിരുന്നു. രണ്ടു ദിവസത്തെ സമ്മേളനത്തിൽ വേണു പങ്കെടുക്കുന്നുണ്ട്. പൊലീസിനു വിവരം ലഭിക്കാതിരിക്കാൻ വേണ്ടിയായിരിക്കും സമ്മേളനം രഹസ്യമായി നടത്തിയത്. രഹസ്യ സമ്മേളനം എന്നൊക്കെയായിരുന്നു പറഞ്ഞിരുന്നതെങ്കിലും ഒരു രഹസ്യവും ഞാൻ കണ്ടിരുന്നില്ല. സമ്മേളനത്തിൽ പങ്കെടുക്കേണ്ടവർ ബസ്സിറങ്ങി കൂട്ടത്തോടെ സമ്മേളനസ്ഥലത്തേക്കു നടന്നുപോകുന്നു.

പൊലീസുകാർ വരികയാണെങ്കിൽ മുൻകൂട്ടി വിവരം അറിയിക്കാൻ എല്ലായിടത്തും ആളുകളെ ഏർപ്പാടാക്കിയിരുന്നു. നൂറിലേറെ പേർ സമ്മേളനത്തിൽ പങ്കെടുക്കാനുണ്ട്. അവരെയൊക്കെ പ്രത്യേകം

ഗ്രൂപ്പുകളായി എത്തിക്കാനും വേണ്ട ഏർപ്പാടുണ്ടായിരുന്നു. ആന്ധ്രയിൽ നിന്ന് റാവുഫും ഗുജറാത്ത്, മഹാരാഷ്ട്ര എന്നിവിടങ്ങളിലെ കോ-ഓർഡിനേഷൻ പ്രതിനിധികളും ഞാൻ വിളിച്ചിട്ടു വന്നിരുന്നു. സമ്മേളനത്തിന്റെ രണ്ടാംദിവസം ഒരു തമാശയുണ്ടായി. പൊലീസ് വരികയാണെങ്കിൽ വിസിലടിച്ചു വിവരം തരാൻ ചിലരെ ഏർപ്പാടാക്കിയിരുന്നു. ചർച്ച നടന്നുകൊണ്ടിരിക്കെ രാത്രി എട്ടുമണിയോടെ പെട്ടെന്നൊരു വിസിൽ മുഴങ്ങി. പ്രതിനിധികളെ ഗ്രൂപ്പുകളായിട്ടായിരുന്നു ഇരുത്തിയിരുന്നത്. പൊലീസ് വരികയാണെങ്കിൽ രക്ഷപ്പെടാൻ ഓരോ ഗ്രൂപ്പിനും ഓരോ വഴികളുണ്ടായിരുന്നു. അതിനെല്ലാം നേതൃത്വം നൽകാൻ ചിലരും. ഓരോ ഗ്രൂപ്പിനും ഓരോ കമാൻഡന്റ്. വിസിലടി കേട്ടതോടെ സമ്മേളനം നിർത്തിവച്ചു. എല്ലാവരും സമ്മേളന നഗരി വിട്ടു. പക്ഷേ, അതൊരു തെറ്റുപറ്റിയതായിരുന്നു. വിവാഹം കഴിഞ്ഞുവരുന്ന സംഘത്തിന്റെ ജീപ്പുകൾ കണ്ട് സുരക്ഷാ ചുമതലയുള്ളവർ പൊലീസാണെന്നു തെറ്റിദ്ധരിച്ചു വിസിലടിച്ചു. അബദ്ധം തിരിച്ചറിഞ്ഞ് എല്ലാവരെയും തിരിച്ചുവിളിച്ചു. അന്നേരത്തേക്കും കോഴിക്കോട്ടെ എ.വാസുവിന്റെ നേതൃത്വത്തിലുള്ള സംഘം സ്ഥലം വിട്ടിരുന്നു. ബാക്കിയുള്ളവരെയെല്ലാം തിരികെ കൊണ്ടുവന്നു. പലരും പരിഹാസ്യരായയൊരു സംഭവമായിരുന്നു ആദ്യസംസ്ഥാന സമ്മേളനത്തിൽ നടന്നത്.

സത്യം പറഞ്ഞാൽ വേണുവിന്റെ വികലമായ ധാരണയായിരുന്നു സമ്മേളനം ഇങ്ങനെയൊക്കെ നടത്തിയതിനു പിന്നിൽ. പരിചയമില്ലാത്ത നൂറിലേറെ പേർ ഒരു സ്ഥലത്തു വന്നിറങ്ങുമ്പോൾ തന്നെ നാട്ടുകാർക്കു സംശയം തോന്നേണ്ടതാണ്. വേണമെങ്കിൽ അവർക്കു പൊലീസിൽ വിവരം അറിയിക്കാം. പിന്നെ സമ്മേളനത്തിൽ എന്തു രഹസ്യമാണുള്ളത്. അന്ന് വേണു സെക്രട്ടറിയും ഭാസുരേന്ദ്രബാബു അസി.സെക്രട്ടറിയുമാണ്. സെക്രട്ടറിയും അസി. സെക്രട്ടറിയും ഘോരമായൊരു ചർച്ച നടന്നു.

ബഹുജന ലൈനിൽ അടിസ്ഥാനമാക്കിയ സായുധസമരം വേണോ, സായുധസേനയിൽ അടിസ്ഥാനമാക്കിയ ബഹുജന സമരം വേണോ എന്നതായിരുന്നു ചർച്ചാവിഷയം. സായുധസേനയിൽ അടിസ്ഥാനമാക്കിയ ബഹുജന സമരം എന്നതായിരുന്നു വേണുവിന്റെ നിലപാട്. ഭാസുരേന്ദ്രബാബു മറിച്ചുള്ള നിലപാടും. ഏറെനേരം ഈ വിഷയത്തിൽ ചർച്ച നടന്നു. ബഹുജന ലൈനിൽ അധിഷ്ഠിതമായിരിക്കണം സൈനിക ലൈൻ എന്ന് ചിലർ സംസാരിച്ചു. ബഹുജന പ്രവർത്തനത്തെ വളർത്താൻ വേണ്ടി മാത്രമുള്ള ബഹുജന ലൈൻ എന്നായി ഈ സമീപനം മാറുമെന്നും സൈനിക ലൈൻ കയ്യൊഴിയുകയായിരിക്കും അവസാനം സംഭവിക്കുകയെന്നും ചിലർ വാദിച്ചു.

എന്നാൽ അജണ്ടയിലുള്ളതായിരുന്നില്ല ഈ വിഷയം. പുനഃസംഘടനാ കമ്മിറ്റി അറിയാത്ത ഈ വിഷയം ചർച്ച ചെയ്യുന്നത് അപക്വമാണെന്നു ഞാൻ വാദിച്ചു. റിപ്പോർട്ടിലില്ലാത്ത ഇത്തരം കാര്യങ്ങൾ ചർച്ച

ചെയ്ത് സമയം കളയുന്നതിനെ ഞാൻ എതിർത്തു. കോ-ഓർഡിനേഷൻ കമ്മിറ്റിയറിയാത്ത ഈ വിഷയം ചർച്ചയ്ക്കു കൊണ്ടുവന്നത് വേണുവായിരുന്നു. അതായിരുന്നു വേണുവിന്റെ ജനാധിപത്യം. സത്യത്തിൽ വേണുവിന് ഒരു ജനാധിപത്യവുമില്ല. എല്ലാം സ്വന്തം താത്പര്യം മാത്രം.

ഇത്രയൊക്കെ ചർച്ച ചെയ്ത് രണ്ടുമാസത്തിനുള്ളിൽ തന്നെ കേണിച്ചിറയിൽ ഉന്മൂലനം നടന്നു. കളരിക്കലിലും ഒരാൾ കൊല്ലപ്പെട്ടു. അതോടെ പാർട്ടി ശിഥിലമായി. പൊലീസ് നടപടി കർശനമാക്കി. പാർട്ടി വീണ്ടും ഉൻമൂലനത്തിലേക്കു പോയതോടെ ജനകീയ സാംസ്കാരികവേദിയിലെ പലരും വേദി വിട്ടു. പാർട്ടി ബഹുജന ലൈനിൽ എത്തുമ്പോഴേക്കും ഉന്മൂലനം നടന്നു. എല്ലാ ജില്ലയിലും സംഘടന ദുർബലമായി. പരസ്യ പ്രവർത്തനം നടത്തുന്നതിനെതിരെ നിലപാടെടുത്തവരായിരുന്നു കേണിച്ചിറ ഉന്മൂലനത്തിനു പിന്നിലുണ്ടായിരുന്നത്.

പഴയകാല നക്സലൈറ്റ് ഭീകരത പോലെയാണ് കേണിച്ചിറ സംഭവവും ചിത്രീകരിക്കപ്പെട്ടത്. പാർട്ടി ജനകീയമായി വരുമ്പോൾ വളരെ മോശമായൊരു കാഴ്ചപ്പാടുണ്ടാക്കാനേ ഇതു സഹായിച്ചുള്ളൂ. മാധ്യമങ്ങളിലും അത്തരത്തിലുള്ള വാർത്തകളായിരുന്നു വന്നിരുന്നത്.

കേരളത്തിൽ ഇങ്ങനെ സംഭവിച്ചുവെങ്കിലും അഖിലേന്ത്യാടിസ്ഥാനത്തിൽ വളരെ നല്ല മുന്നേറ്റമുണ്ടാക്കാൻ സാധിച്ചു. പശ്ചിമ ബംഗാളിലൊക്കെ പാർട്ടി വീണ്ടും സജീവമായി. അസാം, മധ്യപ്രദേശ്, ദൽഹി എന്നിവിടങ്ങളിലൊക്കെ സജീവമായ കമ്മിറ്റികൾ നിലവിൽ വന്നു. അതോടെ ദേശീയതലത്തിൽ സമ്മേളനം നടത്തേണ്ടതിനെക്കുറിച്ചായി കോ-ഓർഡിനേഷൻ കമ്മിറ്റിയുടെ ചർച്ച. സമ്മേളന ചുമതല എനിക്കായിരുന്നു. മഹാരാഷ്ട്രയിലെ ഉൾഗ്രാമത്തിലായിരുന്നു സമ്മേളനം നടന്നത്. കേരളത്തിൽ നിന്നു എ.വാസു, കെ. വേണു എന്നിവർ പങ്കെടുത്തിരുന്നു. രഹസ്യ സമ്മേളനം എങ്ങനെ നടത്തണമെന്ന് വേണു മനസ്സിലാക്കുന്നത് അവിടെയെത്തിയപ്പോഴാണ്. സമ്മേളനത്തിലെ വിദേശ പ്രതിനിധികളെയും എല്ലാ സംസ്ഥാന പ്രതിനിധികളെയും കണ്ട് വേണു അമ്പരന്നുപോയി. അമേരിക്ക, നേപ്പാൾ, ശ്രീലങ്ക എന്നിവിടങ്ങളിൽ നിന്നൊക്കെ പ്രതിനിധികൾ പങ്കെടുത്തു. എട്ടുദിവസത്തെ സമ്മേളനം പൂർത്തിയാകുമ്പോൾ പതിമ്മൂന്നു ദിവസമായിരുന്നു.

എല്ലാ സംസ്ഥാനങ്ങളിൽ നിന്നുള്ളവരെ പങ്കെടുപ്പിച്ച് പുതിയൊരു കമ്മിറ്റിയെ തിരഞ്ഞെടുത്തു. ദേശീയതലത്തിലുണ്ടായ വളർച്ച കണ്ട് വേണുവിന് സെക്രട്ടറിയായാൽ കൊള്ളാമെന്നുണ്ടായിരുന്നു. ഞാൻ തന്നെ വേണുവിന്റെ പേരു നിർദേശിച്ചു. അങ്ങനെ വേണു അഖിലേന്ത്യാ സെക്രട്ടറിയായി.

ജെഎൻയു വിദ്യാർഥിയായിരുന്ന മതിയഴകന്റെ മരണം നടക്കുന്നത് ഈ സമ്മേനത്തിലാണ്. ജെഎൻയുവിൽ നിന്നുള്ള പല വിദ്യാർഥികളും സമ്മേളനത്തിൽ പങ്കെടുത്തിരുന്നു. രാത്രിയിൽ സമ്മേളനം ചൂടുപിടിച്ചു നടക്കുമ്പോഴാണ് മതിയഴകൻ മരിക്കുന്നത്. പിന്നീട് നദീതീരത്ത്

മതിയഴകന്റെ മൃതദേഹം സംസ്കരിച്ചു. ഏറെക്കാലത്തിനു ശേഷമാണ് ഈ സംഭവം മാധ്യമങ്ങളിൽ ചർച്ചയായതും വിവാദമായതും. നേതൃത്വത്തിനെതിരായിട്ടായിരുന്നു വിമർശനമെല്ലാം.

മഹാരാഷ്ട്ര സമ്മേളനത്തിനു ശേഷം ഞാൻ പ്രവർത്തന മണ്ഡലം കേരളത്തിലേക്കു മാറ്റി. മഠത്തിൽ മത്തായിയുടെ കൊലപാതകത്തിനു ശേഷം തകർന്നുപോയ സംസ്ഥാന കമ്മിറ്റി പുനഃസംഘടിപ്പിക്കുകയായിരുന്നു ആദ്യം ചെയ്യേണ്ടിയിരുന്നത്. പി.സി. ഉണ്ണിച്ചെക്കൻ, ജയകുമാർ, പി.ജെ. ബേബി, സോമശേഖരൻ എന്നിവരായിരുന്നു കൂടെയുണ്ടായിരുന്നത്. തൃശൂരിൽ പി.ജെ. ബേബിയുടെ അടുത്താണു ഞങ്ങൾ യോഗം ചേരുന്നത്. ജനകീയ വിഷയങ്ങളിൽ ഇടപെടാൻ അവിടെ നിന്നു തീരുമാനിച്ചു. 1984ൽ ജാതി വിരുദ്ധ മതേതര സമ്മേളനം വിളിച്ചുചേർത്തു. ജോൺ ഏബ്രഹാമും പവനനുമൊക്കെ പങ്കെടുത്തിരുന്നു ആ സമ്മേളനത്തിൽ. അയ്യായിരത്തോളം പേരാണ് സമ്മേളനത്തിനെത്തിയത്. നിർജീവമായിരുന്ന പാർട്ടിയെ വീണ്ടും ജീവൻവെപ്പിക്കാൻ സാധിച്ചു. ഭൂതത്താൻകെട്ടിലെ ആണവനിലയത്തിനെതിരായ സമരമായിരുന്നു മറ്റൊന്ന്. രണ്ടായിരം പേരെ അണിനിരത്തിയൊരു പ്രകടനം നടത്താൻ സാധിച്ചു. വി.ആർ. കൃഷ്ണയ്യരായിരുന്നു പ്രതിജ്ഞ ചൊല്ലിക്കൊടുത്തത്.

ഈ സമയമാകുമ്പോഴേക്കും അഖിലേന്ത്യാ തലത്തിൽ പാർട്ടിയിൽ വിയോജിപ്പ് പ്രകടമായി. വേണുവുമായി പലർക്കും യോജിച്ചു പ്രവർത്തിക്കാൻ സാധിക്കാതെയായി. ഖലിസ്ഥാൻ വാദത്തെ വേണു പിൻതുണച്ചതോടെ ഞങ്ങൾക്കിടയിൽ വിയോജിപ്പ് ശക്തമായി. ഭൂരിപക്ഷ വർഗീയതയെ നേരിടാൻ ന്യൂനപക്ഷ വർഗീയതയെ പിൻതുണയ്ക്കണമെന്നായിരുന്നു വേണുവിന്റെ നിലപാട്. വർഗീയത ന്യൂനപക്ഷമായാലും ഭൂരിപക്ഷമായാലും എതിർക്കേണ്ടതാണെന്നാണ് ഞങ്ങൾ വാദിച്ചത്. അഖണ്ഡവാദത്തിനെതിരെ ശിഥിലവാദമാണ് വേണു പ്രോത്സാഹിപ്പിച്ചത്. അഖിലേന്ത്യാ പാർട്ടിയല്ല, ദേശീയതകളുടെ സമന്വയമാണ് വേണ്ടതെന്നായിരുന്നു വേണുവിന്റെ മറ്റൊരു വാദം. മൂന്നുവർഷത്തിനുശഷം പശ്ചിമബംഗാളിൽ അഖിലേന്ത്യാ പ്ലീനം നടക്കുമ്പോൾ നാലു വ്യത്യസ്ത ധാരകളായിരുന്നു ഏറ്റുമുട്ടിയിരുന്നത്. ഒന്ന് ഞങ്ങളുടേത്, രണ്ട് വേണുവിന്റേത്. തമിഴ്നാട്ടിൽ നിന്നുള്ളവരുടെ ദ്രവീഡിയൻ ലൈൻ, നാലാമത്തേത് റാവുഫിന്റേയും. കേരളത്തിൽ ഞങ്ങളുടെ നേതൃത്വത്തിൽ നടന്ന സമരത്തിലൊന്നും വേണുവിന് ഒരു പങ്കുമുണ്ടായിരുന്നില്ല.

1987ൽ ദേശീയ സമ്മേളനം നടത്താൻ തീരുമാനിച്ചു. അതിന്റെ മുന്നോടിയായി കേന്ദ്രകമ്മിറ്റി പി.ജെ.ബേബിയുടെ വീട്ടിൽ ചേർന്നു. കേന്ദ്രകമ്മിറ്റിയിലെ എല്ലാവരെയും അറിയിച്ചിരുന്നില്ല. വേണുവും അദ്ദേഹത്തിനു വേണ്ടപ്പെട്ടവരും ഞാനും മാത്രമേ പങ്കെടുത്തുള്ളൂ. അവരായിരുന്നു ഭൂരിപക്ഷം. ആ യോഗത്തിൽ ഞങ്ങളെയൊക്കെ പുറത്താക്കാൻ തീരുമാനിച്ചു. ഞാനും സോമശേഖരനും ജയകുമാറുമായിരുന്നു പുറത്താക്കപ്പെട്ടത്. ഞങ്ങൾ കോഴിക്കോട് സംസ്ഥാന സമ്മേളനം വിളിച്ചു.

ഉണ്ണിച്ചെക്കൻ

പിന്നീട് വേണു അഖിലേന്ത്യാ കോ-ഓർഡിനേഷൻ കമ്മിറ്റി പിരിച്ചുവിട്ടു. തുടർന്നാണ് ഞങ്ങൾ സിപിഐഎംഎൽ റെഡ്ഫ്ളാഗ് രൂപീകരിക്കുന്നത്. ഞാൻ ജനറൽ സെക്രട്ടറിയും ഉണ്ണിച്ചെക്കൻ സംസ്ഥാന സെക്രട്ടറിയുമായി. ആന്ധ്രയിലെ പീപ്പിൾസ് വാർ ഗ്രൂപ്പുമായൊക്കെ ഐക്യമുണ്ടാക്കാൻ സാധിച്ചു. പാർട്ടിയുടെ മുഖപത്രമായി റെഡ്സ്റ്റാർ മാഗസിൻ തുടങ്ങി. അന്നു തൊട്ടിന്നുവരെ റെഡ്സ്റ്റാർ മുടങ്ങാതെ പ്രസിദ്ധീകരിക്കുന്നുണ്ട്. തൃശൂരിൽ നടത്തിയ സമ്മേളനത്തിൽ ആന്ധ്രയിലെ വരവരറാവു, ഗദ്ദർ എന്നിവരൊക്കെ പങ്കെടുത്തിരുന്നു.

ഞാൻ ജനറൽ സെക്രട്ടറിയായി വീണ്ടും ദൽഹിയിലേക്കു പോയപ്പോൾ സംസ്ഥാന കമ്മിറ്റിയിൽ വലതുവ്യതിയാനം വ്യക്തമായി. ഞങ്ങൾ തുടങ്ങിവച്ച ആദിവാസി സമരമൊക്കെ ഉപേക്ഷിച്ചു. അനിവാര്യമായതു സംഭവിച്ചു. 2003ൽ പാർട്ടി വീണ്ടും പിളർന്നു. ഭൂരിപക്ഷം ഉണ്ണിച്ചെക്കനോടൊപ്പമായിരുന്നു. 45 അംഗ കമ്മിറ്റിയിൽ നാലുപേർ മാത്രമേ ഞങ്ങൾക്കൊപ്പമുണ്ടായിരുന്നുള്ളൂ. വീണ്ടും പാർട്ടി ശക്തിപ്പെട്ടുകൊണ്ടു വരികയാണ്. പാർട്ടി പിളർത്തിയ ഉണ്ണിച്ചെക്കനൊക്കെ സിപിഎമ്മിന്റെ പാളയത്തിലേക്കാണു പാർട്ടിയെ കൊണ്ടുപോയത്. സംസ്ഥാനതലത്തിൽ ക്ഷീണം സംഭവിച്ചെങ്കിലും ദേശീയതലത്തിൽ ഞങ്ങൾക്കു തന്നെയായിരുന്നു ശക്തി.

ഇന്ന് ഒരു ഭാഗത്ത് വലതുഭാഗത്തേക്കു പോകുന്ന സിപിഎമ്മുകാർ. മറുഭാഗത്ത് അരാജകവാദികളായ മാവോയിസ്റ്റുകൾ. എങ്കിലും യഥാർഥത്തിലുള്ള കമ്യൂണിസ്റ്റുകാരുടെ ധ്രുവീകരണം സംഭവിക്കും. അതിനു ഞങ്ങളുടെ പാർട്ടി മുൻകൈയെടുക്കും.

അനുബന്ധം

ഉണ്ണിച്ചെക്കന്റെ കൈപ്പത്തി നഷ്ടപ്പെടുന്നു

വെള്ളത്തൂവൽ സ്റ്റീഫനു പറ്റിയതുപോലെയൊരു അപകടത്തിലാണ് റെഡ്ഫ്ളാഗ് ഗ്രൂപ്പ് സംസ്ഥാന സെക്രട്ടറിയായ ഉണ്ണിച്ചെക്കനു കൈപ്പത്തി നഷ്ടമായത്. മതിലകം പൊലീസ് സ്റ്റേഷൻ ആക്രമണം പരാജയപ്പെട്ട സമയം. കേരളത്തിലെ നക്സലൈറ്റ് ആക്ഷനുകൾക്കായി പാർട്ടി പ്രവർത്തകർ ആയുധങ്ങൾ സംഭരിക്കാറുണ്ട്. തൃശൂർ ജില്ലയിലെ കുഴിക്കാട്ടുശേരി താഴെക്കാട്ട് എന്ന സ്ഥലത്തായിരുന്നു ഉണ്ണിച്ചെക്കൻ പ്രവർത്തിച്ചിരുന്നത്. മറ്റൊരു പ്രവർത്തകനോടൊപ്പം സഞ്ചിയിൽ ബോംബുമായി സഞ്ചരിക്കുകയായിരുന്നു ഉണ്ണിച്ചെക്കൻ. രാത്രിയിൽ ബോംബുമായി പോകുമ്പോൾ പെട്ടെന്ന് പൊലീസ് ജീപ്പ് മുന്നിലെത്തി. കനാൽതീരത്തിലൂടെ സഞ്ചിയുമായി ഓടുമ്പോൾ ഉണ്ണിച്ചെക്കൻ താഴെവീണു. ഉഗ്രസ്ഫോടനമായിരുന്നു നടന്നത്. ശബ്ദം കേട്ട് പൊലീസ് സ്ഥലത്തെത്തി പരിശോധന നടത്തിയെങ്കിലും ഉണ്ണിച്ചെക്കനെ പിടികൂടാൻ സാധിച്ചില്ല.

ചോരയിൽ മുങ്ങി കനാൽക്കരയിൽ ബോധംകെട്ടുകിടക്കുകയായിരുന്നു അദ്ദേഹം. ബോധം തെളിഞ്ഞപ്പോൾ കണ്ടത് വലതു കൈപ്പത്തി നഷ്ടപ്പെട്ടതാണ്. അടുത്തുള്ള കല്ലുംകുന്ന് എന്ന സ്ഥലത്തെത്തി. അവിടെ നിന്നു പ്രവർത്തകർ നടവരമ്പിലെ ഒളിത്താവളത്തിലേക്കു കൊണ്ടുപോയി.

എന്നാൽ ഉണ്ണിച്ചെക്കനെ അവിടെ കൊണ്ടുവന്ന വിവരം പൊലീസ് അറിഞ്ഞു. രാമൻകുട്ടി എന്ന പാർട്ടി പ്രവർത്തകനായിരുന്നു ഉണ്ണിച്ചെക്കനു സഹായിയായി ഉണ്ടായിരുന്നത്. പൊലീസെത്തി ഉണ്ണിച്ചെക്കനെ ചികിത്സിക്കുന്ന കട്ടിലോടെ എടുത്തുകൊണ്ടുപോയി. രാമൻകുട്ടിയും അവിടെ വച്ചു തന്നെ അറസ്റ്റിലായി.

മൂന്ന്

രാജന്റെ കൊലപാതകം

എം.എം. സോമശേഖരൻ

അടിയന്തരാവസ്ഥ പ്രഖ്യാപിച്ച അന്നാണ് ഞാൻ കോളജ് പഠനം ഉപേക്ഷിച്ച് ഒളിവിൽ പോയത്. പിന്നീട് കോളജിൽ പോയിട്ടില്ല. അന്നു ഞാൻ സിപിഐഎംഎല്ലിന്റെ ജില്ലാ കമ്മിറ്റിയിൽ പ്രവർത്തിക്കുന്നുണ്ട്. അന്നത്തെ കാലത്ത്, വായിക്കുന്ന ഒരാൾ നക്സലൈറ്റ് ആകും. അത് ആ കാലഘട്ടത്തിന്റെ പ്രത്യേകതയായിരുന്നു. മടപ്പള്ളി കോളജിൽ ബിഎ ഇംഗ്ലീഷിനായിരുന്നു ഞാൻ പഠിച്ചിരുന്നത്. പ്രീഡിഗ്രിക്ക് സയൻസ് ഗ്രൂപ്പ് ആയിരുന്നു. രാഷ്ട്രീയപ്രവർത്തനവും നാടകവുമൊക്കെ നന്നായി കൊണ്ടുനടക്കാൻ ബിഎ ആണ് നല്ലതെന്നു തോന്നി. സയൻസെടുത്താൽ നമുക്കിഷ്ടം പോലെ പ്രവർത്തിക്കാൻ കഴിയില്ല.

ആദ്യകാലത്ത് ഞാൻ എഐഎസ്എഫിലായിരുന്നു. ഗായകൻ വി.ടി. മുരളിയൊക്കെ ഞങ്ങൾക്കൊപ്പം പ്രവർത്തിച്ചിരുന്നു. പിന്നീടു സാഹിത്യം തലയ്ക്കു പിടിച്ചപ്പോഴാണു എസ്എഫുമായി സഹകരിച്ചു പ്രവർത്തിക്കാൻ തുടങ്ങിയത്. ആദ്യമായി എസ്എഫ് മടപ്പള്ളിയിൽ ജയിക്കുന്നത് ഞങ്ങളുടെ കാലത്താണ്. അന്ന് മിക്കവാറും പേർ നക്സൽ അനുഭാവമുള്ളവരായിരുന്നു. അങ്ങനെയായിരുന്നു ആ കാലഘട്ടം. പട്ടാമ്പി കോളജിൽ നിന്നു പ്രസക്തി ലിറ്റിൻ മാഗസിനൊക്കെ തുടങ്ങുന്നത് ആ സമയത്താണ്. യെനാൻ മാസിക ഇറക്കുന്നതൊക്കെ മടപ്പള്ളി കോളജ് കേന്ദ്രീകരിച്ചുകൊണ്ടായിരുന്നു. ഞങ്ങളെയൊക്കെ അന്വേഷിച്ച് പൊലീസ് കോളജിൽ സ്ഥിരമായി എത്തുമായിരുന്നു. എന്നാൽ വിദ്യാർഥികളൊന്നും കാട്ടിക്കൊടുക്കില്ല.

അന്ന് മടപ്പള്ളികോളജ് വലിയ ശ്രദ്ധാ കേന്ദ്രമായിരുന്നു. എഴുത്തുകാരുടെതായ ഒരു കൂട്ടായ്മ അവിടെയുണ്ടായിരുന്നു. ആധുനിക സാഹിത്യത്തിന്റെ സഹയാത്രികരായിരുന്നു ഞങ്ങൾ. നിലവിലുള്ള രാഷ്ട്രീയ-സാഹിത്യ സങ്കല്പമായിരുന്നില്ല ഞങ്ങളുടേത്. അന്ന് കേരളത്തിൽ നക്സലൈറ്റ് പ്രസ്ഥാനത്തിന് സംഘടിതമായ ഒരു രൂപമില്ലായിരുന്നു. വി.സി. ശ്രീജനും ഞാനും ഒന്നിച്ചുള്ള സായാഹനയാത്രകളിലാണ്

എം.എം. സോമശേഖരൻ

നിലവിലെ വ്യവസ്ഥിതിക്കെതിരെ പ്രതികരിക്കണമെന്ന ചിന്ത വരുന്നത്. സായുധസമരത്തിലൂടെയല്ലാതെ രാജ്യത്തെ നിലവിലുള്ള വ്യവസ്ഥിതിയെ തകർക്കാൻ കഴിയില്ലെന്നു വിശ്വസിച്ചു. ക്യൂബൻ വിപ്ലവത്തെക്കുറിച്ചുള്ള അറിവെല്ലാമായിരിക്കും അങ്ങനെ ചിന്തിക്കാൻ പ്രേരിപ്പിച്ചത്.

കോളേജിലെ സാഹിത്യസൗഹൃദ കൂട്ടായ്മ വളർന്നുവന്നു. വി.കെ. പ്രഭാകരൻ, പി. കെ.നാണു, ഹുസൈൻ, അജ്മൽ, കെ.എൻ. രാജീവ്, അച്യുതൻ തുടങ്ങിയവരായിരുന്നു സംഘത്തിലുണ്ടായിരുന്നത്. ഈ സംഘമാണ് പിന്നീട് സിപിഐഎംഎല്ലിന്റെ യൂണിറ്റ് രൂപീകരിക്കുന്നത്. അക്കാലത്ത് പേരാമ്പ്രയിലും അയനിക്കാടുമെല്ലാം ഇത്തരത്തിലുള്ള ഗ്രൂപ്പുകൾ പ്രവർത്തിക്കുന്നുണ്ടായിരുന്നു. കണ്ണൂർ, തൃശൂർ, പാലക്കാട്, എറണാകുളം എന്നിവിടങ്ങളിലൊക്കെ ഇതുപോലെയുള്ള ചെറുഗ്രൂപ്പുകൾ പ്രവർത്തിക്കുന്നതായി അറിയാം. എന്നാൽ സംസ്ഥാനതലത്തിൽ ഒരു കോ-ഓർഡിനേഷനൊന്നുമുണ്ടായിരുന്നില്ല. എറണാകുളം-തൃശൂർ ജില്ലക്കാർ ചേർന്ന് ഒരു കമ്മിറ്റി രൂപീകരിച്ചു പ്രവർത്തിച്ചിരുന്നു. മലബാറിൽ ദാമോദരൻമാഷായിരുന്നു സംഘടനയുടെ നേതൃത്വം വഹിച്ചിരുന്നത്. അന്ന് വേണുവും വാസുവേട്ടനൊക്കെ ജയിലിലാണ്.

അടിയന്തരാവസ്ഥയ്ക്കു തൊട്ടുമുൻപാണ് വേണു ജയിലിൽ നിന്നിറങ്ങുന്നത്. തിരുവനന്തപുരം ജയിലിൽ നിന്നിറങ്ങി വേണു രഹസ്യ പ്രവർത്തനത്തിനായി വരുന്നത് കോഴിക്കോട്ടേക്കാണ്. കോഴിക്കോടും വയനാടുമായിരുന്നു പ്രവർത്തന കേന്ദ്രങ്ങൾ.

ഇൻക്വിലാബ് വീണ്ടും പ്രസിദ്ധീകരിക്കാൻ തുടങ്ങി. അതുമായി ബന്ധപ്പെട്ട് ഞാൻ വയനാട്ടിലെ മീനങ്ങാടിയിൽ പോയതായിരുന്നു. അവിടെ വച്ചാണ് അടിയന്തരാവസ്ഥ പ്രഖ്യാപിച്ചത് അറിയുന്നത്. വേണു, ദാമോദരൻമാഷ്, മധു (മധുമാസ്റ്റർ) എന്നിവരൊക്കെ കൂടെയുണ്ട്. ഞങ്ങളെല്ലാം ഒളിവിൽപോകാൻ തീരുമാനിച്ചു. മധു മീനങ്ങാടിയിൽ അധ്യാപകനാണ്. ഒളിവിലാകുമ്പോഴും പേരാമ്പ്ര കേന്ദ്രീകരിച്ചാണു ഞാൻ പ്രവർത്തിച്ചിരുന്നത്. പേരാമ്പ്രയിലെ ചേനോളിയിലെ രാഘവേട്ടന്റെ വീട്ടിലായിരുന്നു ഞാൻ മിക്കവാറും തങ്ങാറുണ്ടായിരുന്നത്. അന്ന് പേരാമ്പ്ര, കായണ്ണ, വാല്യക്കോട്, നൊച്ചാട്, ചേനോളി എന്നിവിടങ്ങളിലെല്ലാം പാർട്ടിക്കു നല്ല ആൾബലമുണ്ടായിരുന്നു. പൊലീസിന് ഞങ്ങളെയൊന്നും ആരും ഒറ്റിക്കൊടുക്കുമായിരുന്നില്ല. അതുകൊണ്ടുതന്നെ ഒളിവിലായിരുന്നെങ്കിലും എന്റെയൊക്കെ പ്രവർത്തനം പരസ്യമായിട്ടു തന്നെയായിരുന്നു.

പൊലീസ് സ്റ്റേഷൻ ആക്രമണം

നക്സലൈറ്റുകളുടെ പ്രധാന ദൗത്യം ആക്ഷൻ നടത്തുകയായിരുന്നു. അടിയന്തരാവസ്ഥയിൽ പാർട്ടി പ്ലാൻ ചെയ്ത ചില ആക്ഷനുകൾ വേണ്ടത്ര വിജയിച്ചില്ല. അപ്പോൾ എന്തെങ്കിലും കാര്യമായി തന്നെ ചെയ്യണമെന്ന് ഞങ്ങൾ കോഴിക്കോട് ജില്ലാ കമ്മിറ്റിക്കാർ തീരുമാനിച്ചു.

വേണു കോഴിക്കോടുണ്ട്. ഉന്മൂലനം നടത്താനായിരുന്നു ആദ്യ തീരുമാനം. പക്ഷേ, അതു നടത്താൻ പറ്റിയവരെയൊന്നും അന്നു കണ്ടില്ല. അത്തരമൊരു കാഴ്ചപ്പാടായിരുന്നില്ല ഞങ്ങൾക്കൊന്നും. ഒടുവിൽ പൊലീസ് സ്റ്റേഷൻ ആക്രമിക്കാൻ തീരുമാനിച്ചു. സ്റ്റേഷൻ ആക്രമണമത്തിനു വേറെയും കാരണമുണ്ടായിരുന്നു. അടിയന്തരാവസ്ഥയാണ്. നക്സലൈറ്റുകളിൽ ഒരാൾ പോലും പുറത്തില്ലെന്നും എല്ലാവരെയും അറസ്റ്റ് ചെയ്തെന്നും പൊലീസ് പ്രഖ്യാപിച്ചപ്പോൾ പൊലീസിന് ഒരു ഷോക്ക് നൽകുകയായിരുന്നു ഞങ്ങളുടെ ഉദ്ദേശ്യം. പൊലീസായിരുന്നല്ലോ അന്നു ഭരിച്ചിരുന്നത്. നാവടക്കിൻ പണിയെടുക്കിൻ എന്ന ഭരണകൂട നയത്തിനു നേരെയുള്ള ആക്രമണം കൂടിയായിരുന്നു ഞങ്ങളുടെ ലക്ഷ്യം.

ആക്രമണത്തിനു കായണ്ണ-കൂരാച്ചുണ്ട് സ്റ്റേഷൻ തിരഞ്ഞെടുക്കാൻ കാരണമുണ്ടായിരുന്നു. കായണ്ണയിലെ സംഘടനാ പ്രവർത്തകർക്കു കൂരാച്ചുണ്ട് പൊലീസ് സ്റ്റേഷനിൽ കിടന്ന അനുഭവമുണ്ടായിരുന്നു. അവരിൽ നിന്നാണ് സ്റ്റേഷനെക്കുറിച്ച് വിവരം ലഭിക്കുന്നത്. വെള്ളവും വെളിച്ചവും എത്താത്തൊരു സ്റ്റേഷനായിരുന്നു. അവിടത്തെ പൊലീസുകാരുടെ പെരുമാറ്റവും മോശമായിരുന്നു. ജനങ്ങളോടു ശത്രുക്കളെ പോലെയായിരുന്നു ഇവിടത്തെ പൊലീസുകാർ പെരുമാറിയിരുന്നത്.

സ്റ്റേഷൻ ആക്രമിക്കുക, തോക്കെടുക്കുക, പൊലീസിനൊരു ഷോക്ക് നൽകുക- ഇതായിരുന്നു ഞങ്ങളുടെ തീരുമാനം. ആരെയെങ്കിലും കൊല്ലാനോ പരിക്കേല്പിക്കാനോ ലക്ഷ്യമിട്ടിരുന്നില്ല. എളുപ്പത്തിൽ ആക്രമിക്കാവുന്ന സ്റ്റേഷൻ ആയതിനാൽ ഇതുതന്നെ മതിയെന്നു തീരുമാനിച്ചു. ആക്ഷന്റെ ആദ്യഘട്ടത്തിൽ എനിക്കു പ്രധാനമായ സഹായം ലഭിക്കുന്നത് പേരാമ്പ്ര രാമല്ലൂരിലെ ചെറിയ രാജനിൽ നിന്നാണ്. രാജനിപ്പോൾ ജീവിച്ചിരിപ്പില്ല. ആക്രമണത്തിനു മുൻപ് സ്റ്റേഷനെക്കുറിച്ചൊരു പഠനം നടത്താൻ ഞാനും രാജനും വത്സരാജും കൂടി കൂരാച്ചുണ്ട് സ്റ്റേഷൻ പരിസരത്ത് രാത്രിയിൽ പോയി. രാത്രിയിൽ നടത്തേണ്ട ആക്ഷൻ പ്ലാൻ ചെയ്യാൻ വേണ്ടിയായിരുന്നു ഇത്. അന്ന് സ്ഥലപരിചയം ഇല്ലാത്തവർക്കു രാത്രി പൊലീസ് സ്റ്റേഷൻ പരിസരത്തു കൂടെ യാത്ര ചെയ്യുക എളുപ്പമല്ല. സ്റ്റേഷനു പിന്നിലേക്കു പോയാൽ പെരുവണ്ണാമൂഴി ഡാമിൽ വെള്ളം സംഭരിക്കുന്നിടത്താണ് എത്തിച്ചേരുക. സ്റ്റേഷനപ്പുറത്തേക്കു കുറച്ചു വീടുകളേയുണ്ടായിരുന്നുള്ളൂ. പൊലീസുകാർക്കു പരിചയമില്ലാത്തവർക്കൊന്നും സ്റ്റേഷൻ പരിസരത്തേക്കു വെറുതെ പോകാൻ പറ്റില്ലായിരുന്നു.

സ്റ്റേഷൻ എത്തുന്നതിനു മുൻപായിരുന്നു സിനിമാ ടാക്കീസ്. ഞങ്ങൾ മൂന്നുപേരും നല്ല വസ്ത്രമൊക്കെ ധരിച്ചായിരുന്നു രാത്രിയിൽ സ്റ്റേഷൻ പരിസരത്തിലൂടെ നടന്നിരുന്നത് അന്നേരം ആരോ ഞങ്ങൾക്കു നേരെ ടോർച്ചടിച്ചു. പൊലീസാണെന്നു തെറ്റിദ്ധരിച്ച് ഞങ്ങൾ ഓടി രക്ഷപ്പെട്ടു. സിനിമ കഴിഞ്ഞിറങ്ങുന്ന ആരോ ആയിരുന്നു ടോർച്ചടിച്ചിരുന്നത്. ശരിക്കും അന്നു തന്നെ പൊലീസിന്റെ കൈയിൽ പെടേണ്ടതായിരുന്നു.

ദാമോദരൻ മാഷ്, കുന്നേൽ കൃഷ്ണൻ, സി.എച്ച്. അച്യുതൻ (സി.എച്ച്. അശോകന്റെ ജ്യേഷ്ഠൻ), വി.കെ. പ്രഭാകരൻ, സുഗതൻ, വത്സരാജ്, അശോകൻ, അന്തരിച്ച രാഘവൻ, രാജൻ, ഭരതൻ എന്നിവരായിരുന്നു സ്റ്റേഷൻ ആക്രമിക്കാനുള്ള സംഘത്തിലുണ്ടായിരുന്നത്. വേണുവായിരുന്നു കമാൻഡർ. ഞാനന്നു ചിക്കൻപോക്സ് വന്നു കിടപ്പാണ്. ചേനോളിയിലെ രാഘവേട്ടൻ എന്നെ അദ്ദേഹത്തിന്റെ വീട്ടിലേക്കു കൊണ്ടുപോകാൻ ശ്രമിച്ചെങ്കിലും ഞാൻ തയ്യാറായില്ല. ആർ.ഇ.സി പരിസരത്തെ ലോഡ്ജിലായിരുന്നു കഴിഞ്ഞിരുന്നത്. പാർട്ടിയുടെ ജില്ലാ സെക്രട്ടറിയായിരുന്ന എനിക്കായിരുന്നു ഇവിടെയൊരു ആക്ഷൻ നടക്കുമ്പോൾ ചുമതല.

വർഗീസ് രക്തസാക്ഷി ദിനത്തിൽ തന്നെ പൊലീസിനൊരു ഷോക്ക് കൊടുക്കാനായിരുന്നു ഞങ്ങളുടെ ആദ്യ തീരുമാനം. എന്നാൽ വെളുത്ത വാവിന്റെ തൊട്ടടുത്ത ദിവസമായിരുന്നതുകൊണ്ട് ആ ദിനം മാറ്റി വയ്ക്കുകയായിരുന്നു. വാവിന്റെ പിറ്റേന്നും രാത്രി നല്ല വെളിച്ചമായിരിക്കുമല്ലോ. അത് ആക്ഷൻ നടത്തുന്നവരെ തിരിച്ചറിയാൻ സാധിച്ചേക്കുമെന്നതുകൊണ്ടാണ് മാറ്റിവച്ചത്. ഫെബ്രുവരി 28 ന് ആക്ഷൻ നടത്താൻ തീരുമാനമായി.

ഞാനും വേണുവും ദാമോദരൻമാഷുമാണ് ആക്ഷൻ എങ്ങനെ വേണമെന്ന് പ്ലാൻ ചെയ്തിരുന്നത്. ഭീകര ഗൂഢാലോചനയൊന്നുമുണ്ടായിരുന്നില്ല. അങ്ങനെ ആയുധമൊന്നുമുണ്ടായിരുന്നില്ല. കുറച്ച് ഇരുമ്പുവടിയും കുറച്ച് നാടൻബോംബുകളും. പൊട്ടില്ല എന്ന് ഞങ്ങൾക്കുറപ്പുള്ള ബോംബായിരുന്നു അത്. ഞങ്ങൾ തന്നെ ഉണ്ടാക്കിയത്. ഇരുമ്പുവടിയുമായി വരാമെന്നേറ്റ രണ്ടാൾ വന്നില്ല. ഒടുവിൽ വേലിക്കമ്പ് ആയിരുന്നു കൈവശം വച്ചത്. അന്ന് ആയുധത്തിനൊന്നും വലിയ പ്രാധാന്യമുണ്ടായിരുന്നില്ല.

കൂരാച്ചുണ്ട് തിയറ്ററിൽ സാധാരണ സെക്കൻഡ് ഷോ ഉണ്ടാകാറുണ്ടായിരുന്നില്ല. പക്ഷേ, ശിവരാത്രി ആഘോഷം നടക്കുന്നതിനാൽ തിയറ്ററിൽ സെക്കൻഡ് ഷോയും ഉണ്ടായിരുന്നു. ഫസ്റ്റ് ഷോയ്ക്ക് ശേഷം സെക്കൻഡ് ഷോയും കാണേണ്ടിവന്നു. ടൗണിൽ ആളുണ്ടാകുമ്പോൾ ആക്രമിക്കാൻ പറ്റില്ലല്ലോ. അതുകൊണ്ട് സെക്കൻഡ് ഷോയും കാണേണ്ടി വന്നു. സിനിമ കഴിഞ്ഞ ശേഷം ഞങ്ങൾ സ്റ്റേഷന്റെ അപ്പുറത്തേക്കു പോയി. ശരിക്കും അപ്പോൾ തന്നെ ഞങ്ങൾ പിടിയിലാകാമായിരുന്നു. കാരണം സ്റ്റേഷന്റെ അപ്പുറത്ത് കുറച്ചു വീടുകളേയുണ്ടായിരുന്നുള്ളൂ. അവിടുത്തുകാരെയൊക്കെ കൂരാച്ചുണ്ട് സ്റ്റേഷനിലെ പൊലീസിനറിയാം. അപരിചിതരായ കുറച്ചുപേർ അർധരാത്രി നടന്നുപോകുന്നതു കാണുമ്പോൾ തന്നെ പൊലീസിനു സംശയിക്കാമായിരുന്നു. പക്ഷേ, അതുണ്ടായില്ല.

ആക്ഷനു വന്ന എല്ലാവരെയും എനിക്കു മാത്രമേ പരിചയമുണ്ടായിരുന്നുള്ളൂ. പലരും അവിടെ വച്ചാണു ആദ്യമായി കാണുന്നതും. വീണ്ടും

സിനിമ കണ്ട ശേഷം സ്റ്റേഷന് അപ്പുറത്തുള്ള സ്ഥലത്ത് ചേർന്ന് ഞങ്ങൾ ആക്ഷൻ വിശദീകരിച്ചു. വേണുവിനെ കമാൻഡർ ആയി തിരഞ്ഞെടുത്തു.

അന്ന് സ്റ്റേഷനിൽ പതിവിലും കൂടുതൽ പൊലീസുകാർ ഉണ്ടായിരുന്നു. ശിവരാത്രി ഉത്സവം നടക്കുന്നതിനാലായിരിക്കണം. പൊതുവേ അവിടെയുള്ള പൊലീസുകാർ രാത്രിയായാൽ നന്നായി മദ്യപിക്കുന്നവരായിരുന്നു. ഞങ്ങൾ ചെല്ലുമ്പോൾ പൊലീസുകാർ സ്റ്റേഷൻ വരാന്തയിലും മറ്റിടങ്ങളിലുമായി കിടന്നുറങ്ങുകയാണ്. ഞങ്ങൾ മുദ്രാവാക്യം വിളിച്ചുകൊണ്ട് കയറിചെല്ലുന്നതുകണ്ട് കുറേപേർ ഓടിരക്ഷപ്പെട്ടു. പൊലീസുകാരെ കൊല്ലരുതെന്ന് ഞങ്ങൾ ആദ്യമേ തീരുമാനിച്ചിരുന്നു. ഇങ്ങോട്ട് ആക്രമിച്ചാൽ ദാക്ഷിണ്യമില്ലാതെ കൈകാര്യം ചെയ്തോളാൻ എല്ലാവർക്കും നിർദേശം നൽകിയിരുന്നു. ആക്രമിക്കുന്നവരോട് ദാക്ഷിണ്യമില്ല, അല്ലാത്തവരോട് ശത്രുതയില്ല എന്ന മുദ്രാവാക്യമായിരുന്നു ഞങ്ങളുടെത്. എതിർക്കാൻ നിന്ന പൊലീസുകാർക്ക് നല്ല ഇടി കൊടുത്തു. ജീവിതത്തിൽ ആരെയും അടിച്ചിട്ടില്ലാത്ത എനിക്ക് അവിടെ ചിലരെ അടിക്കേണ്ടി വന്നു. എന്റെ കൈയിൽ ഇരുമ്പുവടിയായിരുന്നു ഉണ്ടായിരുന്നത്. ചിക്കൻപോക്സ് കാരണം നടക്കാൻ പോലും കഴിയാത്ത സ്ഥിതിയിലായിരുന്നു ഞാൻ. ആക്ഷൻ സംഘത്തിന്റെ പിന്നിലായിരുന്നു ഞാൻ. പിന്നീട് മുന്നോട്ടെത്തി. ഇരുമ്പുവടികൊണ്ട് ഒരു പൊലീസുകാരനെ അടിച്ചു. എവിടെ അടിക്കണമെന്നൊന്നും നിശ്ചയമില്ലായിരുന്നു. അടികൊണ്ട് ഇരുമ്പുവടി വളഞ്ഞുപോയി.

സ്റ്റേഷന് അകത്തേക്കു ഞങ്ങൾ കയറിയില്ല. അതു ബുദ്ധിയായിരുന്നില്ല. അവിടെ എത്രപേരാണുള്ളതെന്നറിയില്ലല്ലോ. സ്റ്റേഷനു മുന്നിലെ മിക്കവാറും പൊലീസ് ഓടി രക്ഷപ്പെട്ടിരുന്നു. ഇരുമ്പുവടിയും പിടിച്ച് ഒരു പൊലീസുകാരൻ നിൽക്കുന്നുണ്ടായിരുന്നു. അയാളോടു മര്യാദയ്ക്കു നിൽക്കാൻ പറഞ്ഞ് വാതിലിൽ ചാരിവച്ച രണ്ടു തോക്ക് ഞങ്ങൾ കൈവശമാക്കി. ഒരു തോക്ക് ഞാനാണെടുത്തത്. അതു കൂട്ടത്തിലുള്ള ഒരാൾക്കു കൊടുത്ത് മാറിനിന്നോളാൻ പറഞ്ഞു.

അന്നേരം ആരോ ഒരു പൊലീസുകാരനെ ഇരുമ്പുവടികൊണ്ട് അടിക്കുന്നുണ്ടായിരുന്നു. ആരോ ഒരു വിളക്കുമായി അങ്ങോട്ടേക്കു വന്നു. വേണു ആ വിളക്കിൽ കയറി പിടിച്ചു. ഉടൻ തന്നെ ആ പൊലീസുകാരൻ വേണുവിന്റെ തലയ്ക്കടിച്ചു. നല്ല അടിയായിരുന്നു. കൂടെയുള്ളവരോടു പിൻവലിയാൻ പറഞ്ഞു. ആളുകളുടെ എണ്ണം പറയാൻ പറഞ്ഞു. ഓരോ ഗ്രൂപ്പുകളായി തിരിച്ചുപോരാൻ തുടങ്ങി. ആരെങ്കിലും ഉള്ളിലുണ്ടോ എന്ന് ഞാൻ വിളിച്ചുചോദിച്ചു. അപ്പോഴേക്കും എല്ലാവരും മടങ്ങി. ഞാനും വേണുവും മാത്രമായി. ആരെങ്കിലും ഉള്ളിൽകുടുങ്ങിയിട്ടുണ്ടോ എന്ന് വീണ്ടും വിളിച്ചുചോദിച്ചു. ക്യാപ്ടൻ, ക്യാപ്ടൻ എന്ന് ഒരാൾ സ്റ്റേഷന്റെ ഭാഗത്തു നിന്നു വിളിക്കുന്നു. കൂട്ടത്തിലുള്ള ആരോ ആണ്. നോക്കിയപ്പോൾ രണ്ടു തടിയൻമാരായ പൊലീസുകാർ ഒരാളുടെ മുകളിൽ

കിടക്കുകയാണ്. ഒരുത്തനെ കിട്ടിയെടാ എന്ന് അവർ വിളിച്ചുപറയുന്നുണ്ട്. ഞാനും വേണുവും അങ്ങോട്ടു ചെന്നു. അവൻമാർ വീണ്ടും വന്നേ എന്നു കരഞ്ഞുവിളിച്ചുകൊണ്ട് ബാക്കിയുള്ള പൊലീസുകാരും ഓടി. അവർക്കറിയില്ല ഞങ്ങളെത്ര പേരുണ്ടെന്ന്. കാശുള്ള വീട്ടിൽ കള്ളൻ കയറിയ സ്ഥിതിയായിരുന്നു അന്നേരം.

ഞാൻ കൈയിലുള്ള ഇരുമ്പുവടികൊണ്ട് പൊലീസുകാരനെ അടിച്ചു. വടി വളഞ്ഞു എന്നല്ലാതെ മറ്റൊന്നും സംഭവിച്ചില്ല. ജീവിതത്തിൽ ആരെയും ഒന്നും ചെയ്തിട്ടില്ലാത്ത വേണു കത്തിയുമായി എന്തൊക്കെയോ കാട്ടുന്നുണ്ട്. ഒടുവിൽ കയ്യിലുള്ള വടികൊണ്ട് സർവശക്തിയുമെടുത്ത് പൊലീസുകാരന്റെ തലയ്ക്കടിച്ചു. എന്നാൽ അപ്പോഴേക്കും താഴെ കിടന്നിരുന്ന ആൾ എഴുന്നേറ്റിരുന്നു. അടികൊണ്ടത് അദ്ദേഹത്തിന്റെ തലയ്ക്കായിരുന്നു. വയനാട്ടിലെ കുന്നേൽ കൃഷ്ണേട്ടനായിരുന്നു അത്. കൃഷ്ണേട്ടന് നല്ല ആരോഗ്യമുണ്ടായിരുന്നു. ഒരു പൊലീസുകാരൻ കൃഷ്ണേട്ടന്റെ വിരലിൽ കടിച്ചിരുന്നു. മൽപിടിത്തത്തിനൊടുവിൽ പൊലീസുകാർ കൃഷ്ണേട്ടന്റെ പിടിവിട്ടു. ഞങ്ങൾ മൂന്നുപേരും തിരിച്ചുപോന്നു. ഞങ്ങളുടെ മുന്നിലുള്ളവർ സ്റ്റേഷനു നേരെ നാടൻ ബോംബ് വലിച്ചെറിഞ്ഞു. അതെല്ലാം വന്നുവീഴുന്നത് ഞങ്ങളുടെ അടുത്താണ്. പൊട്ടാത്തതുകൊണ്ട് ഞങ്ങൾ രക്ഷപ്പെട്ടു.

ഈ ബഹളമെല്ലാം കേട്ട് പരിസരവാസികൾ സ്റ്റേഷനു സമീപം തടിച്ചുകൂടിയിരുന്നു. അപ്പോഴേക്കും സ്റ്റേഷന് അകത്തുനിന്ന് പൊലീസ് വെടിവയ്ക്കാൻ തുടങ്ങി. കൃഷ്ണേട്ടന്റെ തോളരികിലൂടെ ചില്ലു തെറിച്ചുപോയി. ഞങ്ങളതു വകവയ്ക്കാതെ തിരിച്ചുനടന്നു.

അന്നേരം മറ്റൊരു തമാശയുണ്ടായി. ഞങ്ങൾക്കു വഴിതെറ്റിപ്പോയി. ബാക്കിയുള്ളവരൊക്കെ സ്ഥലംവിട്ടിരുന്നു. കൃഷ്ണേട്ടനും വേണുവിനും സ്ഥലമറിയില്ല. എന്തെങ്കിലും അറിയുന്നത് ഞാൻ മാത്രമാണ്. ഞങ്ങൾ നടന്നു. വഴിയരികിൽ കുളം കണ്ടു. എന്റെ ഡബിൾ മുണ്ട് വലിച്ചുകീറി വേണുവിന്റെ മുറിവിൽ കെട്ടി. വസ്ത്രമെല്ലാം കഴുകി. വേണുവിന്റെ കൈവശമുണ്ടായിരുന്ന പണമെല്ലാം വച്ച ബൽട്ട് അവിടെ വച്ചു മറന്നുപോയി. വീണ്ടും നടന്നു. കുറേ നടന്ന് ഒരു ടൗണിനടുത്തെത്തി. ഒരു വീട്ടിൽ കയറി കായണ്ണയിലേക്കുള്ള വഴി ചോദിച്ചു. അവർ കാണിച്ചുതന്ന വഴിയിലൂടെ നടന്നു. ഒരു സ്ഥലത്തെത്തിയപ്പോൾ അവിടെ നിർത്തിയിട്ട ബസിലെ ബോർഡ് വായിച്ചു. കൂരാച്ചുണ്ട്. ഞങ്ങൾ നടന്നെത്തിയത് കൂരാച്ചുണ്ടിൽ തന്നെയാരുന്നു. സ്റ്റേഷന്റെ തൊട്ടടുത്ത് തന്നെയാണ് എത്തിയത്. ഒന്നും വകവയ്ക്കാതെ ഞങ്ങൾ പേരാമ്പ്രയ്ക്കുള്ള റോഡിലൂടെ വീണ്ടും നടന്നു. അപ്പോഴേക്കും പുലർച്ചെ നാലുമണിയായിട്ടുണ്ട്. ഒരു ടോർച്ച് ലൈറ്റ് എതിരെ വന്നപ്പോൾ ഉള്ള ആവതും വച്ച് ഞങ്ങളോടി. കുറേ നടന്നപ്പോൾ ഒരു വീടുകണ്ടു. കായണ്ണയിലേക്കുള്ള വഴി ചോദിച്ചു. അവർക്കു സംശയം തോന്നാതിരിക്കാൻ രോഗവിവരം പറയാൻ പോകുകയാണെന്നാണു പറഞ്ഞത്. വീട്ടിലുള്ള സ്ത്രീ ഇറങ്ങി

വന്ന് ഞങ്ങളെ ചീത്തപറഞ്ഞു. അസമയത്ത് വെളിച്ചമൊന്നുമില്ലാതെ പോന്നതിനായിരുന്നു ചീത്ത. സ്നേഹംകൊണ്ടുള്ള പറച്ചിലായിരുന്നു. അവർ ചൂട്ട് കത്തിച്ചുതന്നു. ഞങ്ങളുടെ ഷർട്ടിലൊക്കെ ചോരപ്പാടുണ്ടായിരുന്നു. അതവർ ശ്രദ്ധിച്ചിട്ടുണ്ടാകില്ല. അവർ കാണാതിരിക്കാൻ കുപ്പായത്തിലെ ചോരപ്പാട് മറച്ചുപിടിച്ചു. ആ സ്നേഹനിധിയായ അമ്മ പറഞ്ഞുതന്ന വഴിയിലൂടെ ഞങ്ങൾ പോന്നു.

നേരം പുലർന്നപ്പോഴേക്കും കായണ്ണയിലെത്തി. ജങ്ഷനിലെ കുഞ്ഞിരാമേട്ടന്റെ വീട്ടിലെത്തി. ലോക്കൽ കമ്മിറ്റി സെക്രട്ടറിയായിരുന്നു അദ്ദേഹം. കഴിഞ്ഞു ഇല്ലേ.. കുഞ്ഞിരാമേട്ടൻ ഞങ്ങളെ കണ്ടപാടേ ചോദിച്ചു. അദ്ദേഹത്തിന്റെ വീട്ടിൽ നിന്നു കുളിച്ചു, ഭക്ഷണം കഴിച്ച്, 12 മണിവരെ ഉറങ്ങിയ ശേഷം മടങ്ങി. പോകാൻ നേരം കുറച്ചുപൈസയും വാങ്ങി. പാർട്ടി അനുഭാവിയായ ഒരാൾ ഞങ്ങളെ കായണ്ണ കനാൽ റോഡിലെത്തിച്ചു. കനാൽ റോഡിലൂടെ നടന്നാൽ ആരുടെയും ശ്രദ്ധയിൽ പെടില്ലെന്നറിയാം. അതിലൂടെ നടന്ന് കോഴിക്കോട് വെസ്റ്റ്ഹില്ലിലെത്തി. അവിടെ നിന്ന് ഫറോക്കിലേക്കു പോയി.

ഫാറൂഖ് കോളജിലെ ഹോസ്റ്റലിൽ ഇസ്മയിലിന്റെ മുറിയിലെത്തി. അവന്റെ സഹമുറിയൻ മലപ്പുറം എസ്പിയുടെ മകൻ മുസ്തഫയാണ്. അവൻ നക്സലൈറ്റ് അല്ല. അവന് ഞങ്ങളെ അറിയാം. വളരെ നല്ലവനായിരുന്നു മുസ്തഫ.

അന്ന് ഫാറൂഖ് കോളേജിൽ കലോത്സവം നടക്കുകയാണ്. ഈ കലോത്സവത്തിൽ പങ്കെടുക്കാൻ പി. രാജനൊക്കെ എത്തിയിട്ടുണ്ട്. ഈ സമയമാകുമ്പോഴേക്കും സ്റ്റേഷൻ ആക്രമണമൊക്കെ വലിയ വാർത്തയായിരുന്നു. മലപ്പുറം എസ്പി. അന്ന് ഫാറൂഖ് കോളജിലെത്തി. അന്വേഷണത്തിന്റെ ഭാഗമായി വന്നതായിരിക്കും. പോകാൻ നേരം അദ്ദേഹം ഹോസ്റ്റലിൽ പോയി മകനെ കാണാമെന്നു തീരുമാനിച്ച് അതുവഴി വന്നു. വഴിയിൽ വച്ച് ഇസ്മയിൽ അദ്ദേഹത്തെ കണ്ടു. മുസ്തഫ അവിടെയില്ലെന്ന് അവൻ നുണ പറഞ്ഞതിനാൽ ഞാനും വാസുവും രക്ഷപ്പെട്ടു.

അന്നുരാത്രി ഞാനും മെഡിക്കൽ കോളജ് വിദ്യാർഥി വാസുവും ആർ.ഇ.സിയിലെ വയർമാനായിരുന്ന ഇബ്രാഹിമിന്റെ വീട്ടിലേക്കു പോയി. നന്നാക്കാൻ കൊടുത്ത ഡ്യൂപ്ലിക്കേറ്റർ തിരികെയെടുക്കാൻ ചെന്നതായിരുന്നു. വഴിയിൽ ചാലിയെ കണ്ടു. കോളേജിനു മുന്നിലെ റോഡിൽ അവൻ ഉണ്ടായിരുന്നു. പൊലീസ് സ്റ്റേഷൻ ആക്രമണത്തെക്കുറിച്ച് ചാലിക്ക് അറിയാമായിരുന്നു. ചിക്കൻപോക്സ് വന്ന സമയത്ത് എനിക്കു ഭക്ഷണം എത്തിച്ചു തന്നിരുന്നത് അവനായിരുന്നു. ആക്രമണത്തിന്റെ ഒരുക്കങ്ങളിൽ നേരിട്ടല്ലെങ്കിലും അവനും പങ്കാളിയായിരുന്നു. പൊലീസുകാർ പിന്നാലെയുണ്ടാകുമെന്ന് ചാലി മുന്നറിയിപ്പു തന്നു. രാത്രി കിടക്കാൻ ഇബ്രാഹിമിന്റെ വീട്ടിലേക്കു പോയി. പുലർച്ചെ തിരിച്ചു വരുമ്പോൾ പി. രാജൻ ഉപയോഗിക്കുന്ന ലോഡ്ജ് മുറിയുടെ മുന്നിൽ

പൊലീസിനെ കണ്ടു. ആർ.ഇ.സി. ഹോസ്റ്റലിനു മുന്നിലായിരുന്നു ലോഡ്ജ്. ഹോസ്റ്റൽ മുറിയുണ്ടെങ്കിലും രാജന് ഈ മുറികൂടിയുണ്ടാ യിരുന്നു.

വാസുവിനെ അവിടെയുള്ളവർക്കെല്ലാം അറിയാം. വാസു രാജനെ കാണാൻ ചെല്ലുമ്പോൾ അവിടെയുള്ളവരെല്ലാം കാണാറുണ്ടായിരുന്നു. രാജൻ പാട്ടുപഠിപ്പിക്കുന്ന സോമൻ വാസുവിനെ കണ്ടു. വേഗം രക്ഷ പ്പെട്ടോളാൻ അവൻ പറഞ്ഞു. ഞങ്ങളവിടെ നിന്നിറങ്ങി. വാസു ഓടാൻ തുടങ്ങി. ഞാൻ പറഞ്ഞു ഓടേണ്ടെന്ന്. ഒരു ടേണിങ്ങിൽ പൊലീസ് വാഹനം കണ്ടു. ആ വാഹനത്തിലായിരുന്നു പി. രാജനെ അറസ്റ്റ് ചെയ്തു കൊണ്ടുപോയിരുന്നത്. പൊലീസിന് ഞങ്ങളെ അറിയില്ലല്ലോ. പക്ഷേ വാസു ഓട്ടം തുടർന്നു. എങ്ങനെയൊക്കെയോ മാവൂരെത്തി. ഞങ്ങൾക്കു ഫറോക്കിലെത്തണം. അപ്പോഴേക്കും പൊലീസ് വാഹനം തലങ്ങും വിലങ്ങും പായുന്നുണ്ടായിരുന്നു. റോഡ് മാർഗം പോകുന്നത് സുരക്ഷി തമല്ല എന്നറിയാം. മാവൂരിൽ നിന്ന് ഒരു തോണിയിൽ ഫറോക്കിലേക്കു പോന്നു. പൊലീസ് ഈ സമയമാകുമ്പോഴേക്കും ഞങ്ങളുടെ പാർട്ടിയിലെ സംശയമുള്ളവരെയെല്ലാം തേടി ഇറങ്ങിയിരുന്നു.

കെ. വേണുവും കുന്നേൽ കൃഷ്ണേട്ടനും വാസുവും ഞാനും നാലു വഴിക്കു പിരിഞ്ഞു. വേണു അങ്ങാടിപ്പുറത്തേക്കാണു പോയത്. കൃഷ് ണേട്ടൻ വയനാട്ടിലേക്കും. ഞാൻ സുഹൃത്തായ പ്രഭാകരന്റെ മുറിയി ലെത്തി. കല്പകഞ്ചേരിയിൽ റജിസ്ട്രോഫീസിൽ ജോലിക്കാരനാണ് പ്രഭാകരൻ. ഞാനെത്തിയ സമയത്ത് അവൻ അവിടെയില്ലായിരുന്നു. കൂട്ടുകാരെയൊക്കെ കണ്ടു.

സുഹൃത്തായ കോളേജ് അധ്യാപകന്റെ അടുത്തെത്തി. അവൻ അവിടെ തങ്ങാൻ പറഞ്ഞിരുന്നു. അവൻ ആർഎസ്എസുകാരനായിരുന്നു. ഞാൻ തിരികെ പ്രഭാകരന്റെ അടുത്തേക്കു തന്നെപോന്നു. ഭക്ഷണ മൊക്കെ കഴിച്ച് ഉറങ്ങാൻ കിടന്നു. കുറേദിവസത്തെ അലച്ചിലിന്റെ ക്ഷീണം കാരണം നന്നായി ഉറങ്ങി. അതിരാവിലെ കഴുത്തിൽ തണുപ്പ് തട്ടിയപ്പോഴാണ് ഉണർന്നത്. നോക്കിയപ്പോൾ പുലിക്കോടൻ നാരായണൻ റിവോൾവർ കഴുത്തിനു നേരെ ചൂണ്ടി നിൽക്കുകയാണ്. ഞാൻ ചോദിച്ചു- പോകാം അല്ലേ. എതിർത്തു നിന്നിട്ടു കാര്യമില്ല. ഞാൻ ഷർട്ടിടാതെ തന്നെ പൊലീസിനൊപ്പം ഇറങ്ങി.

ഞാനവിടെയുണ്ടെന്ന് അറിയുന്ന ചുരുക്കം ചിലരേ ഉണ്ടായിരുന്നുള്ളൂ. അതിൽ ഒരാൾ പിടിയിലായിരുന്നു. അവൻ വഴിയായിരിക്കും ഞാൻ പ്രഭാകരന്റെ മുറിയിലുള്ള കാര്യം അറിഞ്ഞത്. അടിയന്തരാവസ്ഥയിലെ ഉരുട്ടലിന് അവനും വിധേയനായിരുന്നു. വേദന സഹിക്കാനാവാഞ്ഞു പറഞ്ഞതായിരിക്കും.

മുറിയിൽ നിന്നു പുറത്തിറങ്ങിയപ്പോൾ പൊലീസുകാർ എന്റെ കൈ വരിഞ്ഞുകെട്ടി. ഞാൻ ഓടിപ്പോകുമെന്ന് അവർ പേടിച്ചിട്ടുണ്ടാകും.

മുൻപൊരു തവണ പൊലീസ് പിടിയിൽ നിന്നു ഞാൻ ഓടിരക്ഷപ്പെട്ട താണ്. കോഴിക്കോട് മെഡിക്കൽ കോളജിലെ ഹോസ്റ്റലിൽ ഞാൻ സലിമിന്റെ മുറിയിൽ കഴിയുമ്പോൾ സാധാരണവേഷത്തിൽ രണ്ടുപേർ വാസുവിനെ തേടിവന്നു. വാസു ഒളിവിൽ പോയതായിരുന്നു. അവർക്ക് എന്നെ അറിയില്ലായിരുന്നു. മെഡിക്കൽ സ്റ്റുഡന്റ് ആണെന്നാണ് ഞാനവരോടു പറഞ്ഞത്. പക്ഷേ, അവർക്കു സംശയമുണ്ട്. സിഐയും എസ്ഐയും എന്റെ രണ്ടുഭാഗത്തും നിന്നു പുറത്തേക്കു കൂട്ടിക്കൊണ്ടു വന്നു. ഒരു പാവത്താനെപോലെ അവരുടെ കൂടെ നടന്നു. പുറത്തെത്തി യപ്പോൾ ഞാൻ സഹതാപം തോന്നുന്ന രീതിയിൽ ചോദിച്ചു- എന്നെ എന്തിനാണു പിടികൂടിയതെന്ന്. എസ്ഐ എന്റെ അടുത്തു നിന്നു മാറിയ തക്കത്തിൽ ഞാൻ ഓടി രക്ഷപ്പെട്ടു. പൊലീസ് പിന്നാലെയും. കള്ളൻ, കള്ളൻ എന്ന് പൊലീസ് വിളിച്ചുപറയുന്നുണ്ടായിരുന്നു. നാട്ടുകാരും പിന്നാലെ ഓടി. അന്ന് എങ്ങനെയോ രക്ഷപ്പെട്ടതാണ്.

രണ്ടാമതും ഞാൻ രക്ഷപ്പെടാതിരിക്കാൻ വേണ്ടിയാണ് കൈ വരിഞ്ഞു കെട്ടിയത്. ഇവനെ വിശ്വസിക്കാൻ പറ്റില്ല എന്ന് പൊലീസുകാർ പറയുന്നുണ്ടായിരുന്നു. കൈയുടെ രക്തയോട്ടം നിലയ്ക്കുന്നരീതിയിലാ യിരുന്നു കെട്ട്. പാമ്പുകടിച്ചാൽ പോലും അറിയില്ലെന്ന് പൊലീസുകാർ തന്നെ പറഞ്ഞിരുന്നു.

നിന്റെ വേണു എവിടെയെടാ എന്ന് ജീപ്പിൽ വച്ച് പുലിക്കോടൻ ചോദിക്കുന്നുണ്ടായിരുന്നു. ഞാൻ ഒന്നും പറയാതെ ഇരുന്നു. (ഇതിനിടെ വേണുവിനെ തേടിയും പൊലീസെത്തിയിരുന്നു. വേണു അങ്ങാടിപ്പുറ ത്തായിരുന്നു. പൊലീസെത്തുമ്പോൾ വേണു രക്ഷപ്പെട്ടു. അവിടെ നിന്ന് കല്പകഞ്ചേരിയിൽ വന്നു. അപ്പോഴേക്കും എന്നെ പിടികൂടിയിരുന്നു). പൊലീസ് പിടിയിലായപ്പോൾ ഇതെന്റെ അവസാനയാത്രയാണെന്ന് ഉറപ്പാക്കിയിരുന്നു. അടിയന്തരാവസ്ഥക്കാലത്ത് പൊലീസ് സ്റ്റേഷൻ ആക്രമിച്ച ആളെ അവർ ജീവനോടെ വിടില്ല എന്നുറപ്പായിരുന്നു.

വാഹനത്തിൽ എവിടേക്കോ കൊണ്ടുപോയി. തറയിൽ ഇരിക്കുന്ന തിനാൽ എവിടേക്കാണെന്നു മനസ്സിലായില്ല. പൊലീസ് വാഹനത്തിൽ എന്നെ അറിയുന്നൊരാൾ ഉണ്ടായിരുന്നു. അയാൾ ഇടയ്ക്കിടെ കയ്യിലെ കെട്ടൊന്നു ലൂസാക്കും. എന്നെ വേദനിപ്പിക്കുന്നതുപോലെ മറ്റുള്ള വർക്കു മുൻപിൽ അഭിനയിച്ചായിരുന്നു ഈ സഹായം. കൊണ്ടു പോകുന്നത് കക്കയം ക്യാംപിലേക്കാണെന്ന് പൊലീസുകാരുടെ സംസാര ത്തിൽ നിന്നാണു മനസ്സിലാകുന്നത്. എന്നെ ക്യാംപിലെത്തിച്ചപ്പോൾ പൊലീസുകാരുടെ ആഘോഷമായിരുന്നു. സ്റ്റേഷൻ ആക്രമണത്തിലെ മുഖ്യസൂത്രധാരനെയാണു കിട്ടിയിരിക്കുന്നത്. പ്രധാനദൗത്യം കഴി ഞ്ഞല്ലോ എന്ന ആശ്വാസമായിരുന്നു ആഘോഷത്തിനു പിന്നിൽ.

അവിടെ ജയറാം പടിക്കലും മുരളീ കൃഷ്ണദാസുമുണ്ട്. ഒരു യുദ്ധ സമാനമായ അന്തരീക്ഷമായിരുന്നു. എന്നെ ഉരുട്ടാനുള്ള ബെഞ്ചിൽ

കിടത്തി. പേരാമ്പ്ര സിഐ. മോഹനൻ ബെഞ്ചിനരികിൽ ഉണ്ട്. ഉരുട്ടുമ്പോൾ ശബ്ദം പുറത്തുവരാതിരിക്കാൻ വായിൽ തുണിതിരുകാൻ മുരളീകൃഷ്ണദാസ് പറയുന്നുണ്ടായിരുന്നു. ശ്രദ്ധിക്കണം, ശ്രദ്ധിക്കണം എന്ന് അദ്ദേഹം ഇടയ്ക്കിടെ വിളിച്ചുപറയുന്നുണ്ടായിരുന്നു. ഒരുത്തനെ അങ്ങോട്ട് അയച്ചിട്ടുണ്ടെന്ന് പൊലീസ് ഇടയ്ക്കിടെ എന്നോടു പറയുന്നുമുണ്ട്. അതിൽ നിന്നു രാജൻ തന്നെയാണു മരിച്ചതെന്ന് ഊഹിച്ചു. ഉരുട്ടുമ്പോൾ ശ്വാസം മുട്ടിയാകും മരിച്ചതെന്ന് പൊലീസ് എന്റെ ഉരുട്ടലിൽ കാണിക്കുന്ന ശ്രദ്ധ കണ്ടപ്പോൾ തോന്നി.

എങ്കിലും ഒന്നാംപ്രതിക്കു ലഭിക്കേണ്ട മർദനമൊന്നും എനിക്കു ലഭിച്ചില്ലെന്നാണ് തോന്നുന്നത്. കാരണം എന്നെ പിടികൂടാൻ വേണ്ടി മറ്റുള്ളവർക്കു ഭീകര പീഡനം ഏൽക്കേണ്ടി വന്നിട്ടുണ്ട്. രാജന്റെ മരണം കൂടിയായപ്പോൾ പീഡനത്തിന്റെ അളവു കുറച്ചിരിക്കണം. പിന്നെ ചിക്കൻ പോക്സ് വന്ന് എന്റെ ശരീരം ശോഷിച്ചിരുന്നു. ഇടിക്കാനുള്ള ആവേശമൊന്നും എന്റെ ശരീരം കാണുമ്പോൾ തോന്നില്ല.

ഒരുതവണ എന്നെ ഉരുട്ടുമ്പോൾ ജയറാം പടിക്കലും പുലിക്കോടൻ നാരായണനും അവിടെയുണ്ട്. നിങ്ങളിരിക്ക്, നിങ്ങളുണ്ടെങ്കിലേ ഇവനൊക്കെ സത്യം പറയൂ എന്ന് പടിക്കൽ പറയുമ്പോൾ പുലിക്കോടന്റെ മുഖം അഭിമാനം കൊണ്ട് തിളങ്ങുന്നതു കാണാമായിരുന്നു. വെറും എസ്.ഐ ആയ തന്നെ ഡി.ഐ.ജി അംഗീകരിച്ചതിന്റെ സന്തോഷമായിരുന്നു പുലിക്കോടന്. ഇരുമ്പുലക്ക കൊണ്ട് ഉരുട്ടി ചതഞ്ഞ മസിലിൻമേൻ കുത്തി വേദനിപ്പിക്കലായിരുന്നു പുലിക്കോടന്റെ വിനോദം. ഒരു കുറ്റബോധവുമില്ലാതെ ആളെ പീഡിപ്പിക്കാനുള്ള ശേഷി കൊണ്ടാണ് പുലിക്കോടൻ അന്ന് കക്കയം ക്യാംപിൽ ആളായത്.

ഒരു ദിവസം എന്നെ ജയറാം പടിക്കലിന്റെ മുന്നിൽ കൊണ്ടുവന്നു. പടിക്കലിനെ പറ്റി എന്തറിയാം എന്നു ചോദിച്ചു. കുറച്ചുകാലം മുൻപ് സ്ട്രീറ്റ് മാസികയിൽ പടിക്കലിനെക്കുറിച്ചൊരു ലേഖനം വന്നിരുന്നു. മുപ്പത്തഞ്ച് വയസ്സുള്ള, സ്കോട്ലൻഡ്യാഡിൽ പോയി പഠിച്ച, എപ്പോഴും താഴോട്ടേ്ടാ നോക്കിയിരിക്കുന്ന സാഡിസ്റ്റായ ചെറുപ്പക്കാരൻ എന്ന് ഞാൻ പറഞ്ഞു. ഏതുസമയവും അദ്ദേഹത്തിന്റെ ചവിട്ടു പ്രതീക്ഷിച്ചിരിക്കുകയാണ്. എന്നാൽ പടിക്കലിന്റെ ഉറക്കെയുള്ള ചിരിയാണു കേൾക്കുന്നത്. 'എന്തിനാണെടോ ഞാൻ സ്കോട്ലൻഡ്യാഡിൽപോകുന്നത്? നിന്നെയൊക്കെ ഉരുട്ടാൻ പഠിക്കാനോ?' അലറിച്ചിരിച്ചുകൊണ്ട് പറഞ്ഞു.

വൈദ്യശാസ്ത്രം അറിയുന്നതുകൊണ്ട് പടിക്കലിന് ശരീരശാസ്ത്രം നന്നായി അറിയാം. ഉരുട്ടലിനു വിധേയനാകുന്ന ആൾ എളുപ്പത്തിലൊന്നും മരിക്കില്ല. പരമാവധി പീഡിപ്പിച്ചാലും ജീവനോടെ ഇരിക്കും. രാജൻ മരിച്ചത് ഉരുട്ടലിലല്ല, ഉരുട്ടുമ്പോൾ ശ്വാസം മുട്ടിയായിരുന്നു.

രാജനെ കസ്റ്റഡിയിലെടുത്ത് ജീപ്പിൽ കൊണ്ടുപോകുമ്പോഴാണ് ഞാനും വാസുവും ഓടിരക്ഷപ്പെട്ടത്. ഞാൻ അറസ്റ്റിലായി എത്തുന്നതിന്റെ

തലേദിവസമാണു രാജൻ മരിച്ചത്. മുരളി കണ്ണമ്പള്ളിയിൽ നിന്നാണു രാജനാണു മരിച്ചതെന്നു കൃത്യമായി അറിയുന്നത്. മുരളി ആംഗ്യത്തിലൂടെ രാജന്റെ പേര് എഴുതിക്കാണിക്കുകയായിരുന്നു. ഒരുത്തനെ അങ്ങോട്ടേക്ക് അയച്ചിട്ടുണ്ടെന്ന് പൊലീസ് ഇടയ്ക്കിടെ പറയുമായിരുന്നു.

അന്ന് രാജന്റെ കൊലപാതകം ഇത്രയും വലിയ വിഷയമാകുമെന്ന് പൊലീസ് കരുതിയിരുന്നില്ല. അടിയന്തരാവസ്ഥയിൽ പൊലീസായിരുന്നല്ലോ കാര്യങ്ങൾ തീരുമാനിച്ചിരുന്നത്. നിന്നെയൊക്കെ കൊന്നാൽ ഞങ്ങൾക്കൊരു ചുക്കും സംഭവിക്കില്ല, ഒരു പട്ടി ചത്താൻ ഒരു കാൽപ്പായ കടലാസിൽ അതിന്റെ കണക്കെഴുതണം. നിന്നെ കൊന്നിട്ട് വയറുകീറി കല്ലുകെട്ടി കടലിൽ കൊണ്ടിട്ടാൽ പൊങ്ങിവരിക പോലുമില്ലെന്ന് ജയറാം പടിക്കൽ ഭീഷണിയോടെ പറഞ്ഞിട്ടുണ്ട്.

പൊലീസ് സ്റ്റേഷൻ ആക്രമണ കേസിലെ ഓരോരുത്തരായി പിടിയിലാകാൻ തുടങ്ങി. കൃഷ്ണേട്ടനെ വയനാട്ടിൽ നിന്നാണു പിടിച്ചത്. നല്ല ആരോഗ്യമുള്ള ശരീരമായിരുന്നു കൃഷ്ണേട്ടന്. അതുകൊണ്ടു തന്നെ പൊലീസുകാർക്ക് കൃഷ്ണേട്ടനെ ഇടിക്കാൻ ആവേശമായിരുന്നു. പ്രഭാകരൻ പിടിയിലാകുമ്പോൾ ന്യൂമോണിയ ബാധിച്ചിരുന്നു. പുനത്തിൽ കുഞ്ഞബ്ദുള്ളയാണ് അവനെ രക്ഷപ്പെടുത്തിയത്.

ഒരിക്കൽ ക്യാംപിൽ ഏതോ വിശിഷ്ടാതിഥി വന്നപ്പോൾ പൊലീസ് എന്റെ കണ്ണുകെട്ടി അദ്ദേഹത്തിന്റെ മുന്നിൽ നിർത്തിയിരുന്നു. ഞാൻ അറിയാൻ പാടില്ലാത്തൊരു രാഷ്ട്രീയനേതാവാണു വന്നതെന്ന് ഉറപ്പായിരുന്നു. പൊലീസ് സ്റ്റേഷൻ ആക്രണമ കേസിലെ മുഖ്യപ്രതിയെ കാട്ടിക്കൊടുക്കാനായിരിക്കും എന്നെ കണ്ണുകെട്ടി കൊണ്ടുപോയത്.

ഒരുമാസം കക്കയം ക്യാംപിലായിരുന്നു. ക്യാംപ് നക്സലൈറ്റുകൾ ആക്രമിക്കുമെന്ന ഭീതിയിൽ അവിടെ നിന്നു മാലൂർക്കുന്നിലേക്കു മാറ്റി. അന്നത്തെ ദിവസം ഒരിക്കലും മറക്കില്ല. ഞങ്ങൾക്കെല്ലാം വയറുനിറയെ ഭക്ഷണം തന്നു. പൊലീസ് പിടിയിലായ ശേഷം അന്നാണു പലരും വയറുനിറയെ ഭക്ഷിക്കുന്നതു തന്നെ. ഞാൻ ഭക്ഷണം കഴിക്കുമ്പോൾ സോമൻ എന്നൊരു പൊലീസുകാരൻ നീ നേതാവല്ലേ എന്നു പറഞ്ഞുകൊണ്ട് എന്റെ ഭക്ഷണം ചവിട്ടിയരച്ച്, അത് എന്നെക്കൊണ്ടു തീറ്റിച്ചു. ഒടുവിൽ വേറെ പൊലീസുകാർ വന്ന് അയാളെ ബലമായി പിടിച്ചുകൊണ്ടു പോകുകയായിരുന്നു.

വലിച്ചിഴച്ചാണ് ഞങ്ങളെ പൊലീസ് വാഹനത്തിലേക്കു കയറ്റിയത്. ടാർപോളിൻ കൊണ്ട് ആകെ മൂടിയൊരു വാഹനമായിരുന്നു. യാത്രാമധ്യേ ഞാൻ ഛർദിച്ചു. മാലൂർകുന്നിലെ ക്യാംപിലേക്കും വലിച്ചിഴച്ചാണു കൊണ്ടുപോയത്.

ഒരു മാസശേഷം ഞങ്ങളെ പേരാമ്പ്ര കോടതിയിൽ ഹാജരാക്കി. അവിടെനിന്നു കോഴിക്കോട് സബ് ജയിലിലേക്ക്. അടിയന്തരാവസ്ഥയ്ക്കു ശേഷം ആദ്യം പരിഗണനയ്ക്കെടുത്ത കേസ് ഞങ്ങളുടെതായിരുന്നു.

ഞാനൊന്നും കേസ് വാദിച്ചില്ല. പ്രഭാകരനും വേറെ ചിലരുമാണ് കേസ് വാദിച്ചത്. കുഞ്ഞിരാമ പൊതുവാൾ ആയിരുന്നു അവരുടെ വക്കീൽ.

കോടതിയിൽ ഹാജരാക്കുമ്പോൾ ഞങ്ങൾ മുദ്രാവാക്യം വിളിക്കും. എങ്കിലും ജഡ്ജി ഞങ്ങളെ ശല്യക്കാരായി കണ്ടിരുന്നില്ല. ഇരിക്കാൻ ബഞ്ചുവേണം എന്ന് ആവശ്യപ്പെട്ടപ്പോൾ പെട്ടെന്നു തന്നെ ബഞ്ച് അനുവദിച്ചു. കോടതിയിൽ ഹാജരാക്കുമ്പോൾ ഞങ്ങൾ പിൻബഞ്ചിൽ ചെന്നിരുന്ന് ഉറങ്ങും.

വിചാരണയ്ക്കിടെ രസകരമായൊരു സംഭവമുണ്ടായി. അടിയോടി എന്ന പൊലീസുകാരനെ വിസ്തരിക്കുമ്പോൾ, എന്റെ നെഞ്ചത്തു കയറിയിരുന്ന് മർദിച്ചുവെന്ന അയാൾ സങ്കടത്തോടെ പറഞ്ഞു. ആരാണു മർദിച്ചതെന്ന് പൊതുവാൾ ചോദിച്ചപ്പോൾ അടിയോടി ചൂണ്ടിക്കാണിച്ചതു പ്രഭാകരനെ. മലപോലെയുള്ള അടിയോടിയെ അശുവായ പ്രഭാകരൻ നെഞ്ചത്തുകയറി മർദിച്ചെന്നു പറഞ്ഞതോടെ കോടതി മുഴുവൻ ചിരിച്ചു.

പൊലീസ് സ്റ്റേഷൻ ആക്രമണ വിചാരണ പിന്നീട് കക്കയം ക്യാംപിന്റെ വിചാരണയായി മാറി. വാദികൾ പ്രതികളായി, പ്രതികൾ വാദികളും. ഞങ്ങളെയൊക്കെ വെറുതെ വിട്ടു. ഞാനും മുരളി കണ്ണമ്പള്ളിയുമാണ് ആദ്യം പുറത്തിറങ്ങുന്നത്. വേണുവും കൃഷ്ണേട്ടനുമൊക്കെ പിന്നെയാണ് എത്തുന്നത്. പുറത്തിറങ്ങിയ ഉടൻ തന്നെ ഞാൻ ഒളിവിൽ പോയി. പാർട്ടിയെ ശക്തിപ്പെടുത്തുകയായിരുന്നു ലക്ഷ്യം. കോഴിക്കോട് വാസുവേട്ടനുണ്ട്. ഞാനും മുരളിയും വാസുവേട്ടനെ ചെന്നുകണ്ടു.

ഞാൻ പിടിയിലായതോടെ വീട്ടിലെ അവസ്ഥ വല്ലാതെയായി. അച്ഛൻ ഗോപാലക്കുറുപ്പ് പട്ടാളത്തിൽ നിന്നു വിരമിച്ച് നാട്ടിലുണ്ടായിരുന്നു. അമ്മ ലക്ഷ്മിക്കുട്ടിയമ്മയും സഹോദരൻ സുദർശനുമൊക്കെ എന്നെക്കുറിച്ചറിയാതെ ഏറെ വിഷമിച്ചിരുന്നു. ഞങ്ങൾ മരിച്ചോ ജീവിച്ചിരിപ്പുണ്ടോ എന്നൊന്നും അറിയില്ലല്ലോ. ഒരു തവണ മരിച്ചാൽ ആ സങ്കടം അതോടെ തീരുമായിരുന്നു. എന്നാൽ പലതവണ മകന്റെ മരണവാർത്ത അറിയുന്ന രക്ഷിതാക്കളെ സംബന്ധിച്ച് എന്താ പറയാ. അന്ന് പത്രത്തിൽ വാർത്തയൊന്നും വരില്ലല്ലോ. എന്നാൽ പത്രവാർത്തയേക്കാൾ ഭീകരമായിരുന്നു നാട്ടിൽ പ്രചരിച്ച കഥകൾ. അതെല്ലാം അമ്മയും അച്ഛനും അറിയുമായിരുന്നു.

പുറത്തിറങ്ങിയ നക്സലൈറ്റുകൾക്കൊക്കെ ധീരപരിവേഷമായിരുന്നു. രാജന്റെ മരണം അത്രയ്ക്കും വലിയ ചലനമാണുണ്ടാക്കിയത്. രാജന്റെ കദനകഥ പാട്ടുപുസ്തകമാക്കി അച്ചടിച്ചു വിൽക്കാൻ തുടങ്ങിയിരുന്നു. എങ്കിലും ഏറ്റവും നേട്ടമുണ്ടാക്കിയത് സിപിഎം ആയിരുന്നു. അടിയന്തരാവസ്ഥയിൽ മൗനംപാലിച്ച പാർട്ടി രാജന്റെ മരണം ശരിക്കും മുതലാക്കി. ഞങ്ങൾക്ക് പരസ്യമായ പ്രചാരണമില്ലാതിരുന്നതിനാൽ സ്റ്റേഷൻ ആക്രമണം രാഷ്ട്രീയപരമായി മുതലെടുക്കാൻ സാധിച്ചില്ല. ഞങ്ങൾ കാട്ടിയതു മണ്ടത്തരമായിരുന്നു.

രാജൻ നക്സലൈറ്റ് ആയിരുന്നു

രാജൻ ഞങ്ങൾക്കു വേണ്ടി ആളുകളെ സംഘടിപ്പിച്ചുതന്നിരുന്നു. മെസ് ബോയ്സിനെയൊക്കെ സംഘടിപ്പിച്ചത് രാജനായിരുന്നു. എല്ലാവരോടും നല്ല ബന്ധമായിരുന്നു. അവരെല്ലാം രാജൻ വഴിയാണ് പാർട്ടിയുമായി ബന്ധപ്പെടുന്നത്. സിപിഎം സെക്രട്ടറിയായിരുന്ന സി.കെ. ശശി അന്ന് രാജന്റെ മുറിയിൽ വന്നിരുന്നു. എന്നെ ശശി കണ്ടിരുന്നില്ല. എസ്എഫ്ഐയുടെ യൂണിറ്റ് തുടങ്ങാൻ വന്നതായിരുന്നു. ചാലിയും ശശിയും അവിടെ വച്ച് ഉടക്കിയിരുന്നു.

ഞങ്ങളുമായുള്ള ബന്ധത്തിന്റെ പേരിലാണ് രാജനെ അറസ്റ്റ് ചെയ്യുന്നത്. അവർക്ക് സ്റ്റേഷൻ പരിസരത്തു നിന്നു ബോംബ് കിട്ടി. ബോംബ് പൊതിഞ്ഞ കടലാസിൽ രാജൻ എന്ന പേര് ടൈപ്പ് ചെയ്തിരുന്നു. ചെറിയ രാജൻ അന്ന് ടൈപ്പിനു പോകുമായിരുന്നു. ആ കടലാസിൽ രാജന്റെ പേരു കണ്ടാണ് പൊലീസ് രാജൻമാരെ പിടിക്കാനിറങ്ങിയത്.

രാജനും ചാലിയും സ്റ്റേഷൻ ആക്രമണത്തിൽ പങ്കെടുത്തോ എന്ന് പൊലീസുകാർക്ക് അറിയുമായിരുന്നില്ല. ചാലിയോട് ഞാൻ മിക്ക കാര്യങ്ങളും പറഞ്ഞിരുന്നു. എന്നാൽ പൊലീസിനു അറിയേണ്ട കാര്യങ്ങൾ പറഞ്ഞിട്ടുണ്ടായിരുന്നുമില്ല. രാജനെ ബോധപൂർവം കൊല്ലുകയായിരുന്നില്ല. രാജൻ അല്ലെങ്കിൽ വേറെയാരെങ്കിലും അന്ന് കൊല്ലപ്പെടുമായിരുന്നു. ചാലിയൊക്കെ മരണത്തിന്റെ വക്കിൽ നിന്നാണ് അന്ന് തിരിച്ചുവന്നത്. പൊലീസ് ഉദ്യോഗസ്ഥന്റെ മരുമകനായിട്ടുപോലും ചാലിക്കു രക്ഷപ്പെടാൻ സാധിച്ചിരുന്നില്ല. അന്ന് കാര്യങ്ങളൊക്കെ തീരുമാനിച്ചിരുന്നത് പടിക്കലും കരുണാകരനുമായിരുന്നു. പടിക്കൽ വലിയൊരു അധികാരകേന്ദ്രമായിരുന്നു.

ജയിലിൽ നിന്നിറങ്ങി ഞാൻ പാർട്ടിയിൽ സജീവമായി. സാംസ്കാരികസംഘടനയുടെ ചുമതലയുണ്ടായിരുന്നതിനാൽ സാംസ്കാരിക പ്രവർത്തനത്തിൽ സജീവമായി ഉണ്ടായിരുന്നു. സാംസ്കാരികവേദി മാസികയുടെ എഡിറ്ററായി കുറച്ചുകാലം പ്രവർത്തിച്ചു. ഞാൻ പൂർണമായും പാർട്ടിയുമായി ബന്ധപ്പെട്ടാണ് പ്രവർത്തിച്ചിരുന്നത്. സാംസ്കാരിക വേദിയിലെ ഒരാൾ പാർട്ടിയാകുന്നതുപോലെയായിരുന്നില്ല പാർട്ടിയിലെ ഒരാൾ സാംസ്കാരിക വേദിയിലെ പ്രവർത്തകനാകുന്നത്. സാംസ്കാരികവേദി മേഘജ്യോതിസ് പോലെയായിരുന്നു. ചെറിയൊരു കാലയളവ്.

പത്തുവർഷമായി പാർട്ടിയെല്ലാം വിട്ടിട്ട്. അത്യാവശ്യത്തിനു വേണ്ടി മാത്രമേ പുറത്തിറങ്ങാറുള്ളൂ. പഴയ സുഹൃത്തുക്കളെയൊക്കെ കാണും. രാഷ്ട്രീയ പ്രവർത്തനം നിർത്താൻ മാനസികമായി ഒരുങ്ങുന്ന കാലത്താണ് ഞാൻ കൂടുതൽ വായിക്കുകയൊക്കെ ചെയ്തത്. ഇനി സംഘടനാ പ്രവർത്തനത്തിൽ താത്പര്യവുമില്ല. ഇന്ത്യൻ പ്രധാനമന്ത്രിയാകുമെന്ന പ്രതീക്ഷയോടെയൊന്നുമല്ല സ്റ്റേഷൻ ആക്രമണത്തിനു പോയതൊന്നും. തിരിച്ചുവരുമെന്നുപോലും പ്രതീക്ഷിച്ചിരുന്നില്ല. വലിയ

പ്രതീക്ഷയോടെയല്ലാത്തതിനാൽ നിരാശയൊന്നും ഉണ്ടായില്ല. ലോകത്തിലെ എല്ലാ കമ്യൂണിസ്റ്റ് പ്രസ്ഥാനങ്ങളും തകർച്ചയുടെ വക്കിലാണ്. പഴയതരത്തിലുള്ളൊരു മുന്നേറ്റം ഇനിയുണ്ടാകില്ല. മാറ്റം ഉൾക്കൊള്ളാൻ കമ്യൂണിസ്റ്റുപാർട്ടികൾക്കു സാധിച്ചില്ല.

ചരിത്രത്തിൽ ജയിച്ചവർ മാത്രമല്ലല്ലോ ചരിത്ര സംഭാവന ചെയ്യുന്നത്. ഇന്നിപ്പോൾ റഷ്യൻ വിപ്ലവം പരാജയപ്പെട്ടതായിട്ടാണ് വിലയിരുത്തുന്നത്. എന്നുകരുതി റഷ്യൻ വിപ്ലവം ചരിത്രത്തിനൊന്നും സംഭാവന നൽകിയില്ലെന്നു പറയാൻ പറ്റില്ലല്ലോ. പൊലീസിന് ഉരുട്ടാനും കൊല്ലാനും അധികാരമില്ലെന്നു ജനത്തിനു മനസ്സിലാകുന്നത് രാജന്റെ മരണത്തോടെയാണ്. അതുവരെ ജനം കരുതിയിരുന്നത് പൊലീസിനു അത്തരത്തിലുള്ള അധികാരമുണ്ടെന്നായിരുന്നു.

ചരിത്രം സൃഷ്ടിക്കാൻ പോയിട്ട് ചരിത്രത്തിന്റെ ഇരകളായവരാണു നമ്മളെന്നു ഞാൻ സുഹൃത്തുക്കളോടു പറയാറുണ്ട്. ജയിലിൽ കിടന്നപ്പോഴും എനിക്കൊരു പ്രശ്നം തോന്നിയിരുന്നില്ല. നമ്മുടെതായൊരു ലോകം സൃഷ്ടിക്കുന്നതിനാൽ ഇച്ഛാഭംഗം തോന്നിയിട്ടില്ല.

ഭാര്യ വത്സല പഞ്ചായത്ത് അംഗമായിരുന്നു. ആർഡി ഏജന്റാണ്. മകൾ സൂര്യ പഠിക്കുന്നു.

അനുബന്ധം

രാജൻ സംഭവം നിയമസഭയിൽ

ജനതാപാർട്ടിയിലെ ശങ്കരൻകുട്ടിയാണ് രാജൻസംഭവം ആദ്യമായി നിയമസഭയിൽ പരാമർശിക്കുന്നത്. റീജ്യണൽ എൻജിനീയറിങ് കോളജ് വിദ്യാർഥി രാജനെ ആറുമാസമായി കാണാതായിരിക്കുകയാണെന്ന് ശങ്കരൻകുട്ടി നിയമസഭയിൽ പറയുമ്പോൾ അത് ആരുടെയും ശ്രദ്ധ ആകർഷിച്ചിരുന്നില്ല.

ശങ്കരൻകുട്ടിയുടെ പരാമർശത്തിനുള്ള മുഖ്യമന്ത്രി കെ.കരുണാകരന്റെ മറുപടി ഇങ്ങനെയായിരുന്നു- ..രാജന്റെ അച്ഛനായ ഈച്ചര വാര്യർ എന്റെ ഒരു ആത്മാർഥ സുഹൃത്താണ്. ഒരു പഴയ സഹപ്രവർത്തകനുമാണ്. അദ്ദേഹത്തിന്റെ മകനെ പൊലീസ് കസ്റ്റഡിയിൽ വച്ചിട്ടില്ല. പൊലീസ് കസ്റ്റഡിയിൽ ഇല്ല. ഇല്ലാത്ത ആളിനെക്കുറിച്ച് പൊലീസ് എങ്ങനെ സമാധാനം പറയണം? ആഭ്യന്തരവകുപ്പിന്റെ ചുമതല കൂടി വഹിക്കുന്ന ആളായിരുന്ന കെ.കരുണാകരൻ അർഥശങ്കയ്ക്കിട നൽകാതെയായിരുന്നു മറുപടി പറഞ്ഞിരുന്നത്.

രാജനെ അറസ്റ്റ് ചെയ്തിട്ടില്ലെന്നുള്ളതാണോ അങ്ങു പറയുന്നതിൽ നിന്നും ഉദ്ദേശിക്കുന്നത്?- പ്രതിപക്ഷത്തെ ടി.കെ. രാമകൃഷ്ണന്റേതായിരുന്നു ചോദ്യം.

ഗവൺമെന്റ് കസ്റ്റഡിയിലുമില്ല, പൊലീസ് കസ്റ്റഡിയിലുമില്ല, അറസ്റ്റ് ചെയ്ത് ലോക്കപ്പിൽ വച്ചിട്ടുമില്ല.

കൂത്തുപറമ്പ് എംഎൽഎയും അടിയന്തരവസ്ഥക്കാലത്ത് പൊലീസ് മർദനത്തിനിരയായ നേതാവുമായ പിണറായി വിജയനായിരുന്നു തുടർന്ന് മുഖ്യമന്ത്രിയോടു ചോദ്യം ഉന്നയിച്ചത്.

രാജന്റെ കൂടെ അറസ്റ്റ് ചെയ്യപ്പെട്ടവർ പുറത്തുവന്നതിനു ശേഷം രാജൻ തങ്ങളുടെ കൂടെ കസ്റ്റഡിയിലുണ്ടായിരുന്നുവെന്നു പറഞ്ഞതായി കേൾക്കുന്നു. അതിനെക്കുറിച്ച് മുഖ്യമന്ത്രിയുടെ അഭിപ്രായം എന്താണ്?

വല്ലവരും പറഞ്ഞതിനെക്കുറിച്ച് ഞാൻ സമാധാനം പറയണോ? ഈ കാര്യത്തെക്കുറിച്ച് ശ്രീ ശങ്കരൻകുട്ടിയുടെ പ്രസംഗവേളയിൽ ആവേശം കൊണ്ട് യാഥാർഥ്യബോധം തന്നെ നഷ്ടപ്പെട്ടതായി എനിക്കു തോന്നി- ഇതായിരുന്നു കെ.കരുണാകരന്റെ മറുപടി.

രാജന്റെ തിരോധാനം നിയമസഭയിൽ ചർച്ചയാകുന്നത് ഇങ്ങനെയാണ്. എന്നാൽ സഭ സമ്മേളിക്കുന്നതിന്റെ തലേദിവസം (1967 മാർച്ച് 25) പ്രഫ. ഈച്ചരവാര്യർ ഹൈക്കോടതിയിൽ ഒരു ഹേബിയസ് കോർപ്പസ് ഹർജി സമർപ്പിച്ചിരുന്നു. അടിയന്തരാവസ്ഥക്കാലത്ത് അറസ്റ്റ് ചെയ്ത തന്റെ മകനെ കോടതി മുൻപാകെ ഹാജരാക്കാൻ പൊലീസിനു നിർദേശം നൽകണമെന്നായിരുന്നു ഹർജി. ഈ ഹർജിയിൽ കരുണാകരനെ എതിർസ്ഥാനത്ത് ഉൾപ്പെടുത്തിയിരുന്നില്ല. നാലുദിവസ ശേഷമാണ് രാജനെ കസ്റ്റഡിയിൽ എടുത്തില്ലെന്ന കാര്യം മുഖ്യമന്ത്രി നിയമസഭയിൽ പ്രസ്താവിക്കുന്നത്. മാർച്ച് 30ന് ഈച്ചരവാര്യർ കരുണാകരനെ കൂടി എതിർകക്ഷി സ്ഥാനത്തു ചേർത്തു. രാജനെ എപ്പോഴെങ്കിലും പൊലീസ് കസ്റ്റഡിയിൽ എടുത്തിരുന്നതായി തനിക്ക് അറിവില്ലെന്നായിരുന്നു എതിർസത്യവാങ്മൂലത്തിൽ മുഖ്യമന്ത്രി പറഞ്ഞിരുന്നത്.

1976 മാർച്ച് പത്തിന് പ്രഫ. ഈച്ചരവാര്യർ, കെ.കരുണാകരന്റെ ഔദ്യോഗിക വസതിയിൽ ചെന്നു കണ്ടിരുന്നു. ഗൗരവസ്വഭാവമുള്ള ഒരു കേസ് സംബന്ധമായി രാജനെ കോളേജിൽ വച്ച് അറസ്റ്റ് ചെയ്യുകയുണ്ടായെന്നും വിശദവിവരങ്ങൾ അന്വേഷിച്ചറിഞ്ഞ ശേഷം വേണ്ടുന്നതൊക്കെ ചെയ്യാമെന്ന് ഈ സന്ദർഭത്തിൽ കെ.കരുണാകരൻ തന്നോടു പറഞ്ഞിരുന്നതായി ഈച്ചരവാര്യർ ഹൈക്കോടതിയിൽ സമർപ്പിച്ച മറ്റൊരു സത്യവാങ്മൂലത്തിൽ പറഞ്ഞിരുന്നു. എന്നാൽ ഇക്കാര്യവും കരുണാകരൻ നിഷേധിച്ചു.

ഈച്ചരവാര്യർ സമർപ്പിച്ച ഹേബിയസ് കോർപ്പസ് ഹർജിയിൽ 1977 ഏപ്രിൽ 13ന് ആയിരുന്നു ഹൈക്കോടതിയുടെ ആദ്യവിധി. ജസ്റ്റിസുമാരായ സുബ്രഹ്മണ്യൻ പോറ്റി, ഖാലിദ് എന്നിവർ ഉൾപ്പെട്ട ഡിവിഷൻ ബഞ്ചിനു വേണ്ടി ജസ്റ്റിസ് സുബ്രഹ്മണ്യൻ പോറ്റിയാണു വിധിന്യായം എഴുതിയത്. റീജ്യണൽ എൻജിനീയറിങ് കോളജ് വിദ്യാർഥിയായ

രാജനെ 1976 മാർച്ച് ഒന്നിനു കസ്റ്റഡിയിൽ എടുത്തതായി തെളിഞ്ഞിട്ടുണ്ടെന്നും പൊലീസ് തടങ്കലിൽ നിന്നു വിട്ടയയ്ക്കുകയോ ചാടിപ്പോവുകയോ, അവിടെവച്ച് മരണപ്പെടുകയോ ചെയ്തതായി വെളിവാക്കപ്പെട്ടിട്ടില്ലാത്തതിനാൽ രാജൻ തടങ്കലിൽ തന്നെ കഴിയുകയാണെന്നു വേണം അനുമാനിക്കാനെന്ന് വിധിന്യായത്തിൽ പറഞ്ഞു. ഏപ്രിൽ 21ന് രാജനെ കോടതിയിൽ ഹാജരാക്കാൻ എതിർകക്ഷികളോടു കോടതി നിർദേശിക്കുകയും ചെയ്തു. ഏതെങ്കിലും കാരണവശാൽ അവർക്കതിനു കഴിയുകയില്ലെന്നു തോന്നുകയാണെങ്കിൽ ആ വിവരം 19നു മുമ്പായി കോടതിയിൽ അറിയിക്കുകയും വേണം.

രാജ്യത്തെ സമുന്നത നീതിപീഠം മുഖ്യമന്ത്രിയെ അവിശ്വസിക്കുകയും അദ്ദേഹം സമർപ്പിച്ച സത്യവാങ്മൂലത്തിനെതിരായി പരാമർശങ്ങൾ നടത്തുകയും ചെയ്ത സാഹചര്യത്തിൽ കെ. കരുണാകരൻ രാജിവയ്ക്കണമെന്ന് പ്രതിപക്ഷം ആവശ്യപ്പെട്ടു. കോടതിവിധിയിലെ പ്രതികൂല പരാമർശങ്ങളുടെ അടിസ്ഥാനത്തിൽ കരുണാകരൻ താൽക്കാലികമായെങ്കിലും മുഖ്യമന്ത്രി സ്ഥാനത്തു നിന്ന് ഒഴിഞ്ഞു നിൽക്കണമെന്ന് കോൺഗ്രസിനകത്തും ആവശ്യം ഉയർന്നിരുന്നു. എല്ലാവരെയും അമ്പരിപ്പിച്ചുകൊണ്ടായിരുന്നു കെ.കരുണാകരന്റെ തീരുമാനം. ഉന്നതജനാധിപത്യ പാരമ്പര്യം പുലർത്താനായി മുഖ്യമന്ത്രി പദത്തിൽ നിന്നു താൽക്കാലികമായി ഒഴിഞ്ഞു നിൽക്കാൻ അദ്ദേഹം സന്നദ്ധത പ്രകടിപ്പിച്ചു. ഏപ്രിൽ 16ന് ആയിരുന്നു കരുണാകരന്റെ തീരുമാനം.തുടർന്ന് ഏപ്രിൽ 27ന് എ.കെ. ആന്റണി മുഖ്യമന്ത്രിയായി ചുമതലയേറ്റു.

(1977 മാർച്ച് 23ന് ആണ് കെ.കരുണാകരൻ മുഖ്യമന്ത്രിയായി പുതിയ മന്ത്രിസഭ നിലവിൽ വന്നത്. ആഭ്യന്തരമന്ത്രിയുടെ കൂടെ ചുമതല കെ.കരുണാകരനായിരുന്നു. ഘടകകക്ഷികൾ തമ്മിൽ മന്ത്രിസ്ഥാനം പങ്കിടുന്നതിനെചൊല്ലി തർക്കമുണ്ടായപ്പോൾ കെ.കരുണാകരനും സി.എച്ച്. മുഹമ്മദ്കോയയും മാത്രമായിരുന്നു ആദ്യം ചുമതലയേറ്റത്).

രാജന്റെ തിരോധാനത്തെക്കുറിച്ച് അന്വേഷിച്ച ഡിഐജി രാജഗോപാൽ നാരായൺ റിപ്പോർട്ട് സമർപ്പിച്ചു. ചോദ്യം ചെയ്യുന്നതിനു വേണ്ടി കസ്റ്റഡിയിലെടുക്കപ്പെട്ട രാജൻ അതികഠിനമായ മർദനത്തെ തുടർന്ന് മരണപ്പെട്ടുവെന്നായിരുന്നു റിപ്പോർട്ടിന്റെ രത്നചുരുക്കം. ഈ റിപ്പോർട്ടിന്റെ അടിസ്ഥാനത്തിൽ മെയ് 22ന് കെ.കരുണാകരൻ മറ്റൊരു സത്യവാങ്മൂലം സമർപ്പിച്ചു.

രാജനെ പൊലീസ് നിയമവിരുദ്ധമായി തടങ്കലിൽ വച്ചിരുന്നുവെന്നും കഠിനമായ മർദനമേറ്റതിനെ തുടർന്ന് 1976 മാർച്ച് രണ്ടാം തീയതി അയാൾ മരണമടഞ്ഞതായി കരുതുന്നുവെന്നും 1977 മെയ് 17ാം തീയതി ബന്ധപ്പെട്ട പൊലീസുദ്യോഗസ്ഥർ സമർപ്പിച്ച റിപ്പോർട്ടിൽ നിന്നു ഞാൻ മനസ്സിലാക്കുന്നു. രാജൻ പൊലീസ് കസ്റ്റഡിയിൽ ഇല്ലായിരുന്നു എന്നു നിയമസഭയിൽ ഞാൻ പ്രസ്താവിച്ചത് 1977 ജനുവരി മാസം പൊലീസ്

ഇൻസ്പെക്ടർ ജനറൽ സമർപ്പിച്ച റിപ്പോർട്ടിന്റെ അടിസ്ഥാനത്തിലായിരുന്നു- ഇതായിരുന്നു കെ.കരുണാകരൻ നൽകിയ പുതിയ സത്യവാങ്മൂലം. ആഭ്യന്തര വകുപ്പു സെക്രട്ടറി എസ്. നാരായണസ്വാമി, പൊലീസ് ഇൻസ്പെക്ടർ ജനറൽ വി.എൻ. രാജൻ, ക്രൈം ബ്രാഞ്ച് ഡിഐജി ജയറാം പടിക്കൽ, പൊലീസ് സൂപ്രണ്ട് ലക്ഷ്മണ എന്നിവരായിരുന്നു ഹർജിയിൽ മറ്റ് എതിർകക്ഷികൾ. രാജൻ പൊലീസ് കസ്റ്റഡിയിൽ വച്ച് ക്രൂരമായ മർദനത്തിനിരയായി മരിച്ചു എന്ന വിവരം തങ്ങൾ ആദ്യം സമർപ്പിച്ച സത്യവാങ്മൂലത്തിൽ ഉൾപ്പെടുത്താതെ പോയതിൽ അതിയായ ഖേദം പ്രകടിപ്പിക്കുകയും അക്കാര്യത്തിൽ തങ്ങൾക്കു മാപ്പുനൽകണമെന്നും നാരായണസ്വാമിയുംം രാജനും സമർപ്പിച്ച ഹർജിയിൽ അപേക്ഷിച്ചിരുന്നു.

കരുണാകരൻ നൽകിയ സത്യവാങ്മൂലം തൃപ്തികരമല്ലെന്നും കാര്യങ്ങൾ ലാഘവബുദ്ധിയോടെയാണ് അദ്ദേഹം കാണുന്നതെന്നും കോടതി അഭിപ്രായപ്പെട്ടു. സത്യവാങ്മൂലത്തിൽ തെറ്റായ വിവരങ്ങൾ നൽകാൻ ഇടവന്നതിൽ ആത്മാർഥമായ ഖേദം പ്രകടിപ്പിച്ച് മാപ്പിനപേിച്ച് കരുണാകരൻ വീണ്ടുമൊരു ഹർജി കൂടി നൽകി.

1977 ജൂലൈ നാലിന് ആരംഭിച്ച അഞ്ചാം കേരള നിയമസഭയുടെ ആദ്യ ബജറ്റ് സമ്മേളനത്തോടെ തന്നെ നിയമസഭ കലുഷിതമായി. കെ.എം. മാണിയായിരുന്നു പുതിയ ആഭ്യന്തരമന്ത്രി. കരുണാകരനെ ഒറ്റപ്പെടുത്തിക്കൊണ്ടുള്ള ആക്രമണമായിരുന്നു സമ്മേളനത്തിന്റെ ആദ്യ ദിവസം തന്നെ കണ്ടത്.

പ്രതിപക്ഷ നേതാവ് ഇ.എം.എസ്. നമ്പൂതിരിപ്പാട് ആണ് സബ്മിഷനുമായി തുടങ്ങിയത്. എം.വി.രാഘവനാണ് കരുണാകരനെതിരെ കടുത്തഭാഷയിൽ സംസാരിച്ചത്.

“കരുണാകരൻ ഇവിടെയല്ല ഇരിക്കേണ്ടത്. രാജനെ കൊന്ന, 27 ആളുകളെ കൊന്ന കൊലയാളിയുടെ കൈയ്ക്ക് ആമം വച്ച് തിരുവനന്തപുരം സബ് ജയിലിലാണ് അടയ്ക്കേണ്ടത്... ഈ കള്ളന് ഒരു സാധാരണ രാഷ്ട്രീയ പ്രവർത്തകനായിട്ടു നടക്കാൻ കുറെയേറെ തൊലിക്കട്ടി വേണം. അച്ചുതമേനോന്റെ പാർട്ടിക്കാർ പൊട്ടൻ പിട്ടു വിഴുങ്ങിയ മാതിരിയാണ് ഇരിക്കുന്നത്. ഈ കൊല നടത്തിയതിന്റെ ഉത്തരവാദിത്വം അച്ചുതമേനോനും അതുപോലെ ഈ മുന്നണി നേതൃത്വത്തിനുമുണ്ട്...”

പ്രതിപക്ഷ നേതാവിനെ ഉന്നംവച്ചുകൊണ്ടും കരുണാകരനെ ന്യായീകരിച്ചുകൊണ്ടുമായിരുന്നു ഭരണപക്ഷത്തെ ആര്യാടൻ മുഹമ്മദ് സംസാരിച്ചത്. തലശേരി-പുൽപ്പള്ളി കേസിൽ അജിതയെ കൈകാര്യം ചെയ്ത കാര്യം ഈ നാട്ടിലെ ജനങ്ങൾക്കെല്ലാം അറിയാം. അതൊന്നും ആരും കണ്ടില്ല. കാരണം അന്ന് ഇ.എം.എസ്. നമ്പൂതിരിപ്പാടായിരുന്നു മുഖ്യമന്ത്രി... എത്രയെത്ര പാവപ്പെട്ടവരെ നക്സലൈറ്റ് എന്ന പേരിൽ നിങ്ങൾ ദ്രോഹിച്ചിരിക്കുന്നു. 1957ലും 1967ലും നമ്പൂതിരിപ്പാട് ഇവിടത്തെ

പൊലീസ് മന്ത്രിയായിരുന്നു. അതിനേക്കാൾ കൂടുതൽ കാലം എന്റെ നേതാവ് ശ്രീമാൻ കെ. കരുണാകരൻ കേരളത്തിൽ ആഭ്യന്തരമന്ത്രിയായിരുന്നു... നമ്പൂതിരിപ്പാടിന്റെ കാലത്ത് വെടിവയ്പ്പും ലാത്തിച്ചാർജും ഇല്ലാത്ത ദിവസങ്ങളുണ്ടായിരുന്നില്ല... ഇത്രയൊക്കെ വലിയ അക്രമങ്ങൾ പൊലീസിനെക്കൊണ്ടു ചെയ്യിച്ച നമ്പൂതിരിപ്പാട് പ്രതിപക്ഷ നേതാവായിരിക്കുമ്പോൾ മറുഭാഗത്തുണ്ടാവുന്ന ഒറ്റപ്പെട്ട സംഭവങ്ങളെ പൊക്കിപ്പിടിച്ചുകൊണ്ട് ഈ സർക്കാരിനെ പൊളിക്കാൻ ശ്രമിക്കുകയാണ്.

ഒരു മാർക്സിസ്റ്റുകാരനായ മജിസ്ട്രേറ്റ് വന്നാൽ പോലും ഈ കേസിൽ കരുണാകരനെ ശിക്ഷിക്കാൻ സാധ്യമല്ല എന്നായിരുന്നു വക്കം പുരുഷോത്തമൻ അഭിപ്രായപ്പെട്ടത്. ഒരു ആഭ്യന്തര മന്ത്രി അദ്ദേഹത്തിന്റെ ഡിപ്പാർട്ടുമെന്റിൽ നടക്കുന്ന കാര്യത്തെക്കുറിച്ച് സത്യവാങ്മൂലമോ സ്റ്റേറ്റ്മെന്റോ നൽകുന്നത് ഹെഡ് ഓഫ് ദ ഡിപ്പാർട്ടമെന്റിന്റെ റിപ്പോർട്ടിന്റെ അടിസ്ഥാനത്തിലാണ്. അതുകൊണ്ടു ഞാൻ പറഞ്ഞത് ആ റിപ്പോർട്ടിന്റെ അടിസ്ഥാനത്തിൽ ഒരു സത്യവാങ്മൂലം കൊടുത്താൽ തെറ്റാണെന്നോ അറിവോടു കൂടിയാണെന്നോ ആരു പറഞ്ഞാലും ഈ രാജ്യത്തെ നിയമത്തിന്റെ ദൃഷ്ടിയിൽ നിലനിൽക്കുകയില്ല എന്നാണ്...

തുടർന്ന് അദ്ദേഹം ജസ്റ്റിസ് പോറ്റിയുടെ പൂർവകാല രാഷ്ട്രീയബന്ധങ്ങളെപ്പറ്റി ചില പരാമർശങ്ങൾ നടത്തിയപ്പോൾ അത് സഭാനടപടികളിൽ നിന്നു നീക്കം ചെയ്യാൻ സഭാ അധ്യക്ഷനായിരുന്ന ഇ.അഹമ്മദ് ആവശ്യപ്പെട്ടു. തുടർന്നും സംസാരിച്ച വക്കം ഇങ്ങനെയാണ് അവസാനിപ്പിച്ചത്- ജസ്റ്റിസ് പോറ്റി മാർക്സിസ്റ്റുകാരനായതുകൊണ്ടാണ് ഇങ്ങനെ എഴുതിയത് എന്നു ഞാൻ പറയുന്നില്ല എന്നാണ് ഞാൻ പറഞ്ഞത്. ശ്രീ ഇ.എം.എസ്. നമ്പൂതിരിപ്പാട് മുഖ്യമന്ത്രിയായിരുന്ന കാലത്ത് അദ്ദേഹത്തെ അഡ്വക്കറ്റ് ജനറൽ ആക്കിയതുകൊണ്ടാണ് അദ്ദേഹം ഇതു ചെയ്തത് എന്നു ഞാൻ പറയുന്നില്ല. പക്ഷേ, ആ ജഡ്ജ്മെന്റിൽ എഴുതിപിടിപ്പിച്ചിരിക്കുന്നത് ശുദ്ധ അസംബന്ധമാണ് എന്നു പറയാൻ എനിക്ക് യാതൊരു മടിയും ഇല്ല...

കരുണാകരനെ സംരക്ഷിക്കുന്നു എന്നതിനേക്കാൾ ഭരണപക്ഷത്തുണ്ടായിരുന്ന പി.ആർ. കുറുപ്പിന്റെ സംസാരം മുഴുവൻ ഐജി രാജനെതിരായിട്ടായിരുന്നു. "ഐജിയെ ആരും റബ്ബർ സ്റ്റാമ്പ് ആക്കിയതല്ല; ഐജി സ്വയം റബ്ബർ സ്റ്റാമ്പാണെന്നു കോടതിയിൽ പറഞ്ഞു. ഒളിച്ചു കളിച്ച് റബർ സ്റ്റാമ്പ് ആയി. സ്വന്തം ഉദ്യോഗസ്ഥൻമാരുടെ തെറ്റുകളുടെ ഉത്തരവാദിത്വം ഏറ്റെടുത്തിട്ടുള്ള ഉദ്യോഗസ്ഥരെപ്പറ്റി നാം കേട്ടിട്ടുണ്ട്. പക്ഷേ, കുറ്റങ്ങൾ താണവന്റെ തലയിൽ കെട്ടിവച്ച് രക്ഷപ്പെടുന്ന ഡിപ്പാർട്ട്മെന്റ് തലവനെപ്പറ്റി കേട്ടിട്ടില്ല... "

ആഭ്യന്തരമന്ത്രി കെ.എം. മാണിയുടെ സംസാരം മുഴുവൻ പി.ആർ. കുറുപ്പിനുള്ള മറുപടിയായിരുന്നു. "ശ്രീ കുറുപ്പ് വാദിച്ചു വാദിച്ചു ശ്രീ കരുണാകരന്റെ കേസ് ദുർബ്ബലമാക്കിയതിൽ എനിക്കു സങ്കടമുണ്ട്...

ശ്രീ കുറുപ്പിന്റെ ഉദ്ദേശ്യം എന്താണെന്ന് എനിക്കറിഞ്ഞുകൂടാ. അദ്ദേഹം ഗവൺമെന്റിനെതിരായി ചെളിവാരിയെറിഞ്ഞു. എനിക്കതിൽ പ്രതിഷേധമുണ്ട്. ശ്രീ കരുണാകരൻ പ്രശസ്തമായ മാതൃക സ്വീകരിച്ചുകൊണ്ടു രാജിവച്ചിട്ടുള്ള ആളാണ്... ശ്രീ കരുണാകരനു വേണ്ടി വാദിക്കുകയാണെന്നുള്ള മട്ടിൽ നിയമസഭയ്ക്കകത്തു നിന്നുകൊണ്ട്, ഭരണകക്ഷിയുടെ ഒരു ബഞ്ചിൽ ഇരുന്നുകൊണ്ട്, കരുണാകരന്റെ കേസ് ദുർബലമാക്കുന്നതിനു വേണ്ടി ശ്രീ കുറുപ്പു നടത്തിയ വാദത്തെക്കുറിച്ചു പറയേണ്ടത്, പ്രതിയെ വിടണം എന്ന് എനിക്ക് ആഗ്രഹമുണ്ടായിരുന്നു; പക്ഷേ, വക്കീൽ സമ്മതിക്കുന്നില്ലെന്നു പണ്ട് ഒരു മജിസ്ട്രേറ്റ് പറഞ്ഞതുപോലെയാണ്..."

മുഖ്യമന്ത്രിയായിരുന്ന എ. കെ. ആന്റണി പറഞ്ഞത് ഇങ്ങനെയാണ്- "ഇന്നത്തെ പ്രതിപക്ഷമാണു ഭരിച്ചിരുന്നതെങ്കിൽ, രാജൻ കേസു പോലുള്ള ഒരു കേസിൽ ഞങ്ങൾ സ്വീകരിച്ചതിനേക്കാൾ ശക്തമായ എന്തെങ്കിലും നടപടികൾ സ്വീകരിക്കുമായിരുന്നുവോ? ഞങ്ങൾ ചെയ്യാവുന്നതിന്റെ പരമാവധി ചെയ്യാൻ ശ്രമിച്ചു. ആരെയും രക്ഷിക്കാൻ ശ്രമിച്ചിട്ടില്ല. എല്ലാ കുറ്റവാളികൾക്കും എതിരായ കർശനമായ നടപടികൾ സ്വീകരിക്കാൻ തയ്യാറായി... നിങ്ങൾ സമ്മതിച്ചില്ലെങ്കിലും, നിങ്ങളുടെ കൂടി നേതാവായ ഇന്ത്യയുടെ ആഭ്യന്തരമന്ത്രി ശ്രീ ചരൺസിംഗ് പറഞ്ഞത് വി ആർ എന്റയർലി സാറ്റിസ്ഫൈഡ് എന്നാണ്.."

ഈ സമയത്താണ് മറ്റൊരു സംഭവം നിയമസഭയിൽ ചർച്ചയാകുന്നത്. പ്രതിപക്ഷത്തെ പി.കെ.ശങ്കരൻകുട്ടി തന്നെയാണ് ഇതും സഭയിൽ അവതരിപ്പിക്കുന്നത്. രാജൻ കേസിലെ പ്രതികൾക്ക് ചാർജ്ഷീറ്റ് കൊടുക്കുന്ന അവസരത്തിൽ പേരാമ്പ്രയിൽ ചെന്ന് മജിസ്ട്രേറ്റിന് ചില നിർദേശങ്ങൾ നൽകണമെന്ന് ആഭ്യന്തരമന്ത്രിയായ കെ.എം. മാണി കോഴിക്കോട് ചീഫ് ജുഡീഷ്യൽ മജിസ്ട്രേറ്റിനോട് ആവശ്യപ്പെടുകയുണ്ടായി എന്നതായിരുന്നു ആരോപണം.

അറസ്റ്റ് ചെയ്യപ്പെട്ട ജയറാം പടിക്കലിനെയും മറ്റും പേരാമ്പ്ര മജിസ്ട്രേറ്റ് കോടതിയിൽ ഹാജരാക്കുമ്പോൾ, അവരെ കാണാനെത്തുന്ന ജനക്കൂട്ടം നിയന്ത്രണാതീതമായിത്തീരുവാൻ ഇടയുണ്ടെന്നും, അതിനാൽ ആവശ്യമായ സുരക്ഷാ നടപടികൾ എടുക്കുന്നതിന് അങ്ങോട്ടേയ്ക്കു പോകണമെന്ന് എക്സിക്യൂട്ടീവ് മജിസ്ട്രേറ്റിനു നിർദേശം നൽകാനാണ് താൻ ഉദ്ദേശിച്ചതെന്നും, നിർഭാഗ്യവശാൽ ഫോണിൽ കിട്ടിയത് ചീഫ് ജുഡീഷ്യൽ മജിസ്ട്രേറ്റിനെ ആയിപ്പോയതാണെന്നും ആയിരുന്നു മാണി നൽകിയ വിശദീകരണം.

ചീഫ് ജുഡീഷ്യൽ മജിസ്ട്രേറ്റിനോടാണ് ഞാൻ സംസാരിച്ചത് എന്നുള്ളത് മറച്ചുവച്ചിട്ടു കാര്യമില്ല. ഒരു മന്ത്രിയെന്ന നിലയിലും കോടതികളോട് എപ്പോഴും ആദരവുള്ള വ്യക്തിയാണ് ഞാൻ. കോടതിക്ക് ഇതിൽ എംബരാസ്മെന്റുണ്ട്. ഞാൻ അതിൽ നിർവ്യാജം ഖേദിക്കുന്നു- ഇതായിരുന്നു മാണിയുടെ വിശദീകരണം.

ഏറ്റവും ഒടുവിൽ മുഖ്യമന്ത്രി എ.കെ. ആന്റണി ഇക്കാര്യത്തിൽ സഭയിൽ വിശദീകരണം നടത്തി- "ഹൈക്കോടതിയിൽ നിന്ന് ആഭ്യന്തര മന്ത്രിയെ പരാമർശിക്കുന്ന കത്ത് അദ്ദേഹം കോഴിക്കോട് ജുഡീഷ്യൽ മജിസ്ട്രേറ്റുമായി ടെലിഫോണിൽ സംസാരിച്ചു എന്ന നിലയിൽ ഒരു കത്ത്, എനിക്കു ലഭിച്ചു. ഞാൻ ആഭ്യന്തര മന്ത്രിയുമായി ഉടൻ ബന്ധപ്പെട്ടു. ആളെ ഐഡന്റിഫൈ ചെയ്തതിൽ സംഭവിച്ച തെറ്റാണെന്ന് പറഞ്ഞുകൊണ്ട് അദ്ദേഹം ഒരു വിശദീകരണം നൽകി.. ചീഫ് ജസ്റ്റിസും മറ്റുള്ളവരും കത്തു പരിശോധിച്ച ശേഷം ആഭ്യന്തരമന്ത്രിയുടെ വിശദീകരണവും ഖേദപ്രകടനവും പൂർണമായി അംഗീകരിച്ചുകൊണ്ട് ഇനി ഇതു സംബന്ധിച്ച് യാതൊരു പ്രൊസീഡിങ്സും ആവശ്യമില്ല എന്ന അടിസ്ഥാനത്തിൽ ആ അധ്യായം അവസാനിപ്പിച്ചു. ഹൈക്കോടതി തന്നെ ഔദ്യോഗികമായി അവസാനിപ്പിച്ച ഒരു പ്രശ്നത്തെക്കുറിച്ച് ഈ സഭയിൽ വാദപ്രതിവാദം നടത്തുന്നത് ശരിയല്ലെന്നാണ് എനിക്കു തോന്നുന്നത്.."

(1969 മുതൽ 1984 വരെ കേരള നിയമസഭാ സെക്രട്ടറിയായിരുന്ന ഡോ. ആർ. പ്രസന്നന്റെ ലേഖനത്തോട് കടപ്പാട്)

നാല്

രാജനെ കൊല്ലുന്നത് ഞാൻ കണ്ടു

കാനങ്ങോട്ട് രാജൻ

"രാജനല്ലേ?"

ആ ക്ഷീണിച്ച സ്വരത്തിന് ഞാൻ അതെയെന്ന് ഉത്തരം പറഞ്ഞു. അദ്ദേഹം ആരാണെന്ന് എനിക്കു മനസ്സിലായിരുന്നില്ല. ചാത്തമംഗലം ടൗണിൽ രണ്ടുപേർ ബസ്സിറങ്ങുന്നതു കണ്ടിരുന്നു. അവർ അവിടെയുള്ള കടക്കാരനോട് എന്തോ ചോദിക്കുന്നതും എന്റെ നേരെ വരുന്നതും കണ്ടിരുന്നു.

ഞാൻ ഈച്ചരവാരിയർ. രാജന്റെ അച്ഛൻ. മായനാട്ടെ ശംഭുദാസ് പറഞ്ഞിട്ടാണ് നിങ്ങളെ കാണാൻ വന്നത്, എനിക്കു കുറച്ചു ചോദിക്കാനുണ്ട്. അദ്ദേഹം തുടർന്നു. കാര്യം എനിക്കു പിടികിട്ടി. റീജ്യനൽ എൻജിനീയറിങ് കോളജ് വിദ്യാർഥി പി.രാജനെക്കുറിച്ചു ചോദിച്ചറിയാനാണ് ഈച്ചരവാരിയർ എത്തിയത്. കക്കയത്തെ പൊലീസ് കസ്റ്റഡിയിൽ എന്നോടൊപ്പമുണ്ടായിരുന്ന ശംഭുദാസാണ് എന്നെ കാണാൻ ഈച്ചരവാരിയരോടു പറഞ്ഞത്. രാജൻ ഇപ്പോൾ എവിടെയാണെന്ന് എന്നോടു ചോദിച്ചാൽ അറിയുമെന്ന് അവൻ പറഞ്ഞുകാണും. രാജന്റെ കാര്യം എനിക്കും അവനും അറിയാമെങ്കിലും ഈ അച്ഛന്റെ മുഖത്തുനോക്കി പറയാനുള്ള വിഷമം കാരണം അവൻ ഒഴിഞ്ഞുമാറുകയായിരുന്നു.

മറക്കാനാവാത്ത ഒട്ടേറെ അനുഭവങ്ങൾ കഴിഞ്ഞ് ഞാൻ ജയിൽ മോചിതനായിട്ട് രണ്ടു ദിവസമായിട്ടേ ഉണ്ടായിരുന്നുള്ളൂ. 1977 മാർച്ച് 24ന് ആണ് ഞാൻ കണ്ണൂർ സെൻട്രൽ ജയിൽ നിന്നു മോചിതനാകുന്നത്. മിസ തടവുകാരെ വിട്ടയച്ച കൂട്ടത്തിലാണ് എന്നെയും വിടുന്നത്. 24ന് ഉച്ചയ്ക്കാണ് എന്നെ വിട്ടയയ്ക്കുന്നത്. ജയിലിനു പുറത്ത് ജ്യേഷ്ഠൻ കാത്തുനിൽക്കുന്നുണ്ടായിരുന്നു. വീട്ടിൽ അമ്മ മാത്രമേയുള്ളൂ. രാത്രിയാകുമ്പോഴേക്കും വീട്ടിലെത്തി. അടുത്ത ദിവസം പുറത്തിറങ്ങാതെ വീട്ടിൽ തന്നെ കഴിഞ്ഞു. അമ്മയ്ക്ക് എന്നെ കണ്ടിരിക്കണമായിരുന്നു. ഏറെ നാളായല്ലോ എന്നെ പൊലീസ് പിടിച്ചുകൊണ്ടുപോയിട്ട്. രാത്രി

അമ്മയെ തനിച്ചാക്കിയാണ് എന്നെ പൊലീസ് പിടിച്ചുകൊണ്ടുപോയത്. 1976 ഫെബ്രുവരി 28ന് അർധരാത്രിയായിരുന്നു ഒരു സംഘം പൊലീസെത്തി എന്നെ കൊണ്ടുപോയത്. പൊലീസുകാർ കൊണ്ടുപോകുന്നതു കണ്ട് കരഞ്ഞ അമ്മയോട് ഇവനെ റോഡിലെത്തിയാൽ വിടാമെന്നായിരുന്നു പറഞ്ഞത്. അന്നുപോയതിൽ പിന്നെ തിരികെയെത്തുന്നത് ഒരു വർഷവും ഏതാനും നാളുകളും കഴിഞ്ഞായിരുന്നു.

ചാത്തമംഗലം അങ്ങാടിയിലെ വായനശാലയ്ക്കു സമീപമുള്ള എന്റെ ടൈപ്പ് റൈറ്റിങ് ഇൻസ്റ്റിറ്റ്യൂട്ടിൽ അടുത്ത ദിവസം ചെല്ലുമ്പോൾ ധാരാളം പേർ കാണാൻ വന്നിരുന്നു. ഇൻസ്റ്റിറ്റ്യൂട്ട് വിദ്യാർഥികളും നാട്ടുകാരിൽ ചിലരും വിവരങ്ങൾ ചോദിച്ചുകൊണ്ടിരുന്നു. അടിയന്തരാവസ്ഥക്കാലത്തെ ജയിൽ ജീവിതത്തെക്കുറിച്ചായിരുന്നു എല്ലാവർക്കും അറിയേണ്ടിയിരുന്നത്.

എന്നെയും കാത്ത് താഴെ ബാലകൃഷ്ണൻ കാത്തുനിൽക്കുന്നുണ്ടായിരുന്നു. ബാലകൃഷ്ണൻ എന്റെ ബാല്യകാലസുഹൃത്താണ്. എന്നോടുള്ള അവന്റെ സൗഹൃദത്തിന്റെ അടുപ്പം അറിയണമെങ്കിൽ ഇതുകൂടി അറിയണം. ബാലകൃഷ്ണനും ഗിരിജയും തമ്മിൽ പ്രേമത്തിലായിരുന്നു. രണ്ടുകുടുംബക്കാർക്കും ആ ബന്ധം ഇഷ്ടമായിരുന്നു. വിവാഹം നടത്തിക്കൊടുക്കാൻ അവർ തീരുമാനിച്ചു. അപ്പോഴാണ് എന്റെ അറസ്റ്റുണ്ടാകുന്നത്. ഞാൻ ജയിലിൽ നിന്നു പുറത്തിറങ്ങിയാൽ മാത്രമേ വിവാഹം കഴിക്കുകയുള്ളൂ എന്ന ശപഥത്തിലായിരുന്നു അവൻ. എന്റെ മോചനം അവന്റെ വീട്ടുകാർക്കുണ്ടാക്കിയ ആശ്വാസം തെല്ലൊന്നുമായിരുന്നില്ല. എന്നെ അത്രയ്ക്ക് ഇഷ്ടപ്പെട്ടിരുന്ന ബാലകൃഷ്ണൻ കാത്തുനിൽക്കുന്നത് എന്നെയും കൂട്ടി അവന്റെ വീട്ടിലേക്കു പോകാനാണ്. അവന്റെ അമ്മയ്ക്ക് എന്നെ കാണണമത്രെ. ഒരേ വീട്ടുകാരെ പോലെ കഴിഞ്ഞവരാണ് ഞങ്ങൾ. അവന്റെ അമ്മ എന്റെ അമ്മയും എന്റെ അമ്മ അവന്റെ അമ്മയുമായിരുന്നു.

ഇൻസ്റ്റിറ്റ്യൂട്ടിൽ നിന്നു പുറത്തിറങ്ങി ബാലകൃഷ്ണന്റെ അടുത്തേക്കു പോകുമ്പോഴാണ് ഈച്ചരവാരിയരും മറ്റൊരാളും എന്നെ കാണാനെത്തുന്നത്. അമ്മയെ കാണാൻ നാളെ വരാമെന്നു ബാലകൃഷ്ണനോടു പറഞ്ഞു. അവൻ പോയപ്പോൾ വായനശാലയിൽ നിന്ന് വാസുദേവൻ നായർ ഇറങ്ങിവന്നു. അദ്ദേഹം ഇതെല്ലാം കാണുന്നുണ്ടായിരുന്നു. എങ്കിൽ അദ്ദേഹത്തിന്റെ വീട്ടിൽ വച്ചു സംസാരിക്കാമെന്നു പറഞ്ഞ് ഞങ്ങളെ മൂന്നുപേരെയും അവിടേക്കു കൂട്ടി. മുക്കം റോഡ് അരികിൽ തന്നെയാണ് അദ്ദേഹത്തിന്റെ വീട്. ഞാനുമായി വളരെ അടുപ്പമുള്ള ആളാണ് വാസുദേവൻനായർ.

ഈച്ചരവാരിയർ നന്നേ ക്ഷീണിച്ചിരുന്നു. യാത്രാക്ഷീണം ആ മുഖത്തു കാണാമായിരുന്നു. ആ മനുഷ്യന്റെ ഉള്ളിലെ വിങ്ങൽ എനിക്കറിയാം. പക്ഷേ, അദ്ദേഹം ചോദിക്കുന്നതിനോടെല്ലാം എന്തുത്തരം

പറയണമെന്നറിയാതെ ഞാൻ ബുദ്ധിമുട്ടി. ഒന്നും പുറത്തുകാണിക്കാതെ അവർക്കൊപ്പം ഞാനും നടന്നു.

ഈച്ചരവാരിയരെ ഞാൻ ആദ്യമായി കാണുകയാണ്. ജയിലിൽ അദ്ദേഹം കാണാൻ വന്നിരുന്നു. പക്ഷേ, അത് അദ്ദേഹത്തിന്റെ മകൻ പി. രാജനെയായിരുന്നു. ആളുമാറി ജയിൽ ഉദ്യോഗസ്ഥർ എന്നെ വിളിച്ചു വരുത്തിയതായിരുന്നു. ഞാൻ ഈച്ചരവാരിയരുടെ മകനല്ല എന്നു പറഞ്ഞപ്പോൾ എന്നെ സെല്ലിലേക്കു തന്നെ മടക്കി അയച്ചു. ഇന്നിപ്പോൾ ആ അച്ഛന്റെ മുന്നിലാണു ഞാനിരിക്കുന്നത്.

വാസുദേവൻനായരുടെ ഭാര്യ ചായ കൊണ്ടുവന്നു. പക്ഷേ, ആരും ചായ കുടിക്കുന്നില്ല. ഞാൻ ഒരിറക്കു കുടിച്ചു.

" രാജൻ കന്യാകുമാരിയിലെവിടെയോ പൊലീസ് കസ്റ്റഡിയിൽ ഉണ്ട്.." മൗനം ഭേദിച്ചുകൊണ്ട് ഈച്ചരവാരിയർ പറഞ്ഞുതുടങ്ങി. "പൊലീസുകാർ പറഞ്ഞതാണ്. പൊലീസ് ഏജന്റായി ജീവിക്കാമെന്നേറ്റാൽ അവനെ കസ്റ്റഡിയിൽ നിന്നു വിടാമെന്ന് പൊലീസ് പറഞ്ഞിട്ടുണ്ട്. പക്ഷേ, അവനെവിടെയാണെന്നു കണ്ടെത്താൻ കഴിയുന്നില്ല. കുട്ടിക്കറിയോ അവനെവിടെയുണ്ടെന്ന്..." അദ്ദേഹം എന്നോടു ചോദിച്ചു.

എന്താണു ഞാൻ പറയേണ്ടത്. എനിക്കറിയില്ലെന്നോ? എത്രകാലം ആ സത്യം മൂടിവയ്ക്കാൻ കഴിയും? അറിയില്ലെന്നു പറഞ്ഞാൽ ഈ അച്ഛൻ അലച്ചിൽ തുടരും. ഒരു ജീവിതകാലം മുഴുവൻ അലഞ്ഞാലും... അറിയാമെന്നു പറഞ്ഞാൽ വീണ്ടും കോടതി കയറിയിറങ്ങേണ്ടി വരും.

" മോന് അറിയുന്ന കാര്യം പറഞ്ഞുകൂടെ?" ഈച്ചരവാരിയരുടെ കൂടെയുള്ള സുഹൃത്ത് എന്നെ നിർബന്ധിച്ചു. ഞാൻ എല്ലാവരുടെ മുഖത്തും നോക്കി.

" ഞാനും രാജനും ഒരുമിച്ചു കക്കയത്ത് പൊലീസ് കസ്റ്റഡിയിൽ ഉണ്ടായിരുന്നു." ഡൈനിങ് ടേബിനടുത്തേക്ക് കസേര വലിച്ചിട്ട് ഞാൻ തുടങ്ങി. പരിസരം നിശ്ശബ്ദമായി. ഈച്ചരവാരിയരുടെ മുഖത്തേക്കു നോക്കാൻ എനിക്കു ധൈര്യമില്ലായിരുന്നു. വലിയൊരു ഭാരം ഇറക്കി വയ്ക്കുകയായിരുന്നു ഞാൻ.

"എന്നെ പൊലീസ് വണ്ടിയിൽ കക്കയത്തെ ഇലക്ട്രിസിറ്റി ബോർഡിന്റെ പവർ സ്റ്റേഷനടുത്തുള്ള ഷെഡ്ഡിലെ മുറിയിലേക്കാണു കൊണ്ടു വന്നത്. ജയറാം പടിക്കലും ലക്ഷ്മണയും മധുസൂദനനും മുരളീകൃഷ്ണദാസും അവിടെ ഇരിക്കുന്നുണ്ടായിരുന്നു. പൊലീസുകാരൻ വേലായുധൻ ഷർട്ട് അഴിപ്പിച്ചു. പ്ലാസ്റ്റിക് വയറുകൊണ്ടു മെടഞ്ഞ വട്ടക്കസേരയിലാണ് അവർ ഇരിക്കുന്നത്. അവർക്കു മുന്നിൽ മുണ്ടു മാത്രമുടുത്ത ഞാൻ നിലത്തിരുന്നു. പല ചോദ്യങ്ങൾ അവർ മാറ്റിമാറ്റി ചോദിച്ചു കൊണ്ടിരുന്നു. അപ്പോഴെല്ലാം എനിക്കറിയില്ലെന്ന് ഞാൻ പറഞ്ഞു.

ജയറാം പടിക്കലിന്റെ കൈയിൽ കൂർപ്പിച്ച പെൻസിലുണ്ടായിരുന്നു. അയാൾക്കറിയേണ്ടത് കെ. വേണു എവിടെയുണ്ടെന്നാണ്. എവിടെയാണ്

വേണു? പടിക്കൽ ചോദിച്ചപ്പോൾ എനിക്കറിയില്ലെന്ന് ഞാൻ വീണ്ടും പറഞ്ഞു. പെട്ടെന്ന് അറ്റംകൂർത്ത പെൻസിൽ കൊണ്ട് അദ്ദേഹം എന്റെ കണ്ണിനു നേരെ കുത്തി. കുത്തുകൊള്ളാതിരിക്കാൻ തല തിരിച്ചപ്പോൾ ചെവിയിലാണു കൊണ്ടത്. ചെവിയിൽ ചോര പൊടിയാൻ തുടങ്ങി.

പൊലീസ് സ്റ്റേഷൻ ആക്രമണം പ്ലാൻ ചെയ്തത് നിന്റെ വീട്ടിൽ നിന്നല്ലേ? അടുത്ത ചോദ്യം അതായിരുന്നു.

അല്ല- അതായിരുന്നു എന്റെ ഉത്തരം.

ഇയാളെ നീ അറിയും. - താടിയുള്ള ഒരാളുടെ ഫോട്ടോ കാണിച്ചു ചോദിച്ചു. എനിക്കയാളെ മനസ്സിലായില്ല.

അറിയില്ല- എന്റെ ഉത്തരം കേട്ടതും പടിക്കൽ ചൂടായിക്കൊണ്ട് പെൻസിൽ കൊണ്ട് നെറിക്കൊരു കുത്ത്. ഞാൻ പുളഞ്ഞുപോയി.

കൊണ്ടുപോ- പടിക്കൽ അലറി.

സത്യമായിട്ടും എനിക്കറിയില്ലായിരുന്നു. പലരും വ്യാജപേരിലാണ് അന്ന് കഴിഞ്ഞിരുന്നത്. താടിവച്ചയാൾ കെ.എൻ. രാമചന്ദ്രനാണെന്ന് പിന്നീടാണ് എനിക്കു മനസ്സിലായത്. കായണ്ണ പൊലീസ് സ്റ്റേഷൻ ആക്രമണത്തെക്കുറിച്ച് എനിക്കൊന്നും അറിയില്ലായിരുന്നു.

പൊലീസുകാരൻ ജയദേവൻ എന്നെ പിടിച്ച് പിന്നിലെ മുറിയിലേക്കു കൊണ്ടുപോയി. അഞ്ചു പൊലീസുകാർ ഞങ്ങളുടെ പിന്നാലെ ആ മുറിയിലേക്കെത്തി. അവിടെ ബെഞ്ചിൽ കിടത്തി കെട്ടിയിട്ട് ഒരാളെ പൊലീസുകാർ ചോദ്യം ചെയ്യുന്നുണ്ടായിരുന്നു. പുലിക്കോടൻ നാരായണൻ, ലോറൻസ്, ജയരാജൻ, ബീരാൻ, വേലായുധൻ എന്നിവരായിരുന്നു ആ യുവാവിനെ ഉരുട്ടിക്കൊണ്ടിരുന്നത്. വേദനകൊണ്ടു പുളയുന്ന അവന്റെ മുഖത്തേക്കു ഞാൻ നോക്കി. രാജനായിരുന്നു അത്. അവന്റെ ശബ്ദം പുറത്തുവരാതിരിക്കാൻ ബീരാൻ പൊലീസ് വായ തുണികൊണ്ട് അമർത്തിപ്പിടിച്ചിരുന്നു. അടിവസ്ത്രം മാത്രമാണ് അവൻ ധരിച്ചിരിക്കുന്നത്. പൊലീസുകാരൻ തുണി മാറ്റുമ്പോൾ അവൻ വേദന സഹിക്കാനാവാതെ കരഞ്ഞുകൊണ്ടിരുന്നു. കാല് ബഞ്ചിനോടു കെട്ടിയിട്ടുണ്ട്. കൈ ബഞ്ചിനു താഴെയും.

അപ്പോഴേക്കും മറ്റൊരു ബഞ്ച് അവിടെ കൊണ്ടുവന്നു. അവർ എന്നെ പിടിച്ച് ബഞ്ചിൽ പിടിച്ചിരുത്തി. എന്നെ ഒന്നും ചെയ്യല്ലേ, എനിക്കൊന്നു മറിഞ്ഞുകൂടാ എന്ന് ഞാൻ കെഞ്ചിനോക്കി. പക്ഷേ, അതൊന്നും അവർ കേട്ടഭാവം പോലും നടിച്ചില്ല. എന്നെ ബഞ്ചിൽ കിടത്തി. ജയദേവൻ പൊലീസ് എന്റെ കൈ ബഞ്ചിന്റെ അടിയിലേക്കു വലിച്ചു കെട്ടി.

മുണ്ടുമാത്രമേ ഞാൻ ഉടുത്തിരുന്നുള്ളൂ. മലർന്നുകിടന്നു കരയുന്ന എന്നെ പൊലീസുകാർ ശ്രദ്ധിക്കുന്നേയില്ലായിരുന്നു. മുരളീകൃഷ്ണദാസ് വന്ന് എന്റെ നാഭി മുണ്ടോടുകൂട്ടിപ്പിടിച്ച് ഞെരിച്ചു. ഞാൻ വീണ്ടും

കാനങ്ങോട്ട് രാജൻ

കരഞ്ഞു. നിനക്കിനി അതൊന്നും വേണ്ടെടാ എന്നു പറഞ്ഞുകൊണ്ട് അദ്ദേഹം ഇരുമ്പുലക്ക തുടയിൽ വച്ച് ഉരുട്ടാൻ തുടങ്ങി.

നാദാപുരം എസ്ഐ അബൂബക്കർ, ബീരാന്റെ കൈയിൽ നിന്നു തുണി വാങ്ങി രാജന്റെ വായ അമർത്തിപ്പിടിച്ചു. ചെറിയൊരു ഞരക്കം മാത്രമേ അവനിൽ നിന്നുയർന്നുള്ളൂ. എന്റെ കരച്ചിൽ പുറത്തുവരാതിരിക്കാൻ പൊലീസുകാരൻ ബീരാൻ തുണികൊണ്ടു വായ പൊത്തിപ്പിടിച്ചു.

രണ്ടുപൊലീസുകാർ അപ്പുറത്തും ഇപ്പുറത്തും നിന്ന് ഇരുമ്പുലക്കിയിൽ സർവശക്തിയുമെടുത്ത് ഉരുട്ടുകയാണ്. മൂന്നാംതവണയായിരുന്നു ആ ഉരുട്ടൽ. കാലിലെ മസിലുകൊണ്ടു ബലം പ്രയോഗിച്ചു നോക്കി. ഒന്നു ബോധം കെട്ടിരുന്നെങ്കിൽ എന്ന് ഗുരുവായൂരപ്പനോടു പ്രാർഥിച്ചു. പക്ഷേ, തുടയിൽ ഇഞ്ചിഞ്ചായി ഉരുട്ടൽ തുടരുകയാണ്. ശരീരത്തിലെ വെള്ളം ബഞ്ചിലൂടെ ഇറ്റിറ്റു വീണുകൊണ്ടിരുന്നു. തുടയുടെ തൊലി ഇരുമ്പുലക്കയിൽ കുടുങ്ങി തോലുപൊളിയാൻ തുടങ്ങി. കാൽമുട്ടിനു മുകളിലേക്കും അവിടെ നിന്നു വീണ്ടും താഴോട്ടും ബലമായി അമർത്തി ജയദേവനും ബാലഗോപാലനും ഇരുമ്പുലക്കയുടെ ഇരുഭാഗത്തും നിന്നുകൊണ്ടു ഉരുട്ടി. നടുവിൽ എസ്ഐ വി.ടി. തോമസും അമർത്തിപ്പിടിച്ചു. തുണികൊണ്ടു വായ പൊത്തിയതിനാൽ ഉം എന്ന ഞരക്കം മാത്രമേ പുറത്തേക്കു വന്നുള്ളൂ. അഞ്ചുപ്രാവശ്യം ഉരുട്ടി.

പെട്ടെന്ന് ഉരുട്ടൽ നിന്നു. അപ്പുറത്ത് രാജന്റെ ഞരക്കം നിലച്ചു. എസ്ഐ അബൂബക്കർ രാജന്റെ വായ പൊത്തിപ്പിടിച്ച തുണി മാറ്റിയപ്പോൾ രാജന് എന്തോ സംഭവിച്ചതായി ചുറ്റുമുള്ള ഉരുട്ടുന്ന പൊലീസുകാർക്കു മനസ്സിലായി. അവർ രാജനെ ഉരുട്ടുന്നത് നിർത്തി മാറിനിന്നു. എന്റെ വായിലെ തുണിയും മാറ്റി. എല്ലാവരും രാജന്റെ ബഞ്ചിനു ചുറ്റും കൂടി. ഞാനും തലതിരിച്ച് രാജൻ കിടന്നിടത്തേക്കു നോക്കി. രാജന്റെ കെട്ടഴിച്ച് പൊലീസുകാരൻ സോമൻ താങ്ങി ഇരുത്തി. തല ഒരു വശത്തേക്കു ചരിഞ്ഞിരുന്നു. ബീരാൻ പുറത്തുപോയി വെള്ളവുമായി വന്നു രാജന്റെ മുഖത്തു തളിച്ചു. വീണ്ടും രാജനെ ബഞ്ചിൽ കിടത്തി. അവൻ തട്ടിപ്പുകാണിക്കുകയാണെന്നായിരുന്നു പൊലീസുകാരൻ സോമൻ പറഞ്ഞത്. ബോധം കെട്ടതായിരിക്കുമെന്നു വേലായുധൻ പറഞ്ഞു. ബീരാൻ വീണ്ടും പുറത്തുപോയി ജയറാം പടിക്കലുമായി വന്നു. അയാൾ രാജനെ തൊട്ടുനോക്കി. ഡോക്ടറെ വിളിക്കാൻ ബീരാനെ ഏർപ്പാടാക്കി പടിക്കൽ പുറത്തേക്കു കടന്നു.

ഉടൻ തന്നെ ലക്ഷ്മണയും തൊട്ടുപിന്നാലെയായി മുരളീകൃഷ്ണദാസും മുറിയിലേക്കു വന്നു. മുരളീകൃഷ്ണദാസ് എല്ലാ പൊലീസുകാരെയും പുറത്താക്കി. ലക്ഷ്മണയും മധുസൂദനനും പുറത്തുകടന്നു.

എന്നെ ഉരുട്ടുന്നതു നിർത്തിയെങ്കിലും ബഞ്ചിനോടു ചേർത്തുള്ള കെട്ടഴിച്ചിരുന്നില്ല. ഇരുപതു മിനിറ്റ് കഴിഞ്ഞു കാണും, ലോറൻസും ബീരാനും

വേലായുധനും സോമനും ജയദേവനും വന്ന് രാജന്റെ മൃതദേഹം ബഞ്ചിൽ നിന്നു പൊക്കിയെടുത്ത് ഓഫീസർമാർ ഇരുന്നിരുന്ന മുറിയിൽ കൊണ്ടുപോയി കിടത്തി. എന്നെ ഒരു പൊലീസുകാരനെ കാവലാക്കി മുരളീകൃഷ്ണദാസ് വാതിലടച്ചു. എന്റെ കെട്ടഴിച്ചുതരാൻ ഞാൻ കെഞ്ചിപ്പറഞ്ഞെങ്കിലും മുരളീകൃഷ്ണദാസ് കേട്ടഭാവം നടിച്ചില്ല. പുറംവേദന അത്രയ്ക്കു അസഹ്യമായിരുന്നു. കാവൽ നിന്നിരുന്ന പൊലീസുകാരനോട് എന്റെ കെട്ടഴിച്ചുതരാൻ പറഞ്ഞുനോക്കിയെങ്കിലും അയാളും ഒന്നും ചെയ്തില്ല.

മുറിയിൽ ലൈറ്റിട്ടപ്പോഴാണ് ഞാൻ ഉണരുന്നത്. വേദന സഹിക്കാനാവാതെ എപ്പോഴാണു മയങ്ങിപ്പോയതെന്നറിയില്ലായിരുന്നു. മുരളീകൃഷ്ണദാസ് ആണ് ആദ്യം മുറിയിലേക്കു കടന്നത്. എന്റെ കെട്ടഴിക്കാൻ കാവൽനിന്നിരുന്ന പൊലീസുകാരനോടു പറഞ്ഞു. രാജന്റെ മൃതദേഹം എവിടെയോ മറവു ചെയ്ത് തെളിവുകൾ നശിപ്പിച്ച ശേഷമാണ് അവരുടെ വരവെന്ന് ഞാൻ ഊഹിച്ചു. എന്റെ തുടയുടെ തൊലി പൊട്ടി ചോരയൊലിക്കുന്നുണ്ട്. നെറ്റിയിൽ തൊട്ടുനോക്കി. അവിടെയും ചോരപൊടിയുന്നുണ്ട്. ദേഹമാകെ വേദനിക്കുന്നു.

എന്നെ പൊലീസുകാരൻ നിവർത്തി ഇരുത്തി. എനിക്കു കക്കൂസിൽ പോകണമെന്ന് മുരളീകൃഷ്ണദാസിനോടു കെഞ്ചിപ്പറഞ്ഞു. എന്നെ കൊണ്ടുപോകാൻ പൊലീസുകാരനോടു പറഞ്ഞു. കക്കൂസിലെത്തിയ ഞാൻ ടാപ്പിൽ നിന്നു വെള്ളമെടുത്തു കുടിച്ചു. വിശപ്പും ദാഹവും അത്രയ്ക്കുണ്ടായിരുന്നു. അറസ്റ്റ് ചെയ്തതിനു ശേഷം ഭക്ഷണമൊന്നും കിട്ടിയിരുന്നില്ല.

ടാപ്പിലെ വെള്ളം കുടിച്ചതോടെ വയറുവേദനയും തുടങ്ങി. ഉടുമുണ്ടഴിച്ചു കീറി അതിലൊരു ഭാഗം കൊണ്ട് വയറു മുറുക്കി കെട്ടി. തുടയിലെ മുറിയിൽ മുണ്ടുതട്ടി ആ വേദനയും അസഹനീയമായിരുന്നു.

കുറച്ചു കഴിഞ്ഞപ്പോൾ സിഐ മോഹനനും എസ്ഐ അബൂബക്കറും കൂടി മുറിയിലെത്തി. രണ്ടാളും യൂണിഫോമിലല്ലായിരുന്നു. പേരാമ്പ്ര സിഐ മോഹനൻ എന്റ അടുത്തുവന്ന് അബൂബക്കറിനെ ചൂണ്ടി ഇയാളെ അറിയുമോ എന്നു ചോദിച്ചു. ഞങ്ങൾ എഐഎസ്എഫിൽ ഒന്നിച്ചു പ്രവർത്തിച്ചിരുന്നെന്നു പറഞ്ഞു. ഉടൻ തന്നെ രണ്ടുപേരും പുറത്തേക്കുപോയി.

എന്നെ വീണ്ടും പടിക്കലിന്റെ മുന്നിൽ ഹാജരാക്കി. ചോദ്യങ്ങൾക്കെല്ലാം എനിക്കൊന്നുമറിയില്ല എന്ന ഉത്തരം തന്നെ. എന്നെ കൊണ്ടുപോകാൻ അദ്ദേഹം പറഞ്ഞു. വീണ്ടും അതേ മുറിയിലെത്തി.

അന്ന് കക്കയം ക്യാംപിലുണ്ടായ അനുഭവം ഞാൻ പറയുമ്പോൾ അതുകേട്ടിരുന്ന ഈച്ചരവാരിയർ കരയുകയായിരുന്നു. കക്കയത്തു വച്ച് എന്നെയും രാജനെയും അടുത്തടുത്തായി ഇരുമ്പുലക്ക കൊണ്ടുരുട്ടുമ്പോൾ രാജൻ മരിച്ചുപോയി എന്നു ഞാൻ ഒരിക്കൽ കൂടി പറഞ്ഞു

നിർത്തി. എന്തോ വലിയൊരു ഭാരം തലയിൽ നിന്നിറക്കി വച്ചതുപോലെ തോന്നി. ആ അച്ഛന്റെ പൊട്ടിക്കരച്ചിൽ കേട്ടുനിൽക്കാൻ കഴിയാതെ ഞാൻ പുറത്തേക്കു കടന്നു. വാസുദേവൻനായരും സുഹൃത്തും അദ്ദേഹത്തെ ആശ്വസിപ്പിക്കുന്നുണ്ടായിരുന്നു. യാത്ര പറയാൻ നിൽക്കാതെ ഞാൻ റോഡിലേക്കു നടന്നു.

സിപിഐയിൽ തുടങ്ങിയ രാഷ്ട്രീയം

സ്വാതന്ത്ര്യസമര സേനാനിയായിരുന്നു എന്റെ അച്ഛൻ. കോഴിക്കോട് ജില്ലയിലെ ചാത്തമംഗലത്ത് കാനങ്ങോട്ട് കോരപ്പൻ എന്ന എന്റെ അച്ഛൻ ക്ഷേത്ര പ്രവേശന സമരങ്ങളിലും പങ്കെടുത്തിരുന്നു. പെണ്ണുക്കയായിരുന്നു അമ്മ. 1948 ജൂലായ് 27ന് ആയിരുന്നു ജനനം. ചെറിയ പ്രായത്തിൽ തന്നെ കമ്യൂണിസ്റ്റ് ചിന്താഗതി എന്നെ ആവേശിച്ചിരുന്നു. പഠിക്കുന്ന കാലത്ത് സിപിഐയുടെ പാർട്ടി ക്ലാസിൽ പങ്കെടുക്കാൻ ഞാൻ തിരുവനന്തപുരത്തു പോയിരുന്നു. ചാത്തമംഗലം സിപിഐ ബ്രാഞ്ച് കമ്മിറ്റിയായിരുന്നു എന്റെ യാത്രയ്ക്കു വേണ്ട ചെലവെല്ലാം തന്നിരുന്നത്. അമ്മ മാത്രമായിരുന്നു അന്ന് വീട്ടിലുണ്ടായിരുന്നത്. സഹോദരങ്ങൾ വിവാഹിതരായി വേറെ വീടുകളിലായിരുന്നു താമസം. കോഴിക്കോട് ജില്ലാ കമ്മിറ്റി നൽകിയ കത്തുമായി ഞാൻ തിരുവനന്തപുരത്തെ സംസ്ഥാന കമ്മിറ്റി ഓഫീസിലെത്തി. എൻ.ഇ.ബൽറാം, പി.ആർ.നമ്പ്യാർ, കണിയാപുരം രാമചന്ദ്രൻ, വെളിയം ഭാർഗ്ഗവൻ എന്നിവരൊക്കെയായിരുന്നു അന്നു ക്ലാസെടുത്തിരുന്നത്.

അന്ന് ഇ.എം.എസ്. മുഖ്യമന്ത്രിയായിരുന്ന സമയം. സിപിഐ ഉൾപ്പെട്ട മന്ത്രിസഭയിലെ ടി.വി. തോമസിനെയും എം.എൻ.ഗോവിന്ദൻ നായരെയും കൂട്ടി പി.ആർ. കുറുപ്പിനും വെല്ലിങ്ടനുമൊപ്പം അഴിമതി നടത്തിയെന്നാരോപിച്ച് ഇ.എം.എസ്. അന്വേഷണത്തിനുത്തരവിട്ടു. അടുത്ത ദിവസം എംഎന്നും ടി.വി. തോമസും മന്ത്രിസ്ഥാനം രാജിവച്ചു. ഇ.എം.എസ്. മന്ത്രിസഭയ്ക്കുള്ള പിന്തുണ പിൻവലിച്ചു. ഇതൊക്കെ നടക്കുമ്പോൾ ഞാൻ സംസ്ഥാന കമ്മിറ്റി ഓഫീസിലുണ്ട്. അടുത്ത ദിവസം ആർഎസ്പിയും ഇ.എം.എസ്. മന്ത്രിസഭയ്ക്കുള്ള പിന്തുണ പിൻവലിച്ചു. അതോടെ മന്ത്രിസഭ താഴെവീണു. അപ്രതീക്ഷിതമായി കോൺഗ്രസ് സിപിഐക്കു പിന്തുണ പ്രഖ്യാപിച്ചു. അച്യുതമേനോൻ മുഖ്യമന്ത്രിയായി ചുമതലയേറ്റു. അങ്ങനെ ചില ചരിത്ര മുഹൂർത്തങ്ങൾക്കു സാക്ഷിയാകാൻ എനിക്കു ചെറുപ്രായത്തിൽ തന്നെ സാധിച്ചിരുന്നു.

പാർട്ടി ക്ലാസ് കഴിഞ്ഞ് കോഴിക്കോട്ടേക്കു പോന്നു. കുറച്ചുകാലം സിപിഐയിൽ കാര്യമായി പ്രവർത്തിച്ചു. പിന്നീടാണ് കോഴിക്കോട് ഗുരുവായൂരപ്പൻ കോളജിൽ ബിഎസ്സി ബോട്ടണിക്കു ചേരുന്നത്. എഐഎസ്എഫിന്റെ സംസ്ഥാന കമ്മിറ്റിയംഗമായി. സിപിഐയുടെ മിക്ക സമരങ്ങളിലും ഞാൻ പങ്കെടുക്കുമായിരുന്നു.

ഫ്രാൻസിസ് റോഡിൽ നിന്നാണു കോളജിലേക്കുള്ള ബസ് കയറാറുള്ളത്. ബസ് കയറാൻ നിൽക്കുമ്പോൾ കുന്നിക്കൽ നാരായണന്റെ ഭാര്യ മന്ദാകിനി ഞങ്ങൾക്ക് അവരുടെ പാർട്ടിയുടെ ചില നോട്ടീസുകൾ നൽകും. കുന്നിക്കൽ ജയിലിലാണ്. മന്ദാകിനി ജാമ്യത്തിൽ പുറത്തിറങ്ങിയതാണ്. എങ്കിലും അവർ പാർട്ടി പ്രവർത്തനം തുടർന്നു കൊണ്ടിരുന്നു. മന്ദാകിനിയുമായുള്ള സംസാരം കമ്യൂണിസ്റ്റ് സിദ്ധാന്തത്തെ പുതിയൊരു വ്യാഖ്യാനത്തിൽ കാണാൻ പ്രേരിപ്പിച്ചു. അടിയന്തരാവസ്ഥയോടെയാണ് ഞാൻ പൂർണമായും നക്സൽ പ്രവർത്തകരോട് അടുക്കുന്നത്. അതിനു മുൻപ് ഇവരോട് എനിക്കു സലാം ബന്ധം മാത്രമേയുണ്ടായിരുന്നുള്ളൂ. അടിന്തരാവസ്ഥ പ്രഖ്യാപിച്ച അന്നു മുതൽ ഞാൻ സിപിഐഎംഎൽ പ്രവർത്തകനായി. കോളജ് പഠനം കഴിഞ്ഞ് പുറത്തിറങ്ങിയതേയുണ്ടായിരുന്നുള്ളൂ.

അടിയന്തരാവസ്ഥയിൽ പലരും അറസ്റ്റിലായി. ഈ അറസ്റ്റിൽ എനിക്കു പ്രതിഷേധമുണ്ടായിരുന്നു. അടിയന്തരാവസ്ഥയെക്കുറിച്ച് റേഡിയോയിൽ ഒറ്റ ദിവസം മാത്രമേ പറഞ്ഞിരുന്നുള്ളൂ. അന്വേഷിച്ചപ്പോഴാണ് അപകടകരമായ അവസ്ഥയിലേക്കാണ് കാര്യങ്ങൾ പോകുന്നതെന്നു മനസ്സിലായത്.

സിപിഐഎംഎല്ലിന്റെ നേതാക്കൾക്കൊന്നും സുരക്ഷിതമായി കഴിയാൻ പറ്റിയ സ്ഥലം ഉണ്ടായിരുന്നില്ല. എന്റെ വീട് ഒരു ഒറ്റപ്പെട്ട സ്ഥലത്താണ്. നാട്ടിലെ ബാർബർ വേണു പാർട്ടി പ്രവർത്തകനായിരുന്നു. അവൻ വഴി ആദ്യം കെ. വേണു വീട്ടിൽ വന്നു. വേണു അന്ന് തിരുവനന്തപുരത്തു നിന്ന് ജയിലിൽ നിന്നിറങ്ങിയതേയുണ്ടായിരുന്നുള്ളൂ. സുരക്ഷിതമായൊരു സ്ഥലം അത്യാവശ്യമായിരുന്നു. വേണുവിനു പിന്നാലെ സ്റ്റേറ്റ് കമ്മിറ്റി അംഗങ്ങളെല്ലാം വീട്ടിലേക്കു വന്നു. അടുത്തൊന്നും വീടില്ലാത്തതിനാൽ ഇങ്ങനെ കുറേപേർ വന്നുപോകുന്ന കാര്യം പുറത്തൊന്നും അറിഞ്ഞിരുന്നില്ല. വീടിന്റെ മുകൾനിലയിൽ രണ്ടും മൂന്നും ദിവസം സ്റ്റേറ്റ് കമ്മിറ്റി കൂടുമായിരുന്നു. അവരൊന്നും വീട്ടിൽ നിന്നു പുറത്തിറങ്ങില്ല. അമ്മയാണു അവർക്കു ഭക്ഷണം ഉണ്ടാക്കിക്കൊടുക്കുക. അമ്മയ്ക്കറിയില്ലായിരുന്നു വീട്ടിൽ താമസിക്കുന്നത് ആരെല്ലാമാണെന്ന്.

ചാത്തമംഗലത്ത് എനിക്കൊരു ടൈപ്പ്റൈറ്റിങ് ഇൻസ്റ്റിറ്റ്യൂട്ട് ഉണ്ടായിരുന്നു. കോളജ് പഠനശേഷം തുടങ്ങിയതാണ്. ഞാൻ എന്നും നേരത്തെ തന്നെ ഇൻസ്റ്റിറ്റ്യൂട്ടിലേക്കു പോകും. രാത്രിയേ തിരിച്ചെത്തൂ.

ഒരുദിവസം ഞാൻ ഇൻസ്റ്റിറ്റ്യൂട്ടിലേക്കു പോകാനൊരുങ്ങും മുൻപ് കെ.വേണു എന്നെ കാണണമെന്നു പറഞ്ഞു. വീടിന്റെ പിറകുവശത്തെ പറമ്പിലേക്ക് ഞങ്ങൾ മാറിനിന്നു സംസാരിച്ചു. ഇൻക്വിലാബ് വീണ്ടും പ്രസിദ്ധീകരിക്കുന്ന കാര്യമാണ് വേണു സംസാരിച്ചത്. സാധാരണ

പ്രസ്സുകാർ ഇതൊന്നും അച്ചടിച്ചു തരില്ല. അപ്പോൾ സ്വന്തമായി അച്ചടിക്കണം. അതിനു ഡ്യൂപ്ലിക്കേറ്റർ വേണം. എന്റെ ഇൻസ്റ്റിറ്റ്യൂട്ടിലെ ഡ്യൂപ്ലിക്കേറ്ററിനെക്കുറിച്ച് വേണു സംസാരിച്ചു.

രണ്ടു ദിവസം കഴിഞ്ഞ് മെഡിക്കൽ കോളജിലെ വിദ്യാർഥിയായ വടകരക്കാരൻ വേണു ഡ്യൂപ്ലിക്കേറ്ററിന്റെ ആവശ്യം പറഞ്ഞ് ഇൻസ്റ്റിറ്റ്യൂട്ടിൽ വന്നു. ഇൻസ്റ്റിറ്റ്യൂട്ടിൽ നിന്ന് എല്ലാവരും പോയ ശേഷം രാത്രി കൊണ്ടുപോകുന്ന കാര്യം സംസാരിച്ചു. രണ്ടു ദിവസം കഴിഞ്ഞ് രാത്രി വാസുവും സുഹൃത്തുക്കളും വന്ന് ഡ്യൂപ്ലിക്കേറ്റർ എടുത്തുകൊണ്ടുപോയി. കൊണ്ടുപോകുമ്പോൾ വഴിയിൽ പൊലീസ് വാഹനം കണ്ട് പേടിച്ച് ഓടിയെന്നു വാസു പിന്നീട് പറഞ്ഞിരുന്നു. രണ്ടു ദിവസം കഴിഞ്ഞ് വേണു വീണ്ടും വന്നു. ഡ്യൂപ്ലിക്കേറ്റർ തന്നെയായിരുന്നു വിഷയം. സ്റ്റെല്ലോ പെൻ, സ്റ്റെൻസിൽ പേപ്പർ എന്നിവയൊക്കെ എവിടെ കിട്ടുമെന്നൊന്നും അറിയില്ലായിരുന്നു. അതെല്ലാം ഞാൻ പറഞ്ഞുകൊടുത്തു. അടുത്ത പ്രശ്നം മഷിയായിരുന്നു. കോപ്പിയിൽ പലയിടത്തും മഷി വരുന്നില്ല. ചാത്തമംഗലത്തെ കോഴിക്കമ്പനിക്കടുത്തുള്ള കുഞ്ഞിരായിന്റെ പീടികയ്ക്കു മുകളിൽ വച്ചായിരുന്നു ഡ്യൂപ്ലിക്കേറ്റർ പ്രവർത്തിപ്പിച്ചിരുന്നത്.

കുറച്ചു ദിവസം കഴിഞ്ഞ് വാസു വീണ്ടും വന്നു. ഒരു ഡ്യൂപ്ലിക്കേറ്റർ കൂടി വാങ്ങണം. കോഴിക്കോട്ടെ ടൈപ്പ്റൈറ്റിങ് മെക്കാനിക്ക് അരവിന്ദന്റെ കൈവശം ഒന്നു വിൽക്കാനുണ്ടായിരുന്നു. അതു വാങ്ങാൻ ഏർപ്പാടു ചെയ്തു. റൊക്കം പണം കൊടുക്കാനില്ലാത്തതിനാൽ അരവിന്ദൻ കൊണ്ടുപോകാൻ സമ്മതിച്ചില്ല. പിന്നീട് കുറച്ചു പണം കൊടുത്ത് ബാക്കി ഞാൻ തരാമെന്നേറ്റപ്പോൾ അരവിന്ദൻ ഡ്യൂപ്ലിക്കേറ്റർ തന്നു.

പ്രമുഖ ഓട്ടോമൊബൈൽ സ്ഥാപനമായ പോപ്പുലറിന്റെ ഉടമയുടെ മകൻ ജോൺ കെ. പോൾ ഒരു ഡ്യൂപ്ലിക്കേറ്റർ നൽകിയിരുന്നു. ജർമൻ നിർമിതമായിരുന്നു അത്. എന്നാൽ അതു പ്രവർത്തിച്ചിരുന്നില്ല. ശംഭുദാസ് എറണാകുളത്തുപോയി സ്പെയർ പാർട്സ് വാങ്ങിക്കൊണ്ടുവന്നിരുന്നു. പക്ഷേ, അതുപയോഗിക്കേണ്ടി വന്നില്ല. അപ്പോഴേക്കും എല്ലാവരും പിടിയിലായി.

അടിയന്തരാവസ്ഥയിൽ എന്തെങ്കിലും ആക്ഷൻ നടത്തണമെന്ന് സ്റ്റേറ്റ് കമ്മിറ്റി തീരുമാനിച്ചിരുന്നു. ആക്ഷൻ വിവരങ്ങൾ പുറത്തറിയിക്കാനായിരുന്നു ഇൻക്വിലാബ് പുനഃപ്രസിദ്ധീകരിക്കാൻ തീരുമാനിച്ചിരുന്നത്.

അപ്പുട്ടി എന്നൊരാളെ ഉൻമൂലനം ചെയ്യാനായിരുന്നു ആദ്യ തീരുമാനം. പക്ഷേ, അതു നടന്നില്ല. പിന്നെ മലയമ്മയിലെ ഒരു നായരുണ്ടായിരുന്നു. നാട്ടുകാരുടെ ആധാരമൊക്കെ കൈവശപ്പെടുത്തുന്ന ആളായിരുന്നു ഇദ്ദേഹം. അദ്ദേഹത്തിന് ഞങ്ങളൊരു നോട്ടീസ് കൊടുത്തു. നിങ്ങൾ ജനങ്ങളെ ഇനിയും ബുദ്ധിമുട്ടിച്ചാൽ ഞങ്ങൾ ആക്ഷനെടുത്തിരിക്കും എന്നായിരുന്നു നോട്ടീസിലുണ്ടായിരുന്നത്. ഇതു കിട്ടിയപ്പോൾ

അദ്ദേഹം പേടിച്ച് പൊലീസിനെ ഏല്പിച്ചു. അന്നൊരു നാരായണൻ നായരെയായിരുന്നു പൊലീസ് അന്വേഷിക്കാൻ ഏല്പിച്ചിരുന്നത്. അദ്ദേഹം നന്നായി മദ്യപിച്ച് നാട്ടിലൊക്കെ വന്ന് വല്ലതും ചോദിച്ചു പോകും. നാരായണൻനായരായതുകൊണ്ടു തന്നെ കാര്യമായ അന്വേഷണമൊന്നും നടത്തിയില്ല.

1976 ഫെബ്രുവരി 28ന് എനിക്ക് നെടുങ്ങാടി ബാങ്കിൽ നിന്ന് സോപ്പ് നിർമാണത്തിനുള്ള ലോൺ കിട്ടി. സോപ്പ് നിർമാണത്തിനുള്ള സാധനങ്ങൾ കോഴിക്കോട്ടു നിന്നു വാങ്ങി അതെല്ലാം കുന്ദമംഗലത്തെ പണിക്കാരനെ ഏല്പിച്ചു. അന്നേരം ജനങ്ങൾ എന്തൊക്കയോ അടക്കം പറയുന്നുണ്ടായിരുന്നു. ബാലുശ്ശേരിയിലൂടെ കടന്നുപോകുന്ന വാഹനങ്ങളെയെല്ലാം തടഞ്ഞു പരിശോധിക്കുന്നുണ്ടത്രെ. പലരെയും സംശയത്തിന്റെ പേരിൽ പിടികൂടിയെന്നും കേട്ടു. ബാലുശ്ശേരിക്കടുത്ത് നക്സലൈറ്റുകൾ എന്തോ ചെയ്തിട്ടുണ്ടെന്നേ നാട്ടുകാർ അറിഞ്ഞിട്ടുണ്ടായിരുന്നുള്ളൂ.

ഞാൻ ചാത്തമംഗലത്തേക്കു ബസ് കയറി. ഇൻസ്റ്റിറ്റ്യൂട്ടിനടുത്തിറങ്ങി. ബാർബർ വേണുവിന്റെ കടയിൽ കയറി കാര്യം പറഞ്ഞു. കായണ്ണ പൊലീസ് സ്റ്റേഷൻ ആക്രമണം നടന്ന കാര്യം അവനും അറിഞ്ഞിരുന്നു. സംഭവത്തിന്റെ ഗൗരവം അവൻ വിശദീകരിച്ചു. വേണുവിന്റെ കടയും എന്റെ വീടും നാരായണൻനായർ നിരീക്ഷിക്കുന്ന കാര്യം ഞങ്ങൾക്കറിയാമായിരുന്നു.

അന്നു ശിവരാത്രിയായിരുന്നു. വേണു ചെത്തുകടവിലെ ശിവക്ഷേത്രത്തിൽ ഉത്സവത്തിനു പോയി. എന്നെയും വിളിച്ചിരുന്നു. അടുത്ത ദിവസം എനിക്കു ഡ്രൈവിങ് ടെസ്റ്റ് ഉണ്ടായിരുന്നതുകൊണ്ട് ഉറക്കമിളയ്ക്കാൻ വയ്യാതെ എട്ടുമണിക്ക് ഇൻസ്റ്റിറ്റ്യൂട്ട് അടച്ച് ഞാൻ വീട്ടിലേക്കു പോന്നു. അമ്മ ഉറങ്ങിയിരുന്നില്ല. ക്ഷീണം കാരണം വേഗം ഉറങ്ങിപ്പോയി. സോപ്പ് നിർമാണത്തിനുള്ള സാധനങ്ങൾ വാങ്ങിയ ബാക്കി പണം ട്രൗസറിന്റെ കീശയിൽ നിന്നെടുത്തുവയ്ക്കാൻ പോലും വയ്യായിരുന്നു.

പാതിരാത്രിയിൽ നായ്ക്കൾ നിലയ്ക്കാതെ കുരയ്ക്കുന്നതു കേട്ടു. വലിയച്ഛന്റെ പറമ്പിലൂടെ ആരോ നടന്നുവരുന്ന ശബ്ദം. ഒന്നിലധികം പേരുണ്ട്. അത് അടുത്തെത്തും തോറും ബൂട്ടടിയാണെന്നു വ്യക്തമായി. എന്റെ വീടിന്റെ ചുറ്റും ബൂട്ടുശബ്ദം നിറഞ്ഞു.

വാതിലിൽ ആരോ മുട്ടിവിളിക്കുന്നുണ്ട്. രാജാ എന്ന് ആരോ വിളിച്ചു. ഞാൻ വാതിൽ തുറന്നപ്പോൾ വലിയൊരു പൊലീസ് സംഘം. കുറച്ചു പേർ സാധാരണ വേഷത്തിലാണ്. പൊലീസുകാരുടെയൊക്കെ കൈയിൽ തോക്കുണ്ട്.

'ഇവിടെ ആരാ ഉള്ളത്' - പൊലീസുകാരിൽ ഒരാൾ ചോദിച്ചു.

'അമ്മ'- ഞാൻ പറഞ്ഞു.

'മറ്റാരുമില്ലേ'

'ഇല്ല'

പെട്ടെന്ന് പൊലീസുകാർ വീട്ടിലേക്ക് ഇരച്ചുകയറി പരിശോധന തുടങ്ങി. അപ്പോഴേക്കും അമ്മ ഉണർന്നിരുന്നു. പൊലീസുകാർ വീടിന്റെ മുക്കും മൂലയുമൊക്കെ പരിശോധിച്ചു. സി.ഐ. ഗംഗാധരൻനായർ വീടിന്റെ മുകൾ നില പരിശോധിച്ച് ആരെയും കാണാതെ ദേഷ്യത്തോടെ മടങ്ങിവന്നു.

'ആരാടാ ഇവിടെ വരാറ്' - അയാൾ ഗർജിച്ചു.

'ആരുമില്ല'

'നീ ആർക്കാടാ ബീഡി വാങ്ങിക്കൊടുത്തത്?'

'ആർക്കും വാങ്ങിക്കൊടുത്തില്ല'

'ഇല്ലേ'

'ഇല്ല'

'നീ കലത്തിലെ മൂത്രം താഴെ കൊണ്ടൊഴിച്ചില്ലേ'

'ഇല്ല'

'നീ എല്ലാം അവിടെയെത്തിയാൽ പറയും'

'ഈ വീട്ടിലേക്ക് വയലിൽ കൂടിയുള്ള വഴിയേതാടാ'

'താഴെക്കൂടി'

'വേണു ഏതിലൂടെയാ വരാറുള്ളത്'

'ഏതു വേണു സാർ'

'അതെല്ലാം നീ അവിടെ എത്തിയാലേ പറയൂ'

പിന്നീട് ചോദ്യമൊന്നുമുണ്ടായില്ല.

സി.ഐ. ശ്രീധരൻ എന്നോട് കുപ്പായമിടാൻ പറഞ്ഞു. അമ്മ കരഞ്ഞു കൊണ്ടാണ് കുപ്പായവുമായി വന്നത്. അതുകണ്ട് സി.ഐ.ശ്രീധരൻ അമ്മയെ ആശ്വസിപ്പിക്കാൻ പറഞ്ഞു- 'ഇവനെ റോഡിലെത്തിയാൽ വിടും.'

അമ്മ ഒന്നും പറഞ്ഞില്ല. തോക്കുധാരികളായ പൊലീസുകാർ എനിക്കു ചുറ്റും നിന്നു. വീടിനു പിന്നിലുള്ള വഴിയിലൂടെ അവർ നടന്നു. സി.ഐ. ഗംഗാധരൻനായർ മുന്നിലും സി.ഐ.രാമാനന്ദനും ശ്രീധരനും പിന്നിലും അവർക്കു പിന്നിലായി നാരായണൻനായരും നടന്നു. ഈ നാരായണൻനായർക്കായിരുന്നു ഞങ്ങളെ നിരീക്ഷിക്കാനുള്ള ചുമതലയുണ്ടായിരുന്നത്. ബാർബർ വേണുവിനെയും എന്നെയുംകുറിച്ച് പലരോടും അദ്ദേഹം തിരക്കിയിരുന്നു. ഞാൻ വീട്ടിലില്ലാത്തപ്പോൾ നാട്ടുകാരനായ ഭാസ്കരനെയും കൂട്ടി വീട്ടിൽ വന്നിരുന്നു.

നടക്കുമ്പോൾ പൊലീസുദ്യോഗസ്ഥർ എന്നെ ചോദ്യം ചെയ്യുന്നുണ്ടായിരുന്നു. ഞാനാർക്കും ബീഡി വാങ്ങിക്കൊടുത്തില്ല, എനിക്കൊന്നു

മറിയില്ല എന്നു പറഞ്ഞുകൊണ്ടിരുന്നു. ഇതിനിടെ ദേഷ്യം വന്ന് ഗംഗാധരൻ നായർ എന്നെ തല്ലാൻ വീണ്ടും കയ്യോങ്ങി. ഞാൻ മറുത്തൊന്നും പറഞ്ഞില്ല.

പോകുന്നവഴിക്ക് അവർ വേണുവിന്റെ മുറിയിൽ വീണ്ടും കയറി നോക്കി. എന്നെ പിടികൂടാൻ വരുന്നതിനു മുൻപ് അവർ വേണുവിനെ തിരഞ്ഞിരുന്നു. ഉത്സവത്തിനു പോയതിനാൽ അവൻ രക്ഷപ്പെട്ടു.

മുക്കം റോഡിലെ ആലിൻചുവട്ടിലെത്തി ഞങ്ങൾ. ശിവരാത്രിയായതിനാൽ അവിടെയുള്ള കോരന്റെ ചായപ്പീടിക തുറന്നിരുന്നു. പൊലീസുകാരെല്ലാം ചായ കുടിച്ചു. ഉത്സവം കഴിഞ്ഞു മടങ്ങിവരുന്നവർ പൊലീസ് വാഹനം കണ്ട് അവിടെ കൂടി നിന്നു. പൊലീസ് അവരെയെല്ലാം ആട്ടിയോടിച്ചു. എന്നെ പൊലീസ് വാഹനത്തിൽ കയറ്റി, കയ്യാമം വച്ചു. പൊലീസ് വാഹനം നേരെ ആർ.ഇ.സി. ഭാഗത്തേക്കു കുതിച്ചു. ആർ.ഇ.സിയിലെ സ്റ്റേറ്റ് ബാങ്കിനടുത്ത് വാഹനം നിർത്തി. എന്നെ ഇറക്കുന്നുണ്ടോ എന്ന ഒരു പൊലീസുകാരൻ ചോദിച്ചു. വേണ്ടെന്ന് സി.ഐ.ഗംഗാധരൻ പറഞ്ഞു. തോക്കുള്ള നാലുപേർ എനിക്കു ചുറ്റും ഇരുന്നു. ബാക്കിയെല്ലാവരും ഇറങ്ങി. ആരെയോ തേടി പോയതാണെന്ന് ഞാനൂഹിച്ചു. കുറച്ചു കഴിഞ്ഞപ്പോൾ അവർ തിരികെ വന്നു. കോഴിക്കമ്പനിക്കടുത്തുള്ള പീടികമുകളിലേക്കാണ് അവർ പോയതെന്ന് എനിക്കു മനസ്സിലായി. പൊലീസ് വാഹനം കോഴിക്കോട് ഭാഗത്തേക്കു പാഞ്ഞു. കോഴിക്കോട് എത്താറായപ്പോൾ പലരും ഇറങ്ങി. മഹാറാണി ഹോട്ടലിനടുത്തുള്ള പഴയ വീട്ടിലാണ് എന്നെ ഇറക്കിയത്. തോക്കുധാരികളായ നാലുപേർ എനിക്കൊപ്പമിറങ്ങി. വാഹനം തിരിച്ചുപോയി.

പഴയ ഓടിട്ട കെട്ടിയമാണ്. ചില ഭാഗങ്ങളെല്ലാം പൊളിഞ്ഞിട്ടുണ്ട്. താഴെ കയറുന്നതിനടുത്തുള്ള മുറിയിലാണ് എന്നെ നിർത്തിയത്. മുറിയിൽ നിലത്ത് വെള്ളമൊഴിച്ചിട്ടുണ്ട്. അതുകൊണ്ട് ഇരിക്കാൻ കഴിയില്ല.

പൊലീസുകാരുടെ ശബ്ദം കേട്ട് മുകളിലത്തെ നിലയിൽ നിന്ന് ഒരു സ്ത്രീ ഇറങ്ങിവന്നു. അവിടത്തെ തൂപ്പുകാരിയായിരുന്നു. രണ്ടുപേർ എന്റെ മുറിക്കു കാവൽ നിന്നു. രണ്ടുപേർ ആ സ്ത്രീ കയറിപോയതിനു പിന്നാലെ പോയി. അവിടെ അവളുടെ ചിരി കേൾക്കാമായിരുന്നു.

കയ്യാമം വച്ചതിനാൽ വല്ലാത്ത അസ്വസ്ഥതയായിരുന്നു. ഇരിക്കാൻ കഴിയില്ല. നേരം പുലരുന്നതുവരെ ഞാൻ നിന്നു കഴിച്ചുകൂട്ടി. എന്തിനാണ് എന്നെ രാത്രി പിടിച്ചുകൊണ്ടുവന്നതെന്ന് ഇനിയും എനിക്കു പിടികിട്ടിയിരുന്നില്ല. നേരം പുലർന്നതോടെ ഓരോരുത്തരായി വരാൻ തുടങ്ങി. കാരന്തൂരിലെ ക്രൈം ബ്രാഞ്ചിലെ പത്മനാഭൻനായർ ഡയറിയും പിടിച്ച് മുകളിലേക്കു കയറിപ്പോകുന്നതു കണ്ടു.

എട്ടുമണിയായപ്പോൾ എന്നെ കൊണ്ടുവന്ന പൊലീസ് വാഹനം വീണ്ടുമെത്തി. അതിൽ നിന്ന് എല്ലാ പൊലീസ് ഉദ്യോഗസ്ഥരും ഇറങ്ങി. രണ്ടുപേർ വന്ന് എന്നെ ആ വാഹനത്തിലേക്കു കയറ്റി. അതിൽ നാലു

പേർ തോക്കുംപിടിച്ചിരിക്കുന്നുണ്ടായിരുന്നു. സി.ഐ. ശ്രീധരനും കുറച്ചുപേരും കയറിയതോടെ വാഹനം യാത്ര തുടങ്ങി. കോഴിക്കോട്ടുള്ള പൊലീസ് കൺട്രോൾറൂമിലേക്കാണ് പോയത്. അവിടത്തെ കോലായിൽ എന്നെയിറക്കി. അവിടെ പടിയിൽ മൂന്നുപേർ ഇരിക്കുന്നുണ്ടായിരുന്നു. ഞാൻ അക്കൂട്ടത്തിൽ ചെന്നിരുന്നു. ആരും ഒന്നും സംസാരിക്കുന്നില്ല.

ആ മൂന്നുപേരെ പിന്നീടാണ് മനസ്സിലായത്. മലബാർ ക്രിസ്ത്യൻ കോളജിലെ അധ്യാപകൻ ശിവശങ്കരൻ, കെ. വേണുവിന്റെ അളിയൻ ഉണ്ണിക്കൃഷ്ണൻ, ആകാശവാണിയിലെ സലിം എന്നിവരായിരുന്നു അവർ. എന്തിനാണ് അവരെ കൊണ്ടുവന്നതെന്നു മനസ്സിലായില്ല.

'വെറുതെ അടിവാങ്ങണ്ട, ഉള്ളതെല്ലാം വേഗം പറഞ്ഞോ- സലിം പതുക്കെ പറഞ്ഞു.

'എനിക്കൊന്നും അറിയില്ല'

വേണുവിനെ അറിയുമോ'

'ഇല്ല'

'വെറുതെ ആരെയും പിടിക്കില്ല, ഉള്ളതുപറയുന്നതാ ബുദ്ധി' -ശിവ ശങ്കരൻമാഷ് പറഞ്ഞു.

വേണുവിന്റെ അളിയൻ ഒന്നും മിണ്ടുന്നുണ്ടായിരുന്നില്ല.

കുറച്ചു കഴിഞ്ഞപ്പോൾ വെളുത്ത നിറമുള്ള പൊലീസ് വാഹനം വന്നു. ഞങ്ങൾ നാലുപേരെയും അതിൽ കയറ്റി. കോഴിക്കോട് മെഡിക്കൽ കോള ജിലെ ലേഡീസ് ഹോസ്റ്റലിനടുത്ത് വാഹനം നിന്നു. മൂന്നു സിഐ മാരും മെഡിക്കൽ കോളജ് ആശുപത്രിയിലേക്കു പോയി. തിരിച്ചുവരു മ്പോൾ അവർക്കൊപ്പം മുറിവെല്ലാം വച്ചുകെട്ടിയ രണ്ടു പൊലീസുകാർ കൂടിയുണ്ടായിരുന്നു. അവർ ഞങ്ങളെ തുറിച്ചുനോക്കി.

പൊലീസ് വാഹനം കാരന്തൂരിലൂടെ വയനാട് റോഡിലെത്തി. സി.ഐ. ശ്രീധരൻ എന്നോട് ഓരോന്നു ചോദിച്ചുകൊണ്ടിരുന്നു. ആർക്കാണ് ബീഡി വാങ്ങിക്കൊടുത്തത് എന്നാണ് അറിയേണ്ടത്. ഒന്നു മറിയില്ലെന്നു തന്നെയായിരുന്നു എന്റെ ഉത്തരം. പക്ഷേ, ഞാൻ കളവു പറയുകയാണെന്ന് അവർക്കു തോന്നിയിരുന്നു.

കളവുപറയണ്ട, ഉള്ളതെല്ലാം പറഞ്ഞോ എന്ന് സലിം പതുക്കെ എന്നെ ഉപദേശിച്ചു. എന്നാൽ ഞാനൊന്നും പറഞ്ഞില്ല. എന്തെങ്കിലും ഒന്നു പറ ഞ്ഞാൽ...

പൊലീസ് വാഹനം യാത്ര തുടർന്നു. കുറേക്കഴിഞ്ഞപ്പോൾ കക്കയ ത്തേക്കാണെന്ന് റോഡരികിലെ നാഴികക്കല്ലുകൾ കണ്ടപ്പോൾ ബോധ്യ മായി. കക്കയത്തെ കവലയിൽ നിന്നു വാഹനം നേരെ ഇൻസ്പെക്ഷൻ ബംഗ്ലാവിന്റെ മുന്നിലെത്തി. സി.ഐ. ഗംഗാധരൻനായർ അവിടെയിറങ്ങി. കുറച്ചുകഴിഞ്ഞു തിരിച്ചെത്തി. പൊലീസ് വാഹനം വീണ്ടും കക്കയം കവലയിലെത്തി. ഇലക്ട്രിസിറ്റി ബോർഡിന്റെ പവർ സ്റ്റേഷനടുത്തേ ക്കാണ് പോകുന്നത്. സ്റ്റേഷനെത്തുന്നതിനു മുൻപുള്ള ഷെഡ്ഡിന്റെ

മുന്നിൽ വാഹനം നിർത്തി. സി.ഐ.ഗംഗാധരൻനായർ അവിടെയിറങ്ങി. കുറച്ചുകഴിഞ്ഞപ്പോൾ ഞങ്ങളെ അവിടെയിറക്കി മറ്റൊരു മുറിയിലേക്കു കൊണ്ടുപോയി.

അമ്പതോളം പേർ അവിടെ നിരന്നിരിക്കുന്നുണ്ടായിരുന്നു. കായണ്ണ പൊലീസ് സ്റ്റേഷൻ ആക്രമണ കേസിൽ പേരാമ്പ്ര സി.ഐ. മോഹനൻ കൂരാച്ചുണ്ട്, ബാലുശേരി എന്നിവിടങ്ങളിൽ നിന്നു പിടിച്ചുകൊണ്ടുവന്ന വരായിരുന്നു അവർ. കുറച്ചു കഴിഞ്ഞപ്പോൾ സി.ഐ. മോഹനനൊപ്പം വേറെയൊരാൾ വന്നു. അതായിരുന്നു ക്രൈം ബ്രാഞ്ച് ഡിഐജി ജയറാം പടിക്കൽ. ഞങ്ങൾ നാലുപേരെയും ഒഴികെ എല്ലാവരെയും രണ്ടെണ്ണം കൊടുത്ത് വിട്ടയയ്ക്കാൻ അന്നേരം തന്നെ ഉത്തരവായി. സായുധസേനാ പൊലീസ് തയ്യാറെടുത്തു. അവർ പുറത്തേക്കുള്ള വാതിലിൽ നിന്നു. പുറത്തിറങ്ങുന്ന ഓരോരുത്തരെ പിടിച്ച് മർദിച്ച ശേഷം പോകാൻ അനു വദിച്ചു. അരമണിക്കൂർ കൊണ്ട് എല്ലാം കഴിഞ്ഞു.

കെട്ടിടത്തിനു പുറത്ത് നിറയെ പൊലീസുകാരാണ്. പെട്ടെന്ന് എല്ലാ പൊലീസുകാരും ആരെയോ സ്വീകരിക്കാനെന്ന പോലെ തയ്യാറായി നിന്നു. മന്ത്രി അടിയോടി നിമിഷനേരം കൊണ്ട് അവിടെയെത്തി. അദ്ദേഹ ത്തിനു പിന്നാലെ ഐ.ജി. രാജനും അടുത്ത മുറിയിലേക്കു കയറിപ്പോയി. ഇരുപത് മിനിറ്റിനു ശേഷമാണ് മന്ത്രി മടങ്ങിയത്. മന്ത്രിയുടെ കാറും ഐജിയുടെ കാറും അവിടം വിട്ടു.

പത്തുമിനിറ്റ് കഴിഞ്ഞപ്പോൾ സി.ഐ. മോഹനൻ സലീമിനെ വിളിച്ചു. ജയറാം പടിക്കൽ ഇരിക്കുന്ന മുറിയിലേക്കാണ് കൊണ്ടുപോകുന്നത്. ഡൽഹിയിൽ നിന്നു രണ്ടുമാസമേ ആയുള്ളൂ സലീം സ്ഥലംമാറ്റം കിട്ടി കോഴിക്കോട് എത്തിയിട്ട്. ഓഫീസർമാർ അവനെ ചോദ്യം ചെയ്യുന്നത് ഞങ്ങൾക്കു കേൾക്കാമായിരുന്നു. അവൻ എഴുതിയ കത്തിനെപ്പറ്റി യാണ് ചോദിക്കുന്നത്. അരമണിക്കൂർ കഴിഞ്ഞ് അവനെ തിരികെ കൊണ്ടുവന്നു.

അടുത്ത ഊഴം ശിവശങ്കരൻ മാസ്റ്റർക്കാണ്. വേണുവുമായുള്ള ബന്ധത്തെപ്പറ്റിയാണു ചോദിക്കുന്നത്. മാഷിന് മലയാളത്തേക്കാൾ കൂടു തൽ ഇംഗ്ലീഷായിരുന്നു സംസാരിക്കാൻ കഴിയുക. മലയാളത്തിൽ പറഞ്ഞു തുടങ്ങി അദ്ദേഹം ഇംഗ്ലീഷിലെത്തും. അന്നേരം മലയാളത്തിൽ പറയെടാ എന്ന് ജയറാം പടിക്കൽ അട്ടഹസിക്കും. കോളജ് അധ്യാപക നാണെന്ന ബഹുമാനമൊന്നും അവിടെയില്ലായിരുന്നു.

പാർട്ടിയുടെ സ്റ്റേറ്റ് കമ്മിറ്റി അംഗമാണത്രെ വേണുവും മാഷും തമ്മി ലുള്ള ബന്ധം പൊലീസിനോടു പറഞ്ഞത്. പറഞ്ഞയാളെ മാഷിന് അറിയുകയുമില്ല. കുറച്ചു കഴിഞ്ഞ് മാഷെ തിരികെ കൊണ്ടുവന്നു. ഉണ്ണി ക്കൃഷ്ണനായിരുന്നു അടുത്ത ഇര. വേണുവിന് കുപ്പായം വാങ്ങിക്കൊടു ത്തതും പണം കൊടുത്തതുമെല്ലാം അദ്ദേഹം പറഞ്ഞു. കുറച്ചുകഴിഞ്ഞ് അദ്ദേഹം തിരികെയെത്തി. ഇനിയത്തെ ഊഴം എന്റേതായിരുന്നു.

മുറിയിൽ നാലു വട്ടക്കസേരയാണുള്ളത്. ആദ്യം കോഴിക്കോട് എസ്.പി. ലക്ഷ്മണ, നടുവിൽ ജയറാം പടിക്കൽ, മൂന്നാമത് മുരളീ കൃഷ്ണദാസ്, നാലാമത് മധുസൂദനനും.

പൊലീസുകാരൻ സോമനെ കൊണ്ട് എന്റെ മുണ്ടും കുപ്പായവും അഴിപ്പിച്ചു, അത് മുറിയുടെ മൂലയിലേക്കെറിഞ്ഞു. എന്നെ നിലത്തിരുത്തി. എന്റെ ട്രൗസറിന്റെ കീശയിൽ എന്തോ ഉള്ളതായി അവർക്കു മനസ്സിലായി.

കീശയിൽ എന്താണെന്നു ചോദിച്ചു. ബാങ്കിൽ നിന്നു ലോണെടുത്തതിന്റെ ബാക്കി പണമാണെന്നു പറഞ്ഞു. അത് പുറത്തെടുപ്പിച്ചു. അതു വാങ്ങി എണ്ണിനോക്കാൻ ലക്ഷ്മണയോട് ജയറാം പടിക്കൽ ആവശ്യപ്പെട്ടു.

ഒരു ഫോട്ടോയെടുത്ത് എന്നെ കാണിച്ച് അറിയുമോയെന്ന് പടിക്കൽ ചോദിച്ചു. അറിയില്ലെന്നു പറഞ്ഞു. വേറെ രണ്ടു ഫോട്ടോ കൂടി കാണിച്ചു. അതും അറിയില്ലെന്ന് ഉറപ്പിച്ചു പറഞ്ഞു. സോമനോട് പുറത്തേക്കുപോകാൻ പറഞ്ഞു.

'നിന്റെ വീട്ടിൽ സ്റ്റേറ്റ് കമ്മിറ്റി കൂടിയിരുന്നോ'- ജയറാം പടിക്കൽ ചോദിച്ചു.

'ഇല്ല'

ഒരു ഫോട്ടോ കൂടി കാണിച്ചു, എനിക്കാളെ മനസ്സിലായില്ല. വീണ്ടും കുറേ ഫോട്ടോകൾ കാണിച്ചു. അവരുടെ പേരും ചോദിച്ചു. എനിക്കാരെയും അറിയില്ലായിരുന്നു. അവർ പറയുന്ന പേരും കേട്ടിട്ടില്ലായിരുന്നു. ജയറാം പടിക്കലിന്റെ മുഖം ചുവക്കുന്നത് എനിക്കു കാണാമായിരുന്നു. എന്റെ പിന്നിലൂടെ ഒരു പൊലീസുകാരൻ ബഞ്ചും കൊണ്ടു പോകുന്നതു കണ്ടു. അയാൾക്കു പിന്നാലെ ഇരുമ്പുലക്കയുമായി സോമനും.

'കൊണ്ടുപോടാ' ജയറാം പടിക്കൽ അലറി. നാലഞ്ചു പൊലീസുകാർ വന്ന് എന്നെ തൂക്കിയെടുത്തുകൊണ്ടുപോയി. എനിക്കൊന്നും അറിയില്ല, എന്നെ ഒന്നും ചെയ്യല്ലേയെന്ന് ഞാനവരോടു കെഞ്ചി. പക്ഷേ, അതാരും കേട്ടഭാവം പോലുമില്ലായിരുന്നു.

ട്രൗസർ മാത്രമുടുത്ത എന്നെ അവർ ബഞ്ചിൽ കിടത്തി. എന്റെ കൈ ബഞ്ചിനടിയിലേക്കു പിടിച്ചു തുണികൊണ്ടു കെട്ടി. കാലും ബഞ്ചിനോടു ചേർത്തു കെട്ടി. ബീരാൻ എന്ന പൊലീസുകാരൻ നേരത്തെ കൊണ്ടുവന്ന ഇരുമ്പുലക്കയെടുത്ത് വേലായുധൻ എന്ന പൊലീസുകാരനു കൊടുത്തു. അയാൾ അതുകൊണ്ട് മുട്ടിനു താഴെയായി ഒരടി. ഞാൻ പുളഞ്ഞുപോയി. പിന്നീട് ആ ഉലക്ക എന്റെ തുടയിൽ വച്ചു. ഒരു ഭാഗത്തു വേലായുധനും മറുഭാഗത്ത് ബീരാനും. ജയദേവൻ ഉലക്കയുടെ നടുഭാഗം പിടിച്ചു. ഉലക്ക പതുക്കെ ഉരുട്ടാൻ തുടങ്ങി. ഞാൻ ഉറക്കെ കരഞ്ഞു. ശബ്ദം പുറത്തുവരാതിരിക്കാൻ സോമൻ ഒരു തുണികൊണ്ട് വായ മൂടി പിടിച്ചു. അന്നേരം ഉംം എന്ന ശബ്ദം മാത്രം.

ഇരുമ്പുലക്ക ഉരുളുമ്പോൾ ഞാൻ കാലിലെ മസിലിലേക്കു ശക്തി കൊടുത്തു. എത്രപ്രാവശ്യം അവർ ഇരുമ്പുലക്ക ഉരുട്ടിയെന്നറിയില്ല. കാലിൽ നിന്നു വിയർപ്പിറ്റിറ്റു വീണു. അതിനിടെ എന്റെ ട്രൗസറിന്റെ വള്ളിപ്പൊട്ടി. ഉരുട്ടൽ തുടർന്നുകൊണ്ടിരുന്നു. അന്നേരം മുരളീകൃഷ്ണ ദാസ് വന്ന് എന്റെ വായിലെ തുണി മാറ്റി. എനിക്കൊന്നുമറിയില്ലെന്നു ഞാൻ കരഞ്ഞുപറഞ്ഞു. ഉരുട്ടൽ നിർത്തി. വള്ളിപൊട്ടിയ ട്രൗസർ കൈ കൊണ്ടു പിടിച്ച് എഴുന്നേറ്റു. എന്റെ കൈകാലുകളിലെ കെട്ടെല്ലാം അഴിച്ചിരുന്നു. എന്നോട് കുപ്പായമിടാൻ പറഞ്ഞു. വള്ളിപൊട്ടിയ ട്രൗസർ അവിടെ ഉപേക്ഷിച്ച് ഞാൻ മുണ്ടുടുത്തു.

അന്നേരം സി.ഐ. ശ്രീധരനോട് ജയറാം പടിക്കൽ ചൂടാകുന്നുണ്ടായിരുന്നു. ബാർബർ വേണുവിനെ പിടിക്കാത്തതാണ് കാരണം. കെ.വേണു എവിടെയുണ്ടെന്ന് ബാർബർ വേണുവിന് അറിയാമെന്നാണ് പടിക്കൽ പറയുന്നത്. അവൻ കിടക്കുന്ന മുറിയിൽ ഇല്ലെന്നായിരുന്നു സി.ഐയുടെ മറുപടി.

എന്നെ മുറിയിൽ നിന്നിറക്കി പൊലീസ് വാഹനത്തിൽ കയറ്റി. വാഹനം ചാത്തമംഗലം അങ്ങാടിയിൽ കുതിച്ചെത്തി. കുറച്ചുപൊലീസുകാർ വേണുവിന്റെ ബാർബർ ഷോപ്പിലേക്കു കുതിച്ചു. ചിലർ എന്റെ ഇൻസ്റ്റിറ്റ്യൂട്ടിലേക്കും. മുരളീകൃഷ്ണദാസ് വേണുവിനെ ബാർബർ ഷോപ്പിൽ നിന്നു കൊണ്ടുവന്ന് അവൻ താമസിക്കുന്ന മുറിയിലേക്കു കൊണ്ടുപോയി. എന്റെ ഇൻസ്റ്റിറ്റ്യൂട്ടിലെ പുസ്തകങ്ങളും സർട്ടിഫിക്കറ്റുകളുമെല്ലാം അവർ കൊണ്ടുവന്ന് പൊലീസ് വാഹനത്തിലിട്ടു. വേണുവിന്റെ മുറിയിലെ പുസ്തകങ്ങളും പിടിച്ചെടുത്തു. രണ്ടുപേരെയും വാഹനത്തിൽ കയറ്റി. വീണ്ടും കക്കയത്തേക്ക്. വേണു കൊണ്ടുവന്ന കുറേ പുസ്തകങ്ങൾ എന്റെ ഇൻസ്റ്റിറ്റ്യൂട്ടിൽ നിന്നു കണ്ടെടുത്തിരുന്നു.

കക്കയത്തെ ക്യാംപിൽ എന്നെ ഒരു മൂലയിൽ ഇരുത്തി വേണുവിനെ ചോദ്യം ചെയ്യാൻ തുടങ്ങി. കുറച്ചുകഴിഞ്ഞപ്പോഴേക്കും എന്നെ പിടിച്ച് ബഞ്ചിൽ കിടത്തി ഉരുട്ടാൻ തുടങ്ങി. അന്നേരവും എനിക്കൊന്നും അറിയില്ലെന്നായിരുന്നു ഉത്തരം. ഉരുട്ടൽ നിർത്തിയപ്പോൾ സോമന്റെ വക മർദനമായിരുന്നു. കാൽമുട്ടിനു താഴെ ഇരുമ്പുലക്ക കൊണ്ട് അടിച്ചു.

രണ്ടാമത്തെ ഉരുട്ടൽ കഴിഞ്ഞു നോക്കുമ്പോൾ തുടയിലെ തൊലിയെല്ലാം ഇളകാൻ തുടങ്ങിയിരുന്നു. തോലു പഴുത്തു ചോര പോലെയായിരുന്നു. എന്നെ വീണ്ടും പടിക്കലിനു മുന്നിൽ ഹാജരാക്കി. അവർ ആഗ്രഹിച്ച മറുപടിയൊന്നും ലഭിക്കാതിരുന്നപ്പോൾ പടിക്കലിന്റെ ദേഷ്യം ഇരട്ടിച്ചു.

കേരളത്തിലെ ഹൃദയശൂന്യരായ എല്ലാ പൊലീസുകാരെയും പടിക്കൽ കക്കയത്തേക്കു വിളിച്ചുവരുത്തിയിരുന്നു. പുലിക്കോടൻ നാരായണൻ, രന്തവേലു, വേലായുധൻ, സോമൻ എന്നിങ്ങനെ ക്രൂരതയുടെ പര്യായമായ കുറേപേർ.

പൊലീസ് വാഹനം യാത്രയ്ക്കൊരുങ്ങിയെത്തി. ഇക്കുറി ആർ.ഇ.സി. ഹോസ്റ്റലിലേക്കാണ്. ഇത്രദിവസമായിട്ടും ആർ.ഇ.സി.യുടെ അടുത്തുള്ള കെട്ടിടം പരിശോധിക്കാത്തതിന് പടിക്കൽ സി.ഐ. ഗംഗാധരൻനായരെ ചീത്തപറഞ്ഞു. ഹോസ്റ്റൽ പരിശോധനയ്ക്ക് എന്നെയും കൊണ്ടു പോകുകയാണ്. എനിക്കൊന്നും അറിയില്ല, ഹോസ്റ്റലിൽ ഞാനിതുവരെ പോയിട്ടില്ല എന്നൊക്കെ പറഞ്ഞുനോക്കി. അതൊക്കെ വെറുതെയായിരുന്നു. കുറേ ഇടിയൻ പൊലീസുകാരെ കയറ്റി വാഹനം എൻജിനീയറിങ് കോളജ് ഹോസ്റ്റൽ ലക്ഷ്യമാക്കി കുതിച്ചു.

രാത്രി പതിനൊന്നോടെയാണ് ഞങ്ങൾ ആർ.ഇ.സിയിൽ എത്തുന്നത്. ഞങ്ങളെത്തുമ്പോഴേക്കും അവിടെയാകെ പൊലീസ് സേന നിറഞ്ഞിരുന്നു. ആയുധധാരികളും അല്ലാത്തവരുമായി ഒരു യുദ്ധഭൂമിയെ പോലെ തോന്നിപ്പിച്ചു.

സി.ഐ. ശ്രീധരൻ, സി.ഐ.ഗംഗാധരൻനായർ, പുലിക്കോടൻ നാരായണൻ എന്നിവരായിരുന്നു മുൻനിരയിലുണ്ടായിരുന്നത്. എന്റെ കൈയിൽ വിലങ്ങുണ്ടായിരുന്നു. ഫിൽട്ടർ ഹൗസിന്റെ ഗേറ്റിൽ വണ്ടി നിർത്തിയപ്പോൾ ഹോസ്റ്റലിലെ മുകളിലെ മുറിയിൽ നിന്ന് ലൈറ്റ് ഓഫാക്കിയത്രെ. അതുകണ്ട പൊലീസ് ആ മുറി ലക്ഷ്യമാക്കി ഓടി. ഞാനിരിക്കുന്ന പൊലീസ് ജീപ്പ് ഇരുട്ടിലാണ് നിർത്തിയത്. അതുകൊണ്ടു തന്നെ നിഴലുകൾ ഓടുന്നതുപോലെയാണ് എനിക്കെല്ലാം കാണാൻ കഴിഞ്ഞത്.

പൊലീസ് ഒരാളെ പിടിച്ചുകൊണ്ടുവന്നു. സി.ഐ.ശ്രീധരനാണ് കൂടെയുള്ളത്. അയാളെ അറിയുമോയെന്ന് എന്നോടു ചോദിച്ചു. എനിക്കറിയില്ലെന്നു പറഞ്ഞു. അവനെ പിറകെയുള്ള പൊലീസ് വാഹനത്തിലേക്കു കൊണ്ടുപോയി. ആർ.ഇ.സിയിലെ വിദ്യാർഥി ജോസഫ് ചാലിയായിരുന്നു അത്. കോളജിനു പുറത്തുള്ള ലോഡ്ജുകളും പൊലീസ് പരിശോധിച്ചു.

ഈ സമയത്താണു കോളജിന്റെ വാഹനം അവിടെ വന്നു നിൽക്കുന്നത്. ഫാറൂഖ് കോളജിൽ ഡി സോൺ കലോത്സവം നടക്കുന്നുണ്ടായിരുന്നു. അതുകഴിഞ്ഞുവരുന്ന വിദ്യാർഥികളായിരുന്നു വാഹനത്തിൽ. കുറച്ചു സമയം കഴിഞ്ഞു കാണും, പൊലീസുകാർ ഒരു വിദ്യാർഥിയെ തള്ളിക്കൊണ്ടുവരുന്നുണ്ടായിരുന്നു. പി. രാജനായിരുന്നു അത്. മുരളി കണ്ണമ്പള്ളി താമസിച്ചിരുന്നത് കോളജിനു പുറത്തുള്ള ലോഡ്ജിലായിരുന്നു. കുറച്ചു മുൻപ് പൊലീസുകാർ ആ മുറി തുറന്നു നോക്കിയിരുന്നു. ആ മുറിയിൽ നിന്ന് മാവോ മുദ്രാവാക്യങ്ങൾ അടിച്ച പേപ്പറുകളും പുസ്തകങ്ങളും പൊലീസ് പിടികൂടി. ഈ മുറിയിൽ രാജൻ വരാറുണ്ടായിരുന്നെന്ന് പൊലീസിനു വിവരം കിട്ടിയിരുന്നു. മുരളി താമസിക്കുന്ന കെട്ടിടത്തിനു താഴെയാണ് ടാപ്പർ രാജൻ താമസിക്കുന്നത്. അവനെ പൊലീസ് ചോദ്യം ചെയ്തിരുന്നു. മുരളി കണ്ണമ്പള്ളിയുടെ മുറിയിൽ ആരൊക്കെയായിരുന്നു വരാറുണ്ടായിരുന്നതെന്ന് പൊലീസ് ചോദിച്ചു മനസ്സിലാക്കിയിരുന്നു. ടാപ്പർ രാജന്റെ ഭാര്യയെയും പൊലീസ് ചോദ്യം ചെയ്തിരുന്നു.

അങ്ങനെയാണ് രാജന്റെ വിവരം അവർക്കു ലഭിക്കുന്നത്. പിടികൂടിയ രാജനെയും കൊണ്ട് പൊലീസ് അവർക്കു മുന്നിലെത്തി. അവൻ തന്നെയാണ് അവിടെ വരാറുള്ളതെന്ന കാര്യം പൊലീസിനു ബോധ്യമായി. രാജനെ ഹോസ്റ്റലിനു പുറത്തുള്ള മെയിൻ റോഡിലൂടെ ഫിൽട്ടർ ഹൗസിനടുത്തെത്തിച്ചു. രാജനെ സി.ഐ. ശ്രീധരന്റെ വാഹനത്തിൽ കയറ്റി. എന്നെയും ചാലിയെയും സി.ഐ. മോഹനന്റെ വാഹനത്തിലും. ആ വാഹനം സ്റ്റേറ്റ് ബാങ്കിനു മുന്നിലെത്തിയപ്പോൾ എസ്.ഐ. അബൂബക്കർ ഞങ്ങളുടെ വാഹനത്തിൽ കയറി. പിന്നീട് പൊലീസ് വാഹനങ്ങളെല്ലാം ആർ.ഇ.സിക്കു പടിഞ്ഞാറു ഭാഗത്തുള്ള കോഴിക്കമ്പനി ബിൽഡിങ്ങിനടുത്തേക്കു നീങ്ങി. അവിടെയും പരിശോധന നടത്തി.

രാജനെ കയറ്റിയ സി.ഐ. ശ്രീധരന്റെ വാഹനം നേരെ കോഴിക്കോട്ടേക്കു പോയി. എന്നെയും ചാലിയെയും കൂടി എസ്ബിഐയുടെ അടുത്തുള്ള റോഡിലൂടെ കോഴിക്കമ്പനിക്കടുത്ത കുറുങ്ങാട്ടെ കുഞ്ഞിരായിന്റെ പീടിക മുമ്പിലെത്തിച്ചു. ചാലിയെ മുമ്പിലിറക്കി പീടിക മുകളിലേക്കു കയറ്റി. നടക്കാൻ പോലുമാവാത്ത എന്നെ ജീപ്പിൽ നിന്നു വലിച്ചിറക്കി പീടികയുടെ താഴെ വരെ കൊണ്ടുവന്നു. ചാലിയെ വലിച്ചു താഴെയിറക്കി. ആ കെട്ടിടത്തിന്റെ പിറകിൽ താമസിച്ചിരുന്ന ആർ.ഇ.സി. ജീവനക്കാരനെ വിളിച്ചുണർത്തി ആരെല്ലാം അവിടെ വരാറുണ്ടെന്ന് അന്വേഷിച്ചു.

എന്നെ വീണ്ടും ജീപ്പിലേക്കു കൊണ്ടുവന്നു. കുറച്ചു കഴിഞ്ഞപ്പോൾ ചാലിയെ വലിച്ചിഴച്ചു കൊണ്ടുവന്ന് ജീപ്പിലിട്ടു. ജീപ്പ് കോഴിക്കോട് ഭാഗത്തേക്കു പുറപ്പെട്ടു. അപ്പോഴേക്കും നേരം പുലർന്നിരുന്നു. പൊലീസ് ഓഫീസർമാർ വഴിയിലെ വീട്ടിലിറങ്ങി. ഇംഗ്ലിഷ് പള്ളിക്കു എതിർവശത്തെ വയനാട് റോഡിലെ ലോഡ്ജിനു മുന്നിൽ ഞങ്ങളെയിറക്കി. സി.ഐ. മോഹനൻ അവിടെ മുറി വാടയ്ക്കെടുത്തു. അവർ എടുത്ത മുറിക്കു മുന്നിൽ ഞാനും രാജനും ചാലിയും നിലത്തിരുന്നു.

എസ്.ഐ. അബൂബക്കർ ലോഡ്ജ്മുറിയിൽ നിന്നു പുറത്തേക്കു വന്നു. ഞങ്ങൾ മുൻപ് എഐഎസ്എഫിൽ ഒന്നിച്ചു പ്രവർത്തിച്ചിരുന്നു. അയാൾ പ്രസിഡന്റും ഞാൻ സെക്രട്ടറിയും. പക്ഷേ, ആ പരിചയമൊന്നും ഇപ്പോഴില്ല. അയാൾക്ക് അധികാരമുണ്ട്. ഞാൻ അധികാരത്തിനു മുന്നിലൊരു ചോദ്യചിഹ്നവും. എട്ടുമണിയാകുമ്പോഴേക്കും പൊലീസുകാരെല്ലാം പ്രഭാതകൃത്യങ്ങളെല്ലാം നിർവഹിച്ചു തയ്യാറായി. ഞങ്ങളെ ഒന്നിനും അനുവദിച്ചില്ല. സി.ഐ. ഗംഗാധരൻനായരും ശ്രീധരനുമൊക്കെ ഹോട്ടലിലെത്തി. എന്നെ അവരുടെ വാഹനത്തിൽ കയറ്റി ഫ്രാൻസിസ് റോഡിലൂടെ വെസ്റ്റ്ഹില്ലിലെ അവരുടെ ഓഫീസിനു മുൻപിൽ നിർത്തി. കുറച്ചു നേരത്തിനു ശേഷം ആ വാഹനം കക്കയം ക്യാംപിലേക്കു പുറപ്പെട്ടു. ചാലിയെയും രാജനെയും സി.ഐ.മോഹനനും അബൂബക്കറും വേറെ വാഹനത്തിൽ കക്കയത്തെത്തിച്ചു. അവരുടെ വാഹനമാണ് ആദ്യമെത്തിയത്. എന്നെ പടിക്കലിന്റെ മുന്നിലൂടെ മുരളീകൃഷ്ണദാസ് ഉരുട്ടുന്ന മുറിയിലേക്കു കൊണ്ടുപോയി. അവിടെ വച്ചാണു രാജൻ കൊല്ലപ്പെടുന്നത്.

ടി.അജീഷ്

രാജൻ എന്ന മനുഷ്യസ്നേഹി

റീജ്യണൽ എൻജിനീയറിങ് കോളജിലും പുറത്തും അറിയപ്പെട്ടിരുന്ന ആളായിരുന്നു പി.രാജൻ. കോഴിക്കോട് ഗവ. ആർട്സ് ആൻഡ് സയൻസ് കോളജിലെ അധ്യാപകനായിരുന്ന പ്രഫ. ഈച്ചരവാര്യരുടെ മകനായ രാജൻ കലാകാരൻ എന്നതിലുപരി നല്ലൊരു മനുഷ്യസ്നേഹിയായിരുന്നു. നാട്ടുകാരോടെല്ലാം നല്ലബന്ധമായിരുന്നു രാജന്. റീജ്യണൽ എൻജിനീയറിങ് കോളജിലെ വിദ്യാർഥികളെ പൊതുവെ നാട്ടുകാർക്കൊന്നും ഇഷ്ട മായിരുന്നില്ല. എന്നാൽ എല്ലാവരോടും രാജൻ നല്ല ബന്ധമായിരുന്നു. നാട്ടിലെ കുട്ടികളെ സ്കൂൾ കലോത്സവങ്ങളിൽ പങ്കെടുക്കാനെല്ലാം രാജൻ സഹായിക്കുമായിരുന്നു. അലക്കുകാരൻ സത്യന്റെ ട്യൂഷൻ ടീച്ചറാ യിരുന്നു രാജൻ. പണം കൊടുത്ത് ട്യൂഷനുപോകാനുള്ള സാമ്പത്തിക മൊന്നും സത്യന്റെ കുടുംബത്തിനില്ലായിരുന്നു. അതുകൊണ്ടായിരുന്നു രാജൻ അവനെ പഠിപ്പിച്ചത്. കോളജിലെ മെസ് ബോയി കോരുവായി രുന്നു രാജന്റെ ഉറ്റ സുഹൃത്ത്. കോരു നല്ലൊരു പാട്ടുകാരനായിരുന്നു.

നാട്ടിലെ പാട്ടുകാരനായിരുന്നു അപ്പു. അപ്പുവിന്റെ സരിഗമപ്പെട്ടി വയ്ക്കാൻ അന്ന് ചാത്തമംഗലം ടൗണിൽ ചെറിയൊരു പെട്ടിക്കടയു ണ്ടാക്കിക്കൊടുത്തത് രാജന്റെ നേതൃത്വത്തിലായിരുന്നു. അതിൽ നാട്ടു കാർക്കൊക്കെ വലിയ കാര്യമായിരുന്നു.

രാജൻ സിപിഐഎംഎൽ അനുഭാവിയായിരുന്നു. പലരും രാജന് രാഷ്ട്രീയമൊന്നും ഉണ്ടായിരുന്നില്ല എന്നു പറയാറുണ്ട്. അതു തെറ്റാണ്. രാജന് വ്യക്തമായ രാഷ്ട്രീയമുണ്ടായിരുന്നു. കോരുവിന്റെ വീട്ടിൽ വച്ചു നടന്ന യോഗത്തിലെല്ലാം രാജൻ പങ്കെടുത്തിട്ടുണ്ട്. കോരുവിന് രാഷ്ട്രീയ കാര്യങ്ങളെല്ലാം പറഞ്ഞുകൊടുത്തിരുന്നതും രാജനായിരുന്നു. ജയിലിൽ വച്ച് കോരു എഴുതിയ മാപ്പ് അപേക്ഷയിൽ പി.രാജൻ യോഗത്തിൽ പങ്കെടുത്ത കാര്യമൊക്കെ വിശദീകരിച്ചിരുന്നു. അടിയന്തരാവസ്ഥയിൽ പാർട്ടിക്കു പൊതുപരിപാടിയൊന്നുമുണ്ടായിരുന്നില്ലല്ലോ. അതുകൊണ്ട് യോഗം പല സ്ഥലങ്ങളിലായിട്ടായിരുന്നു നടന്നിരുന്നത്. മെസ് ജീവന ക്കാരനായ ഗംഗാധരക്കുറുപ്പും രാജൻ വഴിയാണ് പ്രസ്ഥാനത്തിലേക്കു വരുന്നത്.

കെ. വേണുവൊക്കെ രാജന്റെ മുറിയിൽ പോയിട്ടുണ്ട്. മുരളി കണ്ണ മ്പള്ളിയിലൂടെയാണ് കെ. വേണു ആർ.ഇ.സിയുമായി അടുക്കുന്നത്. അടിയന്തരാവസ്ഥയിൽ മുരളി കണ്ണമ്പള്ളി മുഴുവൻ സമയ രാഷ്ട്രീയ ക്കാരനായി പ്രവർത്തിച്ചപ്പോൾ അവന്റെ താമസം രാജനൊപ്പമായിരുന്നു. കോളജിനു പുറത്തുള്ള ലോഡ്ജിലായിരുന്നു മുരളി താമസിച്ചിരുന്നത്. അവിടെ രാജൻ സ്ഥിരമായി പോകാറുണ്ടായിരുന്നു. ടാപ്പർ രാജനും സത്യനുമൊക്കെ അവിടെ വരും. പ്രവർത്തകർക്കു വേണ്ടി ഒളിത്താവളം ഒരുക്കിക്കൊടുത്ത ആൾ മാത്രമായിരുന്നില്ല രാജൻ. പല പഠന ക്ലാസു കളിലും പങ്കെടുത്തിട്ടുണ്ട്.

അടിയന്തരാവസ്ഥ പ്രഖ്യാപിക്കുന്നതിനു കുറച്ചു ദിവസം മുൻപാണ് വേണു തിരുവനന്തപുരം ജയിലിൽ നിന്നു പുറത്തിറങ്ങുന്നത്. കോഴിക്കോട് ജില്ലയിലായിരുന്നു നല്ലൊരു ഗ്രൂപ്പ് പ്രവർത്തിച്ചിരുന്നത്. ജയിലിൽ നിന്നു പുറത്തിറങ്ങി ചില ആക്ഷനുകൾ പ്ലാൻ ചെയ്തിരുന്നെങ്കിലും അതെല്ലാം പാളിപ്പോകുകയായിരുന്നു. അങ്ങനെയാണ് വേണു കോഴിക്കോട് ജില്ലയിലെത്തുന്നത്. ഈ സമയത്താണ് ഇൻക്വിലാബ് വീണ്ടും പ്രസിദ്ധീകരിക്കാൻ തീരുമാനിക്കുന്നത്. ജയറാം പടിക്കലിനെതിരെ ആക്ഷൻ നടത്തണമെന്ന് ഇൻക്വിലാബിൽ ഒരു ലേഖനം വന്നിരുന്നു. അതാണ് പടിക്കലിനെ ചൊടിപ്പിച്ചത്. ഇൻക്വിലാബിന്റെ പ്രസിദ്ധീകരണം ആർ.ഇ.സിക്കടുത്തു നിന്നാണെന്ന് അവർക്കു വിവരം കിട്ടിയിരുന്നു. ശാസ്തമംഗലം ക്യാംപിലുണ്ടായ മർദനത്തെക്കുറിച്ച് ഇൻക്വിലാബിൽ കെ. വേണു വിശദീകരിച്ചെഴുതിയിരുന്നു. വലിയ പ്രാധാന്യത്തോടെയാണ് അന്ന് ഇൻക്വിലാബ് പലരും വായിച്ചത്. എത്രയും പെട്ടെന്ന് ഇൻക്വിലാബിന്റെ പ്രസിദ്ധീകരണം നിർത്തിക്കണമെന്നും പടിക്കൽ തീരുമാനിച്ചിരുന്നു. ഇൻക്വിലാബ് പ്രിന്റെടുക്കുന്ന ഡ്യൂപ്ലിക്കേറ്റ് വരുന്നത് രാജൻ വഴിയാണെന്ന് പൊലീസിനു വിവരം കിട്ടിയിരുന്നു. അതാണ് രാജനെ പിടികൂടാൻ കാരണം. ജോൺ. കെ. പോൾ കൊണ്ടുകൊടുത്ത ഡ്യൂപ്ലികേറ്റർ എന്റെ ഇൻസ്റ്റിറ്റ്യൂട്ടിൽ കൊണ്ടുവച്ച അന്നാണ് രാജനെ ഞാൻ പൊലീസ് കസ്റ്റഡിയിലല്ലാതെ അവസാനമായി കാണുന്നത്.

വീണ്ടും കൊലപാതകം

രാജന്റെ മരണത്തോടെ പൊലീസുകാർ ഉരുട്ടൽ നിർത്തി. അതുകൊണ്ടു മാത്രമാണ് ഞാനിപ്പോഴും ജീവിച്ചിരിക്കുന്നത്. എന്നെയും ചാലിയെയും വ്യത്യസ്ത വാഹനങ്ങളിലാക്കി വീണ്ടും ആർ.ഇസിയുടെ അടുത്തേക്കു കൊണ്ടുവന്നു. അർധരാത്രിയായിരുന്നു. ടാപ്പർ രാജൻ താമസിക്കുന്നതിന്റെ അടുത്ത് പൊലീസ് വാഹനം നിർത്തി. എസ്.ഐ. രന്തവേലുവും വേലായുധനും സോമനുമുണ്ട്. അവർ ആറുപേർ ജീപ്പിൽ നിന്നിറങ്ങി. ഡ്രൈവറും രണ്ടുപൊലീസുകാരും ഞാനും ജീപ്പിൽ ഇരുന്നു.

അന്നുരാവിലെ ടാപ്പർ രാജനെയും ഭാര്യ ദേവകിയെയും കുന്ദമംഗലം സ്റ്റേഷനിൽ കൊണ്ടുപോയി ചോദ്യം ചെയ്തിരുന്നു. ടാപ്പർ രാജന്റെ കാലിലൂടെ ചോര ഒലിച്ചിറങ്ങിയിരുന്നത്രെ. പൊലീസ് രണ്ടുപേരെയും മർദിച്ചു കാണും.

പൊലീസുകാർ രാജന്റെ വീടിനെ ലക്ഷ്യമാക്കി പോകുന്നത് എനിക്കു ജീപ്പിലിരുന്ന് കാണാമായിരുന്നു. കുറച്ചു കഴിഞ്ഞ് അവർ തിരിച്ചെത്തി. തള്ള ഉറങ്ങിയിട്ടില്ലെന്ന് ജീപ്പിലുള്ളവരോടു പറഞ്ഞു. ജീപ്പ് മുക്കത്തേക്കു വിട്ടു. മണാശേരി കള്ളുഷാപ്പ് അടച്ചിരുന്നതിനാൽ അവിടെ നിർത്തിയില്ല. മുക്കം സ്റ്റേഷനിൽ എന്നെ ഇറക്കിയ ശേഷം ജീപ്പ് വീണ്ടും പോയി. ഏതോ

അടയ്ക്കാത്ത കള്ളുഷാപ്പ് ആയിരിക്കും ലക്ഷ്യം. കുറച്ചുകഴിഞ്ഞ് തിരിച്ചെത്തി എന്നെ ജീപ്പിൽ കയറ്റി വീണ്ടും കട്ടാങ്ങലിലേക്കു പോന്നു. നേരത്തെ നിർത്തിയ സ്ഥലത്ത് ജീപ്പ് നിർത്തി. സമയം രണ്ടുമണിയായിക്കാണും.

രന്തവേലു മുന്നിൽ നടന്നു. ടാപ്പർ രാജന്റെ വീടുതന്നെയാണ് ലക്ഷ്യം. എന്തോ അരുതാത്തത് ഉടൻ സംഭവിക്കുമെന്ന് ഉറപ്പായിരുന്നു. നാലുമണിയോടെയാണ് അവർ തിരിച്ചെത്തിയത്. എല്ലാവരും വിയർത്തൊലിച്ചിരുന്നു. ജീപ്പ് കുന്ദമംഗലത്തേക്കു പോന്നു. സ്റ്റേഷനിൽ നിർത്തി. അവിടുത്തെ സെൻട്രി കുഞ്ഞമ്പു എന്റെ നാട്ടുകാരനായിരുന്നു. അവൻ ആരും കാണാതെ എനിക്കൊരു പഴം തന്നു. നാലുദിവസമായി ഭക്ഷണം കഴിച്ചിട്ട്. അത്യാർത്തിയോടെ ഞാൻ ആ പഴം കഴിച്ചു. കുറച്ചു കഴിയുമ്പോഴേക്കും സ്റ്റേഷനിലേക്കു ഫോൺ വന്നു. ടാപ്പർ രാജനും ഭാര്യയും തൂങ്ങിമരിച്ചിട്ടുണ്ടത്രെ. ഞാൻ ഊഹിച്ചതു തന്നെ സംഭവിച്ചു. രാത്രിയിൽ എന്താണു നടന്നതെന്ന് എനിക്കല്ലേ അറിയൂ.

മൃതദേഹങ്ങൾ ഒരു ദിവസം മുഴുവൻ മാവിൻ മുകളിൽ തൂങ്ങിനിന്നു. പോസ്റ്റുമോർട്ടം പോലും ചെയ്യാതെ മൃതദേഹങ്ങൾ കോഴിക്കോട്ടെ ശ്മശാനത്തിലേക്കു കൊണ്ടുവന്നു. രാജന്റെ വീട്ടുമുറ്റത്ത് ഭക്ഷണവും പ്ലേറ്റും ചിതറിക്കിടക്കുന്നുണ്ടായിരുന്നു. രണ്ടുപേരും ആത്മഹത്യ ചെയ്തതല്ല എന്ന് നാട്ടുകാർക്കൊക്കെ ഉറപ്പായിരുന്നു. അടിയന്തരാവസ്ഥയിൽ ആരു പ്രതികരിക്കാൻ?

ആർ.ഇ.സിയുടെ കിഴക്കുഭാഗത്ത് താമസിച്ചിരുന്ന അലക്കുകാരൻ സത്യനെ പൊലീസ് പിടികൂടി കൊണ്ടുപോകുന്നത് അടുത്ത വീട്ടുകാരായ രാജനും ദേവകിയും കണ്ടിരുന്നു. സത്യന്റെ അമ്മയുടെ കരച്ചിൽ കേട്ടാണ് അവർ ഓടിയെത്തിയത്. സത്യനെ ജീപ്പിൽ കയറ്റുമ്പോൾ അതേ ജീപ്പിൽ പി.രാജനും ഇരിക്കുന്നുണ്ടായിരുന്നു. രാജനെ കസ്റ്റഡിയിലെടുത്തതു കണ്ടവർ എന്ന നിലയിൽ അന്നുതന്നെ ഇരുവരും പൊലീസിന്റെ നോട്ടപ്പുള്ളികളായിരുന്നു. രാജൻ മരിച്ചതോടെ തെളിവില്ലാതാക്കാൻ ഇവരെയും ഇല്ലായ്മ ചെയ്യേണ്ടത് പൊലീസിന്റെ ആവശ്യമായിരുന്നു.

രാജനെ പിടികൂടിയതിന്റെ അടുത്തദിവസമാണ് ടാപ്പർ രാജനെയും ദേവകിയെയും പൊലീസ് കുന്ദമംഗലം സ്റ്റേഷനിലേക്കു വിളിപ്പിച്ചത്. രണ്ടുപേരെയും നന്നായി മർദിച്ചിരുന്നു. പിറ്റേന്നു വരണമെന്ന താക്കീതോടെയാണ് വിട്ടയച്ചത്. മർദനത്തിൽ ശാരീരികമായി തളർന്ന ഇരുവരും പേടിയോടെയാണ് ആർ.ഇ.സിക്കടുത്ത വാടകമുറിയിലേക്കെത്തിയത്.

ദേവകിയുടെ അമ്മയും ഇവർക്കൊപ്പമായിരുന്നു താമസിച്ചിരുന്നത്. ദേവകിയുടെ രണ്ടാമത്തെ ഭർത്താവായിരുന്നു രാജൻ. ആദ്യഭർത്താവ് മരിച്ചുപോയിരുന്നു. പിന്നീടാണ് രാജനെ പരിചയപ്പെട്ടതും വിവാഹം കഴിച്ചതും. 1976 മാർച്ച് നാലിനാണ് ഇരുവരെയും കൊന്ന് മാവിൽ കെട്ടിത്തൂക്കിയത്. മുകളിൽ നിന്നുള്ള ഉത്തരവുപ്രകാരം ഒരു ദിവസം

മൃതദേഹം അവിടെ തന്നെ കിടന്നു. രാജന്റെ കാലിൽ നിന്നു രക്തം ഇറ്റുവീണിരുന്നു. ദേവകി കൊല്ലപ്പെടും മുൻപ് മാനഭംഗത്തിനിരയായിരുന്നു. ഇതിനെല്ലാം തെളിവുമുണ്ടായിരുന്നു.

അങ്ങനെ രാജൻ കസ്റ്റഡിയിൽ ഉണ്ടായിരുന്നുവെന്നതിന്റെ തെളിവുകൾ ഓരോന്നായി നശിപ്പിക്കുകയാണ്. എന്നെ വീണ്ടും കക്കയം ക്യാംപിലേക്കു കൊണ്ടുവന്നു. കോങ്ങാട് കേസിലെ രാമൻ, രാഘവൻ മാസ്റ്റർ, സോമശേഖരൻ, ദാമോദരൻ, പീറ്റർ മാഷ്, ബാലകൃഷ്ണൻ മാസ്റ്റർ അങ്ങനെ ധാരാളം പേരെ പൊലീസ് പിടികൂടി ക്യാംപിൽ കൊണ്ടുവന്നു മർദിക്കാൻ തുടങ്ങിയിരുന്നു.

എന്നെയും ചാലിയെയും വേറെ അഞ്ചുപേരെയും കക്കയത്തെ ഗവ. ആശുപത്രിയിൽ കൊണ്ടുപോയി. അവിടത്തെ മേനോൻ ഡോക്ടർ ഞങ്ങൾക്കു ചായ വരുത്തിച്ചുതന്നു. വെളുത്ത ടർപ്പന്റൈൻ കുപ്പി മരുന്ന് കാലിൽ പുരട്ടാൻ തന്നു. മരുന്നുപുരട്ടിയതോടെ വേദനയ്ക്ക് അല്പം കുറവു തോന്നി. നെറ്റിയിലെ കുത്ത് ചെറുതായി ഉണങ്ങുന്നുണ്ടായിരുന്നു. ചെവിയിൽ പഴുപ്പു വന്നിരുന്നു. കാലിലെ തൊലി പൊളിഞ്ഞതുകാരണം ഇരിക്കാനും കിടക്കാനും പറ്റാത്ത സ്ഥിതിയായിരുന്നു.

അടുത്ത ദിവസം (മാർച്ച് അഞ്ച്) രാത്രി പതിനൊന്നു മണിയോടെ പുലിക്കോടൻ നാരായണനും സംഘവും മദ്യപിച്ചെത്തി. കായണ്ണ പൊലീസ് സ്റ്റേഷൻ ആക്രമണക്കേസിൽ പ്രതികളല്ലാത്ത ഞങ്ങൾ ഒരു മുറിയിൽ കിടക്കുകയാണ്. കേസിലെ പ്രതികളിൽ മിക്കവരെയും പിടികൂടിയിരുന്നു. പൊലീസിനെ കണ്ടതോടെ എല്ലാവരും എഴുന്നേറ്റു. വാതിലിനടുത്തു നിന്നു തന്നെ പൊലീസുകാർ മർദനം തുടങ്ങി. കോരുവിനും പത്മനാഭക്കുറുപ്പിനും അടി കിട്ടി. കോങ്ങാട് കേസിലെ രാമൻ മർദനമേറ്റ് ഉറക്കെ കരഞ്ഞു. ബാലകൃഷ്ണൻ മാസ്റ്ററുടെ മുഖത്ത് അടിയേറ്റ് ചോര തെറിച്ചു. പത്മനാഭൻ മാഷ് ചവിട്ടേറ്റു തെറിച്ചുവീണു. തലങ്ങും വിലങ്ങും അടിക്കുകയാണ്. പെട്ടെന്ന് സി.ഐ. മോഹനൻ ഓടിവന്ന് അവരെ തടഞ്ഞു. " ഇപ്പോൾ തന്നെ ഒരാൾ കാലിയായി. ഞാൻ സമാധാനം പറയേണ്ടി വരും" എന്നു പറഞ്ഞ് അദ്ദേഹം പുലിക്കോടനെയും സംഘത്തെയും പുറത്താക്കി. പേരാമ്പ്ര സി.ഐ. ആണ് മോഹനൻ. അദ്ദേഹത്തിനു കീഴിലാണ് കായണ്ണ സ്റ്റേഷൻ വരിക. രാജന്റെ മരണത്തെക്കുറിച്ച് അന്വേഷണം വന്നാൽ അയാളാണ് മറുപടി പറയേണ്ടി വരികയെന്ന് അദ്ദേഹത്തിനറിയാം.

കായണ്ണ പൊലീസ് സ്റ്റേഷൻ ആക്രമണക്കേസിൽ പിടിയിലായ പലരും സ്റ്റേഷൻ ആക്രമണത്തെക്കുറിച്ച് അറിഞ്ഞിട്ടുപോലുമുണ്ടായിരുന്നില്ല. പീറ്റർ മാഷ് അതിലൊരാളായിരുന്നു. പിടിയിലായ ദാമോദരൻ മാഷുമായി ബന്ധമുണ്ടെന്ന പേരിലാണ് അദ്ദേഹത്തെ കസ്റ്റഡിയിലെടുത്തത്. മാങ്കാവിലെ ലോഡ്ജ്മുറിയിൽ നിന്നാണു മാഷെ പിടിച്ചത്. ലോഡ്ജ്മുറിയുടെ വാതിൽ ചവിട്ടിത്തുറന്നാണ് മാഷെ പിടികൂടിയത്.

വാതിൽ തുറന്നത് കള്ളൻമാരാണെന്നു കരുതി മാഷ് ഒരു അടികൊടുത്തു. അടിയേറ്റത് സിഐക്കായിരുന്നു. അദ്ദേഹത്തിന്റെ കണ്ണു കലങ്ങിപ്പോയി. പൊലീസുകാർ പീറ്റർമാഷുടെ കണ്ണ് അടിച്ചുകലക്കിയാണ് കക്കയത്തേക്കു കൊണ്ടുവന്നത്.

ഈ സമയത്താണ് അങ്ങാടിപ്പുറം ബാലകൃഷണനൻ രക്തസാക്ഷിയാകുന്നത്. ബാലകൃഷ്ണനെ പിടികൂടി കക്കയത്തേക്കു കൊണ്ടുവരും വഴിയാണ് ജീപ്പ് കത്തിച്ചതും ബാലകൃഷ്ണൻ മരിച്ചതും. ബാലകൃഷ്ണനൊപ്പമുണ്ടായിരുന്ന പ്രഭാകരൻ മാസ്റ്ററെ കാലുപൊള്ളിയ നിലയിൽ കക്കയത്തെ ക്യാംപിലേക്കു കൊണ്ടുവന്നു. എടാ, ബാലകൃഷ്ണൻ കത്തിപ്പോയി എന്ന് പൊലീസുകാരൻ വേലായുധൻ പറയുന്നതു കേട്ടിരുന്നു. രാജൻ മരിച്ച ശേഷവും അവൻ സന്തോഷിക്കുന്നത് ഞാൻ കണ്ടിട്ടുണ്ട്. എന്നാൽ കാൽമണിക്കൂർ കഴിഞ്ഞപ്പോഴേക്കും മറ്റൊരു വാർത്ത വന്നു. ജീപ്പിൽ ബാലകൃഷ്ണൻ കഴുത്തിനു പിടിച്ച പൊലീസ് ഉദ്യോഗസ്ഥൻ ബാലസുബ്രഹ്മണ്യനും മരിച്ചു. ക്യാംപിലെ പൊലീസുകാരെ ഞെട്ടിച്ച സംഭവമായിരുന്നു അത്. കക്കയം ക്യാംപ് ഏതു സമയവും നക്സലൈറ്റുകൾ ആക്രമിക്കുമെന്ന ശ്രുതി പരന്നു. കക്കയത്തെ റോഡിലൂടെ നടക്കുന്നവരെ തടയാൻ തുടങ്ങി.

ക്യാംപ് കക്കയത്തു നിന്നു മാറ്റാൻ തീരുമാനിച്ചു. പൊലീസ് വാഹനങ്ങൾ ടാർപ്പായ കൊണ്ടു മൂടിക്കെട്ടി കായണ്ണ സ്റ്റേഷൻ ആക്രമണ കേസിലെ പ്രതികളെ അതിൽ കയറ്റി. അമ്പതോളം പൊലീസ് വാഹനങ്ങളുടെ അകമ്പടിയോടെയാണ് ക്യാംപിലുള്ളവരെ കൊണ്ടുപോയത്. കക്കയത്തു നിന്ന് എസ്റ്റേറ്റ് മുക്ക് വരെയുള്ള റോഡിലെ ഗതാഗതം പൊലീസ് നിരോധിച്ചിരുന്നു. കക്കയത്തു നിന്ന് മാലൂർകുന്നിലേക്കാണ് ഞങ്ങളെ കൊണ്ടുവന്നത്. മാലൂർകുന്നിലെ പൊലീസ് ക്യാംപിലെ പുതിയ കെട്ടിടത്തിന്റെ രണ്ടാം നിലയിലേക്കാണ് ഞങ്ങളെ കൊണ്ടുവന്നത്. വെള്ളിമാടുകുന്ന് സ്റ്റേഷൻ എസ്.ഐ. ബാലകൃഷ്ണൻ അവിടെയുണ്ടായിരുന്നു. എന്നെയും എബ്രഹാം ബെൻഹറെയും കണ്ടപ്പോൾ അദ്ദേഹം അടുത്തേക്കു വന്നു. ഗുരുവായൂരപ്പൻ കോളജിൽ ഞങ്ങൾ പഠിക്കുമ്പോൾ അദ്ദേഹവും അവിടെ ഉണ്ടായിരുന്നു. കിടക്കാൻ പായ കിട്ടുമോയെന്ന് ബെൻഹർ ചോദിച്ചപ്പോൾ അദ്ദേഹം പായ കൊണ്ടുതന്നു. റിസർവ് പൊലീസുകാർ ചോറുണ്ടാക്കുമ്പോഴുള്ള കഞ്ഞിവെള്ളവും അദ്ദേഹം ഞങ്ങൾക്കെത്തിച്ചു തന്നു. കോഴിക്കോട്ടെ ഹോട്ടലുകളിൽ നിന്നു ബാക്കിയായ ചോറും കറികളും കൂട്ടിക്കുഴച്ച് പൊലീസുകാർ ഞങ്ങൾക്കു തന്നു. കുതിരബിരിയാണി എന്നു വിളിക്കുന്ന ഈ ചോറാണ് അറസ്റ്റിലായ ശേഷം ആദ്യമായി കഴിക്കുന്നത്. പതിന്നാലു ദിവസ ശേഷമാണ് വയറുനിറയെ ഭക്ഷണം കഴിക്കുന്നത്.

അടുത്ത ദിവസം രാവിലെ പതിനൊന്നു മണിക്കു ശേഷം പീറ്റർമാഷ് വീണ്ടും എത്തി. അദ്ദേഹത്തെ കക്കയത്തു നിന്നു വിട്ടയച്ചിരുന്നു.

പൊലീസുകാർ അടിച്ചുകലക്കിയ കണ്ണു ചികിത്സിക്കാൻ വേണ്ടിയായിരുന്നു വിട്ടയച്ചത്. മാങ്കാവിലെ സ്കൂളിൽ ക്ലാസെടുക്കുമ്പോൾ കൂട്ടിക്കൊണ്ടുവന്നതാണ്. എന്തോ ഒപ്പിട്ടു കൊടുക്കാനുണ്ടെന്നും അതുകഴിഞ്ഞാൽ പോവാമെന്നും പൊലീസ് പറഞ്ഞിട്ടുണ്ടത്രെ. ആകാശവാണിയിലെ സലീമിനെയും എന്തോ ഒപ്പിടാനുണ്ടെന്നു പറഞ്ഞു തിരിച്ചുവിളിപ്പിച്ചിട്ടുണ്ട്. കുറച്ചു കഴിഞ്ഞപ്പോൾ അവരെ വേറെയൊരു മുറിയിലേക്കു കൊണ്ടുപോയി. അല്പം കഴിഞ്ഞ് സിവിക് ചന്ദ്രനെയും ബെൻഹറെയും. അവസാനമാണ് എന്നെ ആ മുറിയിലേക്കു കൊണ്ടുപോയത്.

ജയറാം പടിക്കൽ, ലക്ഷ്മണ, മധുസൂദനൻ, മുരളീകൃഷ്ണദാസ് എന്നിവർ ഇരിക്കുന്ന മുറിയിലേക്കാണ് കൊണ്ടുപോയത്. ഒരു കടലാസ് മറിച്ചുവച്ച് അവിടെ ഒപ്പിടാൻ പറഞ്ഞു.

എന്റെ പണം ചാത്തമംഗലത്തെ മണിയുടെ ചായപ്പീടികയിൽ ഏല്പിക്കാമെന്ന് മുരളീകൃഷ്ണദാസ് പറഞ്ഞു. കോഴിക്കോട്ടെ കലക്ടറായ ചാക്കുണ്ണി ഒപ്പിട്ട കടലാസിലാണ് ഞാനും ഒപ്പിട്ടത്. അത് എന്തിനാണെന്നു മനസ്സിലായില്ല. ആ കടലാസ് വായിക്കാനും പൊലീസ് സമ്മതിച്ചില്ല.

ഇങ്ങനെ ഒപ്പിട്ട ഞങ്ങളെയെല്ലാം താഴെ നിലയിൽ ഇറക്കി. ബാക്കിയുള്ളവർ ക്യാംപിൽ തന്നെ. ബെൻഹറും പീറ്റർമാഷും സലീമും സിവിക് ചന്ദ്രനുമെല്ലാമുണ്ട്. ഞങ്ങളെ വിലങ്ങണിയിച്ചു. പീറ്റർ മാഷ് പ്രതിഷേധിച്ചെങ്കിലും കാര്യമുണ്ടായില്ല. അദ്ദേഹത്തെയും സലീമിനെയും പറഞ്ഞു പറ്റിച്ചാണ് പൊലീസ് വീണ്ടും ക്യാംപിലേക്കു കൊണ്ടുവന്നത്. ഞങ്ങളെ പൊലീസ് വാഹനത്തിൽ കയറ്റി. മുതലക്കുളത്തെ എസ്.പി. ഓഫീസിലെത്തി. അവിടെ വച്ച് വേറെ പൊലീസുകാർ ആ വാഹനത്തിൽ കയറി. പിന്നീട് ആ വാഹനം വന്നുനിന്നത് കണ്ണൂർ സെൻട്രൽ ജയിലിനു മുൻപിലാണ്. ബെൻഹർ അവിടെയുള്ള ഗാന്ധി പ്രതിമയെ നോക്കി എന്തോ വിളിച്ചു പറയുന്നുണ്ടായിരുന്നു. അരമണിക്കൂറിനു ശേഷമാണു ഞങ്ങൾക്ക് ജയിലിനകത്തേക്കു കയറാൻ സാധിച്ചത്. അത്രയും നേരം സൂപ്രണ്ട് ഞങ്ങളെയും കാത്തിരിക്കുകയായിരുന്നു. പിന്നീട് അദ്ദേഹത്തെ കാത്ത് ഞങ്ങളും.

കോട്ടയംകാരനായ ജോർജ് എന്നയാളാണ് ജയിൽ സൂപ്രണ്ട്. അദ്ദേഹം ഞങ്ങളോടു കാര്യങ്ങളൊക്കെ ചോദിച്ചു മനസ്സിലാക്കി. ആകാശവാണിയിലെ സലീമും കോട്ടയംകാരനായിരുന്നു. ഹെഡ് വാർഡർ കേളപ്പൻ ഞങ്ങളെ സെല്ലിലേക്കു കൊണ്ടുപോയി.

മിസ തടവുകാരായിട്ടാണ് ഞങ്ങളെ ജയിലിൽ കൊണ്ടുവന്നത്. ആർഎസ്എസ് നേതാവ് കെ.ജി. മാരാർ, സോഷ്യലിസ്റ്റ് നേതാവായ എം.പി. വീരേന്ദ്രകുമാർ എന്നിവരൊക്കെ തടവുകാരായി ജയിലിലുണ്ടായിരുന്നു. വരുംദിവസങ്ങളിൽ കൂടുതൽപേർ മിസ പ്രകാരം ജയിലിലെത്തി. കായണ്ണ പൊലീസ് സ്റ്റേഷനിലെ പ്രതികളെയെല്ലാം അവിടെ കൊണ്ടു

വന്നിരുന്നു. സിപിഐഎംഎല്ലിലെ എഴുന്നൂറോളം പേർ ജയിലിൽ ഉണ്ടായിരുന്നു. തലശ്ശേരി-പുൽപ്പള്ളി, തൃശിലേരി-തിരുനെല്ലി, കോങ്ങാട്, കുറ്റ്യാടി നക്സൽ കേസുകളിലെ കോടതി വെറുതെ വിട്ടവരെയെല്ലാം മിസ പ്രകാരം ജയിലിൽ കൊണ്ടുവന്നിരുന്നു. ഈ കേസിൽ ശിക്ഷിച്ചവരും ജയിലിൽ ഉണ്ടായിരുന്നു.

ഡി 400 എന്നതായിരുന്നു എന്റെ ജയിലിലെ നമ്പർ. ആകാശവാണിയിലെ സലീം, ദാമോദരൻമാഷ്, എൻ.എം. നാണു, മെഡിക്കൽ കോളജ് വിദ്യാർഥി സലീം എന്നിവരായിരുന്നു എനിക്കൊപ്പം സെല്ലിലുണ്ടായിരുന്നത്.

ചോറ് ടിന്നിലടച്ച രൂപത്തിൽ രണ്ടെണ്ണം ഉച്ചയ്ക്കുതരും. കുറച്ചു സാമ്പാറും. രാത്രി കനമുള്ള രണ്ടുചപ്പാത്തിയും പുഴുക്കും. ബുധനാഴ്ച ഉണക്കമീൻകറിയാണു ചോറിനൊപ്പം. വെള്ളിയാഴ്ച ഇറച്ചിക്കറിയും.

അമ്മയും ചേട്ടനും ഇടയ്ക്ക് ജയിലിൽ കാണാൻ വരും. എന്റെ ജയിൽ അക്കൗണ്ടിലേക്കു ചേട്ടൻ പണം അയയ്ക്കുമായിരുന്നു. അത് പലർക്കും ബീഡി വാങ്ങാനും മറ്റ് ആവശ്യങ്ങൾക്കും കൊടുക്കും.

എന്നെ കസ്റ്റഡിയിലെടുക്കുമ്പോൾ ജയറാം പടിക്കലും ലക്ഷ്മണയും പിടിച്ചെടുത്ത പണം ഒരു പൊലീസുകാരൻ ജയിൽ സൂപ്രണ്ടിനെ ഏല്പിച്ചു. പണം എന്റെ അക്കൗണ്ടിൽ നിക്ഷേപിച്ചതിന്റെ രശീതിയും തന്നു. ഇതു പിന്നീട് എനിക്കു ഗുണംചെയ്തു. എന്നെ അറസ്റ്റ് ചെയ്തതിന്റെ തെളിവായി ഹൈക്കോടതിയിൽ ഞാൻ ഹാജരാക്കിയത് ഈ രേഖയായിരുന്നു.

ഈച്ചരവാരിയർ രണ്ടുതവണ മകൻ രാജനെ കാണാൻ ജയിലിൽ വന്നിരുന്നുവത്രെ. അപ്പോഴെല്ലാം രാജൻ എന്ന പേരിൽ എന്നെയാണു കൊണ്ടുപോകുക. മെയിൻ ഗേറ്റിലെത്തുമ്പോൾ അച്ഛന്റെ പേര് ഈച്ചരവാരിയരല്ലേ എന്നു ചോദിക്കും. അല്ല എന്നു പറയുമ്പോൾ മടക്കിയയയ്ക്കും. ഇങ്ങനെ മടങ്ങുമ്പോൾ രാജൻ മരിച്ചുപോയെന്ന് ഞാൻ വിളിച്ചു പറയുമായിരുന്നു. പക്ഷേ, അതൊന്നും പുറത്തുനിൽക്കുന്ന ഈച്ചരവാരിയർ കേൾക്കില്ലല്ലോ.

1977 മാർച്ച് 24ന് ആണു ഞാൻ ജയിലിൽ നിന്നു പുറത്തിറങ്ങുന്നത്. ജയിൽവളപ്പിൽ ചേട്ടൻ കാത്തുനിൽക്കുന്നുണ്ടായിരുന്നു. ജയിൽ മോചിതനായ എന്നെ പൊലീസ് വീണ്ടും അറസ്റ്റ് ചെയ്തേക്കുമെന്നു പേടിച്ച് ചേട്ടൻ ഒരു തോർത്തുമുണ്ടെടുത്ത് എന്റെ തലയിൽ കെട്ടി തന്നു. രണ്ടു ദിവസമായി ചേട്ടൻ എന്റെ മോചനം കാത്ത് ജയിലിനു പുറത്തു കാത്തു നിൽക്കാൻ തുടങ്ങിയിട്ട്. ഞങ്ങളുടെ കൂട്ടത്തിൽ ചാലിയെ മാത്രം വിട്ടില്ല. പുറത്തിറങ്ങിയ ചിലർ ഒളിവിൽപോകാൻ തീരുമാനിച്ചു.

ആദ്യം ചേട്ടന്റെ വീട്ടിലേക്കാണുപോയത്. രണ്ടുദിവസം പുറത്തിറങ്ങാതെ അവിടെ തന്നെ കഴിച്ചുകൂട്ടി. മൂന്നാംദിവസം പുറത്തിറങ്ങിയ

പ്പോഴാണ് ഈച്ചരവാരിയർ വന്നതും അദ്ദേഹത്തോടു രാജന്റെ മരണത്തെക്കുറിച്ചു സംസാരിച്ചതും.

രണ്ടുദിവസം കഴിഞ്ഞ് അദ്ദേഹം വീണ്ടും വന്നു. രാജനെ ഹാജരാക്കണമെന്നാവശ്യപ്പെട്ട് അദ്ദേഹം ഹേബിയസ് കോർപ്പസ് ഫയൽ ചെയ്തിട്ടുണ്ട്. രാജനെ കസ്റ്റഡിയിലെടുക്കുന്നത് ഞാൻ കണ്ടെന്നു ഒരു സത്യവാങ്മൂലം നൽകാൻ ആവശ്യപ്പെടാൻ എത്തിയതാണ്. സത്യവാങ്മൂലത്തിൽ ഒപ്പിടുന്ന കാര്യത്തെക്കുറിച്ചാണ് ആ അച്ഛൻ പറഞ്ഞത്. അമ്മയ്ക്കും ചേട്ടനുമൊക്കെ പേടിയായിരുന്നു. എന്നെ പൊലീസ് വീണ്ടും അറസ്റ്റ് ചെയ്തേക്കുമെന്ന് ചേട്ടനു പേടിയുണ്ടായിരുന്നു. ഞാൻ ഒപ്പിടാമെന്നു പറഞ്ഞു. പിറ്റേന്ന് ഞാനും കോരുവും കോഴിക്കോട്ടു പോയി. അഭിഭാഷകൻ കുഞ്ഞിരാമമേനോന്റെ ചാലപ്പുറത്തെ വീട്ടിലേക്കാണ് ഈച്ചരവാരിയർ എന്ന കൂട്ടിക്കൊണ്ടുപോയത്. എന്നാൽ ഈ കേസ് ഏറ്റെടുക്കാൻ അദ്ദേഹം താത്പര്യം കാട്ടിയില്ല. അവിടെ നിന്നിറങ്ങി അഭിഭാഷകൻ കുഞ്ഞിരാമപൊതുവാളിന്റെ വീട്ടിലെത്തി. ജയറാം പടിക്കലും ലക്ഷ്മണയും മുരളീകൃഷ്ണദാസും മധുസൂദനനും എന്നെ ചോദ്യം ചെയ്തുവന്നു പറഞ്ഞത് അദ്ദേഹത്തിനു വിശ്വാസയോഗ്യമായി തോന്നിയില്ല. ഐ.ജി. അവിടെ വന്നു ചോദ്യംചെയ്യാൻ സാധ്യതയില്ലെന്ന നിലപാടായിരുന്നു അദ്ദേഹത്തിന്. സത്യവാങ്മൂലം തയ്യാറാക്കാൻ ഒരു ജൂനിയറെ ഏല്പിച്ചു. ഞാൻ പറഞ്ഞതിൽ നിന്നെല്ലാം കാര്യങ്ങളെടുത്ത് സത്യവാങ്മൂലം തയ്യാറാക്കി. തിരികെ പോകുമ്പോൾ ഞങ്ങൾക്കു പേടിയുണ്ടായിരുന്നു. വീണ്ടും പൊലീസ് പിടികൂടുമെന്ന ഭയത്തോടെയാണു നാട്ടിലേക്കുള്ള ബസ് കയറിയത്.

കുറച്ചു ദിവസത്തിനു ശേഷം ഈച്ചരവാരിയർ വീണ്ടും വന്നു. ഞങ്ങൾ ഹൈക്കോടതിയിൽ നേരിട്ടു തെളിവു നൽകണമത്രെ. ഞാനും ചേട്ടനും കൂടിയാണു എറണാകുളത്തേക്കുപോയത്. കേസ് നടത്തിയ അഡ്വ. രാംകുമാർ ഞങ്ങൾക്കു ഹോട്ടലിൽ മുറിയെടുത്തു തന്നു. പിറ്റേന്ന് കോടതിയിൽ വലിയൊരു ജനക്കൂട്ടമായിരുന്നു. അഡ്വ. ഈശ്വരയ്യരായിരുന്നു ഈച്ചരവാരിയർക്കു വേണ്ടി ഹാജരായത്. ചെറിയൊരു പരിഭ്രമത്തോടെയാണു സാക്ഷിക്കൂട്ടിൽ കയറിയത്. കോടതി അനുവദിച്ചിട്ടും പബ്ലിക് പ്രോസിക്യൂട്ടർ എന്നെ ചോദ്യം ചെയ്തില്ല. കൂടുതൽ കാര്യങ്ങൾ പുറത്തുവരുമെന്ന് അവർക്കു തോന്നിയിരിക്കും. എന്നെ പിടിച്ചു കൊണ്ടുപോകുമ്പോൾ കൈയിലുണ്ടായിരുന്ന പണം ജയിലിൽ ഏല്പിച്ചതിന്റെയും മറ്റും രേഖകൾ ഞാൻ ഹാജരാക്കിയിരുന്നു.

ഹൈക്കോടതിയിലെ തെളിവെടുപ്പിനു ശേഷം ഞാനും ചേട്ടനും ഗുരുവായൂരിലേക്കു പോയി. പിറ്റേന്നാണ് അവിടെ നിന്നു പോയത്.

1977 ഏപ്രിൽ 13ന് ഹേബിയസ്സിന്റെ വിധി വന്നു. ഏപ്രിൽ 21ന് രാജനെ കോടതിയിൽ ഹാജരാക്കാൻ ഉത്തരവായി. ഡിവൈഎസ്പി മൊയ്തീൻ കുഞ്ഞിനായിരുന്നു അന്വേഷണ ചുമതല. ആർ.ഇ.സിയിലെ ഗസ്റ്റ് ഹൗസിൽ വച്ചായിരുന്നു അദ്ദേഹം എന്നെ ചോദ്യം ചെയ്തത്. കേസ്

ഒതുക്കാനാണ് അദ്ദേഹം ശ്രമിക്കുന്നതെന്ന് ബോധ്യമായി. വിജയനും സോമനുമൊക്കെ തിരിച്ചുവന്നു, രാജൻ തിരിച്ചുവന്നാൽ നീയെന്തു ചെയ്യുമെന്ന് അദ്ദേഹം പരിഹാസത്തോടെ ചോദിച്ചു. രാജൻ തിരിച്ചുവരില്ലെന്നും സി.ഐ. മോഹനനും ലോറൻസുമെല്ലാം അതിനു സാക്ഷിയാണെന്നും ഞാൻ പറഞ്ഞു. പിന്നീട് അദ്ദേഹം സി.ഐ. മോഹനന്റെയും ലോറൻസിന്റെയും മൊഴിയെടുത്തു.

ഇതിനിടെ ലക്ഷ്മണയുടെ ഓഫീസിലെ ദാമോദരൻനായർ എന്നെ സ്വാധീനിക്കാൻ വന്നു. ഹൈക്കോടതിയിൽ ഞാൻ കൊടുത്ത മൊഴി മാറ്റി പറഞ്ഞാൽ ജോലി തരാമെന്നായിരുന്നു വാഗ്ദാനം. ഞാൻ ചിരിച്ചുകൊണ്ട് ആ ഓഫർ നിരസിച്ചു.

ഇതിനിടെ പാർട്ടിയിലെ ചിലർ എനിക്കെതിരെ തിരിഞ്ഞു. ഞാൻ കോടതിയിൽ പോയതിനെതിരെ അവർ പ്രകടനം നടത്തി. പാർട്ടി ബൂർഷ്വാ കോടതിയിൽ വിശ്വസിക്കുന്നില്ലത്രെ.

ഈ കേസിന്റെ അവസാനത്തിൽ കരുണാകരൻ, ജയറാം പടിക്കൽ, ലക്ഷ്മണ എന്നിവർക്കെതിരെ, കള്ളസത്യവാങ്മൂലം കൊടുത്തതിന് എറണാകുളം മജിസ്ട്രേറ്റ് കോടതിയിൽ കേസ് രജിസ്റ്റർ ചെയ്തു. തുടർന്നാണ് 28 ദിവസം മുൻപ് മുഖ്യമന്ത്രിയായ കരുണാകരൻ രാജിവയ്ക്കേണ്ടി വന്നത്.

ജയറാം പടിക്കലും ലക്ഷ്ണമയും മോഹനനും മുരളീകൃഷ്ണദാസും മധുസൂദനനും പ്രതികളായി പേരാമ്പ്ര കോടതിയിൽ രാജന്റെ കൊല ക്കേസ് രജിസ്റ്റർ ചെയ്തിരുന്നു. ഇവരെ അറസ്റ്റ് ചെയ്ത് കോഴിക്കോട് സബ് ജയിലിലേക്കു മാറ്റി. തിരിച്ചറിയൽ പരേഡിന് എന്നെ കൊണ്ടുപോയിരുന്നു. ഒരേപോലെയുള്ള പലരെ അവിടെ നിരത്തിയിരുന്നു. അതിൽ പലരെയും ഞാൻ തിരിച്ചറിഞ്ഞു. അങ്ങനെ ഞങ്ങളെ പ്രതികളാക്കിയവർ രാജൻ കേസിൽ പ്രതികളായി സബ്ജയിലിലായി. ഈ കേസ് പിന്നീട് കോയമ്പത്തൂരിലേക്കു മാറ്റി. അന്നേരവും ഞങ്ങളെ സഹായിക്കാൻ ആരും ഉണ്ടായിരുന്നില്ല. മുൻ മന്ത്രി പി. ആർ. കുറുപ്പ് പ്രതികളെ സഹായിക്കാൻ മുഴുവൻ സമയവും അവിടെയുണ്ടായിരുന്നു. കോരുവും ഞാനും കൂടിയാണ് കോയമ്പത്തൂരിലേക്കു പോയത്. ചാലി അവിടെയുണ്ടായിരുന്നു. പി. ആർ. കുറുപ്പിന് കോടതിയിലെ ക്ലർക്കുമാരെ പരിചയമുണ്ടായിരുന്നു. ജഡ്ജിക്കു മലയാളം അറിയില്ല. സാക്ഷികളെല്ലാം മലയാളം പറയുന്നവരും. മലയാളം അറിയുന്ന ഒരു ക്ലാർക്കാണു കോടതി നടപടികൾ എഴുതിയെടുത്തത്.

എന്നെ ഉരുട്ടിയതിനു തെളിവുകൾ ചോദിച്ചപ്പോൾ കാലിലെ കറുത്ത പാടുകൾ കാട്ടിക്കൊടുത്തു. പി.രാജനെ അറസ്റ്റ് ചെയ്ത നമ്പ്യാരെയും മുരളീകൃഷ്ണദാസിനെയും കോയമ്പത്തൂർ സെഷൻസ് കോടതി ശിക്ഷിച്ചു. അപ്പീലിൽ മദ്രാസ് ഹൈക്കോടതി ശിക്ഷ ഒഴിവാക്കി. ഒടുവിൽ സുപ്രീം കോടതിയും കേസ് വിട്ടു.

രാജൻ കേസ് നല്ലരീതിയിൽ നടത്തിക്കൊണ്ടുപോകാൻ ആരും താത്പര്യം കാണിച്ചിരുന്നില്ല. നഷ്ടപരിഹാരത്തിനുള്ള കേസാണ് ഈച്ചര വാരിയർ നടത്തിയത്. കോഴിക്കോട് പേരാമ്പ്ര കോടതിയിലാണ് ഈച്ചര വാരിയർ കൊടുത്ത നഷ്ടപരിഹാരകേസ് തുടങ്ങിയത്. പിന്നീടതു കോഴിക്കോട് കോടതിയിലേക്കു മാറ്റി. പി.എസ്. ശ്രീധരൻപിള്ളയായിരുന്നു കേസ് നടത്തിയിരുന്നത്.

ഈച്ചരവാരിയരെ ഞാൻ കാണുന്നത് പിന്നീടാണ്. മകന്റെ മരണത്തിനു ഉത്തരവാദികളായവരിൽ നിന്നു കിട്ടിയ നഷ്ടപരിഹാരത്തുകയുമായി എന്റെ വീട്ടിൽ വന്നിരുന്നു.

ഈ പണം ഞാൻ എന്തു ചെയ്യണം- അദ്ദേഹം ചോദിച്ചു.

എനിക്കു വേണ്ട- ഞാൻ പറഞ്ഞു.

കോരുവിനും കുറുപ്പിനും കൊടുക്കണം. ബുക്കി കുറച്ച് ആർ.ഇ.സിയിലും കൊടുക്കണം. എറണാകുളത്ത് ഒരു ആശുപത്രി കെട്ടിടത്തിനു ചോദിച്ചിരുന്നു. അങ്ങനെ ചെയ്യാം. രാജനോടു ചോദിച്ചിട്ടാകാമെന്നു കരുതി വന്നതാണ്- അദ്ദേഹം തുടർന്നു. ഞാൻ ശരിയെന്നു മൂളി. പിന്നെ ആ അച്ഛൻ റോഡിലേക്കിറങ്ങി. അങ്ങു മറയുന്നതുവരെ ഞാൻ നോക്കി നിന്നു.

അഞ്ച്

എല്ലാം വേണുവിന്റെ കാല്പനികത

വി.കെ. പ്രഭാകരൻ

സോഷ്യലിസ്റ്റ് പ്രസ്ഥാനം കേരളത്തിൽ ഏറ്റവുമധികം വേരോടിയ വടകരയിലാണ് എന്റെ ജനനം. ചുമരിൽ ഡോ. റാം മനോഹർ ലോഹ്യയുടെയൊക്കെ ഫോട്ടോയൊക്കെ കണ്ടുകൊണ്ടാണ് ഞാൻ വളർന്നത്. അച്ഛൻ വടക്കേകൊളാണ്ടി കൃഷ്ണനും അമ്മ ജാനകിയുമൊക്കെ സോഷ്യലിസ്റ്റ് ചിന്തയുള്ളവരും അതേ കാഴ്ചപ്പാടോടെ ഞങ്ങളെ വളർത്തിയവരുമായിരുന്നു. കക്കയം പൊലീസ് സ്റ്റേഷൻ ആക്രമണത്തിൽ പങ്കെടുത്ത് പൊലീസ് പിടിയിലായി ഞാൻ പുറത്തിറങ്ങിയപ്പോൾ അമ്മ ചോദിച്ചത് "അല്ല മോനേ, നീ എന്നാടാ കമ്മ്യൂണിസ്റ്റ് ആയത്" എന്നായിരുന്നു. ഏറ്റവും വലിയ കമ്യൂണിസ്റ്റ് വിരോധിയായിരുന്നു അമ്മയൊക്കെ. സോഷ്യലിസ്റ്റ് അല്ലാത്തവരൊക്കെ കമ്യൂണിസ്റ്റുകാരാണെന്നായിരുന്നു അമ്മ കരുതിയിരുന്നത്.

നാട്ടിലുള്ള പുരോഗമന വായനശാലയാണ് എന്നെ സാഹിത്യത്തിലേക്ക് അടുപ്പിക്കുന്നത്. മടപ്പള്ളി കോളജിൽ ചേർന്നതോടെയാണ് കമ്യൂണിസ്റ്റ് ആശയങ്ങളുമായി അടുക്കുന്നത്. നാട്ടിലുള്ളവരെല്ലാം നന്നായി വായിക്കുന്നവരായിരുന്നു. സോഷ്യലിസ്റ്റുകാരും കമ്യൂണ്സ്റ്റുകാരുമെല്ലാം പരന്ന വായനയുള്ളവരായിരുന്നു.

കോളജിൽ സാഹിത്യം തലയ്ക്കുപിടിച്ചൊരു സംഘമുണ്ടായിരുന്നു. ഇപ്പോഴത്തെ നിരൂപകൻ വി.സി. ശ്രീജൻ, എം. എം. സോമശേഖരൻ, മുംബൈയിലുണ്ടായിരുന്ന പി.കെ. നാണു എന്നിവരൊക്കെയായിരുന്നു ആ സംഘത്തിലുണ്ടായിരുന്നത്. രാഷ്ട്രീയത്തിലെ എല്ലാ പുതിയ കാഴ്ചപ്പാടുകളെയും ഞങ്ങൾക്കു പരിചയപ്പെടുത്തി തന്നത് പി.കെ. നാണുവായിരുന്നു. നാണുവിന് മുംബൈയിൽ സിപിഐഎംഎൽ ഗ്രൂപ്പുമായി ബന്ധമുണ്ടായിരുന്നു. അന്വേഷിക്കുക, കണ്ടെത്തുക എന്നതായിരുന്നു അന്നത്തെ ഞങ്ങളുടെ രീതി. അങ്ങനെയാണ് സോഷ്യലിസ്റ്റ് കുടുംബത്തിൽ പിറന്ന ഞാൻ സിപിഐഎംഎൽ ആശയക്കാരനാകുന്നത്. എന്റെ

സാഹിത്യ-രാഷ്ട്രീയ പ്രവർത്തനമെല്ലാം ഈ ഗ്രൂപ്പുമായി ബന്ധപ്പെട്ടായിരുന്നു.

ഞങ്ങളെക്കാൾ മുൻപു തന്നെ വിപ്ലവ കാഴ്ചപ്പാടുള്ള ചിലർ നാട്ടിലുണ്ടായിരുന്നു. അന്ന് ഇവിടത്തെ പ്രധാന വരുമാന മാർഗം ഉപ്പു കച്ചവടമായിരുന്നു. സർക്കാരിന്റെയും മുതലാളിമാരുടെയും ഉപ്പുചാപ്പ ധാരാളമുണ്ടായിരുന്നു. നാട്ടിലെ നാലുപേർ ചേർന്ന് സർക്കാരിന്റെ ഉപ്പുചാപ്പയ്ക്കു തീകൊളുത്തിയ സംഭവമൊക്കെ ഞാൻ മുൻപേ കേട്ടിരുന്നു. അന്ന് നാലുപേരേ സംഘത്തിലുണ്ടായിരുന്നുള്ളൂവെങ്കിലും അതിന്റെ പേരിൽ അറുപതോളം പേർ പെൻഷൻ വാങ്ങിയിരുന്നു. കുഞ്ഞിപ്പള്ളിയിൽ ചിലർ റയിൽവേ ട്രാക്കിൽ ബോംബ് വച്ച മറ്റൊരു സംഭവവും ഞാൻ കേട്ടിട്ടുണ്ടായിരുന്നു. തൊട്ടപ്പുറമുള്ള ഒഞ്ചിയത്ത് വെടിവെപ്പിൽ എട്ടുപേർ മരിച്ച സംഭവമൊന്നും എന്നിൽ വലിയ ആവേശമൊന്നുമുണ്ടാക്കിയിരുന്നില്ല. അതു ഞാൻ മുൻപു പറഞ്ഞ വീട്ടിലെ കമ്യൂണിസ്റ്റ് വിരുദ്ധത കൊണ്ടു തന്നെയായിരിക്കും.

മടപ്പള്ളി ഫിഷറീസ് ടെക്നിക്കൽ ഹൈസ്കൂളിലാണു ഞാൻ പഠിച്ചതെല്ലാം. കോളജിലെ സാഹിത്യ ബന്ധം കൊണ്ട് എന്റെ ചിന്തയും മാറി. നാണു കൊണ്ടുവരുന്ന പ്രസക്തി, സ്ട്രീറ്റ്, കോമ്രേഡ് എന്നീ പ്രസിദ്ധീകരണങ്ങളൊക്കെ വായിച്ച് ചിന്തയാകെ വിപ്ലവം നിറയുന്ന കാലമായിരുന്നു. നാണുവിന് കെ.എൻ. രാമചന്ദ്രനുമായി ബന്ധമുണ്ടായിരുന്നു. അങ്ങനെ പല പാർട്ടി പ്രവർത്തകരുമായി ബന്ധപ്പെടാനും സാധിച്ചു. അതിന്റെയെല്ലാം ഫലമായി കലാപം ചെയ്യുക എന്നൊരു കാഴ്ചപ്പാട് കുട്ടിക്കാലത്തേ വളർന്നു.

അടിയന്തരാവസ്ഥ പ്രഖ്യാപിക്കുമ്പോൾ ഞാൻ ഒറീസയിൽ സഹോദരിയുടെ വീട്ടിൽ വേനലവധിക്കു പോയതായിരുന്നു. സഹോദരീ ഭർത്താവ് ഹിന്ദുസ്ഥാൻ എയറോനോട്ടിക് ലിമിറ്റഡിൽ ഉദ്യോഗസ്ഥനായിരുന്നു. ആ ടൗൺഷിപ്പിൽ പുറത്തെ കാര്യമൊന്നും അറിയില്ലായിരുന്നു. അടിയന്തരാവസ്ഥ സൃഷ്ടിച്ച ഭീകരതയൊന്നും ഞാൻ അറിഞ്ഞതേയുണ്ടായിരുന്നില്ല. നാട്ടിൽ നിന്നു സുഹൃത്തുക്കളുടെ കത്തുകൾ ലഭിക്കുമ്പോഴാണ് ഇവിടത്തെ സാമൂഹിക ജീവിതമാകെ മാറിയതായി അറിയുന്നത്. ഞങ്ങളുടെ പ്രസ്ഥാനം നിരോധിച്ചതും നേതാക്കൾ അറസ്റ്റിലായതുമെല്ലാം അറിയുന്നതു കത്തുകളിൽക്കൂടിയാണ്. അക്കാലത്ത് നവയുഗം പത്രത്തിന്റെ വാരികയായ ജനയുഗത്തിൽ ഞാൻ കഴുകന്മാരുടെ ആകാശം എന്നൊരു ഏകാങ്ക നാടകമെഴുതി. വലിയ ചലനമുണ്ടാക്കുമെന്നായിരുന്നു ഞാൻ കരുതിയതെങ്കിലും ഒന്നും സംഭവിച്ചില്ല. അടിയന്തരാവസ്ഥയ്ക്കെതിരെ എഴുത്തിലൂടെ എന്നെപോലെയുള്ളവർ പ്രതികരിച്ചിട്ടു കാര്യമില്ലെന്നു ബോധ്യമായി.

നാട്ടിലെത്തി ഒളിവിൽ കഴിയുന്ന സുഹൃത്തുക്കളെ കണ്ടുമുട്ടി. അവരോടൊപ്പം ചേർന്നുകൊണ്ട് പ്രവർത്തിക്കാൻ തീരുമാനിച്ചു.

മാഹിയിലെയും വടകരയിലെയും സ്റ്റഡി ഗ്രൂപ്പുകളുമായൊക്കെ ബന്ധമുണ്ടാക്കി. അങ്ങനെയാണ് കായണ്ണ പൊലീസ് സ്റ്റേഷൻ ആക്രമണത്തിലെ 13 അംഗ ഗറില്ലാ സംഘത്തിൽ ഞാനും ചേരുന്നത്. സോമശേഖരൻ ആയിരുന്നു എന്നെ സംഘത്തിലേക്കു കൂട്ടിയത്.

വി.സി ശ്രീജന്റെ നേതൃത്വത്തിൽ മടപ്പള്ളി കോളജ് കേന്ദ്രീകരിച്ച് യെനാൻ പ്രസിദ്ധീകരിച്ചിരുന്നുവല്ലോ. ഇതേ കാരണത്താൽ ശ്രീജൻ അറസ്റ്റിലായി. പിന്നീട് വിട്ടയച്ചു. ശ്രീജന്റെ കൈയിൽ നിന്ന് യെനാൻ വാങ്ങുന്ന വരിക്കാരുടെ ലിസ്റ്റ് പിടിച്ചെടുത്തിരുന്നു. കെ. വേണുവിനായിരുന്നു അന്നു കോഴിക്കോട് ജില്ലയുടെ ചുമതല. സത്യൻ എന്ന പേരിലായിരുന്നു വേണു പ്രവർത്തിച്ചിരുന്നത്. വേണു വരുന്നതിനു മുൻപ് ടി.എൻ. ജോയിക്കായിരുന്നു ചുമതല.

അടിയന്തരാവസ്ഥയിൽ പാർട്ടി പ്ലാൻ ചെയ്ത പല ആക്ഷനുകളും പരാജയപ്പെട്ടു. മതിലകം പൊലീസ് സ്റ്റേഷൻ ആക്രമണവും മാനന്തവാടിയിലെ മണി ആക്ഷനും. യാദൃച്ഛികമായി പരാജയപ്പെട്ടു എന്നായിരുന്നു പാർട്ടി നേതൃത്വം ഞങ്ങളെ അറിയിച്ചിരുന്നത്. മതിലകം സ്റ്റേഷൻ ആക്ഷനു തയ്യാറായി നിൽക്കുമ്പോൾ എസ്ഐ പുറത്തേക്കുപോയി. എസ്ഐ തിരിച്ചുവന്നിട്ട് ആക്ഷൻ നടത്താമെന്നു കരുതി സംഘം കാത്തിരുന്നു. എന്നാൽ അന്നു രാത്രി എസ്ഐ തിരിച്ചുവന്നില്ല. അടുത്ത ദിവസം ആക്ഷൻ നടത്താനും സാധിച്ചില്ല. ഇതേപോലെ ഡാൽമിയ സിമന്റ് ഉടമയെ വധിക്കാൻ തീരുമാനിച്ച് കെ.എൻ. രാമചന്ദ്രന്റെ നേതൃത്വത്തിലുള്ള സംഘം എത്തി. അവർ ഗൂർഖയെ കെട്ടിയിട്ടു. പിന്നീട് ഡാൽമിയയ്ക്കെതിരായ കുറ്റപത്രം വായിക്കുന്ന സമയത്ത് ഗൂർഖ സ്വയം കെട്ടഴിച്ച് രക്ഷപ്പെട്ട് സൈറൺ മുഴക്കുകയായിരുന്നു. അതോടെ ആ ആക്ഷനും പരാജയപ്പെട്ടു. വയനാട്ടിലെ മണി ആക്ഷനിൽ ജൻമിയുടെ രണ്ടു ഭാര്യമാരും നക്സൽ സംഘത്തിനു സ്വർണത്തിനു പകരം നൽകിയത് പ്ലാറ്റിനമായിരുന്നു. അതു വിൽക്കാനാവാതെ ആക്ഷൻ നടത്തിയവർ ശരിക്കും കുഴഞ്ഞുപോയി. ഇങ്ങനെയായിരുന്നു ഓരോ ആക്ഷനും പരാജയപ്പെട്ടത്.

ആക്ഷനുകൾ പരാജയപ്പെടുന്നിടത്തെല്ലാം പാർട്ടിയും തകരുകയായിരുന്നു. ആക്ഷനുമായി ബന്ധമുള്ളവരെയെല്ലാം പൊലീസ് വേഗം തന്നെ പിടികൂടി അറസ്റ്റ് ചെയ്തു. അതോടെ അവിടെയുള്ള ഗ്രൂപ്പുകളെല്ലാം നിർജീവമാകുന്ന അവസ്ഥയായി.

പാർട്ടി കൂടുതൽ സജീവമായിരുന്നത് കണ്ണൂരും കോഴിക്കോട്ടുമായിരുന്നു. എന്നാൽ കണ്ണൂരുകാർ ആക്ഷൻ നടത്താൽ താത്പര്യം കാട്ടിയില്ല. സമയമായില്ല എന്നായിരുന്നു അറിയിച്ചത്. കോഴിക്കോട് ജില്ലയിലെ ഗ്രൂപ്പുകളുടെ യോഗം നടത്തിയപ്പോൾ ആക്ഷന് എല്ലാവരും തയ്യാറായി. വ്യക്തികളെ വധിക്കുന്ന കാര്യത്തിന് ആർക്കും താത്പര്യമില്ലായിരുന്നു. ഭൂമിവാതുക്കലിലെ ഒരു ഹാജിയാരെ വധിക്കാൻ പ്ലാനിട്ടിരുന്നു.

വി.കെ. പ്രഭാകരൻ

പ്രവർത്തകർ അന്വേഷിച്ചപ്പോൾ അയാൾ കൊല്ലപ്പെടേണ്ട ആളാണെന്നും ബോധ്യമായി. എന്നാൽ ഈ വിവരം എങ്ങനെയോ പുറത്തായി. അങ്ങനെയാണ് പൊലീസ് സ്റ്റേഷൻ ആക്രമിക്കുകയെന്ന തീരുമാനമെടുത്തത്.

അപ്രതീക്ഷിതമായി സർക്കാരിനൊരു ഷോക്ക് കൊടുക്കുകയായിരുന്നു ഞങ്ങളുടെ തീരുമാനം. അടിയന്തരാവസ്ഥ നിലവിൽ വന്നതോടെ എല്ലാ നക്സലൈറ്റുകളും അറസ്റ്റിലായെന്ന് പൊലീസ് ഉദ്യോഗസ്ഥർ വീമ്പിളക്കിയിരുന്നു. അപ്പോൾ സ്റ്റേഷൻ ആക്രമിച്ചുതന്നെ അതിനൊരു മറുപടി നൽകുക. കോഴിക്കോട് ജില്ലയുടെ ഏതെങ്കിലും ഒരു സ്റ്റേഷൻ ആക്രമിക്കുക എന്നാണ് ആദ്യം തീരുമാനിച്ചത്. എന്നാൽ ഈ തീരുമാനവും പൊലീസ് അറിഞ്ഞു. ഇതുസംബന്ധിച്ച് എല്ലാ പൊലീസ് സ്റ്റേഷനിലേക്ക് വയർലെസ് സന്ദേശം പോയി. പക്ഷേ, പൊലീസ് അത് കാര്യമായി എടുത്തില്ല. കാരണം അടിയന്തരാവസ്ഥയിൽ പൊലീസ് സ്റ്റേഷൻ ആക്രമിക്കാനൊന്നും നക്സലൈറ്റുകൾക്ക് ആൾബലമുണ്ടാകില്ല എന്നവർ തെറ്റിദ്ധരിച്ചു. എങ്കിലും ഒരു മുൻകരുതൽ എന്ന നിലയ്ക്ക് കുറ്റ്യാടി സ്റ്റേഷന് പൊലീസ് കൂടുതൽ സംരക്ഷണം നൽകി. കാരണം മുൻപ് കുറ്റ്യാടി സ്റ്റേഷൻ ആക്രമിക്കപ്പെട്ടതാണല്ലോ. കിഴക്കൻ മേഖലയിലെ ഏതെങ്കിലും സ്റ്റേഷൻ ആക്രമിക്കപ്പെടും എന്നായിരുന്നു പൊലീസിനു ലഭിച്ച വിവരം.

കൂരാച്ചുണ്ട് (ഇപ്പോഴത്തെ കായണ്ണ) സ്റ്റേഷൻ തിരഞ്ഞെടുക്കാൻ പ്രത്യേക കാരണമുണ്ടായിരുന്നു. പഴയൊരു കെട്ടിടമായിരുന്നു. പോരാത്തതിന് വൈദ്യുതി ലഭിച്ചിട്ടുമില്ല. രാത്രി പെട്രോൾമാക്സിന്റെ വെളിച്ചമാണുണ്ടാകുക. അതിനെല്ലാം ഉപരി അവിടത്തെ പൊലീസുകാർ ജനങ്ങളോടു വളരെ മോശമായിട്ടാണ് പെരുമാറിയിരുന്നതും. വനാതിർത്തി പ്രദേശമായതിനാൽ കാട്ടുപന്നിയെയും മറ്റും വെടിവയ്ക്കാൻ കർഷകർ കള്ളത്തോക്കു കരുതുക പതിവായിരുന്നു. കള്ളത്തോക്ക് റെയ്ഡിനെന്ന പേരിൽ എത്തുന്ന പൊലീസ് വീടുകളിൽ കയറി സ്ത്രീകളോടു മോശമായി പെറുമാറിയ ധാരാളം പരാതികൾ കൂരാച്ചുണ്ട് പൊലീസിനെ സംബന്ധിച്ചിടത്തോളം ഉണ്ടായിരുന്നു. അവിടത്തെ ഒരു എസ്റ്റേറ്റിലുണ്ടായ തൊഴിൽ തർക്കത്തെ തുടർന്ന് ഒരു തൊഴിലാളിയെ പൊലീസ് ക്രൂരമായി മർദിച്ചിരുന്നു. തൊഴിലാളിയുടെ കാലിന്റെ എല്ല് പൊലീസ് അടിച്ചൊടിച്ചിരുന്നു. ഇതൊക്കെ പാർട്ടി പ്രവർത്തകർ രഹസ്യമായി അന്വേഷിച്ചപ്പോൾ ലഭിച്ച വിവരങ്ങളായിരുന്നു.

അന്ന് സോമശേഖരനാണ് പാർട്ടി ജില്ലാ സെക്രട്ടറി. കെ. വേണുവിന് സംസ്ഥാന ഭാരവാഹിയെന്ന നിലയിൽ ജില്ലയുടെ ചുമതലയുമുണ്ട്. വേണു കോഴിക്കോടും വയനാട്ടിലുമായി ഒളിവിൽ കഴിയുകയാണ്.

വർഗീസ് രക്തസാക്ഷിദിനത്തിൽ സ്റ്റേഷൻ ആക്രമിക്കാനായിരുന്നു തീരുമാനം. പക്ഷേ, അന്ന് വെളുത്തവാവായിരുന്നു. വെളിച്ചത്തിൽ ആക്ഷൻ നടത്തുന്നത് ബുദ്ധിയല്ല എന്നു തോന്നിയതിനാൽ ഫെബ്രുവരി

അവസാനത്തേക്കു മാറ്റി. 1976 ഫെബ്രുവരി 28ന് സ്റ്റേഷൻ ആക്രമിക്കാനുള്ള തീയതി നിശ്ചയിച്ചു. 15 പേരുടെ ഗറില്ലാ സംഘത്തെയാണു ആക്ഷനു തിരഞ്ഞെടുത്തത്. സംഘത്തിലുള്ളവരെ സോമശേഖരനു മാത്രമേ പരിചയമുള്ളൂ. പാർട്ടിയിലെ അത്യാവശ്യം ആളുകൾക്കു മാത്രമേ ആക്ഷൻ സംബന്ധിച്ച വിവരമുള്ളൂ.

സ്റ്റേഷൻ ആക്രമിക്കാനുള്ള ആയുധമൊക്കെയായി വരാനാണ് എല്ലാവർക്കും വിവരം ലഭിച്ചത്. അതുപ്രകാരം ഞാൻ ഇരുമ്പു ദണ്ഡാണു കൊണ്ടുപോയത്. ഉള്ളുപൊള്ളയായ ദണ്ഡിൽ മുളകുപൊടി നിറച്ച് രണ്ടു ഭാഗവും അടച്ചു. ദണ്ഡുകൊണ്ട് അടിക്കാൻ പറ്റിയില്ലെങ്കിൽ മുളകുപൊടിയെങ്കിലും പൊലീസിന്റെ കണ്ണിലേക്കു വിതറുക എന്നതായിരുന്നു പ്ലാൻ.

കൂരാച്ചുണ്ടിലെ എൽഫിൻസ്റ്റൺ തിയറ്ററിനു മുൻപിൽ എല്ലാവരും എത്താനായിരുന്നു വിവരം നൽകിയിരുന്നത്. എന്നാൽ രണ്ടുപേർ എത്തിയില്ല. കെ. വേണു, എം.എം. സോമശേഖരൻ, തട്ടോളിക്കരയിൽ നിന്ന് സി.എച്ച്. അച്യുതൻ, അശോകൻ, മുക്കാളിയിൽ നിന്ന് ഞാനും സുഗതനും, ദാമോദരൻ മാഷ്, വയനാട്ടിൽ നിന്നു കുന്നേൽ കൃഷ്ണൻ, കോങ്ങാട്ട് കേസിലെ പ്രതിയായിരുന്ന വടക്കാഞ്ചേരിയിലെ ഭരതൻ, പേരാമ്പ്രയിൽ നിന്നു ചേനോളി രാഘവൻ, ചെറിയ രാജൻ, രാജൻ വല്ല്യക്കോട്, ബാലുശ്ശേരിയിൽ നിന്ന് അപ്പുക്കുട്ടി എന്നിവരാണ് എത്തിച്ചേർന്നത്. രണ്ടുപേർ പേടി കൊണ്ടു പിൻമാറിയതായിരുന്നു.

പക്ഷേ, ഞങ്ങളുടെ കണക്കുകൂട്ടലിൽ ചെറിയൊരു പിഴവു സംഭവിച്ചു. അന്നു ശിവരാത്രി ആഘോഷത്തോടനുബന്ധിച്ച് എൽഫിൻസ്റ്റൻ തിയറ്ററിൽ സെക്കൻഡ് ഷോ കൂടിയുണ്ടായിരുന്നു. സാധാരണ ഈ മലയോരത്തെ തിയറ്ററിൽ ഫസ്റ്റ് ഷോയ്ക്കു മാത്രമേ ആളുണ്ടാകാറുള്ളൂ. എന്നാൽ സെക്കൻഡ് ഷോയ്ക്ക് ആളു കയറുമെന്നതിനാൽ ഒരു ഷോ കൂടി അധികമായി. അക്കാര്യം ഞങ്ങളുടെ കണക്കുകൂട്ടലിൽ ഉണ്ടായിരുന്നില്ല. അതുപോലെ മന്ത്രി കെ. ജി. അടിയോടിക്ക് അടുത്ത ദിവസം സമീപത്തെവിടെയോ പരിപാടിയിൽ പങ്കെടുക്കാനുണ്ട്. അതിനാൽ കുറച്ചധികം പൊലീസുകാർ സ്റ്റേഷനിൽ ഉണ്ടായിരുന്നു.

ഫസ്റ്റ് ഷോ കഴിഞ്ഞ് ആക്ഷൻ നടത്താൻ പറ്റില്ലല്ലോ. അതുകൊണ്ട് സെക്കൻഡ് ഷോയും കണ്ടു. സിനിമ കഴിഞ്ഞ് ഓരോരുത്തരായി സ്റ്റേഷന് അപ്പുറത്തുള്ള സ്ഥലത്തേക്കുപോയി. അവിടെ പാറക്കൂട്ടത്തിൽ തമ്പടിച്ചു. വേണുവും സോമശേഖരനും കാര്യങ്ങൾ വിശദീകരിച്ചു. മൂന്നു ഗ്രൂപ്പുകളായി വേർതിരിച്ചു. വേണുവിനെ കമാൻഡർ ആയി തിരഞ്ഞെടുത്തു. ഗറില്ലാ സംഘത്തിലെ മിക്കവരും ചെറിയ പ്രായമുള്ളവരായിരുന്നു. എന്റെയും സുഗതന്റെയും ചുമതല സ്റ്റേഷനു മുൻപിലുള്ള കെട്ടിടത്തിൽ താമസിക്കുന്ന പൊലീസുകാരെ കൈകാര്യം ചെയ്യുകയായിരുന്നു. സ്റ്റേഷനു മുൻപിലുള്ള കെട്ടിടത്തിൽ രാത്രിയിൽ പൊലീസുകാർ കിടക്കും. അവരെ പുറത്തിറങ്ങാൻ അനുവദിക്കരുത്. ചെറിയ രാജന്റെ

കൈവശമാണ് ബോംബുള്ള സഞ്ചിയുള്ളത്. സുഗതന്റെ കൈവശം ജലാറ്റിൻ സ്റ്റിക്കുണ്ട്. എന്റെ കൈവശവും ബോംബുണ്ട്.

ഇപ്പോൾ ആക്ഷൻ എന്നൊക്കെ പറയുമെങ്കിലും അന്ന് ഒരു പ്ലാനിങ്ങുമില്ലാതെയാണ് ഞങ്ങൾ സ്റ്റേഷൻ ആക്രമിക്കാൻ പോയത്. ബോംബ് ഉപയോഗിക്കേണ്ടതെങ്ങനെയൊന്നൊന്നും അറിയില്ല. അതുപോലെ സുഗതന്റെ കൈവശമുള്ള ജലാറ്റിൻ സ്റ്റിക്കും. കൈവശമുള്ള ഭക്ഷണം കഴിച്ച് ഞങ്ങൾ പുറപ്പെട്ടു.

രാത്രിയുടെ സ്വാഭാവിക ശബ്ദം മാത്രമേയുള്ളൂ. ഞാനും സുഗതനും ഏറ്റവും പിന്നിലാണ്. മിക്ക പൊലീസുകാരും നന്നായി മദ്യപിക്കുന്നവരായിരുന്നു. സെൻട്രിയൊഴികെ ബാക്കിയെല്ലാവരും ഉറങ്ങുകയാണ്. സെൻട്രിയുടെ തൊട്ടുമുൻപിൽ എത്തിയപ്പോഴാണ് അയാൾ അറിയുന്നതു തന്നെ. ആരാണെന്നു ചോദിക്കുമ്പോഴേക്കും അയാളുടെ തലയ്ക്ക് അടി കൊണ്ടിരുന്നു. പിന്നെ പൊലീസുകാരുടെ കരച്ചിലാണു കേൾക്കുന്നത്. ആരൊക്കെയോ ഓടുന്നുണ്ട്. കത്തിച്ചുവച്ച പെട്രോൾ മാക്സ് താഴെ വീണ് ഉടഞ്ഞു. മണ്ണെണ്ണയ്ക്കു തീപിടിച്ച് ആളിക്കത്താൻ തുടങ്ങി. ഞങ്ങളുടെ സംഘത്തിലുള്ള ആരോ ബോംബെറിയാൻ പറഞ്ഞു. സുഗതൻ കൈവശമുള്ള ജലാറ്റിൻ സ്റ്റിക് എന്തു ചെയ്യണമെന്നറിയാതെ പ്രയാസപ്പെടുകയാണ്. തീപ്പെട്ടി കത്തിച്ചിട്ടും അതു പൊട്ടുന്നില്ല. ഞങ്ങൾ സ്റ്റേഷനു മുൻവശത്തെ കെട്ടിടത്തിലെ പൊലീസിനെ തടയാൻ നിൽക്കുകയാണ്. ഞാൻ കൈവശമുള്ള ബോംബെറിഞ്ഞു. അത് കയ്യാലയിൽ തട്ടി തിരിച്ചുവന്നു. എന്തോ ഭാഗ്യത്തിനു പൊട്ടിയില്ല. പൊട്ടിയിരുന്നെങ്കിൽ ഞങ്ങളെല്ലാം അന്നേരം തന്നെ ചത്തുപോകുമായിരുന്നു. ആക്ഷനു പോകുന്നതിനു മുൻപു തന്നെ വടക്കാഞ്ചേരിയിലെ ഭരതേട്ടൻ എതിർപ്പു പറഞ്ഞിരുന്നു. ഈ പിള്ളാരെയും കൊണ്ടാണോ ആക്ഷനു പോകുന്നതെന്നാണ് അദ്ദേഹം ദേഷ്യത്തോടെ ചോദിച്ചത്. സ്റ്റേഷനിൽ എത്തിയതും കൈവശമുള്ള ദണ്ഡുകൊണ്ട് പൊലീസുകാരനെ അടിച്ചു. പൊലീസുകാരൻ ആ ദണ്ഡ് പിടിച്ചെടുത്തു. അന്നേരം തന്നെ ഭരതേട്ടൻ ഓടിരക്ഷപ്പെട്ടു.

പൊലീസുമായുള്ള മൽപിടുത്തത്തിനിടെ വേണുവിന്റെ തലയ്ക്ക് അടിയേറ്റു. അതോടെ കമാൻഡർ പിൻവാങ്ങാനുള്ള അടയാളവാക്യം വിളിച്ചുപറഞ്ഞു. ഇതിനിടെ സംഘത്തിലെ ഒരാളും പൊലീസുകാരനുമായി മൽപ്പിടിത്തം നടക്കുകയായിരുന്നു. അന്നേരം അതിലേക്കു ചെന്ന എന്റെ കൈവശം പൊലീസുകാരന്റെ തോക്ക് കിട്ടി. ഞാൻ തോക്കുമായി വരമ്പുചാടി ഓടി. പൊലീസിൽ നിന്ന് ആദ്യമേ തന്നെയൊരു തോക്ക് പിടിച്ചെടുത്തിരുന്നു. അങ്ങനെ രണ്ടു തോക്കാണു ഞങ്ങളുടെ കൈവശമുള്ളത്. ഒരു സംഘം ചെമ്പ്ര വഴി പേരാമ്പ്രയ്ക്കും മറ്റൊരു സംഘം കുറ്റ്യാടിക്കും മറ്റൊരു സംഘം അത്തോളിക്കും രക്ഷപ്പെട്ടു. വേണുവും സോമശേഖരനും കൃഷ്ണേട്ടനുമൊഴികെയുള്ള എല്ലാവരും രക്ഷപ്പെട്ടു.

കൃഷ്ണേട്ടനെ രക്ഷിക്കാൻ വേണുവും സോമനും അവിടെ നിൽക്കുകയായിരുന്നുവെന്ന് പിന്നീടാണ് അറിഞ്ഞത്.

അപ്പോഴേക്കും പൊലീസ് വെടിവയ്ക്കുന്നുണ്ടായിരുന്നു. എന്തോ ഭാഗ്യത്തിന് ആർക്കും വെടിയേറ്റില്ല. അപ്പോഴേക്കും സമീപത്തുള്ള വീട്ടുകാരെല്ലാം ഉണർന്നിരുന്നു. പൊലീസുകാരുടെ കരച്ചിലും ബഹളവും തുടരുകയാണ്. ആളുകൾ ഉണർന്ന് വലിയ കട്ടയുടെ ടോർച്ചുമായാണു വന്നത് അവർ ടോർച്ചടിച്ചു. എന്റെ കൈവശമാണു തോക്കുള്ളത്. എന്താണു സംഭവിച്ചതെന്ന് നാട്ടുകാർക്കു തിരിഞ്ഞില്ല. തോക്കുമായി ഓടുന്ന എന്നെയൊക്കെയാണ് കാണുന്നത്. പൊലീസ് ആണെന്നു കരുതി അവർ ഞങ്ങൾക്കു ടോർച്ചടിച്ചു തന്നു. ആ വെളിച്ചത്തിൽ കുറേദൂരം ഓടി.

തോക്കുമായി ഓടുക പ്രയാസമായിരുന്നു. ചെമ്പ്രയിലെത്തിയപ്പോഴേക്കും അവിടെ ധാരാളം പേർ കൂടി നിൽക്കുന്നതു കണ്ടു. ടാപ്പിങ് തൊഴിലിനു പോകുന്നവരായിരുന്നു അവർ. അവർക്കു മുന്നിലൂടെ തോക്കുമായി പോകാൻ പറ്റില്ല. സമീപത്തുള്ള വലിയൊരു കിണറ്റിലേക്ക് തോക്കു വലിച്ചെറിഞ്ഞു. (പിന്നീട് ഞങ്ങൾ പിടിയിലായപ്പോൾ പൊലീസ് ആ തോക്ക് പുറത്തെടുപ്പിച്ചു). ഓടി പേരാമ്പ്രയിലെത്തി. അവിടെ നിർത്തിയിട്ടിരുന്ന ബസ്സിൽ കയറി. സംഘത്തിലെ അഞ്ചുപേർ ഉണ്ടായിരുന്നില്ല. കൊയിലാണ്ടി എത്തുമ്പോഴേക്കും പൊലീസ് വാഹനങ്ങൾ തലങ്ങും വിലങ്ങും ഓടുന്നുണ്ടായിരുന്നു. നേരെ വീട്ടിലേക്കാണു പോയത്. പിന്നീടാണു ഒളിവിൽ കഴിഞ്ഞത്.

കൂരാച്ചുണ്ട് സ്റ്റേഷൻ ആക്രമണത്തെ ഇപ്പോൾ തിരിഞ്ഞു നോക്കുമ്പോൾ, ഞങ്ങളെയൊക്കെ വേണുവിന്റെ ചിന്തയുടെ കളിപ്പാട്ടങ്ങളാക്കുകയായിരുന്നു. വേണു റൊമാന്റിക് ആയിരുന്നു. ഇതു പറയുമ്പോഴും വേണു എന്റെ അടുത്ത സുഹൃത്താണ്. പക്ഷേ, തുറന്നുപറയാതെ വയ്യ. ഒരു പ്ലാനിങ്ങുമില്ലാതെയാണു സായുധ വിപ്ലവത്തിനു പുറപ്പെട്ടത്. എന്തോ ഭാഗ്യം കൊണ്ടാണ് ഇപ്പോഴും ജീവിച്ചിരിക്കുന്നത്. അന്ന് ഞാനെറിഞ്ഞ ബോംബെങ്ങാനും പൊട്ടിയിരുന്നെങ്കിൽ എല്ലാവരും അവിടെ തീരുമായിരുന്നു. സ്റ്റേഷൻ ആക്രമണത്തിനുള്ള ബോംബ് ആദ്യം പരീക്ഷിച്ചത് ഫാറൂഖ് കോളജിനടുത്തുവച്ചായിരുന്നു. അവിടത്തെ കല്ലുവെട്ടുക്കുഴിയിൽ വച്ചു പൊട്ടിച്ചുനോക്കി. മാലപടക്കം പൊട്ടിക്കുന്നതിനിടെ ബോംബ് പൊട്ടിക്കുകയായിരുന്നു. ഞങ്ങളാകെ ഭയന്നുപോയി. അത്രയ്ക്കും ഭീകരമായിരുന്നു സ്ഫോടനം. അഞ്ചുമിനിറ്റു നേരം പൊടിയടങ്ങിയിരുന്നില്ല. ഇക്കാര്യം ഞങ്ങൾ പറഞ്ഞപ്പോൾ അല്പം കൂടി സുരക്ഷിതമാക്കാൻ ബോംബിനു മുകളിൽ കൂടുതൽ കടലാസ് ചുറ്റി. അതുകൊണ്ടായിരിക്കും സ്റ്റേഷൻ ആക്രമണ സമയത്ത് പൊട്ടാതിരുന്നത്. ഞങ്ങളൊക്കെ കരുതിയത് ബോംബ് പൊട്ടിച്ചാൽ പൊലീസ് മാത്രമേ ചാകുകയുള്ളൂവെന്നായിരുന്നു. ഞങ്ങളും കൂടെ ചാകുമെന്ന ധാരണയൊന്നും അപ്പോഴില്ലായിരുന്നു.

ഒളിവിൽ പോകുന്നു

പൊലീസ് സ്റ്റേഷൻ ആക്രമണം സർക്കാരിനേറ്റ വലിയൊരു ഷോക്ക് ആയിരുന്നു. ഞങ്ങൾ ഉദ്ദേശിച്ച പോലെ പൂർണമായും നടന്നില്ലെങ്കിലും ഭരണകൂടത്തെ ഞെട്ടിക്കാൻ സാധിച്ചു. എല്ലാ നക്സലൈറ്റുകളും അകത്തായി എന്ന പൊലീസ് മേധാവികളുടെ വീമ്പുപറച്ചിൽ പൊള്ളയാണെന്നു തെളിയിച്ചു. സ്റ്റേഷൻ ആക്രമണത്തിനു ശേഷം ഞാൻ വീട്ടിൽ വന്നതിനു ശേഷമാണ് ഒളിവിൽപോയത്. മണിയൂരിലായിരുന്നു കുറച്ചു ദിവസം കഴിഞ്ഞത്. അവിടെ കടവിൽ കാത്തുനിൽക്കാമെന്നേറ്റിരുന്ന സഖാവിനെ കാണാനില്ലായിരുന്നു. ഒടുവിൽ അന്വേഷിച്ചറിഞ്ഞ് മറ്റൊരു സഖാവിന്റെ വീട്ടിലെത്തി. വയനാട്ടിൽ നിന്നു തെയ്യം കാണാനെത്തിയ സുഹൃത്താണെന്നാണു അവന്റെ വീട്ടുകാരോടു പറഞ്ഞത്. അടുത്ത ദിവസം ചില കോളജ് സുഹൃത്തുക്കളെ തേടിയിറങ്ങി. എന്നാൽ അവരൊന്നും വീട്ടിൽ ഉണ്ടായിരുന്നില്ല. പൊലീസ് നാലുഭാഗവും പായുന്നുണ്ട്. ആരൊക്കെയാണു പിടിയിലായതെന്ന് ഒരു രൂപവുമില്ലായിരുന്നു.

ഒരു രാത്രി മുഴുവൻ പറങ്കിമാവിൻ തോട്ടത്തിലായിരുന്നു കഴിഞ്ഞിരുന്നത്. അടുത്ത ദിവസം ഒരു സുഹത്ത് അയാളുടെ സുഹൃത്തിന്റെ വീട്ടിൽ താമസം ശരിയാക്കിതന്നു. കോൺഗ്രസുകാരനായിരുന്ന അയാൾ രാഷ്ട്രീയം മറന്നാണ് എന്നെ സഹായിച്ചത്. ഈ വീട്ടിൽ നിന്നു പോന്നപ്പോൾ നാട്ടിലെ ഒരു സുഹൃത്തിനെ കണ്ടു. ഞാൻ നാട്ടിലില്ലാത്തതാണ് പ്രശ്നമെന്നായിരുന്നു അവന്റെ അഭിപ്രായം. എന്നെ തിരക്കി അതുവരെ പൊലീസ് വന്നിട്ടുണ്ടായിരുന്നില്ല. നാട്ടിൽ നിന്നു പെട്ടെന്നു മാറിനിൽക്കുമ്പോൾ സംശയം തോന്നണ്ട എന്നു കരുതി നാട്ടിലേക്കു വരാൻ അവൻ പറഞ്ഞു. അടുത്ത ദിവസം ഞാൻ നാട്ടിലെത്തി. വീട്ടിലേക്കല്ല സുഹൃത്തിന്റെ കൂടെയാണു തങ്ങിയത്. എന്നാൽ അന്നുരാത്രി എന്റെ വീട് പൊലീസുകാർ വളഞ്ഞു. സ്റ്റേഷൻ ആക്രമണത്തിലെ ആരോ പൊലീസ് മർദനം സഹിക്കാനാവാതെ എന്റെ പേരും പറഞ്ഞിട്ടുണ്ടാകും. പൊലീസുകാർ വീട്ടിൽ ക്യാംപ് ചെയ്യുന്നുണ്ട്. അച്ഛനെ സ്റ്റേഷനിലേക്കു കൊണ്ടുപോയതായി അറിയാൻ സാധിച്ചു.

നേരിയ പനിയുമായാണു സുഹൃത്തിന്റെ വീട്ടിൽ വന്നത്. അടുത്ത ദിവസമാകുമ്പോഴേക്കും പനി കലശലായി. അടുത്തദിവസം കടപ്പുറത്തെ ഡോക്ടറെ കാണിക്കാൻ ഞാനൊറ്റയ്ക്കു പോയി. എന്നെ കണ്ടതും നാട്ടുകാർക്കൊക്കെ അദ്ഭുതമായി. എന്നെ പിടികൂടാൻ പൊലീസുകാർ വീടിനു കാവൽ നിൽക്കുമ്പോൾ ഞാൻ പേടിയൊന്നുമില്ലാതെ കടപ്പുറത്തുകൂടെ നടന്നുപോകുന്നു. പലർക്കും സ്വന്തം കണ്ണുകളെ വിശ്വസിക്കാൻ പറ്റാത്ത സ്ഥിതിയായി. പ്രായമായ ഒരാൾ എന്നെ കണ്ടപ്പോൾ ചീത്തപറഞ്ഞു, അത് സ്നേഹത്തോടെയുള്ള ഉപദേശമായിരുന്നു. പൊലീസുകാർ എന്നെ പിടികൂടാൻ ആയുധവുമായി നാട് അരിച്ചുപെറുക്കുമ്പോഴാണ് ഞാനിങ്ങനെ പോകുന്നത്. എത്രയും വേഗം രക്ഷപ്പെട്ടോളാൻ പറഞ്ഞു. ഡോ. രാമകൃഷ്ണനെ കാണിച്ചു ഞാൻ സുഹൃത്തിന്റെ വീട്ടിലേക്കു

മടങ്ങി. അന്നു രാത്രി പനി കൂടി അബോധാവസ്ഥയിലായി. പനി കൂടി ഞാൻ മരിച്ചുപോകുമെന്ന് പേടിച്ചു. സുഹൃത്ത് മറ്റുചിലരുടെ സഹായത്തോടെ എന്നെ തലശ്ശേരി ഗവ. ആശുപത്രിയിൽ കൊണ്ടെത്തിച്ചു. ഇതൊന്നും പൊലീസ് അറിഞ്ഞിരുന്നില്ല. എന്റെ സ്ഥിതി കൂടുതൽ മോശമായപ്പോൾ സുഹൃത്ത് പൊലീസ് അറിയാതെ അച്ഛനെ കണ്ട് കാര്യം പറഞ്ഞു. പൊലീസുകാർ ശ്രദ്ധിക്കാതെ അച്ഛൻ തലശ്ശേരി ആശുപത്രിയിൽ എത്തി. എന്നാൽ ഇതൊക്കെ പൊലീസുകാർ അറിയുന്നുണ്ടായിരുന്നു.

ആശുപത്രിയിൽ രണ്ടുദിവസം കൊണ്ട് പനി കുറഞ്ഞു. പക്ഷേ, അപ്പോഴേക്കും എനിക്കൊരു തോന്നലുണ്ടായി. കാണുന്നവരെല്ലാം പൊലീസുകാരാണെന്ന്. അപരിചിതനായ ഒരാളെ കണ്ടാൽ അയാൾ പൊലീസാണെന്നു കരുതും. എന്നെ എത്രയും വേഗം മണിപ്പാലിലേക്കു കൊണ്ടുപോകാനായിരുന്നു സുഹൃത്തിന്റെ തീരുമാനം. അതിനു വേണ്ടി പണം സ്വരൂപിക്കാൻ അവൻ പകൽ ഇറങ്ങിത്തിരിക്കും.

ആശുപത്രിയിൽ എന്റെ അടുത്ത ബെഡ്ഡിൽ ഒരാൾ അഡ്മിറ്റ് ആയി. അയാൾക്കു ചുറ്റും ചിലരുണ്ട്. അവരൊക്കെ എന്നെത്തന്നെയാണു നോക്കുന്നതെന്നു മനസ്സിലായി. പിന്നെ അവരുടെ എണ്ണം കൂടി. അതിലൊരാൾ എനിക്കെന്തു പറ്റിയെന്നു ചോദിച്ചു. അയാൾ എന്റെ വിശേഷം തിരക്കിക്കൊണ്ടിരുന്നു. അന്നുരാത്രി ഞാൻ മണിപ്പാലിലേക്കു പോകും. എങ്ങനെയെങ്കിലും രാത്രിയായാൽ മതിയെന്നു കരുതിയിരിക്കുമ്പോഴാണ് ഇതെല്ലാം. പെട്ടെന്ന് അപ്പുറത്തു കിടക്കുന്നവന് അരികിലുണ്ടായിരുന്ന എല്ലാവരും എന്റെ കിടക്ക വളഞ്ഞു. കാര്യം പിടികിട്ടി. പൊലീസുകാർ തന്നെ. എനിക്കു മരുന്നുവാങ്ങാൻ പണത്തിനായി പുറത്തുപോയ സുഹൃത്ത് രാജീവ് ചാൾസ് വന്നാൽ അവനും പിടിയിലാകും. ഞാൻ മുദ്രാവാക്യം വിളിക്കാൻ മുഷ്ടി ചുരുട്ടി. പക്ഷേ, ശബ്ദം പുറത്തുവരുന്നില്ല. ഉയർത്തിയ കൈ പൊലീസുകാരിലൊരാൾ പിടികൂടി ഒരേറ്. കട്ടിലിന്റെ സ്റ്റാൻഡിനോടു കൈ ചെന്നടിച്ചു.

ആശുപത്രി നിറയെ പൊലീസ് ആയിരുന്നു. എന്നെ ജീപ്പിൽ കയറ്റി. അച്ഛനെയും പൊലീസുകാർ പിടികൂടിയിട്ടുണ്ട്. പൊലീസുകാർ അച്ഛനെ മർദിച്ചിട്ടുണ്ടെന്ന് എനിക്കുറപ്പായിരുന്നു. ആ ക്ഷീണിച്ച മുഖത്തേക്കു നോക്കാൻ എനിക്കായില്ല. ഞാൻ കാരണമാണല്ലോ അച്ഛനും പൊലീസിന്റെ അടി വാങ്ങേണ്ടി വന്നത്. അച്ഛന്റെ ആ മുഖം ഇപ്പോഴും മനസ്സിലുണ്ട്.

ആശുപത്രിയിൽ നിന്ന് എന്നെ അച്ഛൻ ഡിസ്ചാർജ് ചെയ്തതായിട്ടാണ് പൊലീസ് രേഖയുണ്ടാക്കിയത്. എന്റെ കൈവശമുണ്ടായിരുന്ന പണവും കടലാസുമൊക്കെ അച്ഛനെ ഏല്പിച്ചു. വടകര സ്റ്റേഷനിലേക്കുള്ള യാത്രയ്ക്കിടെ അവർ അച്ഛനെ ഇറക്കിവിട്ടു. എന്റെ പനി ന്യൂമോണിയായി മാറിയിരുന്നു. പത്തൊൻപതു വയസ്സുമാത്രം പ്രായമുള്ള ഞാൻ

പൊതുവെ ആരോഗ്യമില്ലാത്തവനായിരുന്നു. ഇപ്പോൾ ന്യൂമോണിയ കൂടി യായതോടെ കൂടുതൽ ക്ഷീണിതനായി. വടകര സ്റ്റേഷനിൽ എന്നെ മർദനത്തോടെയാണ് പൊലീസ് എതിരേറ്റത്. നല്ല അടി കിട്ടി. അപ്പോ ഴേക്കും എനിക്കു ബോധം നശിച്ചിരുന്നു. ഞാൻ ബോധരഹിതനായി താഴെ വീണു. ഇതുകണ്ട് പൊലീസ് ആകെ പേടിച്ചു. മാർച്ച് 15ന് എന്നെ പിടികൂടുന്നത്. അപ്പോഴേക്കും ആർ.ഇ.സിയിലെ വിദ്യാർഥി രാജൻ കസ്റ്റഡിയിൽ മരിച്ചിരുന്നു. ഞാൻ ബോധംകെട്ടു വീണപ്പോൾ പൊലീസ് കരുതി മരിച്ചെന്ന്. എന്നെ അറസ്റ്റ് ചെയ്ത എഎസ്പി സുകുമാരൻ നായർ അല്പം സാഹിത്യവാസനയുള്ള ആളായിരുന്നു. കവിതയെല്ലാം എഴുതും. അദ്ദേഹം ഡോക്ടറെ വിളിച്ചുകൊണ്ടുവന്നു. വന്നത് ഡോ. പുനത്തിൽ കുഞ്ഞബ്ദുള്ളയായിരുന്നു. സാഹിത്യകാരനായിരുന്നതു കൊണ്ടാണ് എഎസ്പി പുനത്തിലിനെ കൊണ്ടുവന്നത്.

കുഞ്ഞിക്കയ്ക്ക് എന്നെ അറിയാം. അദ്ദേഹത്തിന്റെ സഹോദരൻ ഹുസൈൻ ഞങ്ങളുടെ ഗ്രൂപ്പിൽപെട്ട ആളാണ്. അവന്റെ കൂടെ എന്നെ സ്ഥിരമായി കാണാറുണ്ട്. പക്ഷേ, ഇക്കാര്യം പൊലീസിന് അറിയില്ല. എന്നെ പരിശോധിക്കുമ്പോൾ കുഞ്ഞിക്ക രഹസ്യമായി പറഞ്ഞു 'പേടി ക്കണ്ട, ഞാൻ പറയുന്നുണ്ട്'.

ന്യൂമോണിയ ബാധിച്ച എന്റെ ശ്വാസകോശം ആകെ പഴുത്തിരിക്കു കയാണ്, തണുപ്പേൽക്കരുത്. ചെറിയൊരു ആഘാതമേറ്റാൽ ആളു തട്ടി പ്പോകും എന്നൊക്കെ പറഞ്ഞ് കുഞ്ഞിക്ക പൊലീസിൽ ഭീതിയുണ്ടാക്കി. എനിക്കു നൽകാൻ പൊലീസുകാരൻ വശം കുഞ്ഞിക്ക മരുന്നു കൊടു ത്തയച്ചു.

കുഞ്ഞിക്കയുടെ ഈ മരുന്നിന് ഫലമുണ്ടായി. പിന്നെ ക്രൈം ബ്രാഞ്ചുകാർ കൊണ്ടുപോകുന്നതുവരെ പൊലീസ് തൊട്ടില്ല. തൊണ്ട വരണ്ട എനിക്കു കാപ്പി തന്നു. ക്രൈംബ്രാഞ്ചുകാർ കൊണ്ടുപോകു മ്പോൾ ഡോക്ടർ പറഞ്ഞ കാര്യം അവരെ ബോധിപ്പിച്ചിരുന്നു. കക്കയത്തെ ക്യാംപിൽ മറ്റുള്ളവരെല്ലാം അടിവസ്ത്രം മാത്രം ധരിച്ചു കിടന്നപ്പോൾ എനിക്കു ഷർട്ടിടാമായിരുന്നു. കിടക്കാൻ ടാർപ്പോളിൻ ഷീറ്റും കിട്ടി. കൃത്യ സമയത്ത് മരുന്നും കിട്ടും. എനിക്കു മരുന്നു തരുമ്പോൾ പൊലീസുകാർ പിറുപിറുക്കും-'എടാ നായിന്റെ മോനേ, പൊലീസിന്റെ കൈയിൽ നിന്നു മരുന്നുകുടിക്കാനാണല്ലോ യോഗം' എന്നാണ് പറയുക.

അസുഖം മാറിയതോടെ ഞാനും സാധാരണക്കാരനായി. എന്റെ പ്രത്യേക സൗകര്യങ്ങളൊക്കെ എടുത്തുമാറ്റി. പിന്നെ എല്ലാവർക്കും കിട്ടു ന്നതുപോലെ എനിക്കും എല്ലാ വിധ മർദനങ്ങളും ഏൽക്കാൻ തുടങ്ങി.

പുലിക്കോടൻ നാരായണനാണ് ക്രൂരമായി മർദിച്ചത്. കൈവിരലു കൾ ചുള്ളിക്കമ്പ് ഒടിക്കുംപോലെ പിറകോട്ട് ഒടിച്ചു. പൊലീസുകാർ ഓരോരുത്തരും അവരുടെ ഭാവനയ്ക്കനുസരിച്ചാണ് മർദിക്കുക. ഒരു പൊലീസുകാരൻ എന്നെ അടിവസ്ത്രത്തിൽ മാത്രം പിടിച്ചുപൊക്കി വട്ടം

കറക്കി താഴെയിട്ടു. നമുക്കു പരിചയമില്ലാത്ത പലരുടെയും പേരു പറഞ്ഞും ഫോട്ടോ കാണിച്ചുമാണ് ചോദ്യം ചെയ്യുക. അന്ന് വേണുവിന്റെ പേര് സത്യൻ എന്നായിരുന്നു. ആ സത്യനാണ് കെ. വേണുവെന്ന് എനിക്കറിയില്ലായിരുന്നു. സോമശേഖരനുമായുള്ള ബന്ധത്തിലാണ് ഞാൻ ആക്ഷനിൽ പങ്കെടുക്കാൻ പോയതു തന്നെ. പക്ഷേ, പരിചയമില്ലാത്തവരെ പറ്റി ചോദിക്കുമ്പോൾ അറിയില്ല എന്നാണുത്തരമെങ്കിൽ പല രീതിയിൽ മർദനമേൽക്കും.

സ്റ്റേഷൻ ആക്രമണവുമായി പിടികൂടിയവരെല്ലാം പലരീതിയിൽ മർദിച്ചു. ക്യാംപിൽ മർദനമേറ്റുള്ള കരച്ചിലും പൊലീസുകാരുടെ ആക്രോശവും മാത്രമേ കേട്ടിരുന്നുള്ളൂ. ഭരതേട്ടന്റെ നെഞ്ചിൽ കയറി നിന്ന് പൊലീസുകാരൻ മുഖത്തുചവിട്ടി പല്ലുകൊഴിയുമോ എന്നു പരീക്ഷിക്കുന്നുണ്ടായിരുന്നു. സ്റ്റേഷൻ ആക്രമണത്തിൽ ആദ്യമേ തന്നെ ഓടി രക്ഷപ്പെട്ട ഭരതേട്ടനെ പിടികൂടിയത് ഏബ്രഹാം ബെൻഹറുടെ വയനാട്ടിലെ തോട്ടത്തിൽ നിന്നായിരുന്നു.

കക്കയത്തു നിന്ന് പിന്നെ മാലൂർകുന്നിലെ ക്യാംപിലേക്കു മാറ്റി. കണ്ണൊക്കെ കെട്ടി ഭീകരാവസ്ഥയിലാണ് കൊണ്ടുപോയത്. ഏറെദിവസത്തിനു ശേഷം വയറുനിറച്ചു ഭക്ഷണംകഴിച്ചത് മാലൂർകുന്നിലേക്കു കൊണ്ടുപോയ അന്നാണ്. കൊണ്ടുപോകുമ്പോഴും ഭീകര മർദനമായിരുന്നു പൊലീസ് വാഹനത്തിലേക്കു വലിച്ചിഴച്ചാണു കൊണ്ടുപോയത്. അർധബോധത്തിലാണ് കൊണ്ടുപോയത്. വാഹനത്തിൽ പലരും ഛർദിക്കുന്നുണ്ടായിരുന്നു. പുതുതായി പണിതുകൊണ്ടിരിക്കുന്ന കെട്ടിടത്തിന്റെ രണ്ടാംനിലയിലായിരുന്നു കൊണ്ടിട്ടത്. രണ്ടുമാസമാണ് അവിടെ കഴിഞ്ഞത്. എന്നും മർദനം തന്നെ. മാറി മാറി വരുന്ന പൊലീസുകാരെല്ലാം കൈത്തരിപ്പുമാറ്റും. ആരും ചോദിക്കാനില്ലാത്തതിനാൽ അവർക്കു തോന്നിയതുപോലെയായിരുന്നു. പിന്നീട് പേരാമ്പ്ര കോടതിയിൽ ഹാജരാക്കി കോഴിക്കോട് സബ് ജലിയിലേക്കു മാറ്റിയതോടെയാണ് മർദനം അവസാനിച്ചത്. കായണ്ണ പൊലീസ് സ്റ്റേഷൻ ആക്രമണ കേസിലെ അഞ്ചാം പ്രതിയായിരുന്നു ഞാൻ. പിന്നീട് കണ്ണൂർ സെൻട്രൽ ജയിലിലെ ക്ലോസ്ഡ് പ്രിസൺ ബ്ലോക്കിൽ. അടിയന്തരാവസ്ഥ കഴിഞ്ഞ് ഒരു വർഷത്തിനു ശേഷമാണു ഞാൻ പുറത്തിറങ്ങുന്നത്. ഞങ്ങളെയൊക്കെ കോടതി വെറുതെവിടുകയായിരുന്നു.

ജയിൽ മോചിതനായ ശേഷം ഞാൻ സജീവ രാഷ്ട്രീയം ഉപേക്ഷിച്ചു. പിന്നീട് സാംസ്കാരികവേദിയിലായിരുന്നു പ്രവർത്തിച്ചിരുന്നത്. എന്റെ തട്ടകം സാഹിത്യമാണെന്നു തിരിച്ചറിഞ്ഞതോടെയാണ് രാഷ്ട്രീയം വിട്ടത്. കുറച്ചുകാലം നാടുചുറ്റിക്കറങ്ങാൻ പോയി. അങ്ങനെ തമിഴ്നാട്ടിലെത്തിയപ്പോൾ അവിടത്തെ എംഎൽ പ്രവർത്തകരെ പരിചയപ്പെടാൻ സാധിച്ചു. അന്ന് എം.ജി.ആറിന്റെ സർക്കാർ നക്സലൈറ്റുകളെയൊക്കെ പിടികൂടി വെടിവച്ചുകൊല്ലുന്ന കാലമാണ്. ദൈവസഹായം എന്ന കോളേജ്

അധ്യാപകൻ എന്റെ സുഹൃത്തായിരുന്നു. കോതണ്ഡരാമന്റെ നേതൃത്വ ത്തിലുള്ള എംഎൽ പ്രസ്ഥാനത്തിലെ സജീവ പ്രവർത്തകനായിരുന്നു ദൈവസഹായം. നമ്മുടെ നാട്ടിലെ കുന്നിക്കൽ നാരായണനെ പോലെ യായിരുന്നു കോതണ്ഡരാമൻ. ദൈവസഹായത്തിന്റെ വീട്ടിൽ ഞാൻ ഇടയ്ക്കിടെ പോകുമായിരുന്നു. കോതണ്ഡരാമനെ പരിചയപ്പെടുന്നത് ഈ വീട്ടിൽ നിന്നാണ്.

ദൈവസഹായത്തിന്റെ വീട്ടിലേക്കു പോകുന്ന വഴിയിലാണ് മയിൽ വണ്ണൻ എന്ന കോളേജ് അധ്യാപകന്റെ വീട്. അയാൾ സാഹിത്യകാര നായിരുന്നു. എന്നെ കേരളത്തിലെ വലിയ എഴുത്തുകാരൻ എന്ന നില യ്ക്കാണ് ദൈവസഹായം പരിചയപ്പെടുത്തിക്കൊടുത്തത്. അതുകൊണ്ടു തന്നെ ആ അധ്യാപകന് എന്നോടു വലിയ ബഹുമാനമായിരുന്നു. ആളു ശുദ്ധനാണെങ്കിലും മഹാ ബോറനായിരുന്നു. നമ്മെ കാണുമ്പോഴേക്കും അദ്ദേഹം പുതുതായി എഴുതാൻ പോകുന്ന നോവലിലെ കഥ പറഞ്ഞു കേൾപ്പിക്കും. എത്രയും പെട്ടെന്നു രക്ഷപ്പെടുകയേ മാർഗമുള്ളൂ. ഒരു ദിവസം ഞാൻ ദൈവസഹായത്തിന്റെ വീട്ടിലേക്കു വരുമ്പോൾ മയിൽ വണ്ണൻ എന്നെ ബലമായി പിടിച്ച് അദ്ദേഹത്തിന്റെ വീട്ടിലേക്കു കൊണ്ടു പോയി. പോട്ടെ ധൃതിയുണ്ടെന്നു പറഞ്ഞിട്ടും വിടുന്നില്ല. എനിക്കു ദൈവ സഹായത്തെ ഉടൻ കാണണമെന്നു പറഞ്ഞപ്പോൾ മയിൽവണ്ണൻ നിരുത്സാഹപ്പെടുത്തി. അപ്പോൾ അവിടെ പൊലീസ് റെയ്ഡ് നടക്കുക യായിരുന്നു. ദൈവസഹായത്തെ പൊലീസ് അറസ്റ്റ് ചെയ്തു. ഞാൻ അവിടെ ചെന്നിരുന്നെങ്കിൽ പൊലീസ് എന്നെയും പിടികൂടുമായിരുന്നു. പിന്നെ എം.ജി.ആറിന്റെ പൊലീസ് എന്താ ചെയ്യുകയെന്നു പറയേണ്ട തില്ലല്ലോ.

പൊലീസ് പോയപ്പോൾ മയിൽവണ്ണൻ എന്നെ ഓട്ടോയിൽ കയറ്റി വിട്ടു. ബോറനാണെന്ന് ഞാൻ കരുതിയിരുന്ന അദ്ദേഹമാണ് എന്റെ ജീവൻ രക്ഷിച്ചത്. തമിഴ്നാട്ടിൽ നിന്നു തിരിച്ചെത്തി പാരലൽ കോള ജിൽ അധ്യാപകനായി. പിന്നീട് പിഎസ്സി എഴുതി സർവീസിൽ കയറി. ഇപ്പോൾ നാടകവും എഴുത്തുമായി സജീവം.

ആറ്

വിമോചന പ്രസ്ഥാനം ഒടുവിൽ പീഡന പ്രസ്ഥാനമായി

മധുമാസ്റ്റർ

സായ്പിന്റെ ബട്ലർ ആയിരുന്നു അച്ഛൻ. എല്ലാവരും ചന്തു ബട്ലർ എന്നു വിളിക്കും. അച്ഛനും അമ്മ നാരായണിയും കോഴിക്കോട്ടുകാരായി രുന്നു. ബ്രിട്ടീഷുകാർ ഇവിടെ നിന്നു പോയതിനു ശേഷം അച്ഛൻ വയ നാട് മേപ്പാടിയിൽ ഹോട്ടൽ തുടങ്ങി. കമ്യൂണിസ്റ്റ് നേതാക്കളൊക്കെ അച്ഛനെ കാണാൻ വരുമായിരുന്നു. എ.കെ.ജി ഒളിവിൽ കഴിയുമ്പോൾ ഒരിക്കൽ അച്ഛന്റെ ഹോട്ടലിൽ വന്നു താമസിച്ചിട്ടുണ്ട്. എങ്കിലും വിളിച്ചു പറയാവുന്ന രാഷ്ട്രീയ ബന്ധമോ പ്രവർത്തനമോ അച്ഛനുണ്ടായിരുന്നില്ല.

പത്താമത്തെ മകനായിരുന്നു ഞാൻ. എനിക്കു മൂത്തതായി ഏഴ് ചേട്ടന്മാരും രണ്ട് പെങ്ങൾമാരും. ബ്രിട്ടീഷുകാരുമായുള്ള അച്ഛന്റെ ബന്ധം ഞങ്ങൾക്കു നല്ല വിദ്യാഭ്യാസം ലഭിക്കാൻ കാരണമായി. എല്ലാ വരെയും നന്നായി പഠിപ്പിച്ചു. നാട്ടിലുണ്ടായിരുന്ന പ്രോഗ്രസീവ് റീഡിങ്ങ് ലൈബ്രറി ഞങ്ങളുടെ വളർച്ചയിൽ വലിയ സ്വാധീനം ചെലുത്തിയിട്ടുണ്ട്. സോഷ്യലിസ്റ്റുകാരും കമ്യൂണിസ്റ്റുകാരും ചേർന്നു രൂപം കൊടുത്ത ലൈബ്രറിയായിരുന്നു അത്. വീട്ടിൽ എല്ലാവരും നന്നായി വായിക്കു മായിരുന്നു. ചേട്ടൻമാരുടെ സുഹൃത്തുക്കളായ കമ്യൂണിസ്റ്റുകാർ വീട്ടിൽ വരും, അവരുടെ ചർച്ചകളിൽ ഞാൻ ചെവികൊടുക്കുമായിരുന്നു. അതേ പോലെ അവരുടെ നാടകങ്ങൾ. എല്ലാ വർഷവും രാഷ്ട്രീയപ്രമേയമായ നാടകങ്ങൾ അവർ കളിക്കുമായിരുന്നു. ചേട്ടൻമാരും കൂട്ടുകാരും വഴി ഞാനും വായനയുടെയും നാടകത്തിന്റെയും ലോകത്തിലെത്തി എന്നു തന്നെ പറയാം. വൈക്കം മുഹമ്മദ് ബഷീർ മുതൽ മുട്ടത്തുവർക്കി വരെ യുള്ളവരെയും റഷ്യൻ സാഹിത്യകാരൻമാരെയെല്ലാം വായിക്കാൻ തുടങ്ങി.

ഏഴാം ക്ലാസിലെത്തിയപ്പോഴേക്കും കുടുംബം സാമ്പത്തികമായി തകർന്നു. കേസിൽപ്പെട്ട് മൂത്ത ജ്യേഷ്ഠൻ ജയിലിലായി. അതോടെ അച്ഛൻ

മാനസികമായി തകർന്നു. ഹോട്ടൽ പൂട്ടി. പിന്നീട് ഇ.എം.എസ്. സർക്കാർ വീണ്ടും അധികാരത്തിൽ വന്നപ്പോഴാണ് ജ്യേഷ്ഠൻ ജയിൽ മോചിതനായത്. പിന്നീട് ജ്യേഷ്ഠൻ സജീവ രാഷ്ട്രീയം ഉപേക്ഷിച്ചു, വയനാട്ടിൽ അച്ഛന്റെ ഹോട്ടൽ ഏറ്റെടുത്തു നടത്താൻ തുടങ്ങി. എട്ടാം ക്ലാസിലേക്കു ജയിച്ച എന്നെ അദ്ദേഹം അങ്ങോട്ടുകൊണ്ടുപോയി. മേപ്പാടിയിൽ ഒരു തമിഴ് കുടുംബത്തിനൊപ്പമായിരുന്നു ഞാൻ താമസിച്ചിരുന്നത്. മേപ്പാടിയിലും നല്ലൊരു ലൈബ്രറിയുണ്ടായിരുന്നു. അവിടെയും വായന നല്ലരീതിയിൽ തുടർന്നു. ശനി, ഞായർ ദിവസങ്ങളിൽ കാടുകയറുകയായിരുന്നു എന്റെ ഇഷ്ട വിനോദം. വയനാടൻ കാടുകളിലും ആദിവാസി കുടികളിലും വെറുതെ നടക്കുക രസമായിരുന്നു. ആദിവാസികളെ മറ്റുള്ളവർ എങ്ങനെ ചൂഷണം ചെയ്യുന്നു എന്ന് കണ്ടറിയാനുള്ള അവസരം ധാരാളമുണ്ടായി. അതിലൊരു സംഭവം ഞാനിവിടെ പറയാം.

ഞാൻ താമസിച്ചിരുന്ന തമിഴ് കുടുംബത്തിന് അവിടടുത്തുള്ള ആദിവാസികൾ ധാരാളം സഹായം ചെയ്യുമായിരുന്നു. ഒരിക്കൽ ഒരു ആദിവാസിയായ അച്ഛൻ വന്ന് രണ്ടു രൂപ കടം ചോദിച്ചു. അയാളുടെ മകളുടെ വിവാഹ ആവശ്യത്തിനായിരുന്നു. പണം കടംകൊടുത്തത് നിബന്ധനയ്ക്കു വിധേയമായിട്ടായിരുന്നു. അതായത് പണം തിരിച്ചുതരുന്നതു വരെ അവർ ഉണ്ടാക്കുന്ന പച്ചക്കറികൾ എന്നും തമിഴ് കുടുംബത്തിനു നൽകണം. അയാൾ സമ്മതിച്ചു. പിന്നീട് ഞാൻ പ്രീഡിഗ്രിക്കു ചേർന്നപ്പോൾ ഈ വീട്ടിൽ വീണ്ടുമെത്തി. അന്നേരവും ആ ആദിവാസി കുടുംബം ഇവർക്കു പച്ചക്കറി കൊടുക്കുന്നുണ്ടായിരുന്നു. വർഷങ്ങൾ എത്ര കഴിഞ്ഞിട്ടും അയാൾക്കു കടം വാങ്ങിയ രണ്ടുരൂപ തിരിച്ചുനൽകാൻ സാധിച്ചില്ല. അതിനു പകരം അന്നേരവും പച്ചക്കറി കൊടുത്തുകൊണ്ടിരിക്കുന്നു. ഇതായിരുന്നു വയനാട്ടിലെ ആദിവാസികളുടെ അവസ്ഥ.

കോഴിക്കോട് ഗവ. ആർട്സ് ആൻഡ് സയൻസ് കോളജിലായിരുന്നു പ്രീഡിഗ്രിക്കു പഠിച്ചിരുന്നത്. കേരള സ്റ്റുഡൻസ് ഫെഡറേഷനുമായി സഹകരിച്ചിരുന്നു. രണ്ടാം വർഷ പ്രീഡിഗ്രി കാലത്താണു കുന്നിക്കലിന്റെ നേതൃത്വത്തിൽ തലശ്ശേരി- പുൽപ്പള്ളി സ്റ്റേഷൻ ആക്രമണമുണ്ടാകുന്നത്. നാട്ടിലെ യുക്തിവാദി സംഘവുമായിട്ടായിരുന്നു എന്റെ ബന്ധം. സയൻസ് സൊസൈറ്റിയൊക്കെ രൂപീകരിച്ച് ഞങ്ങൾ നല്ലരീതിയിൽ പ്രവർത്തിച്ചുകൊണ്ടിരുന്നു. മാർക്സിയൻ പഠനങ്ങളും താത്ത്വികപഠനങ്ങളുമൊക്കെയായി പുതിയ പുതിയ മേച്ചിൽപ്പുറങ്ങളിലേക്ക് ബുദ്ധിപരമായി സഞ്ചരിച്ചുകൊണ്ടിരുന്നു.

കോഴിക്കോട്ട് അധ്യാപക പരിശീലന കോഴ്സിനു ചേർന്നപ്പോൾ അവിടെ സ്റ്റുഡന്റ്സ് ഫെഡറേഷന്റെ യൂണിറ്റ് തുടങ്ങി. അന്ന് അച്യുതമേനോൻ മുഖ്യമന്ത്രിയായ കാലമാണ്. ചൈനീസ് ചാരൻമാരെന്ന പേരിൽ കമ്യൂണിസ്റ്റ് നേതാക്കളെയൊക്കെ അറസ്റ്റ് ചെയ്തു. കമ്യൂണിസ്റ്റ് പാർട്ടിയുമായുള്ള ബന്ധത്തിന്റെ പേരിൽ ചെറിയ ജ്യേഷ്ഠന് പൊലീസിൽ ലഭിച്ച ജോലി നഷ്ടമായി. ഈ സമയത്താണ് വർഗീസ് വെടിയേറ്റു

മരിക്കുന്നത്. പൊലീസുമായുള്ള ഏറ്റുമുട്ടലിൽ കൊല്ലപ്പെട്ടു എന്നായിരുന്നു പ്രധാന പത്രങ്ങളിലെല്ലാം വാർത്ത വന്നിരുന്നത്. തായാട്ട് ശങ്കരന്റെ വിപ്ലവം എന്ന പത്രത്തിൽ മാത്രം വർഗീസിനെ പൊലീസുകാർ വെടിവച്ചുകൊന്നു എന്നെഴുതി. അദ്ദേഹം മാത്രമേ ഇങ്ങനെയൊരു കാര്യത്തിൽ ധൈര്യം കാണിച്ചുള്ളൂ. വർഗീസ് വധത്തിൽ പ്രതിഷേധിക്കാൻ ഞങ്ങൾ വിദ്യാർഥികൾ തീരുമാനിച്ചു. അന്നു രാത്രി കോളജിലെ കൊടിമരത്തിൽ ഞങ്ങൾ കറുത്ത കൊടി കെട്ടി. ചുമർ മുഴുവൻ വർഗീസിനെ കൊന്നതാര് എന്ന പോസ്റ്റർ ഒട്ടിച്ചു. അടുത്ത ദിവസം ടിടിഐയിലെത്തിയ പ്രധാനാധ്യാപിക ഇതുകണ്ട് കുപിതയായി പൊലീസിൽ അറിയിച്ചു. അന്നുരാത്രി പൊലീസുകാർ വന്ന് എന്നെ ഹോസ്റ്റലിൽ നിന്നു പിടിച്ചുകൊണ്ടുപോയി. ഇപ്പോഴത്തെ കമ്മിഷണർ ഓഫീസ് കെട്ടിടത്തിലേക്കാണു കൊണ്ടുപോയത്. എന്നെ കൂടാതെ ധാരാളം പേരെ പൊലീസ് പിടിച്ചുകൊണ്ടുവന്നിരുന്നു. അതിൽ ആരെയും എനിക്കു പരിചയമില്ലായിരുന്നു. അവിടെ വച്ചാണ് കെയ്റോ ലക്ഷ്മണേട്ടനെ പരിചയപ്പെടുന്നത്. അദ്ദേഹത്തെ അതിനു മുൻപോ പിൻപോ കണ്ടിട്ടില്ലായിരുന്നു. നക്സലൈറ്റ് ആയിരുന്നു കെയ്റോ ലക്ഷ്മണൻ. അന്നുരാത്രി മുഴുവൻ അദ്ദേഹം നക്സൽ പ്രസ്ഥാനത്തെക്കുറിച്ച് എനിക്ക് ക്ലാസെടുത്തു.

മധുസൂദനനെ തന്നേ തീരൂ, തന്നേ തീരൂ എന്ന മുദ്രാവാക്യമാണ് അടുത്ത ദിവസം റോഡിൽ നിന്നു കേൾക്കുന്നത്. കോളജിലെ ആൺകുട്ടികളും പെൺകുട്ടികളും അടങ്ങുന്ന സംഘം പൊലീസ് സ്റ്റേഷനു മുൻപിൽ പ്രതിഷേധ പ്രകടനം നടത്തുകയാണ്. കുറച്ചു കഴിഞ്ഞ് ആ മുദ്രാവാക്യം വിളി ഇല്ലാതായി. ലക്ഷ്മണയാണ് ജില്ലാ പൊലീസ് സൂപ്രണ്ട്. അദ്ദേഹം എന്നെ ഓഫീസിലേക്കു വിളിപ്പിച്ചു. ഇരിക്കാൻ പറഞ്ഞു. “എനിക്കു നിങ്ങളോടു വിരോധമൊന്നുമില്ല. മുകളിലെ കല്പന അനുസരിക്കുക. നാളെ നിങ്ങൾ അധികാരത്തിൽ വന്നാലും ഞങ്ങൾ ഇതു തന്നെ ചെയ്യണം. എ.കെ.ജി വിളിച്ചിരുന്നു. അവരുടെ പാർട്ടിയുടെ വിദ്യാർഥി യൂണിയൻ നേതാവായ നിങ്ങളെ വിട്ടയയ്ക്കാൻ പറഞ്ഞു. നിങ്ങൾക്കു പോകാം, ഇവിടെ നിന്നിറങ്ങിയാൽ എ.കെ.ജിയെ ദേശാഭിമാനിയിൽ ചെന്നു കാണാൻ പറഞ്ഞിട്ടുണ്ട് ”. വളരെ മാന്യമായി ലക്ഷ്മണ എന്നെ വിട്ടയച്ചു.

ഞാൻ ദേശാഭിമാനിയിലെത്തി. അനുജനോടെന്ന പോലെയായിരുന്നു എ.കെ.ജിയുടെ പെരുമാറ്റം. ഇപ്പോൾ സായുധസമരത്തിനു പറ്റിയ സാഹചര്യമല്ലെന്നും ജനങ്ങളുടെ പിന്തുണയില്ലാതെ സായുധ സമരം വിജയിക്കില്ലെന്നും അദ്ദേഹം ഉപദേശിച്ചു. അശോകപുരത്തെ പാർട്ടി സെക്രട്ടറിയെ ചെന്നു കാണാൻ പറഞ്ഞു.

ഒരു വർഷം പാർട്ടിയിൽ പ്രവർത്തിച്ചു. നാട്ടിലുണ്ടായ കുടികിടപ്പു സമരത്തെ പാർട്ടി പിന്തുണയ്ക്കാതിരുന്നപ്പോൾ ഞാൻ പാർട്ടി വിട്ടു. എന്റെ അമ്മാവനെക്കൊണ്ടുവരെ കുടികിടപ്പുകാർക്കു സ്ഥലം വിട്ടുകൊടുപ്പിക്കാൻ സാധിച്ചിരുന്നു. പക്ഷേ, അന്നത്തെ പ്രാദേശിക നേതൃത്വം

ഈ സമരത്തിൽ തീരെ തത്പരരായിരുന്നില്ല. പാർട്ടി കാൻഡിഡേറ്റ് മെമ്പർഷിപ്പ് ഞാൻ പുതുക്കിയില്ല. പിന്നെ ജോലി കിട്ടി ഞാൻ വയനാട്ടിലെ കൽപ്പറ്റയിലേക്കുപോന്നു. അവിടത്തെ ഗവ. എൽപി സ്കൂളിൽ അധ്യാപകനായി ജോലിക്കു ചേർന്നു. ഒരു വർഷം ജോലി ചെയ്താലേ സ്ഥിരം നിയമനം ലഭിക്കുമായിരുന്നുള്ളൂ. നൂറുരൂപയായിരുന്നു ആദ്യ ശമ്പളം.

നാടകത്തിലൂടെ സാംസ്കാരിക ലോകത്തേക്ക്

കൽപ്പറ്റയിൽ ദേശാഭിമാനി സ്റ്റഡി സർക്കിളുമായി ചേർന്നു പ്രവർത്തിച്ചുകൊണ്ടിരിക്കെ ചുവന്ന സന്ധ്യ എന്നൊരു നാടകമെഴുതി. കുട്ടികൾക്കു വേണ്ടിയുള്ള നാടകമായിരുന്നു അത്. നാടകത്തെക്കുറിച്ച് എല്ലാവരും നല്ല അഭിപ്രായം പറഞ്ഞു. ഇതു കുട്ടികളുടെ നാടകമായി ചുരുക്കേണ്ടതല്ല, മുതിർന്നവർ കളിക്കണമെന്ന് എല്ലാവരും പറഞ്ഞപ്പോൾ ഇന്ത്യ 74 എന്നു പുനർനാമകരണം ചെയ്ത് മീനങ്ങാടി ടൗണിൽ അവതരിപ്പിച്ചു. ടിക്കറ്റൊക്കെ വച്ചായിരുന്നു നാടകം അവതരിപ്പിച്ചത്. വീരേന്ദ്രകുമാറൊക്കെ നാടകം കാണാൻ ഉണ്ടായിരുന്നു. യു.ആർ. അനന്തമൂർത്തിയായിരുന്നു മുഖ്യാതിഥി. നാടകം വലിയ വിജയമായി. സായുധ കലാപത്തിന് ആഹ്വാനം ചെയ്യുന്നതായിരുന്നു ഇന്ത്യ 74.

തിരൂരിൽ ദേശാഭിമാനി സ്റ്റഡി സർക്കിളിന്റെ ഒന്നാം സംസ്ഥാന സമ്മേളനം നടക്കുമ്പോൾ വയനാട്ടിലെ പ്രതിനിധിയായി ഞാനും പങ്കെടുത്തു. അവിടെ ഇ.എം.എസ്. ആണ് പ്രവർത്തന രേഖ അവതരിപ്പിച്ചത്. സാഹിത്യത്തിന്റെ ഭൂതകാലം എന്ന വിഷയത്തിൽ സംസാരിക്കുമ്പോൾ അദ്ദേഹം ടാഗോറിനെ ബ്രിട്ടീഷ് ചാരൻ എന്നു വിളിച്ചു. അത് എനിക്കിഷ്ടമായില്ല. കാബൂളിവാലയൊക്കെ വായിച്ച ഒരാളും അങ്ങനെ പറയില്ല. പ്രതിനിധി ചർച്ചയിൽ ഞാൻ ഇതിനെ എതിർത്തു. ഇ.എം.എസിനെയും പാർട്ടിയുടെ പോക്കിനെയും വിമർശിച്ചു. പാർട്ടിക്കു വിപ്ലവ സ്വഭാവം നഷ്ടമായെന്നും ഭരണകൂട പാർട്ടിയായി അധഃപതിച്ചെന്നും തുറന്നടിച്ചു. മറുപടി പ്രസംഗത്തിൽ ഇ.എം.എസ് എന്നെ വ്യക്തിപരമായി പരിഹസിച്ചു. രാഷ്ട്രീയത്തെക്കുറിച്ച് ഒന്നും അറിയില്ലെന്നു പറഞ്ഞു.

എന്നാൽ ഞാൻ ഇ.എം.എസിനെ അടിക്കാൻ ചെന്നു എന്ന രീതിയിലാണു സംഭവം പുറത്തറിഞ്ഞത്. കൽപ്പറ്റയിൽ തിരിച്ചെത്തിയപ്പോൾ ഒരു സംഘം എന്നെ അടിക്കാൻ വന്നു. ഈ സംഭവം എന്നെ വല്ലാതെ ഉലച്ചുകളഞ്ഞു. പാർട്ടിക്കെതിരായ വിമർശനം പാർട്ടി ഇഷ്ടപ്പെടുന്നില്ല എന്നു തിരിച്ചറിഞ്ഞ് ഞാൻ സിപിഎമ്മുമായുള്ള എല്ലാ ബന്ധവും ഉപേക്ഷിച്ചു.

അടിയന്തരാവസ്ഥ

അമ്പലവയലിലെ അധ്യാപകനായിരുന്ന ദാമുമാഷ് ആണ് എന്നോടു ചാരുമജുംദാറെക്കുറിച്ചു സംസാരിക്കുന്നത്. സിപിഎമ്മിന്റെ പോക്കിൽ

മധുമാസ്റ്റർ

പ്രതിഷേധിച്ച് ഞാൻ പാർട്ടി വിട്ടു നിൽക്കുന്ന സമയം. സിപിഐഎം എല്ലിന്റെ വയനാട്ടിലെ പ്രവർത്തകർ എന്നെ ബന്ധപ്പെടാൻ തുടങ്ങി. നാടകം അവതരിപ്പിക്കുന്നതിനെക്കുറിച്ച് ദാമുമാഷ് പറഞ്ഞു. കെ. വേണുവിനെ പരിചയപ്പെടുന്നത് ഈ സമയത്താണ്. വേണുവിന്റെ പ്രപഞ്ചവും മനുഷ്യനും വായിച്ചിട്ടുണ്ടായിരുന്നു. എന്നെ ഞെട്ടിച്ച പുസ്തകമായിരുന്നു പ്രപഞ്ചവും മനുഷ്യനും. അതു വായിച്ചപ്പോൾ തന്നെ വേണുവിനോട് ആരാധന തോന്നിയിരുന്നു. പിന്നീടൊന്നും ആലോചിച്ചില്ല. വയനാട്ടിൽ ജില്ലാ കമ്മിറ്റി രൂപീകരിച്ചു. ഞാനായിരുന്നു സെക്രട്ടറി. ജില്ലാ കമ്മിറ്റി രൂപീകരിക്കുമ്പോൾ തന്നെ ഞാനൊരു നിർദേശം മുന്നോട്ടുവച്ചിരുന്നു. രക്തംചിന്തുന്ന ഒരു കാര്യവും എന്നോടു പറയരുത്, അതിനു ഞാൻ വരില്ല എന്നതായിരുന്നു കരാർ. അങ്ങനെയാകാമെന്ന് എംഎല്ലുകാരും സമ്മതിച്ചു. കൽപ്പറ്റയിൽ നിന്നു മീനങ്ങാടി സ്കൂളിലേക്കു മാറിയിരുന്നു.

എന്റെ വിദ്യാർഥിയായിരുന്ന സുലോചന നല്ലൊരു നാടകനടിയായിരുന്നു. അവളൊക്കെ പാർട്ടിയുമായി ചേർന്നു പ്രവർത്തിക്കാൻ തയ്യാറായി. കുറച്ച് അധ്യാപകരുടെ പിന്തുണയും ലഭിച്ചു. എന്നെ സംബന്ധിച്ചിടത്തോളം വേറെയൊന്നും ചിന്തിക്കാനില്ലായിരുന്നു. മേലും കീഴും നോക്കാനില്ല, വിവാഹം കഴിച്ചിട്ടില്ല, കെട്ടുപാടുകളൊന്നുമില്ല. രാത്രിയിലാണ് പാർട്ടി ക്ലാസ്. മാനന്തവാടി, സുൽത്താൻ ബത്തേരി എന്നിവിടങ്ങളിലൊക്കെ രാത്രി ക്ലാസുണ്ടാകും. അപ്പോഴേക്കും അടിയന്തരാവസ്ഥ പ്രഖ്യാപിച്ചു. ഒളിവിൽ പോകാൻ പാർട്ടി നിർദേശമുണ്ടായി. സുലോചനയൊക്കെ ഒളിവിൽപോയി. ആദിവാസി മേഖലകളിലായിരുന്നു ഒളിത്താവളം ഒരുക്കിയിരുന്നത്.

ഞാൻ ആറാംക്ലാസിൽ പഠിപ്പിച്ചുകൊണ്ടിരിക്കെ പ്യൂൺ കുര്യാക്കോസ് വന്നുവിളിച്ചു. ആരോ ഓഫീസിൽ തിരക്കിവന്നിട്ടുണ്ടെന്നു പറഞ്ഞു. അവരെ കണ്ടാൽ പൊലീസുകാരെ പോലെയുണ്ടെന്ന് കുര്യാക്കോസ് പറഞ്ഞപ്പോൾ എനിക്കു കാര്യം പിടികിട്ടി. ഞാൻ ജനലിലൂടെ പുറത്തേക്കു ചാടി കാപ്പിത്തോട്ടത്തിലൂടെ രക്ഷപ്പെട്ടു.

അടിയന്തരാവസ്ഥ നിലവിൽ വന്നതോടെ എങ്ങും ശാന്തമായി. എവിടെയും പ്രതിഷേധ സ്വരമില്ല. കോൺഗ്രസ് നേതാക്കളൊഴികെയുള്ളവരെല്ലാം മിസ പ്രകാരം തടങ്കലിലായിരുന്നു. ഓഫീസുകളെല്ലാം കൃത്യസമയത്തു പ്രവർത്തിക്കുന്നു.

ഈ നിശ്ശബ്ദതയിൽ എന്തെങ്കിലും ഉറക്കെ കേൾപ്പിക്കണമെന്നായിരുന്നു പാർട്ടിയുടെ തീരുമാനം. പൊലീസ് സ്റ്റേഷൻ ആക്രമിക്കാനായിരുന്നു വേണുവൊക്കെയെടുത്ത തീരുമാനം. വയനാട്ടിൽ നല്ലൊരു ഗറില്ലാ ഗ്രൂപ്പ് ഉണ്ടായിരുന്നു. കുന്നേൽ കൃഷ്ണേട്ടനായിരുന്നു നേതാവ്. മുൻപ് വർഗീസ് കൊല്ലപ്പെട്ടപ്പോൾ, ഡൽഹിയിലെ എൻജിനീയറിങ് ജോലി രാജിവച്ച് പാർട്ടി പ്രവർത്തനത്തിനെത്തിയ ആളായിരുന്നു കൃഷ്ണേട്ടൻ.

പൊലീസ് സ്റ്റേഷൻ ആക്രമണം നടത്താനുള്ള ഒരുക്കത്തിനു പണം വേണം. ആ പണം കണ്ടെത്തലും ഒരു വാർത്തയാകണം. അതിന് ഏതെങ്കിലും ജന്മിയെ കൊള്ളയടിക്കുക- ഇതായിരുന്നു ജില്ലാ കമ്മിറ്റിയുടെ തീരുമാനം. മുൻപത്തെ പോലെ ജൻമിയെ കൊല്ലരുതെന്ന് പ്രത്യേക നിർദേശം നൽകി.

ചിണ്ടപ്പൻ നമ്പ്യാർ എന്ന കൊള്ളപ്പലിശക്കാരന്റെ വീട് ആക്രമിക്കാൻ തീരുമാനമെടുത്തു. കൃഷ്ണേട്ടൻ, നാരായണൻ, വർക്കി, കുഞ്ഞിരാമൻ, മുരളി എന്നിവരായിരുന്നു ഗറില്ലാ ടീമിൽ ഉണ്ടായിരുന്നത്. ഇവർ ചിണ്ടപ്പൻനമ്പ്യാരെ കെട്ടിയിട്ട് ആഭരണങ്ങളും പണവും കവർന്നു. ഞങ്ങൾ പ്രതീക്ഷിച്ചതുപോലെ അവിടെ സ്വർണമൊന്നുമുണ്ടായിരുന്നില്ല. കൊള്ളമുതൽ കൈകാര്യം ചെയ്യാൻ എന്നെയാണ് ചുമതലപ്പെടുത്തിയത്. ഈ ആഭരണങ്ങൾ ഉരുക്കാൻ ഏർപ്പാടു ചെയ്തു. വേണുവിന് ഇൻക്വിലാബ് പ്രസിദ്ധീകരിക്കാൻ പണം വേണമായിരുന്നു. സ്റ്റേഷൻ ആക്രമണത്തിന് ആയുധം സംഘടിപ്പിക്കാനും.

അപ്പോഴേക്കും പൊലീസ് റെയ്ഡ് ഊർജിതമാക്കിയിരുന്നു. ഗറില്ലാ സ്ക്വാഡ് ഒളിവിൽപോയി. ഒരുവിധം ആളുകളെല്ലാം അറസ്റ്റിലായി. ഗറില്ലാ സ്ക്വാഡിനെ എങ്ങനെയെങ്കിലും സംസ്ഥാന അതിർത്തി കടത്തണം. അതിനുള്ള പണം സ്വരൂപിക്കാനുള്ള ബദ്ധപ്പാടിലായിരുന്നു ഞാൻ. പകൽ ബസ്സിലൊന്നും യാത്ര ചെയ്യാൻ കഴിയില്ല. എല്ലായിടത്തേക്കും നടക്കണം. കൽപ്പറ്റ, മാനന്തവാടി, ബത്തേരി എന്നിവിടങ്ങളിലെല്ലാം എന്നെ മിക്കവർക്കും അറിയാം. താടിയൊക്കെ വടിച്ച് ഞാൻ തിരിച്ചറിയാൻ പറ്റാത്ത രൂപത്തിലാക്കി. പ്രതീക്ഷിച്ച പല സ്ഥലത്തു നിന്നും അഭയം ലഭിച്ചില്ല. ദയവു ചെയ്ത് ഒന്നുപോയി തരൂ എന്ന് അടുപ്പമുള്ളവർ വരെ പറഞ്ഞപ്പോൾ ആകെ തകർന്നുപോയി. പ്രതീക്ഷിക്കാത്ത സ്ഥലത്തു നിന്ന് സഹായവും ലഭിച്ചു. കോൺഗ്രസുകാരനായ അഡ്വ. ഇ.കെ.പി. നമ്പ്യാർ അദ്ദേഹത്തിന്റെ വീട്ടിൽ ഒളിവിൽ താമസിക്കാൻ സൗകര്യമൊരുക്കിത്തന്നു. അടിയന്തരാവസ്ഥക്കാലത്ത് ഏറ്റവും സുരക്ഷിതം കോൺഗ്രസുകാരുടെ വീടായിരുന്നു.

കൊള്ളയടിച്ച ആഭരണങ്ങൾ വിൽക്കാൻ ഏല്പിച്ചിരുന്നത് ബത്തേരിക്കടുത്തുള്ള സുഗതനെയായിരുന്നു. സാധാരണ കർഷകത്തൊഴിലാളി കുടുംബത്തിലെ അംഗമായിരുന്നു പതിനേഴുകാരനായ സുഗതൻ. പാർട്ടിയോട് അനുഭാവം മാത്രമേ അവനുണ്ടായിരുന്നുള്ളൂ. പാർട്ടി പ്രവർത്തകനായ കരുണാകരൻമാഷ് ആണ് സുഗതനെ പരിചയപ്പെടുത്തിത്തന്നത്.

കൃഷ്ണേട്ടനൊഴികെയുള്ള നാലുപേർക്കും കർണാടകയിൽ താമസിക്കാൻ സൗകര്യമൊരുക്കി. യു.ആർ. അനന്തമൂർത്തി വഴിയാണ് അതെല്ലാം ചെയ്തത്. അവർക്കു കൈവശം വയ്ക്കാനുള്ള പണം ബത്തേരി കോളജിലെ വിദ്യാർഥികളിൽ നിന്നു സ്വരൂപിച്ചു മടങ്ങിവരികയായിരുന്നു ഞാൻ. നടന്നുക്ഷീണിച്ചു. കത്തിക്കാളുന്ന വിശപ്പും.

സുഗതന്റെ വീട്ടിലെത്തിയാലേ എന്തെങ്കിലും കഴിക്കാൻ കഴിയൂ. മാനന്തവാടിയിൽ നിന്നു നടക്കാൻ തുടങ്ങിയതാണ്. അന്നു ബത്തേരിയിൽ കെ.കരുണാകരന് എന്തോ പരിപാടിയുണ്ട്. അതുകൊണ്ടു തന്നെ ടൗൺ മുഴുവൻ പൊലീസുകാരാണ്. എന്നെ തിരിച്ചറിയാൻ സാധ്യതയുണ്ട്. വിശപ്പു സഹിക്കാനാവാതെ ഞാനൊരു ഹോട്ടലിൽ കയറി ബീഫും പൊറോട്ടയും കഴിച്ചു. കുൽദീപ് നയ്യാർ അറസ്റ്റിലായ ദിവസമാണ്. അന്നത്തെ ഇന്ത്യൻ എക്സ്പ്രസ് വാങ്ങി കക്ഷത്തു വച്ച് ബസ്സ്റ്റാൻഡിൽ ഇരുന്നു. ക്ഷീണം കാരണം പെട്ടെന്നുറങ്ങിപ്പോയി. കുറച്ചു കഴിഞ്ഞപ്പോൾ ഒരാൾ തട്ടിവിളിക്കുന്നു. മധുസൂദനനല്ലേ എന്നു ചോദിച്ചു. ഞാൻ പേരുമാറ്റിപ്പറഞ്ഞു. പക്ഷേ, അയാൾക്ക് എന്നെ അറിയാമായിരുന്നു. മേപ്പാടിക്കാരനായ എസ്ഐ ആയിരുന്നു അത്. എന്നെതിരിച്ചറിഞ്ഞു. ഇനി രക്ഷയില്ല. അവർ എന്നെ അറസ്റ്റ് ചെയ്ത് മാനന്തവാടി സ്റ്റേഷനിലേക്കു കൊണ്ടുവന്നു. വൈകിട്ടാകുമ്പോഴേക്കും ക്രൈംബ്രാഞ്ചിന്റെ വാഹനം കോഴിക്കോട്ടു നിന്നു വന്നു. അതുവരെ പൊലീസുകാർ എന്നെ മർദിച്ചിരുന്നില്ല. ക്രൈംബ്രാഞ്ചിന്റെ വാഹനത്തിൽ കയറ്റിയതും അടി തുടങ്ങി. പിന്നെ കോഴിക്കോട്ടെ ക്യാംപിലേക്ക്. ഒരുമാസം അവിടത്തെ ക്യാംപിലായിരുന്നു. എന്തോ എന്നെ ജയറാംപടിക്കലിന്റെ ഉരുട്ടലിനു വിധേയനാക്കിയില്ല. ബാക്കിയെല്ലാം സഹിച്ചു. എന്റെ മോശം ആരോഗ്യസ്ഥിതി കണ്ടിട്ടായിരിക്കും ഉരുട്ടാതിരുന്നത്.

കിടക്കുമ്പോൾ വരെ ചങ്ങലയ്ക്കിടും. നിത്യേനയുള്ള മർദനം സഹിക്കാനാവാതെ ഇരുപതാം നാൾ ഞാൻ സുഗതന്റെ പേരു പറഞ്ഞു. കവർച്ച ചെയ്ത സ്വർണം എവിടെ എന്നായിരുന്നു ക്രൈംബ്രാഞ്ചിന് അറിയേണ്ടിയിരുന്നത്. സുഗതനും അറസ്റ്റിലായി.

കൃഷ്ണേട്ടൻ ഒഴികെയുള്ളവരെല്ലാം പിടിയിലായി. കർണാടകയിലേക്കു കടക്കാനിരുന്ന നാലുപേർക്കും ഞാൻ അറസ്റ്റിലായതോടെ പോകാൻ സാധിച്ചില്ല. അവരുടെ വീടൊക്കെ പൊലീസ് തകർത്തു. കുറച്ചു ദിവസശേഷം അവരും പിടിയിലായി. ഒരുമാസ ശേഷം ഞങ്ങളെ ഇടപ്പള്ളി ക്യാംപിലേക്കു മാറ്റി. അവിടെയും മർദനവും പട്ടിണിയും. ചിലപ്പോൾ രാവിലെ കട്ടൻകാപ്പി കിട്ടും. ഉച്ചയ്ക്കു കഞ്ഞിവെള്ളവും. വൈകിട്ട് നാലു മണിയാകുമ്പോൾ എല്ലാവരെയും വട്ടത്തിൽ ഇരുത്തും. കാൽ ചങ്ങലയിൽ പൂട്ടിയിടും. ഒരു കൊട്ടയിൽ കായപ്പം, ബോണ്ട തുടങ്ങിയ പലഹാരങ്ങൾ കൊണ്ടുവന്ന് പൊലീസ് മുകളിലേക്ക് എറിയും. മറ്റുള്ളവരുമായി ഗുസ്തിപിടിച്ചുവേണം അതു കൈക്കലാക്കാൻ. ഭക്ഷണത്തിനു വേണ്ടി മനുഷ്യർ ഇങ്ങനെ പോരടിക്കുന്നത് ആദ്യമായി കാണുകയായിരുന്നു. അതുകണ്ടു രസിക്കുകയായിരുന്നു പൊലീസുകാരുടെ വിനോദം.

കോഴിക്കോട്ടു നിന്നുള്ള പ്രവർത്തകരെല്ലാം ഒരു ഗ്യാങ് ആയിരുന്നു. ഞങ്ങൾക്കു കിട്ടിയ ഭക്ഷണം എല്ലാവരും പകുത്തു കഴിക്കും. അന്നേരം മറ്റുള്ളവരുടെ മുഖത്തേക്കു നോക്കില്ല. ഭക്ഷണം കിട്ടാത്തവരുടെ മുഖത്തു നോക്കിയാൽ കഴിക്കാൻ കഴിയില്ല. സുഗതൻ, വർക്കി, കരുണാകരൻ,

കുഞ്ഞിരാമൻ, മുരളി എന്നിവരായിരുന്നു ഇടപ്പള്ളിയിൽ എന്നോടൊപ്പ മുണ്ടായിരുന്നവർ. ഒരുദിവസം ഞങ്ങൾക്കു കിട്ടിയ ഭക്ഷണം വീതം വച്ച് എല്ലാവരും കഴിക്കാനിരുന്നു. എന്റെ ഭക്ഷണം അവിടെ വച്ച് ഞാൻ മൂത്ര മൊഴിക്കാൻ പോയി. തിരിച്ചുവന്നപ്പോൾ ഭക്ഷണം കാണാനില്ല. സുഗ തനും സ്ഥലത്തില്ല. മറ്റുള്ളവർ ഒന്നും പറയുന്നില്ല. ഞാൻ അവിടെയുള്ള കക്കൂസിൽ പോയി നോക്കിയപ്പോൾ സുഗതൻ അവിടെയിരുന്ന് എന്റെ ഭക്ഷണം കഴിക്കുകയാണ്. വിശന്നു കണ്ണുകാണാതിരുന്ന ഞാൻ സുഗതനെ നന്നായി ചീത്ത പറഞ്ഞു. അവൻ കണ്ണീരോടെ എന്റെ മുന്നിൽ ഒരു കുറ്റവാളിയെപോലെ നിന്നു.

അടുത്ത ദിവസം രാവിലെ എഴുന്നേറ്റപ്പോൾ സുഗതനെ കാണാനില്ല. പൊലീസുകാർ പിടിച്ചുകൊണ്ടുപോയി എന്തെങ്കിലും ചെയ്തോ എന്ന പേടിയായിരുന്നു. അന്നേരമാണ് ഒരു പൊലീസുകാരൻ പറഞ്ഞത് സുഗതൻ മാപ്പുസാക്ഷിയായെന്ന്. അവൻ ഉള്ളതെല്ലാം തുറന്നുപറഞ്ഞു, നിങ്ങൾക്കും അതാണു നല്ലതെന്നു പറഞ്ഞു. അതോടെ മറ്റുള്ളവർ വിഷമത്തിലായി. അറസ്റ്റിലായതോടെ വീട്ടുകാരുടെ കാര്യമോർത്ത് എല്ലാവരും വിഷമത്തിലായിരുന്നു. ഒളിവിലാകുമ്പോഴേ പൊലീസ് വീടു കയറി നരനായാട്ടു നടത്തിയതാണ്. ഇപ്പോഴത്തെ അവസ്ഥ ഓർത്ത് എല്ലാവരും സങ്കടം പറഞ്ഞു. മാപ്പുസാക്ഷിയാകാൻ എല്ലാവരും തീരു മാനിച്ചു.

അന്നുച്ചയ്ക്കു ജയറാംപടിക്കൽ വിളിപ്പിച്ചു. സുഗതൻ മാപ്പുസാക്ഷി യായി, എല്ലാം തുറന്നുപറഞ്ഞു. നിങ്ങൾക്ക് ഇനിയൊന്നും മറച്ചുവയ് ക്കാൻ കഴിയില്ല. എല്ലാം പറയാതെ നിങ്ങൾക്കു പുറത്തുപോകാൻ കഴി യില്ല. അടിയന്തരാവസ്ഥ ഇനിയും നീളും എന്നിങ്ങനെ ഭീഷണിയോടെ അദ്ദേഹം സംസാരിച്ചു. ഞങ്ങളും മാപ്പുസാക്ഷിയാകാമെന്ന് സമ്മതിച്ചു. അതോടെ പുറത്തിറങ്ങാമെന്ന പ്രതീക്ഷയിലായിരുന്നു കൂടെയുള്ള വരെല്ലാം. പക്ഷേ, സംഭവിച്ചത് മറ്റൊന്നായിരുന്നു.

ഞങ്ങളെ ക്രൈംബ്രാഞ്ചിന്റെ കണ്ണൂരിലെ ക്യാംപിലേക്കാണു കൊണ്ടുപോയത്. അവിടെ നിന്നും നന്നായി മർദനമേറ്റു. മാപ്പുസാക്ഷി യാകാമെന്നേറ്റ ഞങ്ങളെക്കൊണ്ട് അവർ പറയുന്ന രീതിയിൽ എഴുതി ഒപ്പിട്ടു വാങ്ങി. ഇഷ്ടമുള്ള ഭക്ഷണം എന്താണെന്ന് ഒരു ദിവസം ഒരു പൊലീസുകാരൻ വന്നു ചോദിച്ചപ്പോൾ ഞങ്ങൾ വിചാരിച്ചു കളിയാക്കു കയാണെന്ന്. കാരണം ഭക്ഷണം അപൂർവമായി കിട്ടുന്ന സാധനമാണ ല്ലോ. അവിടെ ഇഷ്ടമുള്ള ഭക്ഷണത്തിന് എന്താണു പ്രാധാന്യം. ഞങ്ങൾക്ക് ഇഷ്ടമുള്ള ഭക്ഷണംവാങ്ങിത്തരാൻ ഒരാൾ തയ്യാറായി വന്നി ട്ടുണ്ട്. അതാരാണെന്നു ചോദിച്ചപ്പോൾ അപ്പം തിന്നാൽ മതി കുഴി യെണ്ണണ്ടാ എന്നായിരുന്നു മറുപടി. ഞങ്ങളെല്ലാം ഇഷ്ടഭക്ഷണം പറഞ്ഞു. കുറച്ചു കഴിഞ്ഞപ്പോഴേക്കും അതെത്തി. എല്ലാവരും ആർത്തി യോടെ ഭക്ഷണം കഴിക്കുകയാണ്. ഞങ്ങളെ അടച്ചിട്ട മുറിക്ക് ഒരു ജനൽ മാത്രമാണുള്ളത്. അത് അപൂർവമായേ തുറക്കാറുള്ളൂ. ഞാൻ

നോക്കുമ്പോൾ ആ ജനലിലൂടെ ഒരാൾ ഞങ്ങളെ നോക്കി കടന്നു പോകുന്നു. സുഗതൻ! മിന്നായം പോലെ സുഗതൻ കടന്നുപോയി. അപ്പോഴാണ് കാര്യം മനസ്സിലായത്. ക്രൈംബ്രാഞ്ചിന്റെ മാപ്പുസാക്ഷിയായതുകൊണ്ട് അവൻ പറഞ്ഞ കാര്യങ്ങൾ അവർ സാധിച്ചുകൊടുക്കുമായിരുന്നു. ഭക്ഷണത്തിനു വേണ്ടി ഒരുപാടു കടപിടി കൂടിയ ഞങ്ങൾക്കു വയറു നിറയെ കഴിക്കാൻ വാങ്ങിത്തന്ന് അവൻ മടങ്ങിപ്പോയി.

ഞങ്ങളിൽ നിന്ന് ഇനിയൊന്നും കിട്ടാനില്ലെന്നു മനസ്സിലായതോടെ മർദനം അവസാനിച്ചു. പൊലീസുകാരെല്ലാം ക്രൂരന്മാരായിരുന്നെങ്കിലും നന്മയുടെ ചെറിയൊരു കണവും അവർക്കിടയിൽ ഉണ്ടായിരുന്നു. അതിലൊരാളായിരുന്നു ഡിറ്റക്ടീവ് പത്മേട്ടൻ. പിടിയിലാകുന്നവരുടെ കുറ്റങ്ങൾ കണ്ടെത്താൻ അപാര കഴിവായിരുന്നു അദ്ദേഹത്തിന്. പ്രതികളുടെ മനഃശാസ്ത്രം നന്നായി അറിയാം. അതുകൊണ്ടു തന്നെ കേസന്വേഷണത്തിൽ രഹസ്യങ്ങൾ വേഗം ചോർന്നുവരും. എന്നും രാത്രി പന്ത്രണ്ടു മണിയാകുമ്പോൾ ഒരു ചെമ്പ് കഞ്ഞിവെള്ളം അദ്ദേഹം ഞങ്ങളുടെ മുറിയിൽ എത്തിക്കും. വിശന്നിരിക്കുന്ന ഞങ്ങൾക്ക് ആ കഞ്ഞിവെള്ളം വലിയൊരു ആശ്വാസമായിരുന്നു.

ഒടുവിൽ ഞങ്ങളെ മാനന്തവാടി കോടതിയിൽ ഹാജരാക്കാൻ തീരുമാനിച്ചു. അതറിഞ്ഞപ്പോൾ വലിയ സന്തോഷമായി. ഏറെ നാളായി കസ്റ്റഡിയിലായിട്ട്. ഞങ്ങൾ ജീവിച്ചിരിപ്പുണ്ടോ മരിച്ചോ എന്നൊന്നും പുറത്തുള്ളവർക്ക് അറിയില്ല. ഞങ്ങൾ കസ്റ്റഡിയിൽ ഉള്ള കാര്യം പുറത്തുള്ളവരെ അറിയിക്കണം. കോടതിയിൽ കൊണ്ടുപോകുമ്പോൾ മുദ്രാവാക്യം വിളിക്കാമെന്നു തീരുമാനമായി. വാഹനത്തിൽ നിന്നു മുദ്രാവാക്യം വിളിക്കുമ്പോൾ ആളുകൾ കേൾക്കുമല്ലോ.

ഞങ്ങളെയും കയറ്റിയ വാഹനം നെടുമ്പൊയിൽ ചുരം കയറി വയനാട്ടിലെത്തി. പ്രതീക്ഷിച്ചതിനു വിപരീതമായി ഒറ്റ ജീവിപോലും റോഡിലില്ല. ബന്ദിന്റെ പ്രതീതിയായിരുന്നു. വാഹനങ്ങളും റോഡിലില്ല. ആകെ ഞങ്ങളെ കൊണ്ടുപോകുന്ന വാഹനം മാത്രം. അതോടെ മുദ്രാവാക്യം വിളിക്കുന്നതിൽ കാര്യമില്ലെന്നു മനസ്സിലായി. എങ്കിൽ കോടതിയിൽ എത്തിയ ശേഷം മുദ്രാവാക്യം വിളിക്കാമെന്നായി. കോടതിയിലെത്തി വാഹനത്തിൽ നിന്നിറങ്ങുമ്പോൾ അവിടെയും വിജനം. മജിസ്ട്രേറ്റ് മാത്രമേ അവിടെയുണ്ടായിരുന്നുള്ളൂ. ഞങ്ങൾ കടലാസിൽ എഴുതി കൊടുത്ത കാര്യം കോടതിയിൽ നിഷേധിച്ചാൽ പിന്നെ പുറംലോകം കാണില്ലെന്ന് പൊലീസിന്റെ ഭീഷണിയുണ്ടായിരുന്നു. ഇതെല്ലാം നിങ്ങൾ എഴുതിയതാണോ എന്നു മാത്രം മജിസ്ട്രേറ്റ് ചോദിച്ചു. ഞങ്ങൾ നിഷേധിച്ചില്ല. ഞങ്ങളെ ജില്ലാ ജയിലിലേക്കു റിമാൻഡ് ചെയ്തു. ചെറിയൊരു ജയിലാണ്. പ്രഭാതകൃത്യങ്ങൾക്കൊക്കെ പുറത്തേക്കാണ് കൊണ്ടുപോകുക. അന്നേരമെങ്ങാനും രക്ഷപ്പെടാൻ ശ്രമിച്ചാൽ വെടിവച്ചു കൊല്ലുമെന്ന് കാവൽനിൽക്കുന്നവർ ഭീഷണിപ്പെടുത്തുമായിരുന്നു. പുഴയോരത്തേക്കാണു കൊണ്ടുപോകുക. അവിടെ നിന്നു പുഴയിൽ ചാടി

രക്ഷപ്പെട്ടേക്കുമെന്നു കരുതിയാണ് ആ ഭീഷണി.പിന്നീട് കണ്ണൂർ സെൻട്രൽ ജയിലിലേക്കു മാറ്റി. ഒരു ദിവസം ജ്യേഷ്ഠൻ കാണാൻ വന്നു. കേസ് വാദിക്കണമെന്നു പറഞ്ഞു. പാർട്ടി തീരുമാനപ്രകാരം കേസ് വാദിക്കാൻ പാടില്ലെന്ന് ഞാൻ പറഞ്ഞപ്പോൾ വിഡ്ഢിത്തം പറയരുതെന്നായി ജ്യേഷ്ഠൻ. അടിയന്തരാവസ്ഥ പിൻവലിച്ചു. കേസ് വാദിക്കാൻ ജ്യേഷ്ഠൻ വീണ്ടും വന്നുപറഞ്ഞു. ഒടുവിൽ ഞങ്ങൾ അഞ്ചുപേരും സമ്മതിച്ചു. പാർട്ടി ഇതിനെതിരായിരുന്നു. കേസ് വാദിച്ചതിന്റെ പേരിൽ ഞങ്ങളെ അഞ്ചുപേരെയും ജയിലിൽ വച്ചുതന്നെ പാർട്ടിയിൽ നിന്നു പുറത്താക്കി. പാർട്ടിയിൽ നിന്നു പുറത്താക്കപ്പെട്ടവരായാണ് ഞങ്ങൾ അഞ്ചുപേരും ജാമ്യത്തിൽ പുറത്തിറങ്ങുന്നത്.

ജയിലിൽ നിന്നിറങ്ങിയപ്പോൾ പത്രങ്ങളിലൊക്കെ വലിയ വാർത്ത വന്നു. ക്രൈം ബ്രാഞ്ച് പീഡനമൊക്കെ പത്രങ്ങളിൽ വലിയ വാർത്തയായിരുന്നു.

വയനാട്ടിലേക്കാണ് ഞാൻ നേരെ പോയത്. സുഗതനെ കാണാൻ. ആദ്യം കരുണാകരൻമാഷുടെ വീട്ടിൽ പോയി. അവിടെ ആരുമുണ്ടായിരുന്നില്ല. വീട് അടച്ചിട്ടിരിക്കുകയാണ്. സുഗതന്റെ വീട്ടിലേക്കു പോകുമ്പോൾ പഴയ ചില പ്രവർത്തകരെ കണ്ടു. സുഗതന്റെ വീട്ടിലേക്കാണെന്നറിഞ്ഞപ്പോൾ അവർ പറഞ്ഞു തൽക്കാലം അങ്ങോട്ട് പോകേണ്ടെന്ന്. അവർ പറയുമ്പോഴാണ് കാര്യങ്ങൾ പിടികിട്ടിയത്. സുഗതൻ ജീവിച്ചിരിപ്പില്ല, ആത്മഹത്യ ചെയ്തു. പൊലീസ് കസ്റ്റഡിയിൽ ഞങ്ങൾക്ക് ഇഷ്ടമുള്ള ഭക്ഷണം വാങ്ങിത്തന്ന അന്നു രാത്രി വീട്ടിലെത്തി തൂങ്ങിമരിക്കുകയായിരുന്നു. പൊലീസ് മർദനത്തിൽ പിടിച്ചുനിൽക്കാനാവാതെ അവൻ എല്ലാം തുറന്നുപറയുകയായിരുന്നു. അതിന്റെ കുറ്റബോധം അവനെ വല്ലാതെ വേട്ടയാടിയിരുന്നു. സെഷൻസ് കോടതിയിലും അതെല്ലാം പറയേണ്ടി വരും. അതിനൊന്നും പറ്റില്ലെന്നു തോന്നിയപ്പോഴാണ് ചെറുപ്രായത്തിൽ അവൻ ആത്മഹത്യ ചെയ്തത്. ആ സഖാവിന്റെ സ്നേഹത്തനു മുൻപിൽ ഞാനെന്തു പറയും...

സുഗതൻ മരിച്ചതോടെ പ്രധാന സാക്ഷിയില്ലാതായി. ഞങ്ങൾ കോടതിയിൽ എല്ലാം നിഷേധിച്ചു. അടിയന്തരാവസ്ഥക്കാലത്തെ പൊലീസ് പീഡനങ്ങൾ മിക്കതും പുറത്തുവരുന്ന കാലമായിരുന്നു. ഞങ്ങൾ കുറ്റക്കാരല്ലെന്നു ബോധ്യപ്പെട്ട് കോടതി വെറുതെ വിട്ടു.

സുഗതന്റെ ആത്മഹത്യയ്ക്കു കാരണക്കാരൻ ഞാനാണ്. ആ കുറ്റബോധം മാത്രമാണ് നക്സലൈറ്റ് ആയതിൽ ആകെയുള്ള എന്റെ നേട്ടം. അടിയന്തരാവസ്ഥയക്കുറിച്ച് എഴുതുമ്പോൾ ഞാൻ സുഗതനെ ഓർക്കും. എന്റെ നാടകത്തിൽ കഥാപാത്രമായി അവനെ ഞാൻ പുനഃസൃഷ്ടിച്ചു. മാഷെ കണ്ടുവരാമെന്നു പറഞ്ഞാണ് അവൻ വീട്ടിൽ നിന്നിറങ്ങിയത്. തിരിച്ചെത്തി കാപ്പിത്തോട്ടത്തിൽ തൂങ്ങിമരിക്കുകയായിരുന്നു. പിന്നീട് ഞാൻ അവിടേക്കു പോയില്ല. കുറ്റബോധം കൊണ്ടു തന്നെ.

മണി ആക്ഷനിലെ വർക്കി പിന്നീട് ആത്മഹത്യ ചെയ്തു. ബാക്കിയുള്ളവരെയൊന്നും കാണാൻ ഞാൻ പോകാറില്ല. അവരെ അഭിമുഖീകരിക്കാൻ എനിക്കു വയ്യ. ഞാനാണ് അവരെയൊക്കെ പ്രസ്ഥാനത്തിലേക്കു കൊണ്ടുവന്നത്. ജയിൽ മോചിതനായ എനിക്കു ജോലി തിരിച്ചു കിട്ടി. ഞാൻ സുരക്ഷിതനായി. പിന്നെ അവരോട് ഞാനെങ്ങനെ മുഖത്തു നോക്കി സംസാരിക്കും. അവരുടെ ജീവിതം തകർന്നു. കരുണാകരൻ മാഷ് പിന്നീട് കോൺഗ്രസിൽ ചേർന്നു. സിപിഎമ്മിൽ ചേരില്ല എന്ന് അന്നേ തീരുമാനിച്ചിരുന്നു. നിൽക്കാൻ വേണ്ടി കോൺഗ്രസ് ആയതാണ് അദ്ദേഹം. സുലോചന പൊലീസുകാരനെ വിവാഹം കഴിച്ച് കുടുംബിനിയായി കഴിയുന്നു. സാമൂഹിക പ്രവർത്തനത്തിലും അവർ സജീവമായിരുന്നു.

ജയിലിൽ നിന്നു പുറത്തിറങ്ങിയ ശേഷമാണ് വയനാട് സാംസ്കാരിക വേദി രൂപീകരിക്കുന്നത്. സാംസ്കാരിക പ്രവർത്തനങ്ങൾക്ക് ജയിലിൽ നിന്നു തന്നെ എല്ലാവരും കൂടി മാനിഫെസ്റ്റോ തയ്യാറാക്കിയിരുന്നു. പടയണി നാടകം ആണ് ആദ്യം ചെയ്യുന്നത്. സാഹിത്യപരിഷത്തിന്റെ അവാർഡ് ലഭിച്ച നാടകമായിരുന്നു പടയണി. പടയണി കളിക്കുമ്പോൾ അത് മാറ്റിയെഴുതാൻ ചില പാർട്ടി പ്രവർത്തകർ ആവശ്യപ്പെട്ടിരുന്നു. എന്നാൽ ഞാനതിനു വഴങ്ങിയില്ല. പിന്നീട് അമ്മ, സ്പാർട്ടക്കസ് എന്നീ നാടകങ്ങൾ ചെയ്തു. 1982ൽ ജോലി തിരികെ ലഭിച്ചു. കൊയിലാണ്ടിയിലായിരുന്നു പുതിയ നിയമനം. അതോടെ വയനാട്ടിൽ നിന്നു പ്രവർത്തനം കോഴിക്കോട്ടേക്കായി.

സാംസ്കാരികവേദി സജീവമായിരുന്നു അപ്പോഴേക്കും. എന്നാൽ ഞാൻ വേദിയിൽ ഉണ്ടായിരുന്നില്ല. എന്റെ നാടകം അമ്മ രണചേതനയുടെ ബാനറിലായിരുന്നു കളിച്ചിരുന്നത്. അവിടെ പാർട്ടി സെൽ രൂപീകരിക്കാൻ ആവശ്യപ്പെട്ടു. നാടകവുമായി എല്ലാ രാഷ്ട്രീയ പാർട്ടിക്കാരും ബന്ധപ്പെട്ടിരുന്നു. അതുകൊണ്ടു തന്നെ സെൽ രൂപീകരിക്കാൻ ഞാൻ തയ്യാറായില്ല. സേതുവും സിവിക് ചന്ദ്രനുമൊക്കെ എന്നോടാവശ്യപ്പെട്ടിട്ടും ഞാൻ നിഷേധിച്ചു. പിന്നെ അവർ അമ്മ കളിച്ചില്ല. സാംസ്കാരിക വേദിയുടെ സഹകരണമില്ലാതെ ഞാൻ സ്പാർട്ടക്കസ് എന്ന പുതിയ നാടകം ചെയ്തു.

ജയിലിലെ വായനയിൽ നിന്നു തന്നെ എനിക്കൊരു പുനർചിന്തയുണ്ടായിരുന്നു. പുറത്തിറങ്ങിയപ്പോൾ ആ ചിന്ത ശക്തിപ്പെട്ടു. കഷ്ടപ്പെടുന്നവന്റെ വിമോചനത്തിനായി രൂപീകരിച്ച പ്രസ്ഥാനം അവന്റെ തന്നെ പീഡനത്തിനുള്ള പ്രസ്ഥാനമായി മാറുന്നു. സാധാരണക്കാരായ പ്രവർത്തകർക്കു കിട്ടിയ മർദനത്തിന്റെ ചെറിയൊരംശം പോലും എനിക്കോ വേണുവിനോ ലഭിച്ചിട്ടില്ല. വിപ്ലവകാരികളായ വരേണ്യവിഭാഗം രക്ഷപ്പെട്ടു, സാധാരണക്കാർ കൂടുതൽ അക്രമത്തിനിരയായി. അങ്ങാടിപ്പുറം ബാലകൃഷ്ണന്റെയൊക്കെ മരണം എന്നെ വല്ലാതെ പിടിച്ചുലച്ചിരുന്നു.

ചൈനയെപോലെ വിപ്ലവമുണ്ടാക്കാൻ ഇവിടെ സാധിക്കില്ലെന്നുറപ്പായിട്ടും വിപ്ലവകാരികളായ നേതാക്കൾ സാധാരണക്കാരെ വഞ്ചിക്കുകയായിരുന്നു. മാവോയ്ക്ക് ചൈനയിൽ പ്രാദേശിക സൈന്യമുണ്ടായിരുന്നു. ആ സായുധസേനയുടെ പിൻബലത്തോടെയാണ് ചൈനയിൽ മാവോ വളർന്നത്. അതുപോലെ ചൈനയിൽ കഴിവില്ലാത്തവരുടെ ഭരണമായിരുന്നു. ഇവിടെ അതായിരുന്നില്ല സ്ഥിതി. ശക്തമായൊരു ജനാധിപത്യ സംവിധാനമുണ്ടായിരുന്നു. അതൊക്കെ ജയിലിൽ നിന്നും പുറത്തിറങ്ങിയപ്പോഴും എനിക്കു തിരിച്ചറിയാൻ സാധിച്ചു. പിന്നീട് 36ാം വയസ്സിൽ വിവാഹം കഴിച്ചു. രണ്ടു മക്കളുടെ അച്ഛനായി. എന്റെ ഇഷ്ടത്തിനൊത്തുള്ള സാംസ്കാരിക പ്രവർത്തനവുമായി ജീവിക്കുന്നു.

അനുബന്ധം

നക്സലല്ലാതെ ജയിലിലെത്തി

അമീർ അലി

കായണ്ണ പൊലീസ് സ്റ്റേഷൻ ആക്രമിക്കാൻ കെ. വേണുവിന്റെ നേതൃത്വത്തിൽ ആക്ഷൻ പ്ലാൻ ചെയ്യുമ്പോൾ ആക്ഷനിൽ പങ്കെടുക്കേണ്ടവർക്കുള്ള കൈത്തോക്ക് എത്തിക്കേണ്ട ചുമതല എനിക്കായിരുന്നു. കെ. വേണു പറഞ്ഞതുപ്രകാരം തോക്കുമായി പുറപ്പെട്ട ഞാൻ ലക്ഷ്യസ്ഥാനത്തെത്തുംമുൻപേ പൊലീസ് പിടിയിലായി. ഇതൊരുപക്ഷേ കേരളത്തിലെ നക്സലൈറ്റ് ചരിത്രത്തിൽ അധികമാരും അറിയാത്തൊരു അധ്യായമായിരിക്കും. കാരണം ഞാൻ പിടിയിലാകുന്നത് നക്സലൈറ്റ് ആയിട്ടല്ല, ടിക്കറ്റില്ലാതെ ട്രെയിനിൽ കയറിയ കുറ്റവാളിയായിട്ടാണ്. അടിയന്തരാവസ്ഥയിൽ ഏതു ചെറിയ കാര്യവും വലിയൊരു നിയമലംഘനമാണല്ലോ. കെ. വേണുവും കൂട്ടുകാരും തോക്കിനായി ചാത്തമംഗലത്തു കാത്തുനിൽക്കുമ്പോൾ ഞാൻ വടകര റയിൽവേ സ്റ്റേഷനിലെ ബാത്റൂമിൽ തോക്ക് ഒളപ്പിക്കാൻ വഴിയാലോചിക്കുകയായിരുന്നു.

അന്ന് ഞാൻ സംസ്ഥാന കമ്മിറ്റിയംഗമായിരുന്നു. അമീർഅലി എന്നു പറഞ്ഞാൽ ഇന്നൊരുപക്ഷേ അടുത്ത സുഹൃത്തുക്കൾക്കു മാത്രമേ അറിയൂ. ഇന്ന് ഞാൻ ബാവയാണ്. മലപ്പുറം അങ്ങാടിപ്പുറം റയിൽവേ സ്റ്റേഷനു സമീപം ചാത്തോലിക്കുണ്ടിലെ ചെറിയൊരു വീട്ടിൽ, ശരീരത്തിന്റെ ഒരു ഭാഗം തളർന്നിട്ടും പുത്തൻ ആശയങ്ങൾ ചിന്തിച്ചു ജീവിക്കുന്നു.

കണ്ണൂർ അഴീക്കോട്ടെ കടവത്തുപീടികയിലെ മുഹമ്മദിന്റെയും റാബിയയുടെയും എട്ടുമക്കളിൽ ഇളയവനായ ഞാൻ കുട്ടിക്കാലത്ത് വ്യത്യസ്തമായൊരു രാഷ്ട്രീയ പശ്ചാത്തലത്തിലാണു വളർന്നത്. ഉപ്പ മുഹമ്മദ് മുസ്‌ലിം ലീഗിന്റെ അടിയുറച്ച വിശ്വാസിയായിരുന്നു. എന്നാൽ

മൂത്ത സഹോദരങ്ങൾ കമ്യൂണിസ്റ്റ് പാർട്ടി പ്രവർത്തകരും. വീട്ടിൽ ലീഗ് നേതാക്കളുടെയും കമ്യൂണിസ്റ്റ് ആചാര്യന്മാരുടെയും ഫോട്ടോ ഒരേ നിരയിൽ ഫ്രെയിം ചെയ്ത് തൂക്കിയിട്ടതാണ് ചെറുപ്പത്തിലേ കാണുന്നത്.

സഹോദരൻ യൂസുഫിന്റെ പ്രവർത്തനങ്ങളാണ് എന്നെ നക്സലൈറ്റ് പ്രസ്ഥാനത്തിലേക്കു നയിക്കുന്നത്. 1968ലെ തലശ്ശേരി പൊലീസ് സ്റ്റേഷൻ ആക്രമണത്തിലും 70ൽ താവത്തെ ജന്മിയുടെ ഉന്മൂലനത്തിലും ഇക്ക പങ്കെടുത്തിരുന്നു. കമ്യൂണിസ്റ്റ് കോട്ടയിലെ യുവാക്കളിൽ വലിയൊരു വിഭാഗം നക്സലൈറ്റ് പ്രസ്ഥാനത്തിലേക്ക് നക്സൽബാരി സിന്ദാബാദ് മുദ്രാവാക്യം വിളിച്ചു പോയപ്പോൾ ഞാനും അക്കൂട്ടത്തിലുണ്ടായിരുന്നു. വെറുമൊരു പ്രവർത്തകനായിരിക്കാനായിരുന്നില്ല താത്പര്യം. സായുധ കലാപത്തിലൂടെ മാത്രമേ വിപ്ലവം വരൂ എന്ന ഉറച്ച വിശ്വാസക്കാരനായിരുന്നു. ഞങ്ങൾ ചില ആക്ഷനുകൾ പ്ലാൻ ചെയ്തുവെങ്കിലും അതെല്ലാം പരാജയപ്പെട്ടു. അതോടെ പൊലീസുകാർ നോട്ടമിട്ട നക്സലൈറ്റായി.

ജയറാം പടിക്കലിന്റെ നേതൃത്വത്തിൽ കേരളത്തിൽ പൊലീസ് നക്സലൈറ്റ് വേട്ട ശക്തമാക്കിയപ്പോൾ ഞാനും പിടിക്കപ്പെട്ടു. 1972ൽ കണ്ണൂരിലെ ലോഡ്ജിൽ വച്ചായിരുന്നു പിടിക്കപ്പെടുന്നത്. പിടിക്കപ്പെടുമ്പോൾ ഉഗ്രശേഷിയുള്ള തോക്ക് കൈവശമുണ്ടായിരുന്നുവെന്നായിരുന്നു പൊലീസ് കേസ് രജിസ്റ്റർ ചെയ്തത്. അതുവരെ തോക്ക് കണ്ടിട്ടു പോലുമുണ്ടായിരുന്നില്ല. നക്സലൈറ്റുകാർ ഉപയോഗിക്കുന്ന മറ്റ് ആയുധങ്ങളിലൊക്കെ ഞാനും പ്രാവീണ്യം നേടിയിരുന്നു. കോടതി ശിക്ഷിച്ചപ്പോൾ രണ്ടര വർഷം കണ്ണൂർ സെൻട്രൽ ജയിലിൽ കിടന്നു.

പക്ഷേ, പുറത്തിറങ്ങിയത് ഒരു വാശിയിലായിരുന്നു. തോക്കില്ലാതെയാണ് പൊലീസ് പിടികൂടിയത്. ശിക്ഷിച്ചത് തോക്കു കൈവശം വച്ചതിനും. എന്നാൽപിന്നെ ഒരു തോക്ക് സ്വന്തമാക്കിയിട്ടു തന്നെ കാര്യം. അന്വേഷിച്ചപ്പോൾ കാസർകോട് ജില്ലയിലെ തൃക്കരിപ്പൂരിലെ ഒരു തെയ്യം കലാകാരന്റെ കൈവശം തോക്കുണ്ടെന്നറിഞ്ഞു. നക്സലൈറ്റ് പ്രവർത്തകനായ അദ്ദേഹവും സായുധ കലാപത്തിൽ വിശ്വസിച്ചിരുന്ന ആളായിരുന്നു. സുഹൃത്ത് ദൈവക്കോലമണിഞ്ഞു നിൽക്കുന്ന സമയത്താണ് ഞാൻ തേടിയെത്തുന്നത്. തെയ്യം കഴിഞ്ഞ് വളരെ രഹസ്യമായി അദ്ദേഹം തോക്കു കൈമാറി. പിന്നീട് ആ തോക്ക് അരയിൽവച്ചുകൊണ്ടായി നടത്തമെല്ലാം.

ഈ സമയമാകുമ്പോഴേക്കും കെ.വേണു ജയിൽ ശിക്ഷ കഴിഞ്ഞ് തിരുവനന്തപുരത്തു നിന്ന് കോഴിക്കോട്ടെത്തിയിരുന്നു. അടിയന്തരാവസ്ഥ പ്രഖ്യാപിച്ചതോടെ എല്ലാ നക്സലൈറ്റുകാരും ഒളിവിൽപോയി. പലരും വെവ്വേറെ പേരുകളിലായിരുന്നു അറിയപ്പെട്ടിരുന്നത്. എന്റെ പേര് ജ്യോതി എന്നായിരുന്നു.

അമീർ അലി

കെ. വേണു കണ്ണൂരിൽ വരുമ്പോൾ ഒളിവിൽ താമസിക്കാൻ സൗകര്യ മൊരുക്കാനുള്ള ചുമതല എനിക്കായിരുന്നു. കണ്ണൂർ ആനയിടുക്കിലെ പൊക്കായി എന്ന പ്രവർത്തകന്റെ വീട്ടിലായിരുന്നു മിക്ക സമയത്തും താമസിക്കുക. സിപഐഎംഎല്ലിന്റെ സംസ്ഥാന കമ്മിറ്റിയംഗമായിരുന്ന ഞാനും കുറച്ചുപേരും മാത്രമേ ഈ സമയത്ത് കണ്ണൂരിൽ സജീവമായി പ്രവർത്തിച്ചിരുന്നുള്ളൂ.

കായണ്ണ പൊലീസ് സ്റ്റേഷൻ ആക്രമിക്കാൻ തീരുമാനിച്ച വിവരം കെ. വേണു അറിയിച്ചു. അദ്ദേഹം കണ്ണൂരിൽ വന്നിരുന്നു. എന്റെ കൈവശം തോക്കുള്ള കാര്യം വേണുവിന് അറിയാം. ആക്ഷൻ സ്ക്വാഡിനുള്ള തോക്ക് എത്തിക്കാൻ അദ്ദേഹം എന്നോട് ആവശ്യപ്പെട്ടു. അങ്ങനെ ആക്ഷൻ നടക്കുന്ന 1976 ഫെബ്രുവരി 28ന്റെ തലേദിവസം ആനയിടുക്കിലെ പൊക്കായിയുടെ വീട്ടിൽ നിന്നു ട്രെയിൻ കയറാൻ പുറപ്പെട്ടു. പുലർച്ചെ അഞ്ചുമണിക്കുള്ള കണ്ണൂർ ലോക്കലിൽ പോകാനായിരുന്നു തീരുമാനം. കണ്ണൂർ സൗത്ത് സ്റ്റേഷനിലെത്തുമ്പോഴേക്കും ട്രെയിൻ എത്തിയിരുന്നു. അന്നു കോഴിക്കോട്ടേക്ക് മൂന്നുരൂപയാണു ചാർജ്. ചില്ലറയില്ലാത്തതിനാൽ ടിക്കറ്റ് കിട്ടിയില്ല. ഇനി തലശ്ശേരിയിൽ ഇറങ്ങി ടിക്കറ്റെടുക്കാമെന്നു കരുതി ട്രെയിനിൽ കയറി. തലശ്ശേരി പ്ലാറ്റ്ഫോമിലേക്കു കാലെടുത്തുവച്ചതേയുള്ളൂ, അടിയന്തരാവസ്ഥ ക്കാലത്തെ സ്പെഷൽ സ്ക്വാഡ് മുൻപിൽ. സർക്കാർ ഓഫീസുകളെല്ലാം കൃത്യമായി പ്രവർത്തിക്കുന്നുണ്ടോ എന്നു പരിശോധിക്കാൻ അടിയന്തരാവസ്ഥയിൽ പ്രത്യേക സ്ക്വോഡുകൾ ഉണ്ടായിരുന്നു.

കള്ളട്രെയിൻ കയറിയവരെയെല്ലാം ഒരു പ്രത്യേക കംപാർട്ട്മെന്റിലാണ് കൊണ്ടുപോയത്. വടകര സ്റ്റേഷനിൽ റയിൽവേ കോടതി പ്രവർത്തിക്കുന്നുണ്ട്. എന്നെ കോടതിയിൽ ഹാജരാക്കി. തിരുവനന്തപുരത്തു നിന്നു കണ്ണൂരിലേക്കു വരുന്ന മലബാർ എക്സ്പ്രസിൽ ടിക്കറ്റില്ലാതെ വന്നതിന് 150 രൂപ പിഴയടയ്ക്കാൻ ആവശ്യപ്പെട്ടു! ഞാൻ കണ്ണൂർ ലോക്കലിലാണു വന്നതെന്നു പറഞ്ഞിട്ടൊന്നും പൊലീസ് വിശ്വസിച്ചില്ല. അന്ന് ഈടാക്കുന്ന പിഴയിൽ ഒരു ഭാഗം പിടിക്കുന്ന ഉദ്യോഗസ്ഥർക്കു ലഭിക്കുമായിരുന്നു. അതുകൊണ്ട് അവർ കൂടിയ സംഖ്യ ഈടാക്കാൻ കള്ളത്തരം കാണിക്കുമായിരുന്നു.

പിഴ ഈടാക്കാൻ ഇല്ലാത്തതിനാൽ തടവിനു ശിക്ഷിച്ചു. പിഴ ഈടാക്കുന്നതുവരെയോ അല്ലെങ്കിൽ ജയിലിൽ ജോലി ചെയ്ത് കിട്ടുന്ന കൂലി കൊണ്ട് പിഴ ഒടുക്കുന്നതുവരെയോ തടവ് ശിക്ഷ അനുഭവിക്കുക. സുകുമാരൻ എന്ന പേരാണ് റയിൽവേ ഉദ്യോഗസ്ഥർക്കു മേൽവിലാസത്തിൽ ചേർക്കാൻ കൊടുത്തത്.

അന്നേരമാണ് അരയിൽ തോക്കുള്ള കാര്യം ഓർത്തത്. തോക്കെങ്ങാനും കോടതിയിൽ അറിഞ്ഞാൽ പിന്നെ നേരെ ജയറാം പടിക്കലിന്റെ പൊലീസ് ക്യാംപിലേക്കായിരിക്കും കൊണ്ടു പോവുക. ആദ്യതവണ

പിടികൂടിയപ്പോൾ പൊലീസ് ഉരുട്ടിയതിന്റെ അനന്തരഫലം ഇപ്പോഴും അനുഭവിക്കുകയാണ്. അന്ന് സഹോദരൻ യൂസുഫിനെയും എന്നെയും ഒരേ മേശയുടെ കാലിലായിരുന്നു ചങ്ങലയ്ക്കിട്ടിരുന്നത്. പൊലീസ് ഉരുട്ടലിൽ തുടയെല്ലു പൊട്ടിയിരുന്നു. ആ വേദന ഇപ്പോഴുമുണ്ട്. എത്രയും വേഗം തോക്ക് ഒളിപ്പിക്കണം.

മൂത്രമൊഴിക്കാൻ പോകണമെന്നു പറഞ്ഞപ്പോൾ റയിൽവേ ഉദ്യോഗസ്ഥർ സമ്മതിച്ചു. കൈയിലൊരു കവറുണ്ട്. അതിൽ തോക്ക് പൊതിഞ്ഞ് കക്കൂസിന്റെ ക്ലോസറ്റിലേക്കു തിരുകിവച്ചു. തലതിരിച്ച് തോക്ക് വച്ചതിനാൽ അത്രവേഗം ആരുടെയും ശ്രദ്ധയിൽവരില്ല. വെള്ളം ബ്ലോക്ക് ആകുകയുമില്ല. തോക്ക് ഭദ്രമായി വച്ച് പുറത്തുവന്നു.

വടകര സബ് ജയിലിൽ കഴിയുമ്പോൾ 150 രൂപ പിഴയൊടുക്കാനായി കണ്ണൂരിലുള്ള രവിമാഷിനു കത്തെഴുതി. അപ്പോഴേക്കും കായണ്ണ പൊലീസ് സ്റ്റേഷൻ ആക്രമണം കഴിഞ്ഞിരുന്നു. നക്സൽവേട്ട കൂടുതൽ ഊർജിയമായ സമയം. പുറത്തിറങ്ങണ്ട, നീ തൽക്കാലം അവിടെ തന്നെ കഴിയൂ എന്നായിരുന്നു മാഷുടെ മറുപടി. അൻപതു ദിവസത്തിനു ശേഷം ഞാൻ പുറത്തിറങ്ങി. ഉടൻ തന്നെ റയിൽവേ സ്റ്റേഷനിലെത്തി. കക്കൂസിലെ ക്ലോസറ്റിൽ കൈയിട്ടു. തോക്ക് അവിടെ തന്നെയുണ്ട്. വീണ്ടും ഒളിവു ജീവിതം തന്നെ. കണ്ണൂർ ജില്ലാ സെക്രട്ടറിയായ കവിണിച്ചേരി ചന്ദ്രനും കൂടെയുണ്ടാകും. ജില്ല വിട്ടുപോകാതെ പലയിടത്തായി കഴിഞ്ഞു.

കെ. വേണുവിനെ പൊലീസ് തൃശിനാപ്പള്ളിയിലുള്ള കഥാകൃത്ത് യു.പി. ജയരാജിന്റെ ക്വാർട്ടേഴ്സിൽ വച്ചു പിടികൂടിയതോടെ പൊലീസ് ഞങ്ങളെ തേടിയെത്താൻ തുടങ്ങി. നക്സലൈറ്റ് നേതാവായ ദാമോദരൻ മാഷും ബാംഗ്ലൂരിൽ വച്ചു പിടിയിലായിരുന്നു. കണ്ണൂരിൽ രവിമാഷുടെ വീട്ടിൽ വച്ചായിരുന്നു വേണു ഒളിവിൽ കഴിഞ്ഞ കാലത്ത് ഇൻക്വിലാബിന്റെ കോപ്പി കല്ലച്ചിൽ എടുത്ത് രഹസ്യമായി വിതരണം ചെയ്തത്. അങ്ങനെയാണ് രവിമാഷെയും ഞങ്ങളെയുമൊക്കെ തേടിയെത്തിയത്. മാഷെ പൊലീസ് തേടിയെത്താൻ സാധ്യതയുണ്ടെന്ന വിവരം നൽകാൻ അവിടെയെത്തുമ്പോഴേക്കും അദ്ദേഹം പിടിയിലായിക്കഴിഞ്ഞിരുന്നു. കണ്ണൂരിലുള്ള വിജയൻ, ദാമോദരൻ, ദാമു, ഐടിഐ വിദ്യാർഥി തമ്പാൻ എന്നിവരൊക്കെ പിടിയിലായി. ഇനി കിട്ടാനുള്ളത് എന്നെയും ചന്ദ്രനെയും. ഞങ്ങളെ പിടികൂടാൻ പൊലീസ് കടലായി അമ്പലത്തിൽ പായസം നേർന്നിരുന്നെന്ന് പലരും പറഞ്ഞുകേട്ടിരുന്നു.

1977 ഫെബ്രുവരിയോടെ അടിയന്താവസ്ഥ പിൻവലിക്കുമെന്ന അവസ്ഥയെത്തി. തിരഞ്ഞെടുപ്പ് പ്രഖ്യാപനം വന്നു. ഇനി പൊലീസ് പിടികൂടില്ലെന്ന ധാരണയോടെ ഞാനും ചന്ദ്രനും കൂടി നടക്കുമ്പോഴാണ് ബസ്സിൽ വച്ച് നാലഞ്ചുപേർ ഞങ്ങളെ വളയുന്നത്. പൊലീസാണെന്ന് ഉറപ്പായപ്പോൾ ഞങ്ങൾ മുദ്രാവാക്യം വിളിച്ചു. നക്സൽബാരി

സിന്ദാബാദ്, ഞാൻ പാപ്പിനിശേരിക്കാരൻ അമീർ അലി എന്ന് രണ്ടുതവണ ഉറക്കെവിളിച്ചു. അപ്പോൾ നക്സൽബാരി സിന്ദാബാദ്, ഞാൻ ചെറുകുന്ന് കവിണിച്ചേരി ചന്ദ്രൻ എന്ന് അവനും പറഞ്ഞു. അതോടെ ഞങ്ങൾ നക്സലൈറ്റുകാരാണെന്നും പിടികൂടിയത് പൊലീസാണെന്നും ബസ്സിലുള്ളവർക്കു മനസ്സിലായി. അതായിരുന്നു ഞങ്ങളുടെ ആവശ്യവും. ബസ്സിൽ വച്ച് പൊലീസ് ആദ്യം ചെയ്തത് അരയിൽ നിന്ന് എന്റെ തോക്ക് കൈവശപ്പെടുത്തുകയായിരുന്നു.

കണ്ണൂർ സിപിഎം ഓഫീസിനടുത്താണ് ക്രൈംബ്രാഞ്ചിന്റെ ക്യാംപ്. അവിടേക്കാണു കൊണ്ടുപോയത്. ഞങ്ങളെ പിടികൂടിയതറിഞ്ഞ് പൊലീസുകാർ പായസം കുടിക്കുന്നുണ്ടായിരുന്നു. അതിലൊരു പങ്ക് ഞങ്ങളും കുടിച്ചു. കടലായി അമ്പലത്തിൽ നിന്നു കൊണ്ടുവന്ന നിവേദ്യമായിരുന്നു അത്. ഇക്കുറി കാര്യമായ മർദനമൊന്നുമുണ്ടായിരുന്നില്ല. കായണ്ണ പൊലീസ് സ്റ്റേഷൻ ആക്രമണത്തിലെ എല്ലാവരും പിടിയിലായിക്കഴിഞ്ഞിരുന്നു. ഞങ്ങളിൽ നിന്ന് കാര്യമായ വിവരമൊന്നും ലഭിക്കാനുമുണ്ടായിരുന്നില്ല. കോടതിയിൽ ഹാജരാക്കി, നേരെ കണ്ണൂർ സെൻട്രൽ ജയിലിലേക്ക്. അവിടെ വേണു, സോമശേഖരൻ, മധുമാസ്റ്റർ, സിവിക് എന്നിങ്ങനെ ഞങ്ങളുടെ നേതാക്കളൊക്കെ ഉണ്ടായിരുന്നു. അടിയന്തരാവസ്ഥ പിൻവലിച്ചതോടെ മിസ തടവുകാരായ ഞങ്ങളെയൊക്കെ വിട്ടയച്ചു.

അടിയന്തരാവസ്ഥ കഴിഞ്ഞതോടെ കുറേയേറെ പേർ പ്രസ്ഥാനം വിട്ടുപോയിരുന്നു. മർദനം ചിലരെയൊക്കെ തളർത്തിയിരുന്നു. എങ്കിലും രാജന്റെയും അങ്ങാടിപ്പുറം ബാലകൃഷ്ണന്റെയും വർക്കല വിജയന്റെയുമൊക്കെ മരണം ഞങ്ങളിൽ വിപ്ലവ ജ്വാല കെടാതെ സൂക്ഷിക്കാൻ കാരണമായി.

കുറേക്കഴിഞ്ഞ് ജനാധിപത്യത്തിൽ വിശ്വാസം വന്നതോടെ വേണു പ്രസ്ഥാനത്തോടു വഴി പിരിഞ്ഞു. ഞാൻ പ്രവർത്തന മണ്ഡലം മലപ്പുറം ജില്ലയിലേക്കു മാറ്റി. അവിടെ പേര് ബാവ എന്നാക്കി. ബാവ എന്നത് ഹിന്ദു, ക്രിസ്ത്യൻ, മുസ്‌ലിം വിഭാഗങ്ങൾക്കെല്ലാം ഇടാവുന്ന പൊതു പേരാണല്ലോ. 1992 വരെ ഞാൻ പാർട്ടിയിലുണ്ടായിരുന്നു. സായുധ വിപ്ലവത്തിൽ തന്നെയായിരുന്നു ഞാൻ വിശ്വസിച്ചിരുന്നത്. എന്നാൽ ഒരുകയ്യിൽ ഒലിവിലയും മറുകൈയിൽ തോക്കും പിടിക്കാൻ പാർട്ടിയിലുള്ളവർ ആവശ്യപ്പെട്ടപ്പോൾ എനിക്കു മടുപ്പുതോന്നി. ഞാൻ പ്രസ്ഥാനം വിട്ടു. അതുവരെ എന്റെ കൈവശമുണ്ടായിരുന്ന തോക്ക് ഞാൻ ചാലിയാറിലേക്കു വലിച്ചെറിഞ്ഞു. പിന്നെ എന്റെ ആയുധം എന്റെ വിശ്വാസങ്ങൾ മാത്രമായി.

ജീവിതത്തിന്റെ പുറമ്പോക്കിലേക്ക് ഇറങ്ങിപ്പോന്നു. തൊഴിലാളികൾക്കിടയിൽ പ്രവർത്തിക്കാൻ തുടങ്ങി. ജനകീയ വിചാരണകളിലൂടെ പ്രശ്നപരിഹാരങ്ങൾ കാണാൻ തുടങ്ങി. ഹോട്ടലുകളിലും കരിങ്കൽ

ക്വാറികളിലും ജോലി ചെയ്തു. ബീഡിത്തൊഴിലാളിയായ സൈനബ യ്ക്കും മക്കൾക്കുമൊപ്പം അങ്ങാടിപ്പുറത്തു ചെറിയൊരു വീടുണ്ടാക്കി താമസമാക്കി.

സഖാവ് കുഞ്ഞാലിക്കുശേഷം ഏറനാടു കണ്ട ധീരനായ നേതാവെ ന്നൊക്കെ പലരും പറയാറുണ്ടായിരുന്നു. പല രാഷ്ട്രീയ പാർട്ടികളിൽ നിന്നും എന്നെ ക്ഷണിച്ചിരുന്നു. പക്ഷേ, സ്വയം വിൽക്കാൻ പറ്റാത്തതു കൊണ്ട് ഇവിടെ ഒതുങ്ങിക്കഴിയുന്നു. പക്ഷാഘാതം വന്നതോടെ പുറത്തിറങ്ങുന്നതും കുറഞ്ഞു. ഇപ്പോൾ വായനയും അല്പം എഴുത്തും. വിപ്ലവം ചൂടുപിടിപ്പിച്ച നാളുകളിലൂടെയുള്ള തിരിച്ചുപോക്ക്.

ഏഴ്

ജനകീയ സാംസ്കാരികവേദി രൂപീകരിക്കുന്നു

അടിയന്തരാവസ്ഥയെ തുടർന്ന് സിപിഐഎംഎല്ലിന് വളരാൻ അനുകൂലാമായൊരു പശ്ചാത്തലമായിരുന്നു കേരളത്തിലുണ്ടായിരുന്നത്. രാജന്റെ വധവും അടിയന്തരാവസ്ഥയിലെ പൊലീസ് പീഡനങ്ങൾ ഒന്നൊന്നായി പുറത്തുവന്നതുമെല്ലാം യുവാക്കൾക്കിടയിൽ പാർട്ടിയോട് നല്ലൊരു താത്പര്യം വളർത്തിയിരുന്നു. എന്നാൽ ഈ സാഹചര്യം മുതലെടുക്കാൻ പാർട്ടിക്കു കഴിയാതെ പോയി. പരസ്യപ്രവർത്തനത്തിനു പാർട്ടി തയ്യാറായിരുന്നില്ല. അടിയന്തരാവസ്ഥയിൽ ഒന്നും ചെയ്യാതിരുന്ന സിപിഎം ആയിരുന്നു സാഹചര്യം മുതലെടുത്തത്. അടിയന്തരാവസ്ഥക്കാലത്തെ പൊലീസ് പീഡനത്തെക്കുറിച്ച് ദേശാഭിമാനി ലേഖകൻ അപ്പുക്കുട്ടൻ വള്ളിക്കുന്ന് എഴുതിയ പരമ്പര കേരളം ചർച്ചചെയ്ത പത്രറിപ്പോർട്ട് ആയിരുന്നു. ഈ റിപ്പോർട്ടിനു കിട്ടിയ ജനപിന്തുണയാണ് സിപിഎമ്മിന്റെയും കണ്ണുതുറപ്പിച്ചത്. അടിയന്തരാവസ്ഥക്കാലത്ത് പൊലീസ് പീഡനം ഏറ്റതുമുഴുവൻ നക്സലൈറ്റുകൾ ആയിരുന്നെങ്കിൽ ഗുണം ലഭിച്ചതെല്ലാം സിപിഎമ്മുകാർക്കായിരുന്നു. പരസ്യപ്രവർത്തനത്തിനെക്കുറിച്ചുള്ള ചർച്ച രണ്ടുവർഷത്തോളം പാർട്ടിയിൽ നിലനിന്നു. ഒടുവിൽ പരസ്യ പ്രവർത്തനം ആകാമെന്ന നിലപാടെടുക്കുമ്പോഴേക്കും അനുകൂല സാഹചര്യമെല്ലാം മാറിയിരുന്നു.

1978 ഫെബ്രുവരിയിൽ വർഗീസ് ദിനത്തിൽ എ.വാസുവിന്റെ നേതൃത്വത്തിൽ കോഴിക്കോട് ടൗൺഹാളിൽ നടത്തിയ പൊതുയോഗമായിരുന്നു അടിയന്തരാവസ്ഥയ്ക്കു ശേഷമുള്ള പാർട്ടിയുടെ ആദ്യ പൊതുപരിപാടി. കോഴിക്കോട് ടൗൺഹാളിൽ യോഗം തുടങ്ങും മുൻപേ നിറഞ്ഞുകവിഞ്ഞിരുന്നു. സിപിഐഎംഎല്ലിനെക്കുറിച്ചുള്ള എല്ലാ ചോദ്യങ്ങൾക്കും ഉത്തരം നൽകുമെന്ന് നോട്ടീസിൽ പ്രത്യേകം പറഞ്ഞിരുന്നു. പാർട്ടിക്ക് ജനങ്ങൾക്കിടയിൽ എത്രത്തോളം സ്വാധീനമുണ്ടെന്ന്

ആ യോഗത്തോടെ വ്യക്തമായി. എന്നിരുന്നാലും ആ യോഗത്തെ തന്നെ ചിലർ എതിർത്തിരുന്നു.

ഈ യോഗത്തോടെ പരസ്യ പ്രവർത്തനം ആകാമെന്ന തീരുമാനം വന്നു. വയനാട്ടിലാണ് അടുത്ത യോഗം നടന്നത്. വിപ്ലവ സാംസ്കാരിക പ്രവർത്തകരുടെ യോഗം സിവിക് ചന്ദ്രന്റെയും മറ്റും നേതൃത്വത്തിലായിരുന്നു നടന്നിരുന്നത്. കെ.ജെ. ബേബിയുടെ നാടുഗദ്ദിക വയനാട്ടിൽ സാംസ്കാരികമായൊരു മുന്നേറ്റമുണ്ടാക്കിയിരുന്നു. ആദിവാസികൾക്കിടയിൽ ജീവിച്ച് അവരുടെ ജീവിതം പഠിച്ച് അവരുടെതായി ബേബി തയ്യാറാക്കിയ നാടകമായിരുന്നു നാടുഗദ്ദിക. അധികാരം മാറുമ്പോൾ അതിനൊത്തു വേഷം മാറുന്ന ജനമർദകനെ ആദിവാസികൾ വകവരുത്തുന്നതായിരുന്നു നാടുഗദ്ദികയുടെ പ്രമേയം. കോൺഗ്രസ് ഭരിക്കുമ്പോൾ ജനമർദകൻ കോൺഗ്രസുകാരനാണ്. ബ്രിട്ടീഷ് ഭരണകാലത്ത് അവരുടെ ആളായിരുന്ന നാട്ടുപ്രമാണിയായിരുന്നു അയാൾ. കമ്യൂണിസ്റ്റുകാർ അധികാരത്തിൽ വന്നപ്പോൾ അയാൾ കമ്യൂണിസ്റ്റ് നേതാവായി ജനമർദനം തുടരുന്നു. ഒടുക്കം ആദിവാസികൾ സംഘടിക്കുകയും അയാളെ വകവരുത്തുകയുമാണ്. ആദിവാസികളുടെ പാട്ടും നൃത്തവുമൊക്കെ തന്നെയാണ് നാടകത്തിനും ഉപയോഗിച്ചത്. കേരളത്തിലെ പലയിടത്തും നാടുഗദ്ദിക അവതരിപ്പിക്കപ്പെട്ടു. സ്റ്റേജ് ഇല്ലാത്തതുകൊണ്ട് അവതരണച്ചെലവു കുറവായിരുന്നു. ശക്തമായൊരു പ്രമേയം ലളിതമായിട്ടായിരുന്നു പറഞ്ഞിരുന്നത്. അതുകൊണ്ടുതന്നെ നാടകത്തിനു കിട്ടിയ ജനപിന്തുണ എല്ലാവരുടെയും കണ്ണുതുറപ്പിക്കുന്നതായിരുന്നു.

ഈ സമയത്താണ് മധുമാസ്റ്ററുടെ ജാമ്യം പാർട്ടിയിൽ വലിയ ചർച്ചയാകുന്നത്. കെ.എൻ. രാമചന്ദ്രനാണ് ജാമ്യത്തിൽ ഇറങ്ങാൻ ആദ്യം ശ്രമിച്ചത്. കെ.എന്റെ ജാമ്യം എളുപ്പത്തിൽ നടക്കില്ലെന്നു ബോധ്യപ്പെട്ടപ്പോൾ അമീർഅലി ജാമ്യാപേക്ഷ കൊടുക്കാൻ തീരുമാനിച്ചു. എന്നാൽ ഇതേസമയം തന്നെ മധുമാസ്റ്ററും ജാമ്യാപേക്ഷ നൽകുകയാണെന്നു പറഞ്ഞു. ഇതിനെ പാർട്ടി അംഗീകരിച്ചില്ല. മധുമാസ്റ്റർ ജ്യേഷ്ഠൻ വഴി ജാമ്യാപേക്ഷ നൽകി. പാർട്ടി തീരുമാനത്തെ ലംഘിച്ചതിന് മധുമാസ്റ്ററെയും വയനാട്ടിലുള്ള നാലുപേരെയും ജയിലിൽ വച്ചുതന്നെ പാർട്ടിയിൽ നിന്നു പുറത്താക്കി. എങ്കിലും മധുമാസ്റ്ററെ പാർട്ടി ശത്രുവായി കണക്കാക്കിയില്ല. സാംസ്കാരിക രംഗത്തെ പ്രവർത്തനത്തിനുള്ള രൂപരേഖ ജയിലിൽ വച്ചു തയ്യാറാക്കി മധുമാസ്റ്റർ കൈവശം കൊടുത്തയച്ചിരുന്നു. രാഷ്ട്രീയവും സംസ്കാരവും തമ്മിലുള്ള ബന്ധത്തിൽ രാഷ്ട്രീയത്തിനുള്ള സ്വാധീനം സംബന്ധിച്ചൊരു വ്യക്തമാക്കലായിരുന്നു രേഖയിലുണ്ടായിരുന്നത്. രാഷ്ട്രീയവും പാർട്ടിയും സംഘടനാപരവും പ്രത്യക്ഷവുമായ നേതൃത്വം വഹിക്കാൻ പാടില്ലെന്ന് രേഖയിൽ വ്യക്തമാക്കിയിരുന്നു. വയനാട് സാംസ്കാരിക വേദി പ്രവർത്തിച്ചിരുന്നത് ഇതിന്റെ അടിസ്ഥാനത്തിലായിരുന്നു.

മധുമാസ്റ്ററുടെ പടയണി നാടകമാണ് വയനാട് സാംസ്കാരികവേദി രൂപീകരിച്ച ശേഷം ആദ്യമായി അരങ്ങിലെത്തുന്നത്. സാഹിത്യപരിഷത്തിന്റെ രജതജൂബിലിയോടനുബന്ധിച്ചു നടത്തിയ മത്സരത്തിൽ പടയണിക്കായിരുന്നു ഒന്നാംസ്ഥാനം. കേരളത്തിലങ്ങോളമിങ്ങോളം പടയണി കളിച്ചു. നാടകത്തിനു ശേഷം അവിടങ്ങളിലെല്ലാം വിപ്ലവ സാംസ്കാരിക പ്രവർത്തകരുടെ കൂട്ടായ്മ രൂപം കൊള്ളും. നാടകത്തോടനുബന്ധിച്ചു തന്നെ കവിയരങ്ങുകളും സജീവമായിരുന്നു. കടമ്മനിട്ട രാമകൃഷ്ണൻ, സച്ചിദാനന്ദൻ, ബാലചന്ദ്രൻ ചുള്ളിക്കാട്, സിവിക് ചന്ദ്രൻ എന്നിവരെല്ലാം കവിതയിലൂടെ സാംസ്കാരിക പ്രവർത്തകർക്ക് പുത്തൻ ഊർജം നൽകി. വിപ്ലവ പ്രവർത്തനങ്ങളോട് താത്പര്യമുള്ള ചെറുപ്പക്കാരായിരുന്നു ഇത്തരം വേദികളിലെല്ലാം സജീവമായിരുന്നത്.

മധുമാസ്റ്ററുടെ അമ്മയായിരുന്നു അടുത്ത നാടകം. മാക്സിം ഗോർക്കിയുടെ അമ്മ എന്ന നോവലിനെയും ബ്രഹ്തിന്റെ അമ്മ നാടകത്തെയും അവലംബമാക്കിയാണ് മധുമാസ്റ്ററുടെ അമ്മ നാടകം രൂപം കൊണ്ടത്. രണചേതനയുടെ ബാനറിലായിരുന്നു മധുമാസ്റ്റർ അമ്മ അവതരിപ്പിച്ചിരുന്നത്. നാടകം അരങ്ങേറിയതെല്ലാം വിപ്ലവ സാംസ്കാരിക പ്രവർത്തകരുടെ സഹായത്തോടെയായിരുന്നു. രണചേതനയിൽ പാർട്ടി സെൽ രൂപീകരിക്കണമെന്ന ആവശ്യം വന്നപ്പോൾ മധുമാസ്റ്റർ അതിനെ നിരാകരിച്ചു. അതോടെ വിപ്ലവ സാംസ്കാരിക പ്രവർത്തകരുടെ വേദികളിൽ അമ്മ കളിക്കാതെയായി.

ഈ സമയത്ത് തൃശൂരിൽ പ്രേരണ മാസികയുടെ ഓഫീസ് ബുദ്ധിജീവി-സാംസ്കാരിക പ്രവർത്തകരുടെ ആസ്ഥാനമായി മാറിയിരുന്നു. ട്രാൻസ്പോർട്ട് ബസ്സ്റ്റാൻഡിനടുത്തുള്ള വാഞ്ചി ലോഡ്ജിലായിരുന്നു പ്രേരണയുടെ ഓഫീസ്. കെ.എസ്. സദാശിവൻ എന്ന അന്തിക്കാട്ടുകാരനായിരുന്നു പ്രേരണയുടെ ചുമതലയുണ്ടായിരുന്നത്. കുന്നിക്കൽ നാരായണന്റെ കാലത്ത് നക്സലൈറ്റ് ആയ ആളായിരുന്നു കെ.എസ്.

എൺപതിന്റെ തുടക്കത്തിലാണ് പരസ്യ പ്രവർത്തനത്തിനു പാർട്ടി പൂർണമായും തയാറാകുന്നത്. അതേപോലെ ബഹുജന സംഘടനകൾ രൂപീകരിക്കാൻ തീരുമാനിച്ചതും. സാംസ്കാരിക രംഗത്തെ പ്രവർത്തനം വിപുലീകരിക്കാൻ കെ. വേണുവിനെയാണ് പാർട്ടി ചുമതലപ്പെടുത്തിയത്. കെ. വേണു എഴുതിയ വിപ്ലവത്തിന്റെ ദാർശനിക പ്രശ്നങ്ങൾ അപ്പോഴേക്കും കേരളത്തിൽ വലിയ ചർച്ചയായ ഗ്രന്ഥമായിരുന്നു. കലാസാഹിത്യരംഗങ്ങളിലെ പ്രവർത്തനങ്ങളിൽ പാർട്ടി പ്രത്യക്ഷമായി ഇടപെടാതെ പിന്നിൽ നിന്നു നിയന്ത്രിക്കുക എന്ന നിലപാടായിരുന്നു എടുത്തിരുന്നത്. സംഘടനയുടെ ചട്ടകൂടിൽ വരാതിരുന്ന സാംസ്കാരിക വേദിക്ക് അത്തരമൊരു ഘടനയുണ്ടാക്കാൻ തൃശൂരിൽ സാംസ്കാരിക പ്രവർത്തകരുടെ യോഗം ചേരുകയുണ്ടായി. ജനകീയമായ പുത്തൻ സംസ്കാരം വളർത്തിയെടുക്കണമെന്നും സാംസ്കാരിക പ്രവർത്തനം

കലാ-സാംസ്കാരിക രംഗത്തുമാത്രം ഒതുങ്ങാൻ പാടില്ലെന്നുമായിരുന്നു യോഗത്തിൽ പങ്കെടുത്തിരുന്നവരെല്ലാം അഭിപ്രായപ്പെട്ടിരുന്നത്. ഈ യോഗത്തിൽ പാർട്ടിയുടെ നിലപാട് കെ. വേണു വ്യക്തമാക്കി. സാംസ്കാരികവേദിക്ക് സ്വന്തമായ പ്രവർത്തന പദ്ധതികൾ ആവിഷ്ക്കരിക്കാനും അതു നടപ്പാക്കാനും സ്വാതന്ത്ര്യമുണ്ടെന്നും പാർട്ടി അതിൽ ആധിപത്യത്തിനു ശ്രമിക്കില്ലെന്നുമുള്ള വേണുവിന്റെ ഉറപ്പുകൊടുക്കലോടെ യോഗത്തിൽ പങ്കെടുത്തവരിലെല്ലാം പുതിയൊരു ആവേശം നിറഞ്ഞു. രാഷ്ട്രീയവും സാംസ്കാരികവുമായി ഒന്നിച്ചുപ്രവർത്തിക്കുമ്പോൾ രാഷ്ട്രീയത്തിനു നേതൃസ്ഥാനമെന്ന മാവോ നിലപാട് പാർട്ടിയെടുക്കുമോ എന്നതായിരുന്നു പലരുടെയും ആശങ്ക.

എന്നാൽ ഈ യോഗത്തിലും എതിരഭിപ്രായക്കാരുണ്ടായിരുന്നു. സാംസ്കാരിക-ബുദ്ധിജീവികൾ പാർട്ടിയുടെ കടിഞ്ഞാൺ പിടിച്ചെടുക്കുമോ എന്നൊരു ആശങ്കയായിരുന്നു മുതിർന്ന ചില നേതാക്കൾക്കുണ്ടായിരുന്നത്. (ബുദ്ധിജീവികൾ പാർട്ടിയെ കയ്യാളിയെന്നാരോപിച്ച് ഇവർ പിന്നീട് പ്രവർത്തനം നിർത്തുകയും ചെയ്തു). എങ്കിലും ജനകീയ സാംസ്കാരിക വേദി എന്ന പേരിൽ സംസ്ഥാനാടിസ്ഥാനത്തിൽ സാംസ്കാരിക സംഘടന രൂപീകരിക്കാൻ ആ യോഗത്തിൽ തീരുമാനമായി. അതിനുള്ള രൂപരേഖയും അവിടെ വച്ചു തയ്യാറാക്കി.

തെരുവുനാടകവും കവിയരങ്ങുമായി സാംസ്കാരികവേദി പ്രവർത്തകർ നാടെങ്ങും സജീവമായി. തെരുവോരങ്ങളിലെ കവിയരങ്ങിൽ സച്ചിദാനന്ദൻ, കടമ്മനിട്ട, കെ.ജി. ശങ്കരപ്പിള്ള, ബാലചന്ദ്രൻ ചുള്ളിക്കാട്, സിവിക് ചന്ദ്രൻ എന്നിവരെല്ലാം സജീവമായിരുന്നു. കടമ്മനിട്ടയുടെ കവിതകൾ ഏതു സാധാരണക്കാരനും ചൊല്ലുന്ന സ്ഥിതിയുണ്ടാക്കാൻ ഇത്തരം തെരുവോര കവിയരങ്ങുകൾകൊണ്ടു സാധിച്ചു. ഇതിനിടെ ഇരിങ്ങാലക്കുടയിലെ നടവരമ്പിൽ തൊഴിൽ തർക്കത്തെ തുടർന്ന് പൊലീസ് ഇടപെടലുണ്ടായി. നാട്ടുകാരുടെ കല്ലേറിൽ എസ്ഐക്കു പരിക്കേറ്റു. പൊലീസുകാരിൽ നിന്ന് റൈഫിൾ തട്ടിയെടുക്കുന്ന സംഭവം വരെ അരങ്ങേറി. യഥാർഥത്തിൽ പൊലീസിന്റെ റൈഫിൾ തട്ടിയെടുക്കുകയായിരുന്നില്ല. പൊലീസുകാരൻ തോക്ക് ഒരുസ്ഥലത്തു സുരക്ഷിതമായി വച്ചു മാറിനിന്നപ്പോൾ രാമൻകുട്ടി എന്നയാൾ തോക്കുമായി സ്ഥലം വിടുകയായിരുന്നു. പിന്നീട് രാമൻകുട്ടി പൊലീസ് പിടിയിലായി. ഇതിൽ പ്രതിഷേധിച്ചാണ് അവിടെ വലിയൊരു പ്രകടനം നടന്നത്.

നടവരമ്പിൽ കവിയരങ്ങു നടത്താൻ പോയിരുന്ന കവി സച്ചിദാനന്ദനെ പൊലീസ് അറസ്റ്റ് ചെയ്തതോടെയാണ് സംഭവം വലിയ വാർത്തയാകുന്നത്. പ്രതിഷേധ പ്രകടനത്തിനു സച്ചിദാനന്ദൻ നേതൃത്വം നൽകിയിരുന്നു. എന്നാൽ ഉണരുവിൻ പാർട്ടി തടവുകാരേ.. എന്ന കമ്യൂണിസ്റ്റ് സാർവദേശീയഗാനം പാടിയതിനാണ് സച്ചിദാനന്ദനെതിരെ കേസ് എടുത്തതും അറസ്റ്റുണ്ടായതും. ദേശീയതലത്തിൽ വരെ ഈ സംഭവം ചർച്ച

ചെയ്യപ്പെട്ടു. അക്കാലത്ത് സാംസ്കാരിക വേദിയുടെ പരിപാടികളിലും പാർട്ടി പരിപാടികളുമെല്ലാം സാർവദേശീയഗാനം ആലപിക്കുന്നത് പതിവായിരുന്നു. അറസ്റ്റ് ചെയ്ത് ഉച്ചയോടെ തന്നെ സച്ചിദാനന്ദനെ ജാമ്യത്തിൽ വിട്ടു.

എല്ലാ ജില്ലയിലും സാംസ്കാരികവേദിയുടെ പ്രവർത്തനം സജീവമായതോടെ സാംസ്കാരിക പ്രവർത്തനങ്ങളെ ഏകോപിപ്പിക്കാൻ ആദ്യമായി സംഘടിപ്പിച്ച സംസ്ഥാന യോഗം തൃശൂരിലെ ഒളരിക്കയിലാണ് നടന്നത്. ആന്ധ്രയിലെ വിപ്ലവകവി വരവരറാവുവും രമണ റെഡ്ഡിയുമായിരുന്നു സമ്മേളനത്തിലെ മുഖ്യാതിഥികൾ. സാംസ്കാരിക പ്രവർത്തനങ്ങൾക്കു വഴികാട്ടിയാകാനുള്ള ഒരു മാനിഫെസ്റ്റോ ഈ യോഗത്തിൽ അംഗീകരിച്ചു. കെ. സദാശിവൻ, സച്ചിദാനന്ദൻ, സേതു, സിവിക് ചന്ദ്രൻ, സോമൻ (നോർത്ത് പരവൂർ), കവിയൂർ ബാലൻ, ചിത്തരഞ്ജൻ എന്നിവർ അടങ്ങിയ സംസ്ഥാന കോ-ഓർഡിനേഷൻ കമ്മിറ്റി തിരഞ്ഞെടുത്തു. സംസ്ഥാനാടിസ്ഥാനത്തിലുള്ള കേന്ദ്രീകൃത രൂപത്തിന്റെ തുടക്കമായിരുന്നു ഒളരിക്കര ഗവ. സ്കൂളിൽ നടന്നത്. ജില്ലകൾതോറുമുള്ള വേദി പ്രവർത്തരെ സംഘടിപ്പിച്ച് അന്തിക്കാട്ടു വച്ച് സംസ്ഥാന സമ്മേളനം നടത്താനും തീരുമാനമായി. പ്രേരണയുടെ പ്രസിദ്ധീകരണ ചുമതലയുണ്ടായിരുന്ന കെ.എസ്. സദാശിവനായിരുന്നു സമ്മേളന നടത്തിപ്പിന്റെ ചുമതല.

സാംസ്കാരികവേദിയും പാർട്ടിയും തമ്മിലുള്ള ബന്ധം ഏതുതരത്തിലായിരിക്കണമെന്ന ചർച്ച ഈ സമയത്തു തന്നെ രണ്ടുവിഭാഗങ്ങളിലും സജീവമായിരുന്നു. പാർട്ടിയുടെ താത്പര്യം സംരക്ഷിച്ചുകൊണ്ടാണ് ഒളരിക്കയിലെ യോഗം നടന്നതും താൽക്കാലിക കമ്മിറ്റിയെ തിരഞ്ഞെടുത്തതും. അന്തിക്കാട്ടെ സമ്മേളനം ആസൂത്രണം ചെയ്തതും പാർട്ടി തന്നെയായിരുന്നു. പാർട്ടി പ്രവർത്തനം രഹസ്യമായിരിക്കണമെന്നും സാംസ്കാരികവേദി പാർട്ടിയുടെ പൂർണ നിയന്ത്രണത്തിലായിരിക്കണമെന്നും ശക്തമായി വാദിച്ചിരുന്ന ആളായിരുന്നു സമ്മേളന നടത്തിപ്പിന്റെ ചുമതലയുണ്ടായിരുന്ന കെ.എസ്. ജനകീയ സാംസ്കാരികവേദിക്ക് എല്ലാ ജില്ലയിലും നല്ല പ്രവർത്തകർ ഉണ്ടായിട്ടും അന്തിക്കാട്ടെ സമ്മേളനം രഹസ്യ സ്വഭാവത്തോടെയാണ് കെ.എസ്. ആസൂത്രണം ചെയ്തിരുന്നത്. വേണ്ടത്ര പ്രചാരണമൊന്നും നൽകിയിരുന്നില്ല.

ഇതിനിടെ കോട്ടയം പാലയിൽ പൊലീസ് സ്റ്റേഷനു മുന്നിലെ യോഗത്തിൽ പ്രസംഗിച്ചതിനു സിവിക് ചന്ദ്രനെ പൊലീസ് അറസ്റ്റ് ചെയ്തു. അന്തിക്കാട് സമ്മേളനത്തിൽ ചർച്ച ചെയ്യാനുള്ള രേഖ സിവികിന്റെ ബാഗിൽ നിന്ന് പൊലീസ് പിടിച്ചെടുത്തു. രാഷ്ട്രീയവും സംസ്കാരവും തമ്മിലുള്ള ബന്ധം ചർച്ച ചെയ്യുന്നതായിരുന്നു ആ രേഖ. എന്നാൽ ഭരണകൂട അട്ടിമറിക്കുള്ള പാർട്ടി രഹസ്യരേഖയാണെന്ന പേരിൽ പൊലീസ് കേസെടുത്തു. അധ്യാപകനായിരുന്ന സിവിക് ചന്ദ്രന് ഈ കേസിന്റെ പേരിൽ പത്തുവർഷം സസ്പെൻഷൻ അനുഭവിക്കേണ്ടി വന്നു.

കവിയൂർ ബാലൻ

പാർട്ടിയിൽ കെ. വേണുവിനായിരുന്നു സാംസ്കാരികവേദിയുടെ ചുമതല. എന്നാൽ കുമ്പളംകേസ് വീണ്ടും വിചാരണയ്ക്കെടുത്തതോടെ വേണു ഒളിവിൽപോയിരുന്നു. ഇതേതുടർന്ന് ഭാസുരേന്ദ്രബാബുവിനെയാണ് പാർട്ടി ചുമതലയേല്പിച്ചത്. അന്ന് സാംസ്കാരികവേദി പ്രവർത്തകരുമായി നല്ല അടുപ്പം പുലർത്തിയിരുന്നത് ഭാസുരേന്ദ്രബാബുവായിരുന്നു.

1980 ആഗസ്ത് 28, 29, 30 തീയതികളിലായിരുന്നു അന്തിക്കാട് സമ്മേളനം നടന്നത്. വേദിയെ കൂടുതൽ സ്വതന്ത്രവും പരസ്യവുമായി മാറ്റണമെന്ന അഭിപ്രായക്കാരാണ് സമ്മേളനത്തിൽ പങ്കെടുത്തതിൽ ഭൂരിഭാഗവും. അടിയന്താരവസ്ഥയ്ക്കു ശേഷം നക്സലൈറ്റുകൾക്ക് പുതിയൊരു മേൽവിലാസമായിരുന്നു ലഭിച്ചിരുന്നത്. അടിയന്തരാവസ്ഥക്കാലത്ത് ഏൽക്കേണ്ടി വന്ന മർദനങ്ങൾ ഈ സമയത്തൊക്കെ എല്ലായിടത്തും അറിഞ്ഞിരുന്നു. സിനിമാതാരങ്ങൾക്കു ലഭിക്കുന്നതുപോലെയൊരു ഹീറോ പരിവേഷം എല്ലാവർക്കും ലഭിച്ചിരുന്നു. സാംസ്കാരികവേദിയിലെ പ്രമുഖരെയൊക്കെ വളരെ ആരാധനയോടെയാണ് അന്നത്തെ യുവാക്കൾ കണ്ടിരുന്നത്.

മുന്നൂറോളം പേർ സമ്മേളനത്തിൽ പങ്കെടുത്തിരുന്നു. സിവിക് ചന്ദ്രനാണ് സമ്മേളനത്തിനു പതാക ഉയർത്തിയത്. വ്യത്യസ്ത വിഷയങ്ങളിൽ ഏറെ നീണ്ട സജീവ ചർച്ചകളാണ് അരങ്ങേറിയത്. സിവിക് ചന്ദ്രൻ തയ്യാറാക്കിയ റിപ്പോർട്ടും ചർച്ച ചെയ്തു. വൈകുന്നേരത്തെ പൊതുപരിപാടിയിൽ നാട്ടുകാരും പങ്കെടുത്തിരുന്നു. കോവിലനായിരുന്നു രണ്ടാം ദിവസത്തെ വിശിഷ്ടാതിഥി. ബി. രാജീവന്റെ സ്വാതന്ത്ര്യത്തിന്റെ സമഗ്രത എന്ന ലേഖന സമാഹാരം പ്രകാശനം ചെയ്തത് അദ്ദേഹമായിരുന്നു.

കടമ്മനിട്ടയുടെ കാട്ടാളൻ ചൊൽക്കാഴ്ചയായി സുരാസു അവതരിപ്പിച്ചു. സച്ചിദാനന്ദൻ, ബാലചന്ദ്രൻ ചുള്ളിക്കാട്, യു. പി. ജയരാജ് തുടങ്ങിയവരൊക്കെ സജീവമായി തന്നെ സമ്മേളനത്തിലുണ്ടായിരുന്നു. കേരളത്തിനു പുറത്തുനിന്നുള്ള പ്രതിനിധികളും പങ്കെടുത്തിരുന്നു.

ഭാസുരേന്ദ്രബാബു, മുരളി, രവീന്ദ്രൻ എന്നിവരെയാണ് സമ്മേളനത്തിൽ പങ്കെടുക്കാൻ പാർട്ടി ചുമതലപ്പെടുത്തിയിരുന്നത്. ഭാസുരേന്ദ്രബാബുവാണ് ചർച്ചയിൽ പങ്കെടുത്ത് സംസാരിച്ചിരുന്നത്. ഒളിവിലായിരുന്ന കെ. വേണു രണ്ടാംദിവസം രാത്രിയാണ് എത്തുന്നത്. പാർട്ടിയും സാംസ്കാരികവേദിയും തമ്മിലുള്ള ബന്ധത്തെപറ്റി വേണുവിന്റെ പ്രസംഗം റെക്കോർഡ് ചെയ്ത് കേൾപ്പിക്കുകയുണ്ടായി. സാംസ്കാരികവേദിയുടെ മേൽ പാർട്ടി സംഘടനാപരമായ ആധിപത്യം നടത്തില്ലെന്നായിരുന്നു വേണു പറഞ്ഞത്. വേദിയും പാർട്ടിയും തമ്മിലുള്ള ബന്ധം എങ്ങനെയായിരിക്കണമെന്നതായിരുന്നു മിക്ക ചർച്ചകളുടെയും ഉള്ളടക്കം. വേദി സാംസ്കാരിക രംഗത്തു മാത്രം പ്രവർത്തിച്ചാൽ മതിയെന്ന് ഒരു

കൂട്ടരും ജനകീയമായ എല്ലാ പ്രശ്നങ്ങളിലും വേദിയുടെ സജീവ പങ്കാളിത്തം വേണമെന്നു മറ്റൊരു വിഭാഗവും വാദിച്ചിരുന്നു. തലശ്ശേരിയിലും കണ്ണൂരിലും ചൂതാട്ടവിരുദ്ധ സമരങ്ങളിൽ വേദി സജീവമായി ഇടപെട്ടിരുന്നു. ഇതിനെ വിമർശിച്ചുകൊണ്ടാണ് ചിലർ വേദി സാംസ്കാരിക രംഗത്തു മാത്രം മതിയെന്നു വാദിച്ചത്.

എന്നാൽ ആദ്യ സംസ്ഥാന സമ്മേളനം വിവാദത്തോടെയാണ് പിരിഞ്ഞത്. പുതിയ കമ്മിറ്റി ഭാരവാഹികളുടെ പേര് പത്രങ്ങൾക്കു ചോർത്തിക്കൊടുത്തതായിരുന്നു പ്രശ്നം. ബ്രണ്ണൻ കോളജ് യൂണിയൻ നേതാവായിരുന്ന കവിയൂർ ബാലനെ സംസ്ഥാന സെക്രട്ടറിയായി തിരഞ്ഞെടുക്കുമെന്നായിരുന്നു വാർത്ത. പാർട്ടിയുടെ ഇടപെടലാണ് അതിനു പിന്നിൽ നടന്നതെന്നായിരുന്നു വേദിയിലുള്ളവർ ആരോപിച്ചിരുന്നത്. ബി. രാജീവനെ സെക്രട്ടറിയാക്കാനായിരുന്നു വേദിയിലുള്ളവർ ആഗ്രഹിച്ചിരുന്നത്. അതു മുൻകൂട്ടി കണ്ട് കവിയൂർ ബാലനെ സെക്രട്ടറിയാക്കുമെന്നു ചിലർ പത്രങ്ങൾക്കു ചോർത്തി നൽകുകയായിരുന്നു. 31 പുലർച്ചെയായിരുന്നു സമ്മേളനം പൂർത്തിയായത്. എന്നാൽ 31ന് അച്ചടിച്ച പത്രത്തിൽ കവിയൂർ ബാലൻ സെക്രട്ടറി എന്ന വാർത്ത വന്നതെങ്ങനെയെന്നതായിരുന്നു പ്രധാന ചോദ്യം. നാലുമണിക്കു തീർന്ന സമ്മേളനത്തിലെ വാർത്ത 30ന് രാത്രി പത്തുമണിക്കടിച്ച പത്രത്തിൽ വാർത്തയായി വന്നിരുന്നു. പാർട്ടിയോടു കൂറുള്ള സാംസ്കാരികവേദിയിലെ തന്നെ ചിലരായിരുന്നു ഇതിനു പിന്നിലെന്നായിരുന്നു പ്രധാന ആരോപണം. പത്രങ്ങൾക്കു വാർത്ത നൽകാനുള്ള ചുമതല സിവിക് ചന്ദ്രനായിരുന്നു. സ്വാഭാവികമായും അദ്ദേഹത്തിനു നേരെയായിരുന്നു പലരുടെയും കൈകൾ നീണ്ടത്. ബി. രാജീവൻ, നാടകകൃത്തായ പി.എം.ആന്റണി, സിനിമയിൽ നിന്നുള്ള സേതു, സിവിക് ചന്ദ്രൻ, കെ.എസ്. സദാശിവൻ, പി.കെ. ബാലകൃഷ്ണൻ, ചിത്തരഞ്ജൻ, സോമൻ, കെ. രാജീവൻ തുടങ്ങിയവരായിരുന്നു സംസ്ഥാന കമ്മിറ്റിയംഗങ്ങൾ. സാംസ്കാരികവേദിയിൽ പാർട്ടി സംഘടനാപരമായി ഇടപെടില്ലെന്ന ഉറപ്പിലായിരുന്നു സമ്മേളനം നടത്തിയതെങ്കിലും സമ്മേളനാന്തരം നടന്ന കാര്യങ്ങൾ വരാനിരിക്കുന്നതിനുള്ള സൂചനയായിരുന്നു.

എങ്കിലും സമ്മേളനം വേദി പ്രവർത്തകരിൽ പുതിയൊരു ഊർജം പകർന്നു. എല്ലായിടത്തും കവിയരങ്ങും നാടകങ്ങളും പതിവായി. സമ്മേളനം കഴിഞ്ഞ് സെപ്തംബറിൽ വടക്കേക്കരയിലെ പറയകാട് മുഹമ്മദൻ എൽപി സ്കൂളിൽ സാംസ്കാരിക വേദിയുടെ എറണാകുളം ജില്ലാ സമ്മേളനം നടത്താൻ തീരുമാനിച്ചു. അതിനായി ജില്ലാ വിദ്യാഭ്യാസ ഓഫീസറിൽ നിന്ന് അനുവാദവും വാങ്ങി. എന്നാൾ സമ്മേളനം തുടങ്ങാൻ നേരം പൊലീസെത്തി തടഞ്ഞു. സമ്മേളനം നടത്താൻ പാടില്ലെന്നു പറഞ്ഞു. ഒടുവിൽ പൊലീസ് എല്ലാവരെയും അറസ്റ്റ് ചെയ്തു. സമ്മേളനത്തിൽ പങ്കെടുക്കാനെത്തിയ സംസ്ഥാന കമ്മിറ്റിയംഗങ്ങളായ

ബി. രാജീവൻ, സേതു, കെ. രാജീവൻ എന്നിവരൊക്കെ അറസ്റ്റിലായി. അറസ്റ്റ് ചെയ്യുമ്പോൾ സേതുവും പൊലീസുകാരനും തമ്മിൽ തർക്കം നടന്നു. സംഭവത്തിൽ സേതുവിന് പൊലീസ് മർദനമേറ്റു. അറസ്റ്റിലായവരെ കോടതി റിമാൻഡ് ചെയ്ത് ആലുവ സബ് ജയിലിലേക്കയച്ചു. രണ്ടാഴ്ച എല്ലാവരും ജയിലിൽ കിടന്നു. രാജീവന്റെ അറസ്റ്റ് സാഹിത്യ ലോകത്ത് പ്രതിഷേധമുണ്ടാക്കി. കോളജുകളിൽ പഠിപ്പുമുടക്കും സമരവുമെല്ലാം അരങ്ങേറി. രാജീവനെ സർവീസിൽ നിന്നു സസ്പെൻഡ് ചെയ്തു. ജോലിയിൽ തിരിച്ചു കയറുന്നതുവരെ തൃശൂരിൽ പ്രേരണയുടെ ചുമതല വഹിക്കുകയായിരുന്നു രാജീവൻ.

ഇത്തരം സംഭവങ്ങളൊക്കെ വേദിയുടെ പ്രവർത്തനങ്ങളെ കൂടുതൽ സജീവമാക്കുകയായിരുന്നു. തുടർന്നാണ് ദേശീയതലത്തിൽ വരെ ശ്രദ്ധേയമായ കോഴിക്കോട് മെഡിക്കൽ കോളജിലെ ജനകീയ വിചാരണ നടക്കുന്നത്.

എട്ട്

കോഴിക്കോട് മെഡിക്കൽ കോളജ് ജനകീയ വിചാരണ

(ജനകീയ വിചാരണയ്ക്കു നേതൃത്വം നൽകിയ എ.വാസുവിന്റെ ഓർമകൾ)

ഏഴര വർഷത്തെ ജയിൽ വാസത്തിനു ശേഷം 1977 ഏപ്രിലിലാണു ഞാൻ മോചിതനാകുന്നത്. ജയിലിൽ എല്ലാ സമയവും ഏകാന്ത തടവിൽ ആയിരുന്നു ഞാൻ. കണ്ണൂർ ജില്ലാ പൊലീസ് സൂപ്രണ്ട് തോമസ് നൽകിയ പ്രത്യേക നിർദേശപ്രകാരമാണ് 24 മണിക്കൂറും എന്നെ സെല്ലിൽ അടച്ചിട്ടിരുന്നത്. ജയിൽ അധികൃതരിൽ നിന്നു തന്നെയാണ് ഇക്കാര്യം ഞാൻ അറിഞ്ഞത്. തികച്ചും നിയമവിരുദ്ധ നടപടിയായിരുന്നു അത്. ജയിലിനുള്ളിൽ കുറ്റമൊന്നും ചെയ്യാത്ത തടവുകാരനെ 12 മണിക്കൂർ ജയിൽ വളപ്പിൽ തുറന്നുവിടണമെന്നാണു നിയമം. ജയിലിൽ പോകുമ്പോൾ 62 കിലോ ഭാരമുണ്ടായിരുന്ന ഞാൻ പുറത്തിറങ്ങുമ്പോൾ 46 കിലോഗ്രാം ആയി കുറഞ്ഞിരുന്നു. ഏഴര വർഷമാണു പ്രകൃതിയുമായി ഒരു ബന്ധവുമില്ലാതെ ഞാൻ ഒറ്റയ്ക്കു കഴിഞ്ഞത്.

വീട്ടിൽ നിന്നു പുറത്തിറങ്ങുകയോ സുഹൃത്തുക്കളെ കാണുകയോ ഉണ്ടായില്ല. അങ്ങനെ ചെയ്യണമെന്ന മാനസികാവസ്ഥയിലായിരുന്നില്ല. ആയിടയ്ക്കാണു അപരിചിതരായ മൂന്നുപേർ ഒരു ദിവസം വീട്ടിൽ വരുന്നത്. സിപിഐഎംഎല്ലുകാരാണ് അവരെന്നു സംസാരത്തിൽ നിന്നു മനസ്സിലായി. വടകരഭാഗത്തുനിന്നായിരുന്നു അവർ വന്നത്. സ്വകാര്യമായി കുറച്ചു സംസാരിക്കാനുണ്ടെന്നു പറഞ്ഞപ്പോൾ ഞങ്ങൾ അകത്തേക്കു പോന്നു.

അടിയന്തരാവസ്ഥയ്ക്കു ശേഷം പാർട്ടിയാകെ തകർന്നു കിടക്കുകയായിരുന്നല്ലോ. കേരളത്തിലെ നക്സൽ പ്രസ്ഥാനത്തിലെ അവശേഷിച്ച ഒരേയൊരു ഘടകത്തിലെ അംഗങ്ങളായിരുന്നു അവർ. ഞാൻ ജയിലിൽ പോയതിനുശേഷം സംഭവിച്ച കുറേകാര്യങ്ങൾ അവർ കുറഞ്ഞ സമയം കൊണ്ടു പറഞ്ഞുതീർത്തു. അടുത്തു ചേരുന്ന അവരുടെ ഗ്രൂപ്പു

യോഗത്തിൽ ഞാനും പങ്കെടുക്കണം. അതു പറയാനാണ് അവർ വന്നത്. പങ്കെടുക്കാമെന്ന് ഞാൻ ഏറ്റു.

ഒഡേസ സത്യൻ, ചന്ദ്രൻ മാസ്റ്റർ, രാമാനന്ദൻ, ഗണേശൻ, നാരായണേട്ടൻ എന്നിവരായിരുന്നു അന്ന് ജില്ലാ കമ്മിറ്റിയിലുണ്ടായിരുന്നവർ. സത്യനായിരുന്നു സെക്രട്ടറി. അവർ വിളിച്ചതുപ്രകാരം അടുത്ത ഗ്രൂപ്പ് യോഗത്തിൽ ഞാനും പങ്കെടുത്തു. സംസ്ഥാനതലത്തിൽ പാർട്ടി പുനഃസംഘടിപ്പിക്കാനായിരുന്നു അന്നത്തെ തീരുമാനം. പുനഃസംഘടന കമ്മിറ്റി കൺവീനറായി എന്നെ തിരഞ്ഞെടുത്തു. സംസ്ഥാന പുനഃസംഘടന കമ്മിറ്റി രൂപീകരിച്ചെങ്കിലും കോഴിക്കോട്- കണ്ണൂർ ജില്ലാകമ്മിറ്റികളായിരുന്നു സജീവമായി പ്രവർത്തിച്ചിരുന്നത്. കണ്ണൂരിൽ കരിങ്കൽകുഴി കൃഷ്ണേട്ടനെപോലെയുള്ളവരായിരുന്നു നേതൃത്വം നൽകാനുണ്ടായിരുന്നത്.

കോഴിക്കോട് ജില്ലാകമ്മിറ്റിയിൽ ഞങ്ങൾ സജീവമായി പ്രവർത്തിച്ചു. പൊറ്റമ്മലിലുള്ള വർഗ്ഗീസ് സ്മാരക ബുക്സ്റ്റാളായിരുന്നു ഞങ്ങളുടെ താവളം. അഞ്ചാറു മാസത്തെ നിരന്തരമായ പ്രവർത്തന ഫലമായി യുവാക്കളുടെ ശക്തമായ പിന്തുണ നേടിയെടുക്കാൻ ഞങ്ങൾക്കു സാധിച്ചു. അങ്ങേയറ്റം നിസ്വാർഥരും ആത്മാർഥതയുള്ളവരുമായിരുന്നു ഞങ്ങളുടെ പ്രവർത്തകരെല്ലാം. നോട്ടീസും ലഘുലേഖകളുമായി നിരന്തര പ്രചാരണമായിരുന്നു ഞങ്ങൾ നടത്തിയത്.

ഞങ്ങളുടെ ഈ ചിട്ടയായ പ്രവർത്തനം ശരിക്കും പറഞ്ഞാൽ എതിർ പാർട്ടിക്കാരുടെ ഉറക്കം കെടുത്തി. എതിർ രാഷ്ട്രീയപാർട്ടികളും പത്രങ്ങളും ചേർന്ന് ഞങ്ങളൊരു കൊള്ളസംഘമാണെന്ന പ്രചാരണം നടത്തി. പണത്തിനു വേണ്ടിയാണ് ഞങ്ങൾ ആക്ഷൻ നടത്തുന്നതെന്നായിരുന്നു മുഖ്യ പ്രചാരണം. അതു വലിയൊരു വിഭാഗം ജനങ്ങൾ വിശ്വസിക്കുകയും ചെയ്തു.

പണക്കാരെ കൊള്ളയടിക്കലാണു നിങ്ങളുടെ ഉദ്ദേശ്യമെങ്കിൽ അതിനു വയനാട്ടിൽ പോകുന്നതെന്തിന്, കോഴിക്കോടല്ലേ പണക്കാർ കൂടുതൽ ഉള്ളത് എന്നൊരു ചോദ്യം ഞങ്ങൾ നേരിടേണ്ടി വന്നു. അത് പരിഹസിക്കാൻ ചോദിക്കുന്നതല്ല,നല്ലൊരു വിഭാഗം ഞങ്ങളെക്കുറിച്ച് അങ്ങനെ വിശ്വസിക്കുന്നുണ്ടായിരുന്നു. നക്സൽ പ്രസ്ഥാനത്തെ ഒരു കൊടുംഭീകര സംഘടനയായി ചിത്രീകരിക്കുന്നതിൽ എതിർപാർട്ടിക്കാരും പത്രങ്ങളും ഏറെക്കുറെ വിജയിച്ചിരുന്നു. അതിനു കാരണം ഞങ്ങളുടെ ആദ്യകാല പാർട്ടി നേതൃത്വത്തിന്റെ വരട്ടുവാദപരമായ സമീപനങ്ങളും വിഭാഗീയതയുമായിരുന്നു. ആദ്യകാലത്ത് നക്സലൈറ്റുകൾ നടത്തിയ ആക്ഷനുകളുടെ രാഷ്ട്രീയം ജനങ്ങൾക്കിടയിൽ എത്തിക്കുന്നതിനോ അപവാദ പ്രചാരണങ്ങൾ തുറന്നുകാട്ടാനോ നേതൃത്വം ശ്രദ്ധിച്ചിരുന്നില്ല.

ഈയൊരു പ്രശ്നം എങ്ങനെ മറികടക്കണമെന്ന ചിന്തയാണ് ഒരു പൊതുയോഗം നടത്തി പാർട്ടിയുടെ ലൈൻ വ്യക്തമാക്കണമെന്ന ആശയം

എ. വാസു

വന്നത്. ഒരു പൊതുയോഗത്തിന്റെ ആവശ്യം കോമൺവെൽത്തിന്റെ തൊഴിലാളികൾ ആദ്യമേ തന്നെ ഉന്നയിച്ചിരുന്നു. പൊതുയോഗം ജില്ലാ കമ്മിറ്റിയിൽ ചർച്ചയ്ക്കു വന്നു. കമ്യൂണിസ്റ്റുകാരായ നാം നമ്മുടെ രാഷ്ട്രീയ അഭിപ്രായങ്ങളും ഉദ്ദേശലക്ഷ്യങ്ങളും ഒരിക്കലും ജനങ്ങളിൽ നിന്നു മറച്ചുവെക്കുന്നില്ല എന്നാണ് മഹാനായ മാവോയുടെ നിലപാടെന്ന് ഞാൻ കമ്മിറ്റിയിൽ പറഞ്ഞു. അന്നത്തെ ജില്ലാ കമ്മിറ്റി അംഗങ്ങളെല്ലാം മാവോയുടെ ലേഖനങ്ങൾ നന്നായി വായിക്കുന്നവരായിരുന്നു. അതു കൊണ്ടുതന്നെ പൊതുയോഗമെന്ന തീരുമാനം ഐകകണ്ഠ്യേന എടുക്കുന്നതിൽ പ്രയാസമൊന്നുമുണ്ടായില്ല.

എന്നാൽ പൊതുയോഗം നടത്താനുള്ള തീരുമാനത്തിനു സംസ്ഥാന തലത്തിൽ അംഗീകാരം ലഭിക്കാൻ നന്നായി ബുദ്ധിമുട്ടേണ്ടി വന്നു. സംസ്ഥാനതല പുനഃസംഘടനാകമ്മിറ്റിയുടെ അംഗീകാരമില്ലാതെ പൊതുയോഗം നടത്താൻ പറ്റില്ലല്ലോ. സംസ്ഥാന പുനഃസംഘടനാ കമ്മിറ്റിയിൽ ഞാൻ ഇക്കാര്യം ചർച്ചയ്ക്കു കൊണ്ടുവന്നപ്പോൾ നല്ലൊരു വിഭാഗം പ്രവർത്തകർ അതു റിവിഷനിസത്തിലേക്കുള്ള രാജപാതയാണെന്നാണ് അഭിപ്രായപ്പെട്ടത്. കേരളത്തിലുടനീളം ഇക്കാര്യം വലിയ ചർച്ചയ്ക്കു വക വച്ചു. പൊതുയോഗം നടക്കാതിരിക്കാൻ തെക്കൻജില്ലകളിലെ പ്രവർത്തകർ അവസാന നിമിഷം വരെ പ്രയത്നിച്ചിരുന്നു. പക്ഷേ, ജയിൽ സഖാക്കൾ കോഴിക്കോട് ജില്ലാ കമ്മിറ്റിയുടെ തീരുമാനത്തെ പിന്തുണച്ചതോടെ കാര്യങ്ങൾ എളുപ്പമായി. പൊതുയോഗം കോഴിക്കോട് ടൗൺ ഹാളിൽ തന്നെ നടത്താൻ തീരുമാനമായി. സിപഐ എംഎല്ലിനെ സംബന്ധിച്ച എല്ലാ ചോദ്യങ്ങൾക്കും മറുപടി പറയുമെന്ന് പോസ്റ്ററിൽ വ്യക്തമാക്കിയിരുന്നു. സംഘടനയെ സംബന്ധിച്ച എല്ലാ ചോദ്യങ്ങൾക്കും ഉത്തരം പറയുമെന്ന ഒരു പൊതുയോഗ പോസ്റ്റർ കേരളത്തിൽ ആദ്യമായിട്ടായിരുന്നു.

നല്ല മുന്നൊരുക്കത്തോടെയാണ് പൊതുയോഗം സംഘടിപ്പിച്ചത്. പോസ്റ്ററും മറ്റു പ്രചാരണ വേലകളും കൃത്യമായി ചെയ്തു. സത്യന്റെ നേതൃത്വത്തിലായിരുന്നു എല്ലാം നടന്നത്. സംഘാടകരായ ഞങ്ങളെ അമ്പരിപ്പിക്കുന്ന രീതിയിലായിരുന്നു ജനം തള്ളിക്കയറിയത്. ടൗൺ ഹാളും പരിസരവും പൊലീസിനെക്കൊണ്ടും ആളുകളെ കൊണ്ടും നിറഞ്ഞു.

കണ്ണൂരിലെ കരിങ്കൽക്കുഴി കൃഷ്ണനായിരുന്നു യോഗത്തിലെ അധ്യക്ഷൻ. വൈകുന്നേരം ആറുമണിക്കു തുടങ്ങിയ യോഗം രാത്രി പന്ത്രണ്ടിനാണു സമാപിച്ചത്. സിപിഐ എംഎല്ലിന്റെ ആവിർഭാവവും നിലപാടും പുത്തൻ ജനാധിപത്യത്തിന്റെ ഉദ്ദേശ ലക്ഷ്യങ്ങളും ഞാൻ സ്റ്റേജിൽ വിവരിച്ചു. ഏറ്റവും ഒടുവിൽ സംസാരിച്ചത് ഞാനായിരുന്നു. ഇ.എം.എസ് എഴുതിയ ചോദ്യോത്തര പംക്തി ഞാൻ വായിച്ച് അതിനെ വിമർശിക്കാൻ തുടങ്ങി. അതോടെ സദസ്സിൽ കുറേപേർ ബഹളം വച്ചു. അന്നു യോഗത്തിൽ സംബന്ധിക്കാൻ വന്നവരിൽ നല്ലൊരുവിഭാഗം

സിപിഎമ്മുകാരായിരുന്നു. ബഹളത്തിനിടെ ഒരാൾ സ്റ്റേജിൽ കയറിവന്നു. കരിങ്കൽകുഴി കൃഷ്ണേട്ടൻ ആണ് അയാളെ സ്റ്റേജിൽ നിന്നിറക്കി വിട്ടത്. പിന്നീടു ചോദ്യ വേളയായി. നൂറിലധികം ചോദ്യങ്ങൾക്കാണ് ഉത്തരം നൽകിയത്.

ഇപ്പോൾ സിഎംപി നേതാവായ സി.പി. ജോൺ അന്ന് എസ്എഫ് ഐയുടെ സംസ്ഥാന സെക്രട്ടറിയായിരുന്നു. പിന്നീടൊരിക്കൽ ജോണിനെ കണ്ടപ്പോൾ പറഞ്ഞത് അദ്ദേഹം എഴുതി നൽകിയ ഇരുപതു ചോദ്യങ്ങൾ അവിടെ പലരായി ചോദിച്ചിരുന്നു എന്നാണ്. അതായത് അന്നു ചോദ്യങ്ങൾ ഉന്നയിച്ചവരിൽ അധികവും സിപിഎമ്മുകാരായി രുന്നു.

കേരളത്തിലെ നക്സൽ പ്രസ്ഥാന ചരിത്രത്തിലെ വഴിത്തിരിവായി രുന്നു ഈ പൊതുയോഗം. ഇതോടു കൂടി കേരളത്തിലെ മിക്ക കോളജു കളിലും സ്ഥാപനങ്ങളിലും പ്രസ്ഥാനത്തിനു കയറിച്ചെല്ലാൻ നിഷ് പ്രയാസം സാധിച്ചു. സാംസ്കാരികവേദിയും വിപ്ലവ വിദ്യാർഥി സംഘട നയും രൂപംകൊണ്ടു. ജനങ്ങളെ ബാധിക്കുന്ന പ്രശ്നങ്ങളിൽ ഇടപെട്ടു കൊണ്ട് കോഴിക്കോട് ജില്ലാ കമ്മിറ്റി സജീവമായി. ഇരിങ്ങൽപാറ ക്വാറി തൊഴിലാളികളുടെ കൂലിത്തർക്കം വലിയൊരു പ്രശ്നമായി ഉയർന്നു വരുന്നത് അക്കാലത്താണ്. സിഐടിയുക്കാർ പോലും ഏറ്റെടുക്കാൻ മടിച്ച സമരം കോഴിക്കോട് ജില്ലാ കമ്മിറ്റി ഏറ്റെടുത്തു. ക്വാറി മുതലാളിമാരിൽ പലരും സിപിഎമ്മുകാരായിരുന്നു. അതായിരുന്നു സിഐടിയു സമര ത്തിൽ നിന്നു പിന്നാക്കം പോയത്. 300 പേർ ജോലി ചെയ്തിരുന്ന ക്വാറി യായിരുന്നു അത്.

സമരത്തിനനുകൂലമായി ഞങ്ങൾ പലയിടത്തും പൊതുയോഗങ്ങൾ സംഘടിപ്പിച്ചു. ക്വാറി പ്രശ്നത്തിൽ ഞങ്ങൾ തയ്യാറാക്കിയ അന്വേഷണ റിപ്പോർട്ട് നോട്ടീസായി പ്രസിദ്ധീകരിച്ചു. നക്സലൈറ്റുകൾ നയിക്കുന്ന സമരമെന്ന നിലയിൽ ഇരിങ്ങൽപാറ സമരം ശ്രദ്ധേയമായിരുന്നു. ന്യാ യമായ സമരമെന്ന നിലയിൽ ജനങ്ങളിൽ നിന്ന് നല്ല പിന്തുണ കിട്ടിയി രുന്നു. എന്നാൽ സിപിഎമ്മുകാർക്കു സമരം വലിയൊരു തലവേദനയായി. എങ്ങനെയും ഇതൊന്ന് അവസാനിപ്പിച്ചാൽ മതിയെന്നായിരുന്നു അവ രുടെ നിലപാട്. കാരണം പാർട്ടിയുടെ വലിയ സ്വാധീന മേഖലയായി രുന്നു അവിടെ. സമരം വിജയിച്ചു. പക്ഷേ,. അതു മുതലാക്കാൻ പാർ ട്ടിക്കു സാധിച്ചില്ല. ക്വാറി തൊഴിലാളികളുടെ യൂണിയൻ ഉണ്ടാക്കാൻ തൊഴിലാളികൾ അഭ്യർഥിച്ചിരുന്നു. യൂണിയനുണ്ടാക്കരുതെന്ന പാർട്ടി യിലെ മറ്റൊരു വിഭാഗത്തിന്റെ വാദത്തിൽ ആ ആവശ്യം തള്ളിപ്പോയി.

ടൗൺഹാൾ പൊതുയോഗവും ക്വാറി സമരവിജയവും പ്രവർത്തക രിൽ ഉണ്ടാക്കിയ ആത്മവിശ്വാസം വളരെ വലുതായിരുന്നു. വരാനിരി ക്കുന്ന സമരങ്ങൾക്ക് അതൊരു പ്രചോദനമായിരുന്നു. ഇത്തരമൊരു ഘട്ട ത്തിലാണു കോഴിക്കോട് മെഡിക്കൽ കോളജിലെ അഴിമതിക്കാരായ ഡോക്ടർമാരെ ജനകീയ വിചാരണ ചെയ്യാൻ പാർട്ടി തീരുമാനിക്കുന്നത്.

ജയിലിൽ നിന്നിറങ്ങിയതിനു ശേഷം പൊലീസിന്റെ നിരീക്ഷണത്തിൽ തന്നെയായിരുന്നു ഞാൻ. മെഡിക്കൽ കോളജ് പൊലീസ് സ്റ്റേഷനിലെ സ്പെഷ്യൽ ബ്രാഞ്ച് ഉദ്യോഗസ്ഥനായ കുമാരൻനായർക്കായിരുന്നു എന്നെ സംബന്ധിച്ച വിവരങ്ങൾ അന്വേഷിക്കാനുള്ള ചുമതലയുണ്ടായിരുന്നത്. ജോലികൊണ്ട് അയാൾ എന്റെയും പ്രസ്ഥാനത്തിന്റെയും എതിരാളിയായിരുന്നുവെങ്കിലും വ്യക്തിപരമായി വളരെ അടുപ്പമായിരുന്നു. അനീതിയോട് അങ്ങേയറ്റം വെറുപ്പുള്ളൊരു ഉദ്യോഗസ്ഥനായിരുന്നു അയാൾ. ഒരുദിവസം അദ്ദേഹം എന്റെ മുറിയിൽ കയറിവന്ന് വ്യക്തിപരമായി അല്പം സംസാരിക്കാനുണ്ടെന്നു പറഞ്ഞു. കോഴിക്കോട് മെഡിക്കൽ കോളജിലെ ചില മുതിർന്ന ഡോക്ടർമാർ നടത്തുന്ന കൈക്കൂലിയുടെ ഞെട്ടിക്കുന്ന വിവരങ്ങളാണ് അദ്ദേഹം പറഞ്ഞത്. അമ്മയെയും കൊണ്ട് ഒരു ഡോക്ടറെ കാണാൻ ചെന്നപ്പോൾ കൈക്കൂലി ആവശ്യപ്പെട്ട അനുഭവം അദ്ദേഹത്തിനും ഉണ്ടായിരുന്നു. ഇക്കാര്യത്തിൽ രാഷ്ട്രീയ പാർട്ടികൾക്കൊന്നും ചെയ്യാൻ കഴിയില്ലെന്നും നിങ്ങൾക്കേ എന്തെങ്കിലും പ്രവർത്തിക്കാൻ കഴിയൂ എന്ന് അദ്ദേഹം സൂചിപ്പിച്ചു.

അടുത്ത ജില്ലാ കമ്മിറ്റിയിൽ ഞാൻ ഇക്കാര്യം അവതരിപ്പിച്ചു. അഴിമതിക്കാരായ ഡോക്ടർമാരെ ജനകീയ വിചാരണ ചെയ്തുകൊണ്ട് ഗംഭീരമായി തന്നെ പ്രശ്നം നേരിടാൻ ജില്ലാ കമ്മിറ്റി തീരുമാനിച്ചു. ഈ സമയമാകുമ്പോഴേക്കും ജനകീയ സാംസ്കാരിക വേദിയും വിപ്ലവ വിദ്യാർഥി സംഘടനയും സജീവമായി കഴിഞ്ഞിരുന്നു. രണ്ടിന്റെയും താൽക്കാലിക ആസ്ഥാനം പൊറ്റമ്മലിലെ വർഗീസ് സ്മാരക ബുക്സ്റ്റാൾ തന്നെയായിരുന്നു. വിപ്ലവ വിദ്യാർഥി സംഘടനാ പ്രവർത്തകർ അപ്പോഴേക്കും പട്ടാമ്പി കോളജിലെ പ്രിൻസിപ്പലിനെ വിചാരണ നടത്തുകയും ചെയ്തിരുന്നു. മെഡിക്കൽ കോളജ് ഡോക്ടർമാരുടെ ജനകീയ വിചാരണ ഇരു സംഘടനാ പ്രവർത്തകരും താത്പര്യത്തോടെയാണ് സ്വാഗതം ചെയ്തത്.

പൊലീസിന് ഒരു സൂചനയും നൽകാതെ ജനകീയ വിചാരണ എങ്ങനെ വിജയിപ്പിക്കാമെന്നതായിരുന്നു ജില്ലാ കമ്മിറ്റി ആലോചിച്ചത്. മെഡിക്കൽ കോളജിലെ അഴിമതിയെക്കുറിച്ചും ഡോക്ടർമാരുടെ കൈക്കൂലിയെക്കുറിച്ചും സമഗ്രമായൊരു അന്വേഷണം നടത്തുകയായിരുന്നു ആദ്യം ഞങ്ങൾ ചെയ്തത്. സാംസ്കാരികവേദിയിലെ എ. സോമൻ, സേതു, വിപ്ലവ വിദ്യാർഥി സംഘടനയിലെ ശശി, ഹരിദാസ്, അയ്യപ്പൻ, ശ്രീനിവാസൻ, മെഡിക്കൽ കോളജിലെ ജൂനിയർ ഡോക്ടർമാരായ ബ്രഹ്മപുത്രൻ, ജഗദീഷ്, ഇ.പി.മോഹനൻ, മോഹൻ മാമുണ്ണി, ഐ. രാജൻ, സി.പി. ശ്രീധരൻ, അബ്ദുൽ അസീസ്, പി.എ.വാസുദേവൻ, കൃഷ്ണകുമാർ, സുഗുണൻ, സുരേഷ്ബാബു, വാസുദേവൻ, അജിത, നഴ്സിങ് വിദ്യാർഥിനിയായ സി.യു. ത്രേസ്യ എന്നിവരെയാണ് ഏല്പിച്ചത്. പി ആൻഡ് ടിയിലെ ഉദ്യോഗസ്ഥനായ സേതുവായിരുന്നു അന്വേഷണത്തിന്റെ പ്രധാന ചുമതല വഹിച്ചത്. ജൂനിയർ ഡോക്ടർമാരിൽ ബ്രഹ്മപുത്രനും.

അന്വേഷണ റിപ്പോർട്ടുകൾ വച്ച് ഞങ്ങൾ ലഘുലേഖ തയ്യാറാക്കി. മെഡിക്കൽ കോളജിലെ ഏഴു മുതിർന്ന ഡോക്ടർമാരുടെ പേരുകൾ അതിൽ എടുത്തുപറഞ്ഞിരുന്നു. ലഘുലേഖയിൽ അവരുടെ കൈക്കൂലി സംബന്ധിച്ച വിശദാംശങ്ങളും മെഡിക്കൽ കോളജ് നടത്തിപ്പിലെ അഴിമതിയും വിശദമാക്കിയിരുന്നു. അഭൂതപൂർവ്വമായ സ്വീകരണമാണ് അന്ന് ആ ലഘുലേഖയ്ക്കു ലഭിച്ചത്. കൈക്കൂലിക്കാരായ ഡോക്ടർമാരെയും കോളജ് ഭാരവാഹികളെയും അതു ശരിക്കും ഭയപ്പെടുത്തി. പ്രശ്നം രൂക്ഷമായിരിക്കുന്നു എന്നു മനസ്സിലാക്കിയ കോളജ് ഭരണസമിതി ഇതോടെ പ്രശ്നപരിഹാരത്തിനുള്ള ചില നിർദേശങ്ങൾ മുന്നോട്ടു വച്ചു. ഞങ്ങളുടെ ലഘുലേഖ മുന്നോട്ടു വച്ച പ്രശ്നങ്ങളും ഭാവിയിൽ ഉണ്ടാകാവുന്ന പ്രശ്നങ്ങളും തുറന്ന ചർച്ചയിലൂടെ പരിഹരിക്കാൻ പ്രിൻസിപ്പൽ ഉൾപ്പെടെയുള്ള ഒരു കമ്മിറ്റി രൂപീകരിക്കാം എന്നതായിരുന്നു നിർദേശം.

സാംസ്കാരികവേദിയിലെ ചിലർക്ക് ഈ നിർദേശം സ്വീകാര്യമായി തോന്നി. എന്നാൽ ജില്ലാ കമ്മിറ്റി ജനകീയ വിചാരണയിൽ തന്നെ ഉറച്ചു നിന്നു. പാളിപ്പോകാതിരിക്കാൻ കൃത്യമായ പദ്ധതി ആസൂത്രണം ചെയ്തു. കാര്യങ്ങൾ എല്ലാവരുമായും ചർച്ച ചെയ്യാതെ വിശ്വസ്തരെ മാത്രം അറിയിച്ചാൽ മതിയെന്നു തീരുമാനിച്ചു. അങ്ങനെ വിചാരണയ്ക്കുള്ള ദിവസം കണ്ടെത്തി. അപ്പോഴും സാംസ്കാരികവേദിയിലെ ചിലർ ഡോക്ടർമാർ മുന്നോട്ടുവച്ച കമ്മിറ്റിയെന്ന നിർദേശം പരീക്ഷിക്കാമെന്ന അഭിപ്രായത്തിൽ ഉറച്ചുനിൽക്കുകയായിരുന്നു. വിചാരണയ്ക്കു നിശ്ചയിച്ച തീയതിക്കു മൂന്നുദിവസം മുൻപ് ഈ പ്രശ്നത്തിൽ വീണ്ടുമൊരു യോഗം ചേർന്നു. കോറണേഷൻ ലോഡ്ജിലായിരുന്നു സാംസ്കാരികവേദി പ്രവർത്തകരുടെ പ്രത്യേക യോഗം ചേർന്നത്.

ജനകീയ വിചാരണ സംബന്ധിച്ച് പാർട്ടിയുടെ രാഷ്ട്രീയ നിലപാട് ഞാൻ വ്യക്തമാക്കി. ഏതെങ്കിലും ഒരു ഡോക്ടർക്കെതിരെയോ മെഡിക്കൽ കോളജിനെതിരെയോ ഉള്ള ജനകീയ വിചാരണയല്ല, സ്വാതന്ത്ര്യാനന്തരം രാജ്യത്ത് ശക്തിപ്രാപിച്ചുവരുന്ന അഴിമതിക്കെതിരായ പോരാട്ടമാണിതെന്നും അതുകൊണ്ടുതന്നെ എവിടെയെങ്കിലും ഇത്തരമൊരു കമ്മിറ്റി രൂപീകരിച്ചു പരിഹരിക്കാവുന്ന പ്രശ്നമല്ല ഇവിടെയുള്ളതെന്നും ഞാൻ വ്യക്തമാക്കി. രണ്ടുമണിക്കൂറാണ് ശക്തമായ സംവാദം നടന്നത്. അതിനുശേഷം ജനകീയ വിചാരണയെ സാംസ്കാരികവേദി അംഗീകരിച്ചു. ഇതേതുടർന്ന് സേതുവും സാംസ്കാരികവേദിയിലെ പ്രധാനപ്പെട്ടവരും ചേർന്ന് എ. സോമനെ വിചാരണയുടെ നേതാവായി തിരഞ്ഞെടുത്തു. അഴിമതിക്കും അനീതിക്കും എതിരായ ഒരു പോരാട്ടവേദിയായി സാംസ്കാരികവേദിയെ സമൂഹമധ്യത്തിൽ സ്ഥാപിച്ചെടുക്കുക എന്നതായിരുന്നു പാർട്ടിയുടെ ഉദ്ദേശ്യം.

ജനകീയ വിചാരണയെ നിയന്ത്രിക്കാൻ ക്യാപ്ടനായി എന്നെയും വൈസ് ക്യാപ്ടൻമാരായി ചന്ദ്രൻമാസ്റ്ററെയും രാമാനന്ദനെയും പാർട്ടി

ചുമതലപ്പെടുത്തി. വിചാരണയുടെ തലേദിവസം സാംസ്കാരികവേദിയുടെയും വിപ്ലവവിദ്യാർഥി സംഘടനയുടെയും അംഗങ്ങളെയും വിചാരണയിൽ പങ്കെടുക്കാൻ തീരുമാനിച്ച പാർട്ടി പ്രവർത്തകരെയും വിളിച്ചു കോഴിക്കോട് കടപ്പുറത്ത് പ്രത്യേക യോഗം ചേർന്നു. യോഗ ശേഷം പലരും കടപ്പുറത്തു തന്നെ കിടന്നുറങ്ങി. അടുത്തു വീടുള്ളവർ മാത്രമേ വീട്ടിലേക്കു പോയുള്ളൂ. ഞാനും സേതുവും വർഗീസ് സ്മാരക ബുക്സ്റ്റാളിൽ വന്ന് വിചാരണദിവസം ഡോ. ജോർജിനെതിരെ വായിക്കേണ്ട കുറ്റപത്രം എഴുതി തയ്യാറാക്കി. അപ്പോഴേക്കും നേരം പുലർന്നിരുന്നു.

മാർച്ച് 23ന് രാവിലെ എട്ടുമണിക്കു തന്നെ ഡോ. കെ.എം. ജോർജ് മെഡിക്കൽ കോളജ് ആശുപത്രിയിൽ എത്തുമെന്നറിയാമായിരുന്നു. ഡോക്ടർ വീട്ടിൽ നിന്നിറങ്ങുമ്പോൾ തന്നെ ഫോണിലൂടെ വിവരമറിയിക്കാൻ ആർ.ഇ.സി. വിദ്യാർഥിയായ ശശിയെ ചുമതലപ്പെടുത്തിയിരുന്നു. ഞാനും സേതുവും മെഡിക്കൽ കോളജിലേക്കു പുറപ്പെട്ടു. ജില്ലാ കമ്മിറ്റിയംഗങ്ങളും കോഴിക്കോട് കടപ്പുറത്ത് ഉറങ്ങിയവരും അപ്പോഴേക്കും മെഡിക്കൽ കോളജിൽ എത്തിയിരുന്നു. ഡോക്ടറെ പിടിക്കാൻ നാലു പേരെ ചുമതലപ്പെടുത്തിയിരുന്നു. കേരള സോപ്പ്സ് ആൻഡ് ഓയിൽസിലെ തൊഴിലാളിയായിരുന്ന രാംദാസിനായിരുന്നു ചുമതല. കടപ്പുറത്തുനിന്നെത്തിയവരെല്ലാം ഒ.പിക്കു മുൻപിൽ രോഗികളെന്ന പോലെ ക്യൂ നിന്നു. ഡോക്ടറുടെ കാർ മോർച്ചറി ഭാഗത്താണ് നിർത്തുക. അവിടേക്ക് കാഴ്ച കിട്ടുന്ന രീതിയിൽ ഞാനും നിലയുറപ്പിച്ചു. ഡോ. ജോർജ് കാറിൽ നിന്നിറങ്ങിയ ഉടൻ തന്നെ രാംദാസും കൂട്ടരും അയാളുടെ കയ്യിൽ പിടികൂടി. ആദ്യമൊന്നു കുതറിയെങ്കിലും പിന്നീടു വഴങ്ങി. എന്റെ സിഗ്നൽ കിട്ടിയ ഉടൻ തന്നെ ഒ.പി ഭാഗത്തുണ്ടായിരുന്നവർ മോർച്ചറി ഭാഗത്തേക്കു കുതിച്ചെത്തി. റോഡിൽ എല്ലാവരും ഒത്തുകൂടി. കൈക്കൂലിക്കാരനായ ഡോക്ടർക്കെതിരെ ശക്തമായ മുദ്രാവാക്യം വിളി തുടങ്ങി. ഒ.പി. ഭാഗത്തേക്കു മുദ്രാവാക്യം വിളിയുമായി ഞങ്ങളെത്തിയപ്പോൾ രണ്ടുമൂന്നു ഡോക്ടർമാർ വന്ന് എന്നോടു സംസാരിച്ചു. ഞങ്ങൾ ഡോക്ടറെ ശാരീരികമായി അപകടപ്പെടുത്തുമെന്നായിരുന്നു അവരുടെ പേടി. ഇപ്പോൾ നിങ്ങൾ ഡോക്ടറെ രക്ഷപ്പെടുത്താൻ ശ്രമിച്ചാൽ അതദ്ദേഹത്തിനു ദോഷമേ ചെയ്യൂ എന്നും ഡോക്ടർക്കെതിരെ ഒരു ബലപ്രയോഗവും നടത്തില്ലെന്നും ഞാനവർക്കു വാക്കുകൊടുത്തു.

ഇയാളാണ് ക്രൂരനായ കൈക്കൂലിക്കാരൻ ഡോ. കെ. എം. ജോർജ്. ഇയാളെ ജനമധ്യത്തിൽ വച്ച് വിചാരണ ചെയ്യാൻപോകുന്നു. അനീതിക്കെതിരെ കലാപം ചെയ്യാൻ ജനങ്ങൾക്ക് അവകാശമുണ്ട്... എന്നിങ്ങനെയുള്ള മുദ്രാവാക്യമായിരുന്നു വിളിച്ചിരുന്നത്.

ജാഥ മെഡിക്കൽ കോളജ് ജംഗ്ഷനിലെത്തി. അപ്പോഴേക്കും അവിടെ ധാരാളം പേർ തടിച്ചകൂടിയിരുന്നു. ഡോ. ജോർജിനെ നടുവിൽ നിർത്തി ആർ.ഇ.സി. വിദ്യാർഥി അയ്യപ്പൻ കുറ്റപത്രം വായിച്ചു. അതിനു ശേഷം

അയ്യപ്പൻ തന്നെ ഒരു ചെരുപ്പുമാല അണിയിച്ചു. അതിനു ശേഷം എ. സോമൻ അഞ്ചുമിനിറ്റ് സംസാരിച്ചു.

പിന്നീട് ഡോക്ടർക്കു പറയാനുള്ള അവസരം നൽകി. അയാൾ നിലത്തു നോക്കി നിന്നതേയുണ്ടായിരുന്നുള്ളൂ. പിന്നീട് നിർബന്ധിച്ചപ്പോൾ 'നിങ്ങളെന്നെ തെറ്റിദ്ധരിച്ചതാണ്' എന്നു മാത്രം പറഞ്ഞു. എന്നാൽ അതുകൊണ്ടൊന്നും ജനങ്ങൾ മതിയാക്കിയില്ല. വീണ്ടും നിർബന്ധിച്ചപ്പോൾ 'ഞാൻ മാപ്പു ചോദിക്കുന്നു' എന്നുകൂടി കൂട്ടിച്ചേർത്തു.

ഇയാൾക്കെന്തു ശിക്ഷ നൽകണമെന്ന് എ.സോമൻ വിളിച്ചു ചോദിച്ചു. പലർക്കും പല അഭിപ്രായങ്ങളായിരുന്നു. എങ്കിലും ഭൂരിപക്ഷം ആവശ്യപ്പെട്ടത് ആദ്യതവണ മാപ്പു നൽകി വിടാമെന്നായിരുന്നു. ഇനിയും കൈക്കൂലി വാങ്ങുന്നതു തുടർന്നാൽ കടുത്ത ശിക്ഷയായിരിക്കും ലഭിക്കുക, ഇപ്പോൾ നിങ്ങൾക്കുപോകാമെന്ന് സോമൻ പറഞ്ഞു. കുറച്ചു സമയത്തെ മുദ്രാവാക്യം വിളിക്കു ശേഷം ഞാൻ ഡോ. ജോർജിനെയും കൂട്ടി മെഡിക്കൽ കോളജ് ഗേറ്റിലേക്കു നടന്നു. അവിടന്ന് അദ്ദേഹത്തെ പോകാൻ അനുവദിച്ചു. അയാൾ ചെരുപ്പുമാല ഗേറ്റിൽ അഴിച്ചിട്ടതിനു ശേഷം തിരക്കിട്ട് മെഡിക്കൽ കോളജിലേക്കു പോയി. അതോടെ ജനകീയ വിചാരണ പൂർത്തിയായി.

ജനകീയ വിചാരണ അവിടെ തീർന്നെങ്കിലും അപ്രതീക്ഷിത സംഭവങ്ങളായിരുന്നു പിന്നീടുണ്ടായത്. പ്രകടനം അവസാനിപ്പിക്കുന്നത് കോവൂർ ബസാറിൽ വച്ച് ആവാമെന്നായിരുന്നു മുൻതീരുമാനം. കോവൂർ ബസാറിൽ പ്രകടനം അവസാനിപ്പിക്കാൻ ജാഥാ വൈസ് ക്യാപ്ടൻ രാമാനന്ദനെ പറഞ്ഞേല്പിച്ച് ബാക്കിയെല്ലാവരോടും ജാഥ പിരിച്ചുവിട്ടതായി ഞാൻ പറഞ്ഞു. ഞാനും മായനാട് വിജയനും ഒരുമിച്ച് മെഡിക്കൽ കോളജ് ഭാഗത്തേക്കു നടന്നു. കുറച്ചു ദൂരം പിന്നിട്ടപ്പോഴേക്കും മുദ്രാവാക്യം വിളി ശക്തിപ്രാപിച്ചതായി കേട്ടു. പൊലീസെത്തി എന്നെനിക്കുറപ്പായി. തിരിച്ചങ്ങോട്ടു ചെന്നാൽ പൊലീസ് എന്നെയും അറസ്റ്റ് ചെയ്യും. അതോടെ സമരം നക്സലൈറ്റ് അക്രമമായി ചിത്രീകരിക്കപ്പെടും. വിചാരണയിൽ പാർട്ടിയുടെ പങ്ക് മറച്ചുവയ്ക്കണമെന്നും സാംസ്കാരിക വേദിയെ മുന്നോട്ടുവയ്ക്കണമെന്നുമുള്ള ജില്ലാ കമ്മിറ്റിയുടെ ധാരണ തെറ്റും. മറ്റൊരു പ്രശ്നം അറസ്റ്റിലാകുന്നവരെ ജാമ്യത്തിലെടുക്കാൻ ഞാൻ പുറത്തുവേണം. നക്സലൈറ്റുകൾക്ക് ആരും ജാമ്യം നിൽക്കാത്ത സമയമായിരുന്നു അത്. ഞാൻ പൊറ്റമ്മലിലെ താമസസ്ഥലത്തേക്കു പോന്നു. തലേന്നു പൂർണമായും ഉറക്കമൊഴിഞ്ഞിരുന്നതിനാൽ പെട്ടെന്നു തന്നെ ഉറങ്ങിപ്പോയി.

ഒരു മണിക്കൂർ കഴിഞ്ഞപ്പോഴേക്കും ചില പ്രവർത്തകർ തിരിച്ചെത്തി. അപ്പോഴാണ് എന്താണ് നടന്നതെന്ന് അറിയുന്നത്. മെഡിക്കൽ കോളജ് എസ്ഐയും സംഘവും വന്ന് എ. സോമനെ അറസ്റ്റ് ചെയ്തിരുന്നു. വിചാരണയിൽ പങ്കെടുത്തവർ ഇതിൽ പ്രതിഷേധിച്ച് പ്രകടനം നടത്താൻ തീരുമാനിച്ചു. ആ പ്രകടനം അവസാനിച്ചത് ലാത്തിച്ചാർജിലായിരുന്നു.

ധാരാളം പേർക്കു പരിക്കേറ്റു. മർദനമേറ്റവരെ ബീച്ച് ആശുപത്രിയിലാ യിരുന്നു പ്രവേശിപ്പിച്ചിരുന്നത്. എല്ലാവരുടെയും സ്ഥിതി ഗുരുതരമായി രുന്നു. ചന്ദ്രൻ മാസ്റ്ററുടെ തലയ്ക്ക് ധാരാളം തുന്നിക്കെട്ടുണ്ടായിരുന്നു. ചില പൊലീസുകാർക്കും പരിക്കേറ്റിരുന്നു. മുപ്പതോളം പേർ അറസ്റ്റി ലായി.

അറസ്റ്റിലും ലാത്തിച്ചാർജിലും പ്രതിഷേധിച്ച് അടുത്ത ദിവസം ഞങ്ങൾ ചേവായൂരിൽ നിന്നു മെഡിക്കൽ കോളജിലേക്ക് ഉഗ്രൻ പ്രകടനം നടത്തി. അന്ന് പൊലീസ് ശാന്തമായി നിന്നു. ജനങ്ങളുടെ പിന്തുണ ഞങ്ങൾക്കാണെന്നറിഞ്ഞതുകൊണ്ടായിരിക്കും പൊലീസ് നടപടി ക്കൊന്നും മുതിരാതിരുന്നത്. അടുത്ത ദിവസത്തെ പത്രത്തിലെ വാർത്ത അത്രയ്ക്കും ശ്രദ്ധേയമായിരുന്നു. ഞങ്ങളുടെ അന്വേഷണ റിപ്പോർട്ടിൽ പറഞ്ഞിരുന്ന കൈക്കൂലിക്കാരായ ഡോക്ടർമാരെ മുഴുവൻ സർക്കാർ കോഴിക്കോട് മെഡിക്കൽ കോളജിൽ നിന്നു പുറത്താക്കി. വക്കം പുരു ഷോത്തമനായിരുന്നു അന്നത്തെ ആരോഗ്യമന്ത്രി.

തുടർന്നുള്ള കാലം ഞങ്ങൾക്ക് കോടതിയും ജയിലും ജാമ്യവു മൊക്കെയായി തിരക്കുള്ള കാലമായിരുന്നു. വക്കീൽ ഭാസ്കരൻ നായ രാണ് ഞങ്ങൾക്കു വേണ്ടി കേസ് വാദിച്ചത്. ഒടുവിൽ കേസിൽ എല്ലാ വരെയും നിരുപാധികം വിട്ടയച്ചുകൊണ്ടാണ് ജഡ്ജി വിധി പ്രഖ്യാപിച്ചത്. ഫീസ് കാര്യമാക്കാതെയാണ് വക്കീൽ ഭാസ്കരൻനായർ ഞങ്ങൾക്കു വേണ്ടി വാദിച്ചത്. തലശ്ശേരി-പുൽപ്പള്ളി മുതലുള്ള കേസുകളിലെല്ലാം അദ്ദേഹത്തിന്റെ സഹായം ഞങ്ങൾക്കു ലഭിച്ചിരുന്നു. അന്നത്തെ സുപ്രീം കോടതി ചീഫ് ജസ്റ്റിസ് വരെ ജനകീയ വിചാരണയെ മുക്തകണ്ഠം പ്രശംസിച്ചിരുന്നു എന്നു വരുമ്പോൾ അഴിമതിയെ ജനം എത്രമാത്രം വെറുത്തിരുന്നു എന്നുമനസ്സിലാക്കാവുന്നതേയുള്ളൂ. ഇന്നോ?

അനുബന്ധം

നിയമസഭ കയ്യേറുന്നു

1981 മാർച്ച് 23നു തന്നെയാണ് കവിയൂർ ബാലന്റെ നേതൃത്വത്തിൽ നിയമസഭ കൈയേറിയുള്ള സമരവും നടക്കുന്നത്. കണ്ണൂരിൽ ചൂതാട്ട വിരുദ്ധ സമരത്തിനു നേതൃത്വം നൽകിയ രമേശൻ എന്ന പ്രവർത്തകനെ സിപിഎം പിന്തുണയോടെ ഗുണ്ടകൾ കൊലപ്പെടുത്തി മാസങ്ങളായിട്ടും പ്രതികളെ അറസ്റ്റ് ചെയ്യാത്തതിലുള്ള പ്രതിഷേധമായിരുന്നു നിയമസഭ യിൽ കണ്ടത്.

രമേശൻ വധം

കേരളത്തിൽ ജനകീയ സാംസ്കാരികവേദി സജീവമായ ഇടപെടൽ നടത്തുന്ന സമയമായിരുന്നു അത്. അഴിമതിക്കെതിരായ ജനകീയ

വിചാരണകളും ചൂതാട്ടവിരുദ്ധ സമരങ്ങളും പലയിടത്തും അരങ്ങേറാൻ തുടങ്ങി. തലശ്ശേരി, കണ്ണൂർ എന്നിവിടങ്ങളിലായിരുന്നു ചൂതാട്ടവിരുദ്ധ സമരം ശക്തമായി നടന്നിരുന്നത്. ജനകീയ സാംസ്കാരികവേദി സംസ്ഥാന സെക്രട്ടറിയായിരുന്ന ട്രഷറി ജീവനക്കാരൻ കവിയൂർ ബാലന്റെ നേതൃത്വത്തിലായിരുന്നു ചൂതാട്ടവിരുദ്ധ സമരം അരങ്ങേറിയിരുന്നത്. പാർട്ടി നേതൃത്വം ജനകീയ സാംസ്കാരികവേദിയുടെ പ്രവർത്തനങ്ങളിൽ സഹായിക്കാനായി ചുമതലപ്പെടുത്തിയിരുന്നത് ഇപ്പോൾ മാധ്യമ പ്രവർത്തകനായ ഭാസുരേന്ദ്രബാബുവിനെയായിരുന്നു.

തലശ്ശേരി ജഗന്നാഥ ക്ഷേത്രത്തിനു സമീപത്തായി നടന്നിരുന്ന ചൂതാട്ട കേന്ദ്രത്തിലേക്ക് സാംസ്കാരികവേദി പ്രവർത്തകർ ഇരച്ചുകയറി ചൂതാട്ട കേന്ദ്രം അടിച്ചുതകർത്തു. ഇതേപോലെ തന്നെയായിരുന്നു കണ്ണൂർ നഗരത്തിലും ചൂതാട്ടവിരുദ്ധസമരം നടന്നിരുന്നത്. സമരത്തിനു നേതൃത്വം നൽകിയിരുന്നത് പാഴ്സൽ ഓഫിസ് ജീവനക്കാരനായിരുന്ന അഴീക്കോട് സ്വദേശി രമേശനായിരുന്നു. സമരം കഴിഞ്ഞ് രമേശൻ കണ്ണൂർ റയിൽവേ സ്റ്റേഷനു പിറകുവശത്തുള്ള തന്റെ ഓഫീസിലെത്തി ജോലി തുടർന്നു. തലശ്ശേരിയിൽ ചൂതാട്ടമാഫിയ പത്തിമടക്കിയിരുന്നെങ്കിൽ കണ്ണൂരിൽ അങ്ങനെയായിരുന്നില്ല. അവർ ഗുണ്ടകളെയിറക്കി. പാഴ്സൽ ഓഫീസിൽ രമേശനെ തിരക്കിയെത്തിയ ചട്ട രാജന്റെ നേതൃത്വത്തിലുള്ള ഗുണ്ടകൾ ഓഫീസിലിട്ട് രമേശനെ വെട്ടിനുറുക്കി.

ഈ സമയം കവിയൂർ ബാലനും ഭാസുരേന്ദ്രബാബുവും ആലപ്പുഴയിൽ സാംസ്കാരികവേദിയുടെ ജില്ലാ സമ്മേളനത്തിൽ പങ്കെടുക്കാൻ പോയതായിരുന്നു. അടുത്തദിവസം രാവിലെ പത്രത്തിലൂടെ വാർത്ത കണ്ടാണ് അവർ രമേശൻ വധം അറിയുന്നത്. പാർട്ടി പ്രവർത്തകരോ സാംസ്കാരികവേദിക്കാരോ അറിയിച്ചിരുന്നില്ല. അറിയിക്കാൻ സംവിധാനങ്ങളും ഉണ്ടായിരുന്നില്ല. സമ്മേളനത്തിന്റെ പതാക ഉയർത്തി രണ്ടുപേരും ഉടൻ തന്നെ കണ്ണൂരിലേക്കു പുറപ്പെട്ടു. രമേശന്റെ സംസ്കാരം നടക്കുന്ന സമയത്താണ് ഇരുവരും കണ്ണൂരിലെത്തുന്നത്. അന്നു വൈകിട്ടു തന്നെ കണ്ണൂർ നഗരത്തിൽ നിന്ന് അഴീക്കോട്ടെ ശ്മശാനത്തിലേക്ക് ആയിരത്തിലേറെ പേർ പങ്കെടുത്ത കൂറ്റൻ ജാഥ നടന്നു. അനുശോചന യോഗത്തിനു ശേഷം പാർട്ടിയെടുത്ത തീരുമാനം രമേശനെ വധിച്ച ചട്ട രാജനെ ഉന്മൂലനം ചെയ്യുക എന്നതായിരുന്നു. അതിനായി ബാലന്റെ നേതൃത്വത്തിലുള്ള സംഘത്തെ ചുമതലപ്പെടുത്തി. ഗുണ്ടാനേതാവിനെ വധിക്കാൻ പല പദ്ധതിയിട്ടെങ്കിലും ഒന്നും നടന്നില്ല. ടാക്സി ഡ്രൈവറായിരുന്ന അയാൾ കണ്ണൂർ റയിൽവേ സ്റ്റേഷനിലെത്തിയ ഒരു രാത്രി എല്ലാവരും തയ്യാറായി നിന്നു. എന്നാൽ അപകടം മണത്തറിഞ്ഞ് അയാൾ വാഹനത്തിൽ നിന്നു ആളെയിറക്കാതെ സ്ഥലംവിടുകയായിരുന്നു.

രമേശൻ വധം നടന്ന് നാളുകൾ കഴിഞ്ഞിട്ടും പൊലീസ് പ്രതികളെ പിടികൂടിയില്ല. കണ്ണൂരിലെ ചില രാഷ്ട്രീയ നേതൃത്വത്തിന്റെ സംരക്ഷണത്തിലായിരുന്നു പ്രതികൾ കഴിഞ്ഞിരുന്നത്. രമേശൻ വധം കേരളമാകെ

അറിയപ്പെടുന്ന സംഭവമാക്കണമെന്ന് ജനകീയ സാംസ്കാരികവേദിയും പാർട്ടിയും തീരുമാനിച്ചു. കവിയൂർ ബാലനും ഭാസുരേന്ദ്രബാബുവും വിപ്ലവ വിദ്യാർഥി സംഘടന സംസ്ഥാന സെക്രട്ടറി രാമകൃഷ്ണനും തലശ്ശേരിയിൽ ചേർന്ന് അടുത്ത സമരം ആസൂത്രണം ചെയ്തു. കേരള നിയമസഭയിൽ ഇതുസംബന്ധിച്ച് നോട്ടീസ് വിതരണം ചെയ്ത് അതൊരു വലിയ വാർത്തയാക്കി രമേശൻ വധം ജനങ്ങളുടെ ശ്രദ്ധയിൽ കൊണ്ടുവരിക എന്നതായിരുന്നു ആ യോഗ തീരുമാനം.

നിയമസഭയിൽ നോട്ടീസെറിയുന്നു

നിയസഭയിൽ കയറി ചെന്ന് മുദ്രാവാക്യം വിളിക്കുകയും നോട്ടീസ് വിതരണം ചെയ്യുകയും അത്ര എളുപ്പമുള്ള കാര്യമായിരുന്നില്ല. നക്സലൈറ്റ് ആഭിമുഖ്യമുള്ള ചെറുപ്പക്കാർക്ക് സഭയുടെ പരിസരത്തേക്കു പോലും പ്രവേശിക്കാൻ കഴിയുമായിരുന്നില്ല. പെൺകുട്ടികളാണെങ്കിൽ കുറേക്കൂടി കാര്യങ്ങൾ എളുപ്പമാണ്. എങ്കിൽ പെൺകുട്ടികളെ തന്നെ സമരത്തിനിറക്കാമെന്നു തീരുമാനിച്ചു. അന്നു തലശ്ശേരി ബ്രണ്ണൻ കോളജിൽ വിപ്ലവ വിദ്യാർഥി സംഘടന സജീവമായിരുന്നു. ഇരുപതോളം പെൺകുട്ടികൾ സജീവ പ്രവർത്തകരായി ഉണ്ടായിരുന്നു. അതിൽ എട്ടുപേർ ഏതു സമരത്തിനും തയാറായിരുന്നു. അവസാനവർഷ ബിരുദ വിദ്യാർഥികളായ ശോഭ, സഹിദ, ഇന്ദിര എന്നിവർ നിയമസഭാ സമരത്തിനായി തയ്യാറായി മുന്നോട്ടുവന്നു. സിപിഎമ്മിന്റെ പാർട്ടിഗ്രാമത്തിൽ നിന്നുള്ളവരായിരുന്നു മൂന്നുപേരും. തിരുവനന്തപുരത്ത് സ്റ്റഡി ടൂറിനു പോകുകയാണെന്നായിരുന്നു വീട്ടിൽ പറഞ്ഞിരുന്നത്.

തിരുവനന്തപുരം ഏജീസ് ഓഫിസിലെ പാർട്ടി അനുഭാവിയായ ഉദ്യോഗസ്ഥൻ വഴിയാണു നിയമസഭയിലേക്കുള്ള പാസ് സംഘടിപ്പിച്ചത്. ശോഭ, സഹിദ, ഇന്ദിര എന്നിവരെ കൂടാതെ കോട്ടയത്തുനിന്നുള്ള ലീല, സുശീല എന്നിവരും സമരത്തിൽ പങ്കെടുക്കുമെന്ന് അറിയിച്ചിരുന്നു.

കണ്ണൂരുകാരെയും കൂട്ടി കവിയൂർ ബാലൻ തിരുവനന്തപുരത്തെത്തി. അഞ്ചുപേർക്കാണ് പാസ് കിട്ടിയത്. സഭയിൽ പ്രവേശിക്കേണ്ട ലീല എത്താൻ വൈകി. അങ്ങനെ സുശീലയുടെ പാസിൽ ഇംഗ്ലിഷിലെ എൻ എന്ന അക്ഷരം ചേർത്ത് സുശീലൻ എന്നാക്കി കവിയൂർ ബാലൻ അകത്തുകയറാൻ തീരുമാനിച്ചു. ലീലയുടെ പാസിൽ സുശീലയും. പെൺകുട്ടികൾ ബ്ലൗസിനുള്ളിൽ വച്ചാണ് നോട്ടീസ് അകത്തുകൊണ്ടുപോയത്.

മാർച്ച് 23 തിങ്കൾ ഭഗത്സിംഗ് ദിനമായിരുന്നു. അന്നുതന്നെയാണ് കോഴിക്കോട്ടെ അഴിമതി വിരുദ്ധ സമരവും നിയമസഭയിലെ സമരവും ജനകീയ സാംസ്കാരികവേദി ആസൂത്രണം ചെയ്തത്. ഇരു സമരങ്ങൾക്കും കൃത്യമായ ആസൂത്രണമുണ്ടായിരുന്നു. അടിയന്തരാവസ്ഥയ്ക്കു മുൻപും അടിയന്തരാവസ്ഥക്കാലത്തും പാർട്ടി ആസൂത്രണം ചെയ്ത പല ആക്ഷനുകളും പരാജയപ്പെട്ടതിനാൽ ഈ സമരങ്ങൾക്ക്

ആസൂത്രണപ്പിഴവുണ്ടാകരുതെന്ന് വേദിയും പാർട്ടിയും തീരുമാനിച്ചിരുന്നു.

കോഴിക്കോട് സമരം നടക്കുന്ന സമയത്തു തന്നെ നിയമസഭയിലും മുദ്രാവാക്യം വിളി തുടങ്ങി. പുരുഷൻമാരുടെ സന്ദർശക ഗാലറിയിലായിരുന്ന കവിയൂർ ബാലൻ നക്സൽബാരി സിന്ദാബാദ് വിളിച്ചു. സിപിഎമ്മിലെ എം.വി. രാഘവനും മുസ്‌ലിം ലീഗിലെ സീതിഹാജിയും തമ്മിൽ ശക്തമായ വാക്പോര് നടക്കുന്ന സമയമായിരുന്നു. സന്ദർശക ഗാലറിയിൽ നിന്ന് നക്സലൈറ്റ് മുദ്രാവാക്യം വിളി കേട്ട് എല്ലാവരും ഞെട്ടി. അന്നേരം സ്ത്രീകളുടെ ഗാലറിയിൽ നിന്നു നാലു പെൺകുട്ടികളും 'നിയമസഭ പന്നിക്കൂട് 'എന്ന തലക്കെട്ടുള്ള നോട്ടീസ് സഭയിലേക്കു വലിച്ചെറിഞ്ഞു. ആയിരത്തോളം നോട്ടീസുകളാണ് നാലുപാടും ചിതറി വീണത്.

ഉടൻ തന്നെ വാച്ച് ആൻഡ് വാർഡർമാർ ഗാലറിയിലെത്തി അഞ്ചു പേരെയും പിടികൂടി. കവിയൂർ ബാലനു നന്നായി മർദനമേറ്റു. ഉച്ചയോടെ നിയമസഭയിലെ കോടതി ചേർന്നു. പ്രതിപക്ഷ നേതാവ് കെ.കരുണാകരൻ, ആഭ്യന്തര മന്ത്രി എന്നിവരൊക്കെ കോടതിയിൽ ഹാജരായിരുന്നു. കോടതിയിൽ ഹാജരാക്കുമ്പോൾ ഒരക്ഷരം മിണ്ടരുതെന്ന് കവിയൂർ ബാലനു നിർദേശമുണ്ടായിരുന്നു. എന്നാൽ കോടതിയിലെത്തിയതും അദ്ദേഹം ഉച്ചത്തിൽ മുദ്രാവാക്യം വിളിച്ചു. അഞ്ചുപേരെയും പതിനഞ്ചു ദിവസത്തേക്ക് പൂജപ്പുര സെൻട്രൽ ജയിലിൽ തടവിനു ശിക്ഷിച്ചു. ജയിലിൽ ഏകാന്ത തടവായിരുന്നു കവിയൂർ ബാലന്. ജയിലിലെത്തി മിനിറ്റുകൾക്കകം ദിനേശ്ബീഡി, തീപ്പെട്ടി, കുറേ പുസ്തകങ്ങൾ എന്നിവ ബാലന്റെ സെല്ലിലെത്തി.

സമരാനന്തരം സമരക്കാർ ഒന്നിക്കുന്നു, ജീവിതത്തിൽ

നാലു പെൺകുട്ടികൾ നിയമസഭയിൽ നോട്ടീസ് വിതരണം ചെയ്തത് നാട്ടിൽ വലിയ ഒച്ചപ്പാടിനിടയാക്കി. ആകാശവാണി വാർത്തയിലൂടെയാണ് വീട്ടുകാർ സംഭവമറിഞ്ഞത്. പാർട്ടി ഗ്രാമത്തിലെ പെൺകുട്ടികൾ നായനാർ ഭരിക്കുമ്പോൾ നിയമസഭയിൽ നക്സൽബാരി മുദ്രാവാക്യം വിളിച്ചത് പാർട്ടിക്കാരെ സംബന്ധിച്ചിടത്തോളം സഹിക്കാവുന്നതിനപ്പുറമായിരുന്നു. എല്ലാവരും വീട്ടുതടങ്കലിലായി. അജിതയൊക്കെ നക്സലൈറ്റ് ആയതും പിന്നീട് പിടിയിലായതുമൊക്കെ വലിയ സംഭവമായതിനാൽ മക്കൾ ആ വഴിക്കായി പോകുമോ എന്നതായിരുന്നു വീട്ടുകാരുടെ പേടി.

തങ്ങൾ കാരണം പ്രതിസന്ധിയിലായ വിപ്ലവ വിദ്യാർഥി പ്രവർത്തകരെ ജീവിതത്തിൽ കൂടെ കൂട്ടാൻ കവിയൂർ ബാലനും ഭാസുരേന്ദ്രബാബുവും തീരുമാനിച്ചു. അങ്ങനെയാണ് ശോഭയെ ബാലനും ഇന്ദിരയെ ഭാസുരേന്ദ്രബാബുവും വിവാഹം കഴിക്കാൻ തീരുമാനിച്ചത്. ബാലൻ-ശോഭ വിവാഹമാണ് ആദ്യം നടന്നത്. ശോഭ പരീക്ഷ കഴിഞ്ഞ്

കോളജിൽ നിന്നിറങ്ങി വരുന്നത് വിവാഹത്തിലേക്കായിരുന്നു. തലശ്ശേരി ടൗൺഹാളിൽ വച്ചു വിവാഹം നടത്താനായിരുന്നു തീരുമാനിച്ചിരുന്നത്. എന്നാൽ ചില പ്രത്യേക കാരണങ്ങൾ കൊണ്ടു വിവാഹം അവിടെ നടത്താൻ കഴിഞ്ഞില്ല. കാസർകോട്ടെ നാടക പ്രവർത്തകനായ പി.എ.എം. ഹനീഫയും പത്രപ്രവർത്തകനായ കെ.എ. അഹമ്മദുമാണ് ഹനീഫയുടെ വീട്ടിൽ വച്ചു വിവാഹം നടത്തിക്കൊടുത്തത്. 'ബാലനും ശോഭയുമെവിടെ' എന്ന തലക്കെട്ടോടെ അന്നത്തെ ചില പത്രങ്ങളിൽ വാർത്തയൊക്കെ വന്നിരുന്നു.

ഒരു വർഷത്തിനു ശേഷമാണു ഭാസുരേന്ദ്രബാബുവിന്റെയും ഇന്ദിരയുടെയും വിവാഹം നടക്കുന്നത്. തിരുവനന്തപുരത്തായിരുന്നു വിവാഹം. വീട്ടുകാരുടെ എതിർപ്പിനെ മറികടന്നുകൊണ്ടായിരുന്നു വിവാഹം.

വിവാഹാനന്തരം ശോഭ, ടീച്ചേഴ്സ് ട്രെയിനിങ് പൂർത്തിയാക്കി അധ്യാപികയായി ജോലിയിൽ പ്രവേശിച്ചു (2014ൽ സർവീസിൽ നിന്നു വിരമിച്ചു). ഇന്ദിര പത്രപ്രവർത്തകയായി കുറച്ചുകാലം ജോലി ചെയ്തു. സഹിദ വിവാഹശേഷം സർക്കാർ സർവീസിൽ ജോലിയിൽ പ്രവേശിച്ചു. ലീല സാമൂഹിക പ്രവർത്തനമായി കോട്ടയത്തു കഴിയുന്നു. എന്നാൽ എല്ലാവരെയും സങ്കടപ്പെടുത്തിയ കാര്യം സുശീലയുടെ മരണമായിരുന്നു. വിപ്ലവാനന്തരം നാടകപ്രവർത്തനമായി കഴിയുകയായിരുന്നു സുശീല. ശക്തൻ തമ്പുരാൻ എന്ന നാടകത്തിലൂടെയാണ് നടിയായി രംഗപ്രവേശം ചെയ്തത്. പിന്നീട് ഒട്ടേറെ നാടകങ്ങളിൽ അഭിനയിച്ചു. ആരോഗ്യപരമായ ചില പ്രശ്നങ്ങൾ അലട്ടിയപ്പോൾ സുശീല മരണത്തിൽ അഭയം തേടുകയായിരുന്നു.

എട്ടുവർഷത്തിനു ശേഷം ചട്ടരാജനെ പാർട്ടി അറിവോടെ കൊലപ്പെടുത്തുകയുണ്ടായി. ഒരുപക്ഷേ, കേരളത്തിൽ അവസാനമായി നടന്ന നക്സലൈറ്റ് ഉന്മൂലനം. ചട്ടരാജൻ ഗുണ്ടയായിരുന്നതിനാൽ കൃത്യം നിർവഹിച്ച് അദ്ദേഹത്തോടു വൈരാഗ്യമുള്ള ഏതോ ഗുണ്ടാസംഘമായിരിക്കുമെന്ന കണക്കുകൂട്ടലിലായിരുന്നു പൊലീസ്.

ഒമ്പത്

മഠത്തിൽ മത്തായി കൊലപാതകം

മധുസൂദനൻ

(മത്തായി വധക്കേസിൽ ഒമ്പതാം പ്രതി)

അൻപതു വർഷം മുൻപാണ് പാലായിൽ നിന്ന് അച്ഛൻ രാമൻനായരും അമ്മ രാധാമണിയും വയനാട്ടിലേക്കു കുടിയേറുന്നത്. അന്ന് എനിക്ക് അഞ്ച് വയസ്സ്. ഇവിടെയാണ് സ്കൂളിൽ ചേർത്തത്. ഞങ്ങൾ അഞ്ചു മക്കൾ. മൂന്ന് പെണ്ണും രണ്ട് ആണും. വനജ, നിർമല, സരസ്വതി, സന്തോഷ് എന്നിവരാണ് സഹോദരങ്ങൾ. പൂതാടിയിലായിരുന്നു ആദ്യം താമസിച്ചിരുന്നത്. പിന്നീട് ഇപ്പോഴത്തെ നെല്ലിക്കരയിലേക്കു പോന്നു.

കേണിച്ചിറയിലെ വായനശാലയാണ് എന്നെ രാഷ്ട്രീയത്തിലെത്തിച്ചത്. എന്നും വൈകിട്ട് സ്കൂൾ വിട്ടാൽ വായനശാലയിലെത്തും. അമ്മയും അച്ഛനും കൂലിപ്പണിക്കുപോകുന്നതിനാൽ വീട്ടിൽ വലിയ ബുദ്ധിമുട്ടൊന്നുമില്ലായിരുന്നു. അതുകൊണ്ടുതന്നെ രാഷ്ട്രീയ പ്രവർത്തനത്തിലിറങ്ങാൻ എനിക്കു പ്രയാസമൊന്നുമുണ്ടായിരുന്നില്ല. ഇടതു വിദ്യാർഥി യൂണിയനിലൂടെയാണ് ഞാൻ രാഷ്ട്രീയം തുടങ്ങുന്നത്. പത്താംക്ലാസ് കഴിഞ്ഞതോടെ പഠനം നിർത്തി. കക്ഷത്തൊരു പുസ്തകവും വച്ച് ഇറങ്ങുന്ന സമയമായിരുന്നു അത്. കെഎസ്വൈഎഫിന്റെ പ്രവർത്തകനായി. പിന്നീട് കെഎസ്കെടിയുവിന്റെയും. ഒരു കൈയിൽ ചിന്തയും മറുകൈയിൽ ഡയറിയുമായി പാർട്ടി ഓഫിസ് കയറിയിറങ്ങുന്ന എനിക്ക് അന്ന് മറ്റൊരു ചിന്തയുമുണ്ടായിരുന്നില്ല.

അങ്ങനെയിരിക്കെയാണ് ഞങ്ങളുടെ നാട്ടിൽ കൊല്ലത്തുകാരനായ ഒരാൾ ടെലിഫോൺസിൽ ജോലിക്കു വന്നത്. പാർട്ടി ഓഫീസിനടുത്തായിരുന്നു അദ്ദേഹം താമസിച്ചിരുന്നത്. ഞാനും ഉറ്റസുഹൃത്ത് ശിവരാമനും പാർട്ടി ഓഫിലേക്കു കയറിപ്പോകുന്നത് അദ്ദേഹം കാണാറുണ്ട്. ഒരു ദിവസം അദ്ദേഹം ഞങ്ങളെ താമസിക്കുന്ന മുറിയിലേക്കു വിളിച്ചു. അന്ന് അല്പം രാഷ്ട്രീയം പറഞ്ഞു. പിന്നെ സ്ഥിരം ക്ഷണിതാക്കളായി ഞങ്ങൾ. പതുക്കെ പതുക്കെ അദ്ദേഹം സിപിഎമ്മിനെ വിമർശിക്കാൻ തുടങ്ങി.

പാർട്ടിയിലെ പാർലമെന്ററി മോഹം യഥാർഥ കമ്യൂണിസം നടപ്പാക്കുന്നതിനു തടസ്സമാണെന്നും ജനകീയാധികാരമാണു പരമപ്രധാനമാണെന്നുമായിരുന്നു അദ്ദേഹം പറഞ്ഞുവന്നിരുന്നത്. ആദ്യമൊന്നും അദ്ദേഹം പറയുന്നത് ഞങ്ങൾ കാര്യമാക്കിയില്ല. ചിന്തയും കൈയിൽ പിടിച്ച് സ്വന്തം ചിന്ത പാർട്ടിക്ക് അടിയറവു വച്ചിട്ട് ഒരു കാര്യമില്ലെന്നും ഇതൊന്നു വായിച്ചുനോക്കൂ എന്നും പറഞ്ഞ് അദ്ദേഹം മാവോ എഴുതിയ ചില പുസ്തകങ്ങൾ വായിക്കാൻ തന്നു. ജീവിതം എന്തിനു പാഴാക്കുന്നു എന്ന അദ്ദേഹത്തിന്റെ ചോദ്യവും മാവോ കൃതികളും ഞങ്ങളെ ശരിക്കും മാറ്റിമറിച്ചു. അദ്ദേഹത്തിന്റെ കൈവശമുള്ള കൂടുതൽ പുസ്തകങ്ങൾ ഞങ്ങൾ വായിച്ചു. പതുക്കെ ഞങ്ങളുടെതായ ഒരു കൂട്ടായ്മ രൂപപ്പെട്ടു വന്നു.

ഞാൻ, ശിവരാമൻ, ജോർജ്, ഇബ്രാഹിം, ഉണ്ണി എന്നിങ്ങനെ ചെറുപ്പക്കാരായ കുറച്ചുപേർ ആ കൂട്ടായ്മയിൽ സജീവമായി. അന്ന് ഇന്നത്തെ പോലെയല്ല. വയനാട്ടിൽ തോട്ടം മേഖലയിൽ ജോലി തേടി മറ്റുജില്ലയിൽ നിന്നു ധാരാളം ചെറുപ്പക്കാർ വരുമായിരുന്നു. ഗൾഫ് കുടിയേറ്റത്തോടെയാണു അതു നിലച്ചത്. കേണിച്ചിറയിലും അത്തരത്തിലുള്ള കുറേപേർ ഉണ്ടായിരുന്നു. അവരിൽ പലരും ഞങ്ങളോടൊപ്പം ചേർന്നു. സിപിഎം പറയുന്നതല്ല യഥാർഥ രാഷ്ട്രീയമെന്നും ജനകീയാധികാരം സ്ഥാപിക്കുകയാണ് വേണ്ടതെന്നുമുള്ള കാഴ്ചപ്പാട് എല്ലാവരിലും രൂപപ്പെട്ടു. കുറച്ചു കഴിഞ്ഞപ്പോഴേക്കും ഞങ്ങളെല്ലാം സിപിഎമ്മിൽ നിന്ന് കലാപം ചെയ്തു പുറത്തുപോന്നു. രാഷ്ട്രീയം, ചർച്ച, സാഹിത്യം എന്നിവയായിരുന്നു ആദ്യകാലത്ത് ഉണ്ടായിരുന്നത്. കേണിച്ചിറയിലെ 12ൽ പത്തുപേരും ലോക്കൽ കമ്മിറ്റിയിൽ നിന്നുരാജിവച്ചു. അന്ന് ഞങ്ങൾ കേണിച്ചിറ അങ്ങാടിയിൽ വലിയൊരു മാർച്ച് നടത്തി. ഏകദേശം അഞ്ഞൂറോളം പേർ ആ പ്രകടനത്തിൽ പങ്കെടുത്തിരുന്നു. സിപിഎം അവിടെ പാടേ ഇല്ലാതായി. അടിയന്തരാവസ്ഥയിലൊക്കെ ഞങ്ങളുടെ രഹസ്യ പ്രവർത്തനം ഊർജിതമായി നടന്നു. നാടുനീളെ പോസ്റ്ററൊട്ടിച്ചും മറ്റും ഞങ്ങൾ പ്രവർത്തിച്ചു.

തോമസ് വധം

കേണിച്ചിറയിലെ വലിയ ജന്മിയായിരുന്നു മഠത്തിൽ മത്തായി. പൂതാടി പഞ്ചായത്ത് വൈസ് പ്രസിഡന്റ് കൂടിയായ അദ്ദേഹം ശരിക്കുമൊരു ജനമർദകനായിരുന്നു. തൊഴിലാളികളെയും നാട്ടുകാരെയുമൊക്കെ ദ്രോഹിക്കുന്നതിൽ ഒരുമടിയുമില്ലാത്ത ആളായിരുന്നു മത്തായി. പഞ്ചായത്ത് വൈസ് പ്രസിഡന്റ്, കോൺഗ്രസ് നേതാവ്, പൊലീസുമായി ഉറ്റ ബന്ധം എന്നിവയൊക്കെയായിരുന്നു അദ്ദേഹത്തിന്റെ ബലം.

കൂലികൊടുക്കാതിരിക്കുക, കൂലി ചോദിച്ചാൽ മർദിക്കുക, സ്ത്രീകളെ മാനഭംഗപ്പെടുത്തുക എന്നിങ്ങനെ ഒരു ജന്മിക്കു വേണ്ട എല്ലാ നീച പ്രവർത്തനവും അദ്ദേഹത്തിനുണ്ടായിരുന്നു. ജനങ്ങൾ അദ്ദേഹത്തെ ശരിക്കും

സഹിക്കുകയായിരുന്നു. അച്ഛന്റെ അധികാരവും പണവും നൽകുന്ന പിൻബലത്തിൽ അതിലും വലിയ ജനമർദകനായി ജീവിക്കുകയായിരുന്നു മത്തായിയുടെ മകൻ തോമസ് എന്ന തോമാച്ചൻ. നല്ലൊരു ഗുണ്ടാസംഘം തോമാച്ചനുണ്ടായിരുന്നു. ബന്ധുവായ ബേബിയായിരുന്നു ഗുണ്ടകളുടെ നേതാവ്. കേണിച്ചിറയിൽ ജോലിക്കെത്തുന്ന തടിമിടുക്കൻമാരായ ചെറുപ്പക്കാരെയെല്ലാം തോമാച്ചൻ ഗുണ്ടാസംഘത്തിൽ ചേർക്കും. മദ്യവും പണവും പെണ്ണും നൽകിയായിരുന്നു കൂടെ കൂട്ടിയിരുന്നത്. ഇവർ എന്തു ചെയ്താലും ആരും ചോദിക്കാനുണ്ടാകില്ല.

ആയുർവേദം, അലോപ്പതി, ഹോമിയോപ്പതി എന്നിവയെല്ലാം ചേർത്തുകൊണ്ട് ജനങ്ങളെ ചികിത്സിച്ചിരുന്ന ഒരു ഡോക്ടറുണ്ടായിരുന്നു കേണിച്ചിറയിൽ ഡോ. രാമചന്ദ്രൻ. അദ്ദേഹത്തിന്റെ കമ്പൗണ്ടർ ആയിരുന്നു ഞാൻ കുറച്ചുകാലം. ഒരു രാത്രി തോമാച്ചനും ഗുണ്ടകളും ഒരു പെൺകുട്ടിയെയും കൊണ്ട് ഡോക്ടറുടെ അടുത്തെത്തി. അവൾ ഗർഭിണിയായിരുന്നു. ഗർഭച്ഛിദ്രമായിരുന്നു അവരുടെ ആവശ്യം. ഡോക്ടർ പറ്റില്ലെന്നു പറഞ്ഞു. ഉടൻ തന്നെ തോമാച്ചൻ അവിയെടുണ്ടായിരുന്ന കത്രികയെടുത്ത് ഡോക്ടറെ കുത്തി. ആരും ചോദിക്കാനും പറയാനുമുണ്ടായിരുന്നില്ല. അതായിരുന്നു തോമാച്ചൻ. അങ്ങാടിയിലൂടെ നടന്നുപോകുമ്പോൾ ആരുടെയെങ്കിലും കൈ അറിയാതെ തോമാച്ചന്റെ ശരീരത്തിൽ തൊട്ടുപോയാൽ തോമാച്ചൻ അടിച്ചിരിക്കും.

ഭർത്താക്കൻമാരെ കെട്ടിയിട്ട് യുവതികളെ മാനഭംഗപ്പെടുത്തുകയായിരുന്നു തോമാച്ചന്റെ മറ്റൊരു ഇഷ്ട വിനോദം. പുഴയോരത്തു വച്ച് അങ്ങനെയൊരു സംഭവം നടക്കുമ്പോൾ ഗോപി എന്നൊരു ചെറുപ്പക്കാരൻ അതു കണ്ടു. അതിനെ ചോദ്യം ചെയ്ത ഗോപിയുടെ മുൻവരിയിലെ പല്ലുകൾ തോമാച്ചൻ തലകൊണ്ടിടിച്ചു താഴെയിട്ടു. ഒരു രാഷ്ട്രീയവുമില്ലാത്തൊരു ചെറുപ്പക്കാരനായിരുന്നു ഗോപി.

കുരുമുളക് മോഷ്ടിക്കലായിരുന്നു ഇവരുടെ മറ്റൊരു പരിപാടി. കുരുമുളകെല്ലാം വിൽക്കാൻ വച്ചിരുന്നാൽ രാത്രി ഗുണ്ടകളെത്തി അതു മോഷ്ടിച്ചുകൊണ്ടുപോകും. എതിർത്താൽ കൊല്ലാൻ പോലും മടിക്കില്ല. കൂലി ചോദിച്ച ഒരാളെ കെട്ടിടത്തിന്റെ മുകളിൽ നിന്നു താഴേക്ക് എടുത്തിട്ട് കൊലപ്പെടുത്തിയിട്ടുണ്ട് ഇവർ.

പ്രായം 35 ആയിട്ടുള്ളൂവെങ്കിലും എല്ലാത്തരം ദുഷ്ടത്തരവുമായി വിലസുകയായിരുന്നു തോമാച്ചൻ. ആയിടയ്ക്കാണ് മറ്റൊരു സംഭവമുണ്ടാകുന്നത്. ഞങ്ങളുടെ കൂട്ടുകാരനായ മോഹനനെ തോമാച്ചനും ബേബിയും കൂടി തട്ടിക്കൊണ്ടുപോയി. മോഹനന്റെ അച്ഛൻ രണ്ടാം വിവാഹം കഴിച്ചത് കോഴിക്കോട്ടുനിന്നായിരുന്നു. അവർ വലിയ പണക്കാരായിരുന്നു. മോഹനനെ തട്ടിക്കൊണ്ടുപോയി അച്ഛനിൽ നിന്നു പണം വാങ്ങുകയായിരുന്നു അവരുടെ പരിപാടി. മോഹനനെ ജീപ്പിൽ കയറ്റി

ക്കൊണ്ടുപോകുന്നത് നാട്ടിലെ ചായക്കടക്കാരൻ കണ്ടിരുന്നു. അയാൾ ഞങ്ങളോടു കാര്യം പറഞ്ഞു. മോഹനനെ അവർ കൊന്ന് ചുരത്തിൽ തള്ളാൻ സാധ്യതയുണ്ടെന്ന് പറഞ്ഞു. തോമാച്ചന്റെ കൈയിൽ തോക്കുള്ളത് അദ്ദേഹം കണ്ടിരുന്നു. പക്ഷേ, ഞങ്ങൾക്കൊന്നും ചെയ്യാൻ കഴിയില്ലായിരുന്നു.

മോഹനനെയും കൊണ്ട് അവർ കോഴിക്കോട്ടു പോയി. അപ്പോഴേക്കും രാത്രിയായിരുന്നു. അന്ന് അവിടെ തങ്ങി അടുത്ത ദിവസം കുന്ദമംഗലത്തേക്കു പോയി അവന്റെ അച്ഛനെ കാണാമെന്നായിരുന്നു പ്ലാൻ. എന്നാൽ രാത്രി മൂത്രമൊഴിക്കാനെന്ന ഭാവേന മോഹനൻ രക്ഷപ്പെട്ടു. പാലക്കാട്ട് ബസ്സിൽ കയറി അവിടെ നിന്നു കോയമ്പത്തൂരിലെത്തി. കുറച്ചുദിവസങ്ങൾക്കു ശേഷം മോഹനന്റെ കത്തു വന്നു. അവൻ രക്ഷപ്പെട്ട് കോയമ്പത്തൂരിൽ എത്തിയിട്ടുണ്ടായിരുന്നു. അതോടെ ഞങ്ങളൊരു കാര്യം തീരുമാനിച്ചു. ഇനിയും തോമാച്ചനെ വച്ചുകൊണ്ടിരുന്നാൽ കാര്യം ശരിയാകില്ല. സിപിഐഎംഎൽ അനുഭാവികളായ ധാരാളം പേർ കേണിച്ചിറയിലുണ്ടായിരുന്നു. ഞങ്ങൾ നാട്ടുകാർക്കിടയിൽ രഹസ്യമായൊരു പരിശോധന നടത്തി. മത്തായിയെയും തോമാച്ചനെയും സഹിച്ചു മടുത്തിരിക്കുകയായിരുന്നു നാട്ടുകാർ. ഒടുവിൽ തോമാച്ചനെ ഉന്മൂലനം ചെയ്യാൻ ഞങ്ങൾ തീരുമാനിച്ചു. അന്ന് കുന്നേൽ കൃഷ്ണേട്ടനാണ് ജില്ലയിലെ പ്രധാന നേതാവ്. സംസ്ഥാന കമ്മിറ്റിയംഗമായി രാജനും. ഇവരെയൊക്കെ കാര്യങ്ങൾ ബോധിപ്പിച്ചു.

ഞങ്ങളൊക്കെ ചെറിയ പ്രായമായിരുന്നു. ആക്ഷൻ സംഘത്തെ തീരുമാനിച്ചു. ഞാൻ, ശിവരാമൻ, ഉണ്ണി, ലാൽ, ഗോപി എന്നിങ്ങനെ ഏഴു പേർ. കൈത്തോക്ക്, ഏറുപടക്കം, കത്തി എന്നിവയൊക്കെയായിരുന്നു ആധുയങ്ങൾ. ഞാനായിരുന്നു ഏറുപടക്കം അരയിൽ വച്ചിരുന്നത്.

1980 ജനുവരി 16ന് മഠത്തിൽ തോമസിനെ ഉന്മൂലനം ചെയ്യാൻ തീരുമാനമായി. അന്ന് തിരഞ്ഞെടുപ്പ് സമയമാണ്. രാമചന്ദ്രൻനായരുടെ തിരഞ്ഞെടുപ്പ് പ്രചാരണത്തിന് ഇന്ദിരാഗാന്ധി വരുന്നുണ്ട്. കേണിച്ചിറ അങ്ങാടിയിൽ കോൺഗ്രസിന്റെ വലിയൊരു പൊതുയോഗം നടക്കുന്നുണ്ട്. അവിടെ വച്ച് തോമാച്ചനെ വകവരുത്താമെന്നായിരുന്നു പ്ലാൻ. പ്രചാരണം അവസാനിക്കാറായതിനാൽ വലിയൊരു ജനക്കൂട്ടമാണ് അന്ന് അവിടെയെത്തുക. അവർക്കിടയിൽ തോമാച്ചൻ രക്ഷപ്പെടാതിരിക്കാൻ അൻപതോളം പേരെ പലയിടങ്ങളിലായി വിന്യസിച്ചു.

തിരഞ്ഞെടുപ്പ് പൊതുയോഗം നടക്കുന്നതിന് അടുത്ത് ചീട്ടുകളിക്കുന്നൊരു സ്ഥലമുണ്ട്. തോമാച്ചൻ അവിടെയുണ്ടാകും. ഞങ്ങൾ ആയുധങ്ങളുമായി അവിടെയെത്തി. തോമാച്ചൻ കുനിഞ്ഞുനിന്നുകൊണ്ട് കളി കാണുകയാണ്. പെട്ടെന്ന് പിന്നിൽ നിന്നൊരു കുത്ത്. കുത്തുകൊണ്ട് തോമാച്ചൻ ഓടി. ഞങ്ങൾ പിന്നാലെ ചെന്ന് തുരുതുരാ വെട്ടി. 25 മീറ്റർ

തോമാച്ചൻ ഓടിയിരിക്കും. അപ്പോഴേക്കും വെട്ടേറ്റു വീണിരുന്നു. തൊട്ടടുത്തു തന്നെയായിരുന്നു മത്തായിയുടെ കടയും. കൂടെയുണ്ടായിരുന്ന ഗുണ്ടകളും ഓടിരക്ഷപ്പെട്ടു. ചെറിയൊരു നിമിഷം കൊണ്ട് എല്ലാം കഴിഞ്ഞു. തിരഞ്ഞെടുപ്പ് പൊതുയോഗത്തിനെത്തിയവരെല്ലാം കരഞ്ഞു കൊണ്ട് ഓടി. പെട്ടെന്നു തന്നെ ബസ് സ്റ്റാൻഡും പരിസരവും വിജനമായി. ഇക്കൂട്ടത്തിൽ ഞങ്ങളും രക്ഷപ്പെട്ടു. ആരാണ് ചെയ്തതെന്നു മനസ്സിലാകുമ്പോഴേക്കും ഞങ്ങൾ രക്ഷപ്പെട്ടിരുന്നു.

ഞങ്ങളുടെ കൂട്ടത്തിലുണ്ടായിരുന്ന ടൈലർ ബാലചന്ദ്രന് ആളുമാറി വെട്ടേറ്റു കൈ തൂങ്ങിയ നിലയിലായിരുന്നു. ഞങ്ങൾ ബാലചന്ദ്രനെയും കൊണ്ട് നാലാം മൈലിലുള്ള സണ്ണി മാസ്റ്ററുടെ വീട്ടിലെത്തി. അദ്ദേഹം പാർട്ടി അനുഭാവിയാണ്. അദ്ദേഹം ഒരു കാർ ഏർപ്പാട് ചെയ്തു. ബാലചന്ദ്രനെ അതിൽ തലശ്ശേരി ഗവ. ആശുപത്രിയിലേക്കു കൊണ്ടുപോയി. പോകുന്ന വഴിക്കെല്ലാം പൊലീസുകാരായിരുന്നു. ഇന്ദിരാഗാന്ധിയുടെ വരവു പ്രമാണിച്ച് എല്ലായിടത്തും പരിശോധനായിരുന്നു. അന്ന് ഇന്നത്തെ പോലെ വിവരങ്ങൾ അറിയിക്കാൻ വഴിയില്ലാത്തതിനാൽ മാനന്തവാടിയിലൊന്നും വിവരം എത്തിയിരുന്നില്ല. വഴിയിൽ പൊലീസ് പരിശോധിച്ചപ്പോൾ മരംമുറിക്കുമ്പോൾ പറ്റിയതാണെന്നായിരുന്നു പറഞ്ഞിരുന്നത്. പൊലീസിനു സംശയമൊന്നുമില്ലാതെ ബാലചന്ദ്രനെ തലശ്ശേരി ഗവ. ആശുപത്രിയിൽ എത്തിച്ചു. (ഏകദേശം ഒരു വർഷത്തോളം ബാലചന്ദ്രനു ചികിത്സ വേണ്ടിവന്നു. പാർട്ടിയായിരുന്നു ചികിത്സാ ചെലവെടുത്തത്. പിന്നീട് ബാലചന്ദ്രൻ പാർട്ടി പ്രവർത്തനം വിട്ട് വിദേശത്തു ജോലിക്കു പോയി).

തോമാച്ചനെ കൊലപ്പെടുത്തിയത് നക്സലൈറ്റുകളാണെന്ന് പൊലീസിന് ആദ്യം മനസ്സിലാക്കാൻ സാധിച്ചിരുന്നില്ല. ആരാണു ചെയ്തതെന്നു സംബന്ധിച്ച് ഒരു വിവരവും നാട്ടുകാർ നൽകിയില്ല. തോമാച്ചൻ ഗുണ്ടായിസം കാട്ടി നടക്കുന്നയാളായതിനാൽ മുൻവൈരാഗ്യം വച്ച് മറ്റാരെങ്കിലും ചെയ്തതായിരിക്കുമെന്നാണ് പൊലീസ് കരുതിയത്. എന്നാൽ നക്സൽ അനുഭാവികളായ കുറച്ചുപേർ നാട്ടിൽ നിന്നു മാറിനിൽക്കുന്നതു കണ്ടാണ് പൊലീസ് സംശയിച്ചത്. എന്നാലും കൃത്യമായ വിവരം ലഭിച്ചതുമില്ല.

തൃശൂരിൽ വച്ച് ഒന്നിക്കാമെന്നു പറഞ്ഞാണ് ആക്ഷനിൽ പങ്കെടുത്ത ഞങ്ങൾ ഒളിവിൽ പോയത്. ഞാനും ശിവരാമനും ഇടുക്കിയിൽ എന്റെ ബന്ധുവീട്ടിലേക്കാണു പോയത്. കുറച്ചു ദിവസങ്ങൾ കഴിഞ്ഞ് ഞങ്ങൾ തിരിച്ചെത്തി. കൊലപാതകത്തിനു രാഷ്ട്രീയമാനം വരാത്തതിനാൽ ആരും പിടിയിലായില്ല. ഞാൻ മാനന്തവാടി കേന്ദ്രീകരിച്ചായിരുന്നു തുടർന്ന് പ്രവർത്തിച്ചത്.

സംശയം തോന്നി പൊലീസ് വീട്ടിൽ പരിശോധനയ്ക്കു വന്നിരുന്നു. എന്നാൽ ഞങ്ങളുടെ ആരുടെയും ഒരു ഫോട്ടോ പോലും വീട്ടിലുണ്ടായിരുന്നില്ല. എല്ലാം കത്തിച്ചുകളഞ്ഞിരുന്നു. ഇടയ്ക്കൊക്കെ ഞാൻ വീട്ടിൽ

വന്നു. അന്ന് കേണിച്ചിറയിലെ ഏതു വീട്ടിലും ഞങ്ങൾക്കു ചെന്നാൽ അഭയം ലഭിക്കുമായിരുന്നു. ആരും പൊലീസിൽ ഒറ്റിക്കൊടുക്കില്ലായിരുന്നു. കാരണം മാത്തച്ചനെ അത്രത്തോളം ജനം വെറുത്തിരുന്നു.

മത്തായി കൊല്ലപ്പെടുന്നു

മകന്റെ മരണം മത്തായിയെ തളർത്തിയില്ല. കൂടുതൽ ക്രൂരനാക്കുകയായിരുന്നു. പൊലീസിനെ ഉപയോഗിച്ച് ജനത്തെ കൂടുതൽ ദ്രോഹിക്കാൻ തുടങ്ങി. കോൺഗ്രസുകാർ തന്നെ മത്തായിക്കെതിരെ തിരിഞ്ഞു. എന്നാലും മത്തായി അടങ്ങിയിരുന്നില്ല. ആയിടയ്ക്കാണ് കോഫി ബോർഡിന്റെ പൂൾ ഡിപ്പോയിൽ കാപ്പി വിൽക്കാൻ വന്ന കർഷകരുടെ കാപ്പിയെടുക്കാതെ മത്തായി കളിച്ചു. ഒടുവിൽ സഹികെട്ട് ജനം അദ്ദേഹത്തെ തടഞ്ഞുവയ്ക്കുകയുണ്ടായി. ഇതിന്റെ പേരിൽ പൊലീസിനെ കൊണ്ട് എല്ലാവീട്ടിലും റെയ്ഡ് നടത്തിച്ചു. പൊലീസിനെ ഉപയോഗിച്ച് ഭീകരത സൃഷ്ടിക്കുകയായിരുന്നു. തനിക്കു വധ ഭീഷണിയുണ്ടെന്നു പറഞ്ഞ് അദ്ദേഹം 12 പൊലീസുകാരെ കാവലിന് നിർത്തി. കൊല്ലപ്പെട്ട തോമാച്ചനെക്കാൾ ക്രൂരതായിരുന്നു പിന്നീടു മത്തായി കാട്ടിക്കൂട്ടിയത്. പ്രായം അറുപതായിരുന്നെങ്കിലും അതൊന്നും ഒന്നിനും തടസ്സമായിരുന്നില്ല.

മത്തായിയെ ഞങ്ങളുടെ പാർട്ടിക്കാർ രണ്ടുതവണ ജനകീയ വിചാരണ ചെയ്യുകയുണ്ടായി. ഒന്ന് കാപ്പി എടുക്കാത്തതു സംബന്ധിച്ചും. രണ്ടാമത്തേത് ഒരു ലോറി ഡ്രൈവറെ പിരിച്ചുവിടപ്പെട്ടതു സംബന്ധിച്ചും. സോമൻ എന്ന ജോലിക്കാരനു കൂലി നൽകിയിരുന്നില്ല. ഒരു ജനകീയ വിചാരണയിലൂടെ ഒരു വർഷത്തെ കൂലി പാർട്ടി വാങ്ങിക്കൊടുക്കുകയുണ്ടായി. അതോടെ മത്തായിക്കു വാശി കൂടി. ഇതിനെല്ലാം ശേഷമാണ് പൊലീസ് സംരക്ഷണം വാങ്ങിയത്. ഓരോ ദിവസം ചെല്ലുംതോറും തൊഴിലാളികൾക്കു ദ്രോഹം കൂടിവന്നു.

ഇതിനിടെ ജനങ്ങൾക്കിടയിൽ ഞങ്ങളൊരു രഹസ്യ വോട്ടെടുപ്പ് നടത്തി. അതിൽ 99 ശതമാനം പേരും പറഞ്ഞിരുന്നത് മത്തായിയെയും തോമാച്ചനെ പോലെ ഇല്ലാതാക്കണമെന്നായിരുന്നു. മത്തായിക്കെതിരെ ഞങ്ങൾ നാടുനീളെ പ്രചാരണം, പോസ്റ്റർ ഒട്ടിക്കൽ എന്നിവ നടത്തി. പലപ്പോഴും താക്കീതും നൽകി. എന്നിട്ടും അയാൾ തന്റെ ദ്രോഹനടപടികൾ ഒരിഞ്ചുപോലും കുറച്ചില്ല. അതോടെ മത്തായിയെയും ഉന്മൂലനം ചെയ്യാൻ തീരുമാനിച്ചു. തോമാച്ചനെ പോലെ മത്തായിയെയും പരസ്യമായി കൊലപ്പെടുത്താനായിരുന്നു പാർട്ടിയുടെ ആദ്യത്തെ നിർദേശം. അഞ്ഞൂറ് ആളുകളുടെ ജാഥ നടത്തി ജനകീയ വിചാരണചെയ്ത് പരസ്യമായി കൊലപ്പെടുത്തുക. പക്ഷേ, അതിനെ ഞങ്ങൾ അനുകൂലിച്ചില്ല. ഒരു കാര്യവുമില്ലാതെ ഈ അഞ്ഞൂറുപേരും പൊലീസ് സ്റ്റേഷൻ കയറിയിറങ്ങേണ്ടി വരും. ഒരു സ്ക്വാഡ് രൂപീകരിച്ച് ആക്ഷൻ നടത്തണമെന്ന് ഞങ്ങൾ ആവശ്യപ്പെട്ടു. അന്ന് പാർട്ടിക്ക് ഗറില്ലാവിഭാഗമൊന്നുമില്ല.

സാമ്പത്തിക വിഭാഗം, രാഷ്ട്രീയ വിഭാഗം, ഗറില്ലാ വിഭാഗം എന്നൊക്കെ യായിരുന്നു മാവോ പറഞ്ഞിരുന്നത്. അടിയന്തരാവസ്ഥയ്ക്കു ശേഷം സാംസ്കാരികവേദിയിലായിരുന്നല്ലോ എല്ലാവരും താത്പര്യം കാണിച്ചി രുന്നത്. ഒടുവിൽ ഞങ്ങളുടെ നിർദേശം സംസ്ഥാനഘടകം അംഗീക രിച്ചു. മത്തായിയെ ഉന്മൂലനം ചെയ്യാൻ സ്ക്വാഡ് രൂപീകരിക്കുക. ഞാനും ശിവരാമനും മാത്രമേ ആദ്യ ആക്ഷനിൽ പങ്കെടുത്ത കൂട്ടത്തിൽ ഇതിലും ഉണ്ടായിരുന്നുള്ളൂ.

മത്തായി വീട്ടിലേക്കു വരുന്ന ദിവസം അദ്ദേഹത്തെ കൊലപ്പെടു ത്താമെന്നായിരുന്നു ആദ്യം പ്ലാൻ ചെയ്തിരുന്നത്. എന്നാൽ പൊലീസ് സംരക്ഷണവും ധാരാളം ഗുണ്ടകളും ഉള്ള സ്ഥിതിക്ക് അതു സാധ്യമ ല്ലെന്നു മനസ്സിലായി. വീട്ടിൽ വച്ചുതന്നെ ഉന്മൂലനം നടത്താമെന്നായി ഒടുവിൽ. ആക്ഷനുള്ള തീയതി നിശ്ചയിച്ചു. കുന്നേൽ കൃഷ്ണേട്ടനാ യിരുന്നു കമൻഡാന്റ്. മത്തായിയെ കൊലപ്പെടുത്തുന്നതിനു മുൻപ് അദ്ദേഹത്തിന്റെ വീടും പരിസരവുമെല്ലാം നിരീക്ഷിച്ച് റിപ്പോർട്ട് ചെയ്യാൻ എന്നെയും ശിവരാമനെയുമായിരുന്നു ചുമതലപ്പെടുത്തിയത്. മത്തായി യുടെ വീട്ടിൽ ആരൊക്കെ എവിടെയാണു കിടക്കുന്നത്, പൊലീസ് താമസിക്കുന്നതെവിടെ, വേലക്കാർ എവിടെ, നായ്ക്കൾ, താറാവുകൾ എന്നിവയുടെയൊക്കെ കൃത്യമായ സ്ഥാനം ഞങ്ങൾ കണ്ടെത്തി. കുറേ താറാവുകളെ ആ വീട്ടിൽ വളർത്തിയിരുന്നു. രാത്രിയിൽ എന്തെങ്കിലും ശബ്ദം കേട്ടാൽ അവ കൂട്ടത്തോടെ നിലവിളിക്കും. അത് മത്തായിയുടെ മറ്റൊരു തന്ത്രമായിരുന്നു.

ഞങ്ങൾ 15 പേരായിരുന്നു സ്ക്വാഡിലുണ്ടായിരുന്നത്. വീടിനു പിറ കിൽ കന്നുകാലികളെ പുഴയിലേക്കു കൊണ്ടുപോകുന്ന ഒരു ചാലുണ്ടാ യിരുന്നു. അന്ന് രാത്രി ഞാനും ശിവരാമനും ആദ്യം ആ ചാലിലൂടെ ഇഴഞ്ഞ് മത്തായിയുടെ പറമ്പിൽ പ്രവേശിച്ചു. പെട്ടെന്ന് ശബ്ദം കേട്ട് പട്ടികുരച്ചു. പൊലീസുകാർ ടോർച്ചടിച്ചു പുറത്തിറങ്ങി. ഞങ്ങൾ ആ ചാലിൽ പതുങ്ങിക്കിടന്നു. പൊലീസിന്റെ ടോർച്ചിന്റെ വെളിച്ചം ഞങ്ങ ളുടെ ദേഹത്തൂടെ പോയെങ്കിലും പൊലീസിനു കാണാൻ പറ്റിയില്ല. അവിടത്തെ കാര്യങ്ങൾ മനസ്സിലാക്കി ഞങ്ങൾ തിരിച്ചുപോന്നു.

രാത്രി 12 മണിയായതോടെ എല്ലാവരും ആക്ഷനു റെഡിയായി. ആ ചെറിയ ചാലിലൂടെ ഇഴഞ്ഞ് പറമ്പിലേക്കു കയറി. മുൻവശത്തു പ്രവേ ശന വാതിലിനു അരികിലായിരുന്നു പൊലീസിന്റെ താമസം. പൊലീ സുകാരെല്ലാം അത്യാവശ്യം മിനുങ്ങി നല്ല ഉറക്കം പിടിച്ചിരുന്നു. പെട്ടെന്ന് വൈദ്യുതി ബന്ധം വിച്ഛേദിച്ചു. പൊലീസിന്റെ മുറി പുറത്തുനിന്നു പൂട്ടി. മൂന്നുപേർ വാതിൽ വെട്ടിപ്പൊളിച്ചു. മത്തായിയുടെ മുറി ലക്ഷ്യമാക്കി മൂന്നുപേർ നീങ്ങി. വാതിൽ പൊളിച്ച് അകത്തുകയറി. ഏതുസമയവും ആക്രമണം പ്രതീക്ഷിച്ചായിരുന്നു മത്തായി കഴിഞ്ഞിരുന്നത്. അതു കൊണ്ടുതന്നെ എല്ലാവിധ മുൻകരുതലും എടുത്തിരുന്നു. മുറിയിൽ മരം

കൊണ്ടുണ്ടാക്കിയ മറയുണ്ടായിരുന്നു. അതിനുള്ളിലായിരുന്നു അദ്ദേഹം കിടന്നിരുന്നത്. മുറിയിൽ കയറിയ ഉടൻ മത്തായിയെ ആക്രമിക്കാൻ കഴിയില്ല. ആ മറയും പൊളിച്ച് സംഘം കയറി. അദ്ദേഹത്തിന്റെ ഭാര്യയെ ഒരു മൂലയിലേക്കു മാറ്റി. കോടാലികൊണ്ട് തലയ്ക്കായിരുന്നു ആദ്യ വെട്ട്. എന്നിട്ടും മത്തായി വാക്കത്തിക്കൊണ്ട് തിരിച്ചുവെട്ടി. സംഘത്തിലുണ്ടായിരുന്ന ഇബ്രാഹിമിനാണ് വെട്ടേറ്റത്. പിന്നെ എല്ലാവരും കൂടി അവിടെയിട്ടു തീർത്തു. മരിച്ചു എന്നുറപ്പാക്കിയശേഷമാണ് മടങ്ങിയത്.

അപ്പോഴേക്കും മത്തായിയുടെ മകൻ എണീറ്റുവന്നിരുന്നു. ചെറിയൊരു വെട്ട് അവനും കിട്ടി. ഉടൻ തന്നെ അവൻ പിൻവാതിലിലൂടെ ഓടി രക്ഷപ്പെട്ടു. പൊലീസുകാർ ഉണരുമ്പോഴേക്കും കാര്യങ്ങൾ കഴിഞ്ഞിരുന്നു. ജനലിലൂടെ അവർ തലങ്ങും വിലങ്ങും വെടിവച്ചു. വീടിന്റെ മുൻവശത്തൂടെ തന്നെ പുറത്തിറങ്ങാനായിരുന്നു എല്ലാവർക്കും നൽകിയ നിർദേശം. എന്നാൽ രാജനു വഴിതെറ്റിപ്പോയി. അവൻ പിൻവാതിലിലൂടെയായിരുന്നു ഇറങ്ങിയത്. ഇരുട്ടിൽ നടന്നു ചെന്നത് ചാണകക്കുഴിയിലേക്കായിരുന്നു. ബാക്കിയെല്ലാവരും രക്ഷപ്പെട്ട് പുറത്തെത്തി. മുദ്രാവാക്യം വിളിച്ച് കാപ്പിത്തോട്ടത്തിലേക്കു നീങ്ങി. രാജനെ അരമണിക്കൂറോളം കാത്തുനിന്നു. തിരിച്ചുപോയി രാജനെ രക്ഷപ്പെടുത്താമെന്ന് ചിലർ പറഞ്ഞു. പക്ഷേ, അതു കൂടുതൽ അപകടം വരുത്തുമെന്നതിനാൽ അവരെ പോകാൻ അനുവദിച്ചില്ല. കാരണം അപ്പോഴേക്കും പൊലീസ് പുറത്തിറങ്ങിയിരിക്കും. കൈവശം തോക്കുമുണ്ട്. കുറച്ചു കഴിഞ്ഞപ്പോൾ വെടിയൊച്ച കേട്ടു.

ചാണകക്കുഴിയിൽ നിന്നു രാജനെ പിടികൂടി പൊലീസ് വെടിച്ചതായിരുന്നു. വളരെ അടുത്തുനിന്നാണ് വെടിവച്ചതെന്ന് ഉറപ്പായിരുന്നു. അത്രയ്ക്കും വലിയൊരു മുറിവായിരുന്നു ശരീരത്തിലുണ്ടായിരുന്നത്. പാലക്കാട്ടുകാരനായ രാജൻ കേണിച്ചിറയിൽ തോട്ടം തൊഴിലാളിയായി എത്തിയതായിരുന്നു. പ്രസ്ഥാനത്തിലെ അടിയുറച്ച പ്രവർത്തകനായിരുന്നു. അന്നു രാത്രി തന്നെ ഞങ്ങളെല്ലാം ഒളിവിൽ പോയി.

മത്തായി വധം വലിയൊരു ഒച്ചപ്പാടാണുണ്ടാക്കിയത്. മത്തായി വധം തന്നെയായിരുന്നു പാർട്ടി നിശ്ചലമാകാനും കാരണമായത്. ഞാനും ശിവരാമനും പിടിയിലാകുന്നത് ഏഴു മാസത്തിനു ശേഷമാണ്. അയൽവാസിയായ ഒരു പട്ടാളക്കാരൻ ഒറ്റിക്കൊടുത്തതുകൊണ്ടാണ് പിടിയിലാകുന്നത്. അന്ന് മിന്നൽ ജോസ് എന്നയാളാണ് ഇവിടെ എസ്ഐ. അദ്ദേഹം എല്ലാവരോടും നല്ല പെരുമാറ്റമായിരുന്നു. ഞാനും ശിവരാമനും വീട്ടിൽ വന്ന വിവരം പട്ടാളക്കാരൻ പൊലീസിനു വിളിച്ചുപറഞ്ഞു. കുറച്ചുകഴിയുമ്പോഴേക്കും എസ്ഐയുടെ നേതൃത്വത്തിൽ വീടുവളഞ്ഞു. മധൂ, ഓടി രക്ഷപ്പെടാൻ നോക്കണ്ട എന്ന് എസ്ഐ വിളിച്ചുപറഞ്ഞു. ഞങ്ങൾ കീഴടങ്ങി. അന്നേരം പട്ടാളക്കാരൻ അടുത്തുവന്നു. അദ്ദേഹം പറഞ്ഞു, ഞാനാണു പൊലീസിനു വിവരം കൊടുത്തത്. കേസിലെ മറ്റുള്ളവരെല്ലാം

ജാമ്യത്തിലിറങ്ങി നടക്കുമ്പോൾ നിങ്ങൾ മാത്രമെന്തിന് ഇങ്ങനെ ഒളിച്ചു കഴിയുന്നതെന്ന് അദ്ദേഹം ചോദിച്ചു. സ്റ്റേഷനിലേക്കു കൊണ്ടുപോയ എസ്ഐ ഞങ്ങളെ മർദിക്കുകയൊന്നുമുണ്ടായില്ല. പിന്നീട് സിഐ ജനാർദ്ദനനാണ് ഞങ്ങളെ മർദിച്ചത്. ബത്തേരിയിലെ ക്യാംപിൽ വച്ച് ഞങ്ങളെ ശരിക്കും അയാൾ തല്ലിച്ചതച്ചു. കേസെല്ലാം കഴിഞ്ഞ് പുറത്തിറങ്ങുമ്പോൾ അദ്ദേഹത്തെ ശരിയാക്കാൻ അന്നുതന്നെ ഞങ്ങൾ തീരുമാനിച്ചിരുന്നു. എന്നാൽ അപ്പോഴേക്കും അദ്ദേഹം വിരമിച്ചിരുന്നു. കുറേ അന്വേഷിച്ചിരുന്നു. ആളെ കിട്ടിയില്ല.

നിലമ്പൂർ സ്വദേശികളായ ജോർജ്, ഇബ്രാഹിം, പാലോലിക്കൽ ശിവരാമൻ, കേണിച്ചിറ രാജു, പാറക്കൽ വീട് കൃഷ്ണൻകുട്ടി, തവിഞ്ഞാൽ മോഹനൻ, വട്ടക്കുളം ഭാസ്കരൻ, കുന്നേൽ കൃഷ്ണൻ, നെല്ലിക്കര മധുസൂദനൻ, മെഴുവിനാൽ പോൾ, പൂതാടിയിൽ അലവി, ഒറ്റക്കാരൻ രാജു, പുൽപ്പള്ളിയിലെ രാധാകൃഷ്ണൻ, സോമൻ, രാജൻ, പാലക്കാട് സ്വദേശി കെ.ടി. രാജൻ, കുഴിവേലിൽ വിജയൻ, തത്തുപ്പാറ വീട്ടിൽ സുബ്രഹ്മണ്യൻ, പൂതാടി കൊല്ലൻ വേലായുധൻ, താഴമുണ്ട കൃഷ്ണൻ, അരിമുള പുരുഷോത്തമൻ, കെ.ആർ. രവി, ഓണറാക്കുഴി രവി, ആറാട്ടുതറ റോസ, പൂതാടി സന്തോഷ്, പി.എസ്. ഗോവിന്ദൻ, വാദ്യാപള്ളി ജോസ്, ടി.കെ. ഇബ്രാഹിം, എസ്. ജോണി, എസ്. ജയിംസ് എന്നിങ്ങനെ 30 പേരെയാണ് പൊലീസ് പ്രതി ചേർത്തത്.

അഡ്വ. മഞ്ചേരി സുന്ദർദാസ്, കെ. ഭാസ്കരൻ നായർ, കെ. ഹേമ എന്നിവരായിരുന്നു ഞങ്ങൾക്കു വേണ്ടി കോടതിയിൽ ഹാജരായത്. ഞങ്ങളായിരുന്നു കൊലപ്പെടുത്തിയത് എന്നതിനു കൃത്യമായ തെളിവൊന്നും ഹാജരാക്കാൻ സർക്കാർ അഭിഭാഷകർക്കു സാധിച്ചില്ല. അങ്ങനെ കേസിൽ ഞങ്ങളെ എല്ലാവരെയും വിട്ടയച്ചു. 1985ൽ ആണു ഞങ്ങൾ പുറത്തിറങ്ങുന്നത്. മത്തായിയുടെ കുടുംബം അപ്പീലിനൊന്നും പോയില്ല.

മത്തായിയുടെ കൊലപാതകത്തിൽ നാട്ടുകാർക്കൊന്നും എതിർപ്പുണ്ടായിരുന്നില്ല. ഞാനും ശിവരാമനുമൊക്കെ നാട്ടിൽ തന്നെയാണ് ഒളിവിൽ കഴിഞ്ഞിരുന്നത്. കോൺഗ്രസുകാർ വരെ ഞങ്ങൾക്ക് അഭയം നൽകിയിരുന്നു.

മത്തായി കൊലപാതകത്തോടെ നാട്ടിൽ വലിയ മാറ്റങ്ങളുണ്ടായി. എല്ലാവർക്കും കൃത്യമായി കൂലി ലഭിച്ചു. തൊഴിലിടങ്ങളിൽ ഉടമയുടെ പീഡനം ഇല്ലാതായി. ഗുണ്ടകളെയൊന്നും പിന്നീട് കേണിച്ചിറയിൽ കണ്ടില്ല. ബേബിയൊക്കെ നല്ല ആളായി കൂലിപ്പണിക്കു പോകാൻ തുടങ്ങി.

കൊല്ലപ്പെട്ട രാജന്റെ പേരിൽ നാട്ടിലൊരു ബുക്സ്റ്റാൾ തുടങ്ങി ഞങ്ങൾ ചെറിയ ചെറിയ പ്രവർത്തനങ്ങളൊക്കെ നടത്തി. ഉത്സവകാലത്തെ ചീട്ടുകളിയൊക്കെ അവസാനിപ്പിച്ചു. വീട്ടുകാരുടെയൊക്കെ നിർബന്ധത്തിനു വഴങ്ങി ഞാൻ വിവാഹം കഴിച്ചു. പാർട്ടി പ്രവർത്തനം ഇപ്പോഴും ഉപേക്ഷിച്ചില്ലെങ്കിലും പണ്ടത്തെപോലെ സജീവമല്ല.

അനുബന്ധം ഒന്ന്

സാംസ്കാരികവേദി തകർന്നത് കേണിച്ചിറ ഉന്മൂലനം കൊണ്ടല്ല

കുന്നേൽ കൃഷ്ണൻ

(കേണിച്ചിറ മത്തായി ആക്ഷൻ കമാൻഡർ)

വർഗീസിന്റെ കത്തു ലഭിച്ച് ഞാൻ നാട്ടിലെത്തുമ്പോഴേക്കും അല്പം വൈകിയിരുന്നു. 1970 ഫെബ്രുവരി 18ന് ആണ് വർഗീസ് കൊല്ലപ്പെടുന്നത്. ഞാനെത്തുന്നത് ഇരുപതിനും. സഹപാഠിയായിരുന്ന വർഗീസ് തുടങ്ങിവച്ച സമരം മുന്നോട്ടുകൊണ്ടുപോകുകയായിരുന്നു ഞങ്ങൾ.

തൊടുപുഴയിൽ നിന്ന് വയനാട്ടിലേക്കു കുടിയേറിയെത്തിയതാണ് ഞങ്ങളുടെ കുടുംബം. അച്ഛൻ കറുമ്പനും അമ്മ കറുമ്പിയും. ഞങ്ങൾ അഞ്ചുമക്കൾ. മാനന്തവാടി ഗവ. ഹൈസ്കൂളിലാണ് ഞാനും വർഗീസും ഒന്നിച്ചുണ്ടായിരുന്നത്. ഇവിടെ കേരള സ്റ്റുഡന്റ്സ് ഫെഡറേഷൻ (കെഎസ്എഫ്) കെട്ടിപ്പടുത്തത് ഞങ്ങളൊക്കെയായിരുന്നു. 1964ലെ പിളർപ്പിൽ ഞാൻ സിപിഎമ്മിനൊപ്പം നിന്നു. കർഷകസംഘത്തിന്റെ പ്രവർത്തകനായിരുന്നു. മാനന്തവാടി താലൂക്ക് കമ്മിറ്റിയംഗമായിരുന്നു. പാർട്ടിയിലെ പിളർപ്പോടെ ഇവിടെ പ്രവർത്തനമൊക്കെ നിശ്ചലമായ അവസ്ഥയിലായിരുന്നു. ദേവഗിരി കോളജിലെ പഠനം കഴിഞ്ഞ് ഞാൻ ഡൽഹിയിലേക്കു പോയി. അവിടെ ഫരീദാബാദിൽ ഒരു കമ്പനിയിൽ ജോലിയായിരുന്നു. 1970 ജനുവരി അവസാനമാണ് എനിക്കു വർഗീസിന്റെ കത്തു ലഭിക്കുന്നത്. നാട്ടിലെ കാര്യങ്ങളെല്ലാം കത്തിൽ ഉണ്ടായിരുന്നു. ഇവിടെ വന്ന് അവരുടെ പ്രവർത്തനത്തിൽ പങ്കാളിയാകണമെന്നായിരുന്നു കത്തിൽ ആവശ്യപ്പെട്ടത്. ഞാൻ ഉടൻ തന്നെ ജോലി രാജിവച്ചു നാട്ടിലേക്കു പുറപ്പെട്ടു. എന്നാൽ വർഗീസ് കൊല്ലപ്പെട്ട് രണ്ടുദിവസം കഴിഞ്ഞശേഷമാണ് എത്തുന്നത്.

അന്ന് വയനാട്ടിൽ പൊലീസ് ഭീകരത നിലനിൽക്കുകയാണ്. എന്നെയും പൊലീസ് പിടികൂടി. എസ്.ഐ സി.കെ. മുഹമ്മദ് ആണ് പിടികൂടുന്നത്. സിപിഎം ജില്ലാ സെക്രട്ടറി ഇടപെട്ട് എനിക്കു ജാമ്യം ലഭിച്ചു.

വർഗീസിന്റെ കൊലപാതകത്തോടെ എംഎൽ പ്രസ്ഥാനം വയനാട്ടിൽ തകർന്നു കിടക്കുകയായിരുന്നു. മീനങ്ങാടിയിലെ മധുമാസ്റ്റർ, ദാമു മാസ്റ്റർ എന്നിവരെ ബന്ധപ്പെട്ടു. അങ്ങനെയാണ് വയനാട്ടിൽ വീണ്ടുമൊരു ജില്ലാ കമ്മിറ്റി രൂപീകരിക്കുന്നതും പ്രവർത്തനം തുടങ്ങുന്നതും. മധുമാസ്റ്റർ ആയിരുന്നു സെക്രട്ടറി. അടിയന്തരാവസ്ഥ പ്രഖ്യാപിച്ച സമയത്താണ് കെ. വേണു ഇവിടെ വരുന്നത്. ഇവിടെ ഒളിവിൽ താമസിച്ചുകൊണ്ടായിരുന്നു പ്രവർത്തനം. കൊട്ടിയൂർ, മാനന്തവാടി എന്നിവിടങ്ങളിൽ രഹസ്യ ഗ്രൂപ്പുകൾ രൂപീകരിക്കലായിരുന്നു എന്റെ ചുമതല. ഞാൻ അതെല്ലാം ഭംഗിയായി ചെയ്തു.

ഭാവി പ്രവർത്തനങ്ങൾക്കു പണം കണ്ടെത്താൻ വയനാട് ജില്ലാ കമ്മിറ്റിയൊരു മണി ആക്ഷൻ പ്ലാൻ ചെയ്തു. ഇവിടെയൊരു ചിണ്ടപ്പൻ നമ്പ്യാരുണ്ടായിരുന്നു. നാട്ടുകാരുടെ ആധാരമൊക്കെ വാങ്ങിവച്ച് പണം പലിശയ്ക്കു കൊടുക്കലായിരുന്നു അയാൾ ചെയ്തിരുന്നത്. അയാളുടെ വീട്ടിൽ ധാരാളം പണമുണ്ടാകുമെന്ന് ഉറപ്പായിരുന്നു. പണം പലിശയ്ക്കു കൊടുക്കാൻ നാട്ടുകാരിൽ നിന്നു വാങ്ങിവച്ച ആഭരണങ്ങളും ഉണ്ടാകും. അയാളുടെ വീട് കൊള്ളയടിച്ച് പണം സ്വരൂപിക്കാൻ ഞങ്ങൾ തീരുമാനിച്ചു. ആക്ഷൻ ഗ്രൂപ്പിൽ ഒൻപതു പേരാണുണ്ടായിരുന്നത്. ഞങ്ങൾ മുഖംമൂടിയൊക്കെ ധരിച്ചാണു പോയത്.

നമ്പ്യാരുടെ വീട്ടിൽ ധാരാളം ജോലിക്കാരൊക്കെയുണ്ടായിരുന്നു. എന്നാൽ ആക്ഷൻ നടക്കുമ്പോൾ അവരാരും പുറത്തുവന്നില്ല. നമ്പ്യാർക്ക് അടികൊടുത്ത് മൂലയ്ക്കിരുത്തി. അദ്ദേഹത്തിനു രണ്ടു ഭാര്യമാരുണ്ടായിരുന്നു. രണ്ടാമത്തെ ഭാര്യയായിരുന്നു പണമൊക്കെ കൈകാര്യം ചെയ്തിരുന്നത്. മുഖംമൂടി ധരിച്ച ഞങ്ങളെ കണ്ട് അവർ തെറ്റിദ്ധരിച്ചു. സ്വാമീ, സ്വാമീ എന്ന് അവർ വിളിക്കാൻ തുടങ്ങി. ഞങ്ങൾ കൊള്ളയടിക്കാൻ വന്നതായിരുന്നെന്ന് അവർക്കറിയില്ലായിരുന്നു. ഞങ്ങളെല്ലാം സ്വാമിമാരാണെന്നാണ് ആ സ്ത്രീ കരുതിയത്. പണം വച്ച അലമാരയുടെ താക്കോൽ ചോദിച്ചിട്ടൊന്നും അവർ തരുന്നില്ല. സ്വാമിമാരായി കണ്ടതുകൊണ്ട് പേടിയുമില്ല. ബലപ്രയോഗത്തിനൊന്നും ഞങ്ങൾ നിന്നില്ല. അവർ ഊരിത്തന്ന ആഭരണങ്ങളും കൊണ്ടു മടങ്ങി.

മണി ആക്ഷൻ അങ്ങനെ വൻ പരാജയമായി. അവിടെ നിന്നു കിട്ടിയ ആഭരണങ്ങൾ വിൽക്കാൻ ഏല്പിച്ചിരുന്നത് മധുമാസ്റ്ററെയായിരുന്നു. മധുമാസ്റ്റർ അത് സുഗതൻ എന്നയാളെ ഏല്പിച്ചു. പിന്നീട് മധുമാസ്റ്ററും സുഗതനും പൊലീസ് പിടിയിലായി.

മണി ആക്ഷൻ വിവരം പുറത്തറിഞ്ഞതോടെ പൊലീസ് ഭീകരത തുടങ്ങി. ഞങ്ങളെല്ലാം ഒളിവിൽപ്പോയി. അങ്ങനെയാണ് ഭരണകൂട സ്ഥാപനങ്ങളെ ആക്രമിക്കാൻ ഞങ്ങൾ തീരുമാനിക്കുന്നതും പൊലീസ് സ്റ്റേഷൻ ആക്രമിക്കുക എന്ന ആശയം പ്രാവർത്തികമാക്കാൻ ഒരുങ്ങുന്നതും. വയനാട്ടിൽ സ്റ്റേഷൻ ആക്രമിക്കാൻ പറ്റിയ സാഹചര്യമായിരുന്നില്ല. അതിനുള്ള ആളുകളൊന്നുമുണ്ടായിരുന്നില്ല. വേണുവിന്റെ നേതൃത്വത്തിൽ കായണ്ണ പൊലീസ് സ്റ്റേഷൻ ആക്രമിക്കാൻ തീരുമാനിച്ചപ്പോൾ വയനാട്ടിൽ നിന്നു ഞാനും ഭരതേട്ടനും ആ ഗ്രൂപ്പിൽ ചേർന്നു. കായണ്ണ സ്റ്റേഷൻ ആക്രമണത്തിൽ വേണുവായിരുന്നു കമാൻഡർ. ഭരതേട്ടനായിരുന്നു ആക്രമണത്തിന്റെ ചുമതല. എന്നാൽ ആക്രമണത്തിന് അല്പം മുൻപ് ഭരതേട്ടൻ പിൻവാങ്ങി. എനിക്കായി പിന്നെ ചുമതല. സ്റ്റേഷൻ ആക്രമണവും ശരിക്കും പരാജയപ്പെടേണ്ടതായിരുന്നു. സെൻട്രിയെ ഞാൻ കീഴ്പ്പെടുത്തിയതുകൊണ്ട് ഞങ്ങളെല്ലാം വെടിയേൽക്കാതെ രക്ഷപ്പെട്ടു. രണ്ടുതോക്കാണ് അവിടെ നിന്നു പിടിച്ചെടുത്തത്. ഒന്ന് നാടൻതോക്കും ഒരു 303യും.

മാർച്ച് മൂന്നിനാണു ഞാൻ പിടിയിലാകുന്നത്. ഫറോക്കിലെ സോമന്റെ വീട്ടിൽ നിന്ന് കോഴിക്കോട്ടെത്തി അവസാനത്തെ ബസ്സിൽ വയനാട്ടിലേക്കു പോകുകയായിരുന്നു. എന്നെ പരിചയമുണ്ടായിരുന്ന ഒരാൾ പൊലീസിൽ വിവരം നൽകി. മീനങ്ങാടിക്കപ്പുറം വച്ചായിരുന്നു അറസ്റ്റ്. എന്നെ നേരെ കോഴിക്കോട് മാലൂർകുന്ന് ക്യാംപിലേക്കാണ് കൊണ്ടുപോയത്. ഞാൻ പിടിയിലാകുന്നതിനു തലേദിവസം രാജൻ കസ്റ്റഡിയിൽ കൊല്ലപ്പെട്ടിരുന്നു. ജയറാം പടിക്കലായിരുന്നു ചോദ്യം ചെയ്തിരുന്നത്. ആദ്യമായി എന്റെ ദേഹത്ത് കൈവച്ചതും അദ്ദേഹം തന്നെ. പിന്നെ മൂന്നുദിവസം ക്രൂരമായ മർദനം. ഉരുട്ടലൊന്നും സഹിക്കാൻ പറ്റില്ലായിരുന്നു. ഒരുമാസം ക്യാംപിൽ തന്നെയായിരുന്നു. അതിനിടെ എനിക്കു ചിക്കൻപോക്സ് വന്നു. അതുകൊണ്ട് മർദനത്തിൽ അല്പം കുറവു വന്നു.

കണ്ണൂർ സെൻട്രൽ ജയിലിൽ പാർട്ടി സെൽ സെക്രട്ടറിയായിരുന്നു ഞാൻ. അന്ന് ജയിലിലുള്ള എല്ലാവരെയും ഒന്നിച്ചുകൊണ്ടുപോകാൻ സാധിച്ചു. അതിനു മുൻപുണ്ടായിരുന്നവരെല്ലാം വ്യത്യസ്ത ഗ്രൂപ്പുകളായി തിരിഞ്ഞ് പരസ്പരം പോരടിക്കുകയായിരുന്നു ജയിലിൽ. കേസ് വാദിക്കേണ്ടെന്നായിരുന്നു ഞങ്ങളുടെ തീരുമാനം. കെ.എൻ. രാമചന്ദ്രൻ മാത്രം ജാമ്യത്തിലിറങ്ങി പാർട്ടി പുനഃസംഘടനയ്ക്കു തുടക്കമിട്ടു. രക്തപതാക എന്നൊരു പത്രവും തുടങ്ങി.

അടിയന്തരാവസ്ഥ കഴിഞ്ഞു പുറത്തിറങ്ങുന്ന സമയത്ത് പാർട്ടി പുനഃസംഘടന നടക്കുകയായിരുന്നു. പാർട്ടി നിലപാടിൽ മാറ്റം വരുത്തി ബഹുജന ലൈനിലേക്കു നീങ്ങി. അതോടെ പെട്ടെന്നു തന്നെ പാർട്ടി വളർന്നു. സാംസ്കാരിക വേദിയൊക്കെ സജീവമായി. ധാരാളം ചെറുപ്പക്കാർ പാർട്ടിയിലേക്കു വന്നു. ചരിത്രപ്രസിദ്ധമായ വാളാട് സമ്മേളനമൊക്കെ നടക്കുന്നത് എന്റെ പറമ്പിൽ വച്ചായിരുന്നു.

പിന്നീടാണ് കേണിച്ചിറ-കാഞ്ഞിരംചിറ ആക്ഷനുകൾ നടക്കുന്നത്. കേണിച്ചിറ ആക്ഷന്റെ 13 അംഗ സ്ക്വാഡിന്റെ ലീഡർ ഞാനായിരുന്നു. മത്തായി കൊല്ലപ്പെട്ട അന്നുതന്നെ ഞങ്ങളുടെ പ്രവർത്തകനായ കെ.ടി. രാജനെ പൊലീസ് പിടികൂടി വെടിവച്ചുകൊന്നു.

കേണിച്ചിറ ആക്ഷനെ തുടർന്ന് ഞാൻ ഒളിവിൽപോയി. ഇടുക്കിയിലേക്കായിരുന്നു പോയത്. പൊലീസ് എന്നെയായിരുന്നു ഫോക്കസ് ചെയ്തിരുന്നത്. എങ്ങാനും എന്നെ കിട്ടിയിരുന്നെങ്കിൽ പിന്നെ ഞാൻ ജീവനോടെ പുറത്തു വരില്ലായിരുന്നു. പാർട്ടി ഇടപെട്ടാണ് കേസൊക്കെ നടത്തിയത്. സുപ്രീം കോടതിയിൽ നിന്നാണ് മുൻകൂർ ജാമ്യമെടുത്തത്. സാക്ഷികൾ കൂറുമാറിയതുകൊണ്ട് ഞങ്ങളെയൊക്കെ കോടതി വിട്ടയച്ചു.

പാർട്ടി വളർന്നുകൊണ്ടിരിക്കുന്ന സമയത്ത് വീണ്ടും ഉന്മൂലനം നടത്തിയെന്ന് പലരും ആക്ഷേപം ഉന്നയിക്കാറുണ്ട്. അതൊന്നും ശരിയല്ല. വിശ്വസിച്ച പ്രത്യയശാസ്ത്രത്തോട് കൂറുകാണിക്കലാണ് സമരം.

ആ അർത്ഥത്തിൽ മത്തായി ഉന്മൂലനം തെറ്റായിരുന്നില്ല. അതോടെ അവിടത്തെ തൊഴിലാളി ചൂഷണം അവസാനിച്ചു. തൊഴിലാളികളെ അടിമകളെ പോലെയായിരുന്നു അതുവരെ കണക്കാക്കിയിരുന്നത്. സാമൂഹികമായ ഉത്തരവാദിത്വം നിർവഹിക്കുകയായിരുന്നു ഞങ്ങൾ.

സാംസ്കാരിക വേദി തകർന്നത് ഉന്മൂലനത്തെ തുടർന്നാണെന്ന് മറ്റൊരു ആക്ഷേപമുണ്ടായിരുന്നു. ഭരണകൂടത്തിനെതിരായ ഒരു ആക്ഷൻ നടക്കുമ്പോൾ അതിനു തിരിച്ചടിയുണ്ടാകുമെന്ന് ഉറപ്പായിരുന്നു. അതു മനസ്സിലാക്കി പ്രവർത്തിക്കാൻ വേദി പ്രവർത്തകർ മാനസികമായി തയ്യാറായിരുന്നില്ല. പാർട്ടി അതുവരെ നടപ്പാക്കിയിരുന്ന ഉന്മൂലനം പോലെയായിരുന്നില്ല മഠത്തിൽ മത്തായി കൊലപാതകം നടന്നത്. ജനങ്ങളുടെ അനുവാദം ചോദിച്ചുകൊണ്ടായിരുന്നു അതു നടപ്പാക്കിയത്. അതിനൊരു ജനകീയമുഖമുണ്ടായിരുന്നു. പാർട്ടിയുടെ തീരുമാനം കെ. വേണുവിനൊക്കെ അറിയാമായിരുന്നു. അതുകൊണ്ടു തന്നെ ഇതൊരു രഹസ്യ പ്രവർത്തനമായിരുന്നില്ല. പാർട്ടി പരസ്യമായി നടത്തിയ ആദ്യത്തെ ഉന്മൂലനമായിരുന്നു. മത്തായി കൊല്ലപ്പെടേണ്ട ആൾ എന്നായിരുന്നു അവിടുത്തുകാർ വിലയിരുത്തിയിരുന്നത്. അതുപ്രകാരമാണ് ഞങ്ങൾ വിധി നടപ്പാക്കിയതും. സാംസ്കാരിക വേദി തകരാൻ വേറെ പല കാരണങ്ങളുമുണ്ടായിരുന്നു. അതിന്റെ തകർച്ചയെ കേണിച്ചിറ ആക്ഷനുമായി കൂട്ടിക്കെട്ടരുത് എന്നാണ് എന്റെ അഭിപ്രായം.

അനുബന്ധം രണ്ട്

മത്തായിയെ കൊലപ്പെടുത്തും മുൻപ്
സിപിഐഎംഎൽ പുറത്തിറക്കിയ ലഘുലേഖ

ബഹുജനങ്ങളേ,

1967ൽ നക്സൽബാരിയിലെ ധീരരായ കർഷകജനതയുടെ ഉയിർത്തെഴുന്നേൽപ്പ് ഇന്ത്യൻ ഗ്രാമങ്ങളിലെ മർദിതരും പീഡിതരുമായ ജനതയെ വിമോചനത്തിന്റെ പുതിയ പാതയിലേക്ക് ആനയിച്ചു. ജനകീയ രാഷ്ട്രീയധികാരം ലക്ഷ്യം വച്ചുകൊണ്ടുള്ള ആ ജനമുന്നേറ്റം നൂറ്റാണ്ടുകളായി മർദനവും അടിമത്തവും അനുഭവിച്ചിരുന്ന അധ്വാനിക്കുന്ന ജനങ്ങളെ ഇന്ത്യയിലങ്ങോളമിങ്ങോളം തട്ടിയുണർത്തി. ഇന്ത്യൻ ഗ്രാമങ്ങളിലാകെ പടർന്നുപിടിച്ച ആ സമര പ്രഖ്യാപനം കേണിച്ചിറയിലും അലയടിച്ചപ്പോൾ വർഗശത്രുക്കളും ഭരണവർഗങ്ങളും വിറളിപിടിച്ചു തടുക്കാനാവാത്ത ജനമുന്നേറ്റത്തിനെതിരെ ഭ്രാന്തമായ അക്രമങ്ങൾ നടത്തി.

കഴിഞ്ഞവർഷം മഠത്തിൽ തോമസ് എന്ന ജനമർദകൻ ഉന്മൂലനം ചെയ്യപ്പെട്ടപ്പോൾ ഇവിടത്തെ ജനങ്ങൾ ജനകീയ രാഷ്ട്രീയാധികാരത്തിന്റെ ആദ്യപടികൾ വയ്ക്കുകയായിരുന്നു. ഇതിനെതുടർന്നുണ്ടായ

ജനങ്ങളുടെ വിപ്ലവ മുന്നേറ്റത്തെ തടഞ്ഞുനിർത്താൻ പൊലീസ് ഭീകര വാഴ്ചകളും കക്ഷിരാഷ്ട്രീയക്കാരന്റെ വഞ്ചനകളും വിഫലമായപ്പോൾ ഉന്മൂലനം ചെയ്യപ്പെട്ട വർഗശത്രുവിന്റെ പിതാവും പഞ്ചായത്ത് വൈസ് പ്രസിഡന്റുമായ മഠത്തിൽ മത്തായി ജനങ്ങളെ ഒന്നടങ്കം വെല്ലുവിളിച്ചു കൊണ്ട് ഭരണകൂടത്തെ ഉപയോഗപ്പെടുത്തി തന്റെ ജനമർദനവും ചൂഷണവും പൂർവാധികം ശക്തിപ്പെടുത്തിയിരിക്കുകയാണ്. അൻപതോളം വർഷം മുൻപ് ആദിവാസികൾ അടക്കമുള്ള സാധാരണക്കാരുടെ ഭൂമികൾ തട്ടിയെടുത്തും അവരെ കൊന്നൊടുക്കിയും മർദിച്ചൊതുക്കിയും ചൂഷണം നടത്തിയും കുന്നുകൂട്ടിയ സമ്പത്തുപയോഗിച്ച് ഇന്നും ബലാത്സംഗങ്ങളും മർദനവും നടത്തി ഇപ്പോൾ പുതായി പഞ്ചായത്തിൽ ഭീകര വാഴ്ച നടത്തുകയാണ്.

കഴിഞ്ഞ ഒരുമാസത്തിനുള്ളിൽ രണ്ടു തവണ ഇയാളെ നാട്ടുകാർ ജനകീയ വിചാരണയ്ക്കു വിധേയമാക്കുകയുണ്ടായി. ഈ പ്രദേശത്തെ ജനങ്ങൾ സാമ്പത്തികമായി നട്ടംതിരിഞ്ഞുകൊണ്ടുള്ള സന്ദർഭത്തിൽ കേണിച്ചിറയിലെ കോഫി ബോർഡിന്റെ പൂൾ ഡിപ്പോയിൽ കാപ്പി വിൽക്കാൻ വന്ന കർഷകരുടെ രോഷത്തിന് ഈ വർഗശത്രു ഇരയായി. ലോറി സമരം നടത്തികൊണ്ടിരുന്നപ്പോൾ ലോറി ഉടമകൂടിയായ ഇയാൾ കാപ്പി കൊണ്ടുപോകാൻ വന്ന ലോറി തടഞ്ഞു വെച്ചതുമൂലം സ്റ്റോക്ക് നീക്കം ചെയ്യാനാകാതെ കാപ്പി വാങ്ങുന്നത് നിർത്തി വെച്ചു. ബാങ്കുകളിലും മറ്റും കടംകൊണ്ടു ശ്വാസംമുട്ടിയിരുന്ന കർഷകരെ ഇത് രോഷാകുലരാക്കുകയും മത്തായിയെ രാവിലെ മുതൽ വൈകുന്നേരം വരെ പച്ചവെള്ളം പോലും നൽകാതെ വെയിലത്തു തടഞ്ഞുനിർത്തി ശിക്ഷിക്കുകയും ചെയ്തു. സ്റ്റോക്ക് നീക്കം ചെയ്യാൻ പകരം ഏർപ്പാടുണ്ടാക്കിയ ശേഷം മാത്രമാണ് ഇയാളെ മോചിപ്പിച്ചത്.

ഇക്കഴിഞ്ഞ 28-04-81ന് കേണിച്ചിറയിൽവെച്ചിയാൾ വീണ്ടും ജനകീയ വിചാരണ ചെയ്യപ്പെട്ടു. ഒരുവർഷത്തിലധികം കാലം മത്തായിയുടെ ലോറിയിൽ ക്ലീനറായി ജോലി ചെയ്തിരുന്ന സോമൻ എന്ന തൊഴിലാളിയെ ഇയാളുടെ മേധാവിത്വത്തിനു കീഴടങ്ങാത്തതിനാൽ പിരിച്ചയയ്ക്കുകയും ശമ്പളം നിഷേധിക്കുകയും ചെയ്തു. മുൻകരാർ അനുസരിച്ച് പ്രതിമാസം 60 രൂപയും 12 മാസത്തെ 750 രൂപ നിഷേധിച്ചതു കൂടാതെ വാങ്ങുവാൻ വെല്ലുവിളിക്കുകയും ചെയ്തു. വർഗശത്രുവിന്റെ ഭീഷണിയെ നേരിടുവാൻ ജനങ്ങൾക്കേ കഴിയൂ എന്നു ബോധ്യപ്പെട്ട സോമൻ ജനങ്ങളുമായി ഐക്യപ്പെടുകയും സിപിഐ(എംഎൽ) ന്റെ നേതൃത്വത്തിൽ മുന്നൂറോളം ജനങ്ങളുടെ സാന്നിധ്യത്തിൽ വിചാരണ നടത്തുകയും മുഴുവൻ സംഖ്യയും അപ്പോൾ തന്നെ ഈടാക്കുകയും ചെയ്തു. ജനങ്ങൾ നൽകിയ താക്കീതു സ്വീകരിക്കാനോ ജനശക്തിക്കു കീഴടങ്ങാനോ കൂട്ടാക്കാതെ നാട്ടുകാരെ ഒന്നടങ്കം വെല്ലുവിളിച്ചുകൊണ്ട് മർദനം ശക്തിപ്പെടുത്തുകയും ഭീകരത അഴിച്ചുവിടുകയും ചെയ്തിരിക്കുന്നു. പൊലീസ്

ഭീകരത കൊണ്ടു ജനമുന്നേറ്റത്തെ തടഞ്ഞുനിർത്താമെന്ന് ഇയാൾ വ്യാമോഹിക്കുന്നു. കേണിച്ചിറ പ്രദേശങ്ങൾ ഇന്നു പൊലീസ് മർദന ക്യാംപുകളായി മാറ്റിയിരിക്കുകയാണ്. വിപ്ലവകാരികളെയും തൊഴിലാളി കളെയും കള്ളക്കേസിൽ കുടുക്കി തടവിലടയ്ക്കാൻ ശ്രമിച്ചുകൊണ്ടിരി ക്കുകയാണ്. വധശ്രമം, ധനാപഹരണം മുതലായ ചാർജുകൾ ചുമത്തി യുള്ള കള്ളക്കേസ് പ്രകാരം സഖാവ് കുഞ്ഞുമുഹമ്മദ്, ഗോപി, ഉണ്ണി ക്യഷ്ണൻ, സുധാകരൻ എന്നീ ഡ്രൈവർമാരും അറസ്റ്റ് ചെയ്യപ്പെട്ടു പീഡിപ്പിക്കപ്പെടുകയും തടവിലിടപ്പെടുകയുമുണ്ടായി. മധ്യപ്രദേശ് പൊലീസ് അടക്കമുള്ള വിപുലമായ പൊലീസ് വ്യൂഹം കേണിച്ചിറ പ്രദേശത്താകെ അടക്കിവാഴുകയാണ്. കടകളിൽ സാധനങ്ങൾ വാങ്ങാൻ വരുന്നവരെ പൊലീസ് ചോദ്യം ചെയ്യുകയും വിരട്ടുകയും ചെയ്യുന്നതു മൂലം സാധാരണ ജനങ്ങൾക്ക് വീടിനു പുറത്തിറങ്ങാൻ സാധിക്കാത്ത അവസ്ഥയാണുള്ളത്. സർച്ച് എന്ന പേരിൽ രാത്രികാലങ്ങളിൽ വീടു കളിൽ ചെന്ന് പൊലീസ് കാപാലികൻമാർ സ്ത്രീകളെയും കുട്ടികളെയും ഉപദ്രവിച്ചുകൊണ്ടിരിക്കുന്നു.

എന്തിനു വേണ്ടിയാണ് ഈ പൊലീസ് സന്നാഹങ്ങളും ഭീകരവാഴ് ചയും? ഒരു വർഗശത്രുവിന്റെ കോഴയ്ക്കു കീഴടങ്ങിയ ആഭ്യന്തരമന്ത്രി ഉൾപ്പെടെയുള്ള ഉന്നതന്മാർ ഒരു പ്രകോപനവും ഉണ്ടാക്കാത്ത ജനങ്ങളെ ഒരു വർഗശത്രുവിന്റെ ഭീകര വാഴ്ച നിലനിർത്തുവാനായി മർദിച്ചൊതു ക്കാൻ ശ്രമിക്കുന്ന സോഷ്യൽ ഫാസിസ്റ്റു ഭരണകൂടത്തിന്റെ വർഗ സ്വഭാവം ജനങ്ങൾ വ്യക്തമായും മനസ്സിലാക്കുന്നു. തൊഴിലാളി അധ്വാ നിച്ചതിന്റെ പ്രതിഫലം ആവശ്യപ്പെടുന്നത് തെറ്റാണോ? വേതനം നൽ കാൻ വിസമ്മതിക്കുന്ന വർഗശത്രുവിനോട് ജനങ്ങൾ അതുവാങ്ങിക്കൊടു ക്കുന്നതു തെറ്റാണോ.. ഇതു തെറ്റല്ലെങ്കിൽ ഈ പൊലീസ് നരനായാട്ടും വർഗശത്രുവിന്റെ ജനമർദനങ്ങളും തികഞ്ഞ അനീതിയാണ്. നാം ഉറക്കെ ചിന്തിക്കേണ്ടിയിരിക്കുന്നു. ഒന്നുകിൽ ഈ ജനമർദകനു കീഴടങ്ങി ജന ങ്ങൾ അനീതിക്കും മർദനത്തിനും ഇരയാകുക. അല്ലെങ്കിൽ തിരിച്ചടി ക്കുക. ആത്മാഭിമാനവും വിപ്ലവബോധവുമുള്ള ഇവിടത്തെ ജനങ്ങൾക്കു തീർച്ചയായും ഇതിനെതിരെ നിഷ്ക്രിയരായിരിക്കുവാൻ കഴിയില്ല. കാരണം ഇതു വർഗശത്രുവിന്റെ ജനങ്ങൾക്കു നേരെയുള്ള കടന്നാ ക്രമണമാണ്. നമ്മുടെ ആത്മാഭിമാനത്തിനും പ്രാഥമിക സ്വാതന്ത്ര്യ ത്തിനും മാനുഷികമൂല്യങ്ങൾക്കും നേരെയുള്ള വെല്ലുവിളിയാണിത്. ചരിത്രം സൃഷ്ടിക്കുന്നത് ഇതിൽ ഏതാനും വർഗശത്രുക്കളല്ല. ജന ങ്ങളാണ് എന്നു തെളിയിച്ച നാം എല്ലാ കടലാസു പുലികളും പിന്തിരി പ്പൻമാരാണെന്ന ചരിത്രം നൽകുന്ന പാഠം ഇനിയും തെളിയിക്കുക തന്നെ ചെയ്യും. കഴിഞ്ഞവർഷം മഠത്തിൽ തോമസ് എന്ന ജനമർദകന് അവൻ അവരർഹിക്കുന്ന ശിക്ഷ നൽകിയ ഇവിടുത്തെ ജനത അവ രുടെ കർഷക ഗറില്ലകളെ ഇന്നും കണ്ണിലെ കൃഷ്ണമണിപോലെ

കാത്തുസൂക്ഷിക്കുന്ന ജനത, ഈ വർഗശത്രുവിനെയും ഭരണകൂട ത്തെയും തകർക്കുക തന്നെ ചെയ്യും. ഏതാനും മാസങ്ങൾക്കു മുൻപ് ജനമുന്നേറ്റത്തെ തടയാൻ പൗരസമിതി എന്ന ഉമ്മാക്കി കാട്ടി കേണിച്ചി റയിൽ പൊലീസ് ക്യാംപുകൾ കൊണ്ടു നിറച്ചു. അവസാനം പരാജയം സമ്മതിച്ചു. പിന്മാറേണ്ടി വന്ന ജനശത്രുക്കൾ വീണ്ടും ഒരിക്കൽ കൂടി അവരുടെ ശവക്കുഴി തോണ്ടുകയാണ്. എല്ലാ കക്ഷി രാഷ്ട്രീയ ജാതി മത ചിന്താഗതികളും വലിച്ചെറിഞ്ഞ് വർഗപരമായി ഒന്നിച്ചുകൊണ്ട് ഈ അനീതിക്കെതിരെ ആഞ്ഞടിക്കുക. വർഗീസിന്റെയും സഖാവ് കിസാൻ തൊമ്മന്റെയും മറ്റനേകം ധീരസഖാക്കളുടെയും രക്തം വീണു നനഞ്ഞ ഈ മണ്ണിലൂടെ സിപിഐ (എംഎൽ)ന്റെ കൊടിക്കീഴിൽ നമുക്കു മുന്നേറാം.

സിപിഐ (എംഎൽ) സിന്ദാബാദ്, നക്സൽബാരി സിന്ദാബാദ്. ജനകീയ രാഷ്ട്രീയാധികാരം നീണാൾ വാഴട്ടെ.

അനുബന്ധം മൂന്ന്

പൊലീസ് തയ്യാറാക്കിയ കുറ്റപത്രം

പൂതാടി അംശം കേണിച്ചിറ ദേശത്ത് മഠത്തിൽ മത്തായി മകൻ തോമ സിനെ 1980 ജനുവരി 16ന് രാത്രി 20.15 മണിക്ക് പൂതാടി അംശം കേണിച്ചിറ ദേശത്ത് കേണിച്ചിറ അങ്ങാടിയിൽ ബസ് സ്റ്റോപ്പിനടുത്തുവച്ച് നക്സ ലൈറ്റ് പ്രവർത്തകരായ വാദ്യാപള്ളി ജോസ്, നെല്ലിക്കര വിജയൻ എന്നും മധു എന്നും വിളിക്കുന്ന മധുസൂദനൻ, പുള്ളോലിക്കൽ പുത്തൻപുര യിൽ ശിവരാമൻ മുതൽ പേർ ചേർന്നു കൊലപ്പെടുത്തിയതിനെ തുടർന്ന് ടി മഠത്തിൽ മത്തായി നക്സലൈറ്റ് പ്രസ്ഥാനത്തിനെതിരെ പൗരസമിതി എന്നൊരു പ്രസ്ഥാനം സംഘടിപ്പിച്ച് ശക്തിയായി പ്രവർത്തിച്ചുവെന്നതിൽ വച്ചുള്ള വിരോധം നിമിത്തം ടിയാനെ അന്യായ തടങ്കൽചെയ്തു ഭീഷണി പ്പെടുത്തി നക്സലൈറ്റ് പ്രവർത്തകരായ പൂതാടി ചുണ്ടപ്പൊടിക്കുന്നിൽ ബാബു എന്ന വിളിക്കുന്ന മെഴുകിനാൽ പോൾ, പുള്ളോലിക്കൽ പുത്തൻ പുരയിൽ ശിവരാമൻ മുതൽ പേർ ചേർന്ന് 1981 ഏപ്രിൽ 29ന് രാത്രി എട്ടുമണിക്ക് കേണിച്ചിറ അങ്ങാടിയിൽ വച്ച് 780 രൂപ കൂട്ടായ്മ കവർച്ച ചെയ്തു കൊണ്ടു പോയതിനെ തുടർന്നു നക്സലൈറ്റ് പ്രസ്ഥാനത്തി നെതിരെ ശക്തിയായി ടി. മത്തായി പ്രവർത്തിച്ചുവെന്നതിൽവെച്ചുള്ള വിരോധം നിമിത്തം നക്സലൈറ്റ് പ്രവർത്തകർ ടി മത്തായിയെ കൊല പ്പെടുത്തുമെന്ന് പരസ്യമായി പ്രഖ്യാപിക്കുകയും ടി മത്തായിക്കെതിരെ ലഘുലേഖകൾ അച്ചടിപ്പിച്ച് പൊതുജനങ്ങളുടെ ഇടയിൽ വിതരണം ചെയ്യുകയും തുടർന്ന് ടി മത്തായിയുടെ ജീവൻ രക്ഷിക്കുന്നതിനു വേണ്ടി 13.5.81 മുതൽ ടി മത്തായിയുടെ വീട്ടിൽ പൊലീസ് പിക്കറ്റ് സ്ഥാപിക്കു കയും തുടർന്ന് ടിയാനെ കൊലപ്പെടുത്തണമെന്നുള്ള പൊതു ഉദ്ദേശ്യ

ത്തോടും കരുതലോടും തങ്ങളുടെ പൊതു ഉദ്ദേശ്യ സാധ്യതയ്ക്കായി പൊതുതാത്പര്യക്കാരായ മൂന്നുമുതൽ 30 വരെയുള്ള പ്രതികൾ 1981 മെയ്മാസം ആറാം തീയതി രാത്രി 20 മണി മുതൽ 21.30 മണി വരെ എട്ടാം പ്രതി കുന്നേൽ കൃഷ്ണന്റെ വീട്ടിൽ സമ്മേളിച്ച് ഗൂഢാലോചന നടത്തുകയും തുടർന്ന് മെയ് 12-ാം തീയതി രാത്രി ഒൻപതു മണി മുതൽ 10.30 വരെ രണ്ടു മുതൽ 28 വരെയുള്ള പ്രതികൾ ഏഴാം പ്രതി പൂതാടി വട്ടക്കുളത്തിൽ ഭാസ്കരന്റെ വീട്ടിൽ സമ്മേളിച്ച് ഗൂഢാലോചന നടത്തുകയും തുടർന്ന് മെയ് 17ാം തീയതി രാത്രി 9.30 മുതൽ 12.30 മണി വരെ ഒന്നു മുതൽ 30 വരെയുള്ള പ്രതികൾ അഞ്ചാം പ്രതി കുള്ളൻ എന്നു വിളിക്കുന്ന കൃഷ്ണൻകുട്ടിയുടെ മുണ്ടയ്ക്കൽ വീട്ടിൽ വച്ചു ഗൂഢാലോചന നടത്തുകയും ടി മത്തായിയെ കൊലപ്പെടുത്തുന്നതിലേക്കായി എട്ടാം പ്രതിയുടെ നേതൃത്വത്തിൽ ഒന്നു മുതൽ 16 വരെയുള്ള പ്രതികൾ അടങ്ങുന്ന ഒരു സ്ക്വാഡ് രൂപീകരിക്കുകയും 1981 മെയ് 19ാം തീയതി രാത്രി സ്ക്വാഡിലുള്ള അംഗങ്ങൾ ഓരോരുത്തരായി ആയുധങ്ങളുമായി ടി മത്തായിയെ കൊലപ്പെടുത്തുന്നതിനായി ടി മത്തായിയുടെ വീടിന്റെ വടക്കുവശം വന്നതിൽ എത്തണമെന്നു തീരുമാനിക്കുകയും ഈ തീരുമാനത്തിന്റെ വെളിച്ചത്തിൽ ഒന്ന്, രണ്ട് പ്രതികൾ അപകട ആയുധമായ ലക്ഷ്യം വക കൈക്കോടാലി 3, 7, 9,10, 11, 12, 12, 13 എന്നീ പ്രതികൾ അപകടആയുധമായ വടികളും 5, 6 എന്നീ പ്രതികൾ അപകട ആയുധമായ വാക്കത്തിയും 8 ാം പ്രതി അപകട ആയുധമായ കൈബോംബും 16ാം പ്രതിയുമായി ടി മത്തായിയുടെ വീടിനു വടക്കുവശം 19.5.81 രാത്രിയിൽ ഒന്നിച്ചുകൂടി രാത്രി 12.50 മണിക്ക് പ്രതികൾ ടി മത്തായിയുടെ വക പൂതാടി പഞ്ചായത്തിൽ 573ാം നമ്പർ വീട്ടിൽ കുറ്റകരമായി പ്രവേശിച്ച് ഒന്നാം പ്രതി, ടി. മത്തായി കിടന്നിരുന്ന കിടപ്പുമുറിയുടെ കിഴക്കുവശം അടച്ചു വാതിലിനു ലക്ഷ്യം വക കോടാലി കൊണ്ടു രണ്ടുമൂന്നു തവണ വെട്ടിയും ഒന്നു മുതൽ അഞ്ചുവരെ പ്രതികൾ വാതിലിനു ചവുട്ടിയും വാതിൽ ബലം പ്രയോഗിച്ചു തുറന്ന് അകത്തു പ്രവേശിക്കുകയും ഈ സമയം എട്ടാംപ്രതി തന്റെ കൈവശമുണ്ടായിരുന്ന ബോംബ് വീടിനു നേരെ എറിഞ്ഞു പൊട്ടിക്കുകയും മറ്റു പ്രതികൾ വീടിന്റെ ജനാലയുടെ ഗ്ലാസുകൾ വടികൊണ്ട് അടിച്ചുടച്ചും മറ്റും ഭീതിജനിപ്പിക്കുകയും മത്തായിയുടെ കിടപ്പറയിൽ പ്രവേശിച്ച 1, 2 പ്രതികൾ മത്തായിയെ ടിയാൻമാരുമാടെ കൈവശമുണ്ടായിരുന്ന ലക്ഷ്യം വക കോടാലികൊണ്ട് തലയിലും മറ്റും പലപ്രാവശ്യം വെട്ടിപരുക്കേല്പിക്കുകയും 3ാം പ്രതി മേപ്പടിയാന്റെ കൈവശമുണ്ടായിരുന്ന വടികൊണ്ട് ടി മത്തായിയെ അടിച്ചുപരുക്കേല്പിക്കുകയും രണ്ടാം പ്രതി ടി മത്തായി കിടന്നിരുന്ന കട്ടിലിനടിയിൽ തറയിൽ വച്ചിരുന്ന 15 രൂപ വിലവരുന്ന ലക്ഷ്യം വക വാക്കത്തിയെടുത്ത് മോഷണം ചെയ്തും ബഹളം കേട്ടു ഭയവിഹ്വലരായി തന്റെ കിടപ്പറയിൽ നിന്ന് ഇറങ്ങിവന്ന മത്തായിയുടെ മകൻ ദേവസ്യയുടെ തലയിൽ ആറാം പ്രതി ടിയാന്റെ കൈവശം ഉണ്ടായിരുന്ന ഒരു

വാക്കത്തിക്കൊണ്ട് രണ്ടുവെട്ടുവെട്ടി പരുക്കേല്പിച്ചതിൽവെച്ച് തലയോടു പൊട്ടുന്നതിനും ആറാം പ്രതി ടി ദേവസ്യയുടെ കിടപ്പുമുറിയിൽ സക്ഷിച്ചിരുന്ന 25 രൂപ വിലവരുന്നതും 3 സെൽ ഉള്ളതുമായ ഒരു എവറെഡി ടോർച്ച് എടുത്ത് മോഷണം ചെയ്തും ബഹളത്തെ തുടർന്നു വീട്ടിൽ ഡ്യൂട്ടിയിലുണ്ടായിരുന്ന പൊലീസുകാർ വെടിവച്ചതിൽ 16ാം പ്രതി ടി വീടിനു വടക്കുവശം മുറ്റത്തു മരിച്ചു വീഴുന്നതിനും തനിക്ക് ഏറ്റ ഗുരുതരമായ പരുക്കു കാരണം മത്തായി തൽക്ഷണം മരിച്ചുപോകുന്നതിനും ഇടയാക്കുകയും ഒന്നു മുതൽ 16 വരെ പ്രതികൾ കുറ്റകൃത്യത്തിനു ശേഷം നേരിട്ടു പങ്കുചേർന്നും 17 മുതൽ 30 വരെ പ്രതികൾ കുറ്റകൃത്യം നടത്തുന്നതിനു വേണ്ടി മുൻ പ്രഖ്യാപിച്ച പ്രകാരമുള്ള സ്ഥലത്തും സമയത്തും വച്ച് ഗൂഢാലോചന നടത്തുകയും ചെയ്തിട്ടുള്ളതിനാൽ പ്രതികളെല്ലാവരും ഐപിസി 143,147,148,149 326, 380, 120 (ബി) എന്നീ വകുപ്പുപ്രകാരവും സെക്ഷൻ 3 ആൻഡ് 5 ഓഫ് എക്സ്പ്ലോസീവ് സബ്സ്റ്റൻസസ് ആക്ട് 1908 പ്രകാരവും ശിക്ഷിക്കത്തക്ക കുറ്റം ചെയ്തിരിക്കുന്നു.

ഡിവൈഎസ്പി ക്രൈം ഡിറ്റാച്ച്മെന്റ്, കൽപ്പറ്റ

അനുബന്ധം നാല്

കാഞ്ഞിരംചിറ കൊലപാതകം

കേണിച്ചിറ ആക്ഷൻ നടക്കുന്ന സമയത്തു തന്നെയാണ് ആലപ്പുഴ കാഞ്ഞിരംചിറയിൽ കയർ മുതലാളിയായ സോമരാജൻ കൊല്ലപ്പെടുന്നതും. ആലപ്പുഴയിൽ ശക്തമായൊരു ജില്ലാ കമ്മിറ്റിയൊന്നുമുണ്ടായിരുന്നില്ല. നാടക പ്രവർത്തകനായിരുന്ന പി.എം. ആന്റണിയായിരുന്നു ആലപ്പുഴയിൽ നിന്നുള്ള ഏക സംസ്ഥാന കമ്മിറ്റിയംഗം.

കാഞ്ഞിരംചിറയിലെ കയർ മുതലാളിയായ സോമരാജൻ, കയർ മോഷണം പോയതിന്റെ പേരിൽ രണ്ടു തൊഴിലാളികളെ അതിക്രൂരമായി മർദിച്ചതാണ് അവിടത്തെ ഉന്മൂലനത്തിനു കാരണമായത്. തൊഴിലാളികളെ പിടിച്ചുകെട്ടി മർദിക്കുകയായിരുന്നു. സിപിഎം ശക്തമായിരുന്നെങ്കിലും തൊഴിലാളികൾക്കു വേണ്ടി വാദിക്കാൻ അവരൊന്നും മുന്നോട്ടു വന്നില്ല. തുടർന്നാണ് നക്സലൈറ്റ് പ്രവർത്തകർ സംഭവം ഏറ്റെടുക്കുന്നത്. ആലപ്പുഴയിൽ പലയിടത്തും തെരുവുയോഗങ്ങൾ നടന്നു. സോമശേഖരനെതിരെ ജനകീയ വിചാരണ നടത്തുമെന്ന് ജില്ലയിലുടനീളം പോസ്റ്ററുകൾ പ്രത്യക്ഷപ്പെട്ടു. അതോടെ അദ്ദേഹം ചർച്ചയ്ക്കു തയ്യാറായി. മർദിക്കപ്പെട്ടവർക്ക് നഷ്ടപരിഹാരം നൽകാമെന്ന് അദ്ദേഹം സമ്മതിച്ചു. സോമശേഖരൻ ഏതു സമയവും കൊല്ലപ്പെടുമെന്നൊരു ഖ്യാതി കാഞ്ഞിരംചിറയിൽ പരക്കുകയുണ്ടായിരുന്നു. അതുകൊണ്ടുതന്നെ

അദ്ദേഹം വലിയൊരു ഗുണ്ടാസംഘത്തെ കാവലിനു നിർത്തി. എന്നാൽ രാത്രിയിൽ ഗുണ്ടാസംഘത്തെ അടിച്ചോടിച്ച് മുപ്പതോളം വരുന്നവർ സോമശേഖരനെ കൊലപ്പെടുത്തി.

ആലപ്പുഴയിലും നക്സലൈറ്റ് ഉന്മൂലനം നടന്നതോടെ ഇവിടെയുള്ള മുതലാളിമാരൊക്കെ ശരിക്കും പേടിച്ചു. പൊലീസ് ക്യാംപ് തുറന്നു. സംസ്ഥാന കമ്മിറ്റിയംഗമായ പി.എം. ആന്റണി പിടിയിലായി. സോമശേഖരൻ വധത്തിൽ ആന്റണിക്ക് പങ്കൊന്നുമുണ്ടായിരുന്നില്ല. അദ്ദേഹം വേറെയൊരു സ്ഥലത്ത് നാടകം കളിക്കുകയായിരുന്നു അന്നുരാത്രി. ആക്ഷനിൽ പങ്കെടുത്ത പലരും കേസിൽ പ്രതിചേർക്കപ്പെടുകയുമുണ്ടായില്ല. നക്സലൈറ്റ് പ്രവർത്തകനായിരുന്ന സുധാകരനെ അറസ്റ്റ് ചെയ്തെങ്കിലും കോടതിയിൽ ഹാജരാക്കിയില്ല. ഇതിൽ പ്രതിഷേധിച്ച് ആലപ്പുഴ നോർത്ത് പൊലീസ് സ്റ്റേഷനിലെ ഒരു പൊലീസുകാരനെ അടിവസ്ത്രം മാത്രമുടുപ്പിച്ച് നടുറോഡിലൂടെ നടത്തിക്കുകയുണ്ടായി. തുടർന്നാണ് സുധാകരനെ കോടതിയിൽ ഹാജരാക്കിയത്.

കേണിച്ചിറ- കാഞ്ഞിരംചിറ കൊലപാതകങ്ങളാണ് പാർട്ടിയിലും ബഹുജന സംഘടനകളിലും വൈരുദ്ധ്യം ഉടലെടുക്കാൻ കാരണമായത്.

പത്ത്

സാംസ്കാരികവേദിയുടെ തകർച്ച

പൊതുവെ കോഴിക്കോട് മെഡിക്കൽ കോളജ് അഴിമതി വിരുദ്ധ പോരാട്ടം കൂടുതൽ പേരെ ജനകീയ സാംസ്കാരിക വേദിയിലേക്ക് ആകർഷിച്ചു. അതോടൊപ്പം തന്നെ വേദി പാർട്ടിയേക്കാൾ വളരുകയാണെന്നൊരു തോന്നൽ പാർട്ടി നേതൃത്വത്തിനുണ്ടായി. മാതൃസംഘടനയേക്കാൾ പോഷകസംഘടന വളർന്നാലുണ്ടാകുന്ന ഭവിഷ്യത്തിനെക്കുറിച്ച് പാർട്ടിയിൽ ചിലർ ചർച്ച ചെയ്യുകയുണ്ടായി. ഈ തർക്കത്തിന് ആക്കം കൂട്ടുന്നതായിരുന്നു ഭാസുരേന്ദ്രബാബു പ്രേരണയിൽ എഴുതിയ ലേഖനം. പാർട്ടി മുൻകൈ എടുത്ത് ചെയ്ത പല കാര്യങ്ങൾക്കും ലഭിക്കാത്ത പിന്തുണ ഈ സമരത്തിനു കിട്ടിയതായിരുന്നു പാർട്ടി നേതൃത്വത്തിലുള്ളവരെ ആശങ്കയിലാക്കിയിരുന്നു. മെഡിക്കൽ കോളജ് വിചാരണ ഇത്രയധികം ശ്രദ്ധേയമായത് ജീവകാരുണ്യപരമായ സ്വഭാവം ഉള്ളതുകൊണ്ടായിരുന്നു എന്നാണ് ഭാസുരേന്ദ്രബാബു എഴുതിയത്. വർഗ സമര സമീപനത്തിൽ നിന്ന് അന്യമായതാണ് അദ്ദേഹത്തിന്റെ ലേഖനമെന്നായിരുന്നു പാർട്ടിയുടെ കണ്ടെത്തൽ. പാർട്ടിയുടെയും വേദിയുടെയും നേതൃത്വത്തിൽ മാത്രമേ ഇത്തരം ചർച്ചകളൊക്കെ നടന്നിരുന്നത്. താഴെ തട്ടിലുള്ളവർ അതൊന്നും അറിഞ്ഞിരുന്നില്ല. മുൻമുഖ്യമന്ത്രി അച്യുത മേനോനും സുപ്രീം കോടതി ചീഫ് ജസ്റ്റിസുമെല്ലാം കോഴിക്കോട്ടെ സമരത്തെ പ്രകീർത്തിച്ചത് ഇതുപോലെയുള്ള സമരങ്ങൾ കൂടുതൽ ഏറ്റെടുക്കാൻ പ്രവർത്തകരെ പ്രോത്സാഹിപ്പിച്ചു. ഒരുകാലത്ത് ആളെ ക്കൊല്ലുന്ന പാർട്ടിയായി ചിത്രീകരിക്കപ്പെട്ടിരന്നതെങ്കിൽ നക്സലൈറ്റുകൾ വിചാരിച്ചാലേ അഴിമതിയില്ലാതാക്കാൻ കഴിയൂ എന്ന് ജനം ചിന്തിക്കാൻ തുടങ്ങിയിരുന്നു. പെൺകുട്ടികൾ വരെ നിയമസഭയിൽ ചെന്ന് സമരം ചെയ്തുവെന്നത് കേരളത്തിലെ ക്യാംപസുകളിലും വലിയ ചലനമുണ്ടാക്കി. സിപിഐഎംഎൽ ആണോ ജനകീയ സാംസ്കാരിക വേദിയാണോ ഈ സമങ്ങളൊക്കെ നയിക്കുന്നതെന്നൊന്നും ജനം ശ്രദ്ധിച്ചിരുന്നില്ല. അവർ കേൾക്കാൻ ഇഷ്ടപ്പെടുന്ന കാര്യങ്ങൾ നടക്കുന്നതിലുള്ള സന്തോഷമായിരുന്നു. കേരളത്തിലെ മാധ്യമങ്ങൾ ഇത്തരം സമരങ്ങളെ

നല്ലരീതിയിൽ പ്രോത്സാഹിപ്പിക്കുകയും ചെയ്തു. സമരങ്ങൾക്കു നേതൃത്വം നൽകുന്നവർക്കെല്ലാം നായക പരിവേഷം ലഭിക്കുകയും ചെയ്തു.

അഴിമതിയുടെ പേരിൽ ജനങ്ങളെ ദ്രോഹിക്കുന്ന ഉദ്യോഗസ്ഥരൊക്കെ ഏതുസമയവും ജനകീയ വിചാരണ ഏൽക്കേണ്ടിവരുമെന്ന പേടിയിലായിരുന്നു. പലർക്കും ഇത്തരത്തിലുള്ള ഊമക്കത്തുകളും ലഭിക്കാൻ തുടങ്ങി. ജനകീയ വിചാരണ ഭയന്ന് ഇത്തരത്തിലുള്ള ഉദ്യോഗസ്ഥൽ കുറച്ചുകാലത്തേക്കെങ്കിലും തനിസ്വരൂപം മാറ്റിവയ്ക്കാൻ തയ്യാറായി.

രാജൻ കൊല്ലപ്പെട്ട സംഭവത്തിൽ കോയമ്പത്തൂർ സെഷൻസ് കോടതി ജയറാം പടിക്കലിനും കൂടെയുള്ളവർക്കും ശിക്ഷ വിധിച്ച സമയമായിരുന്നു ഇത്. ജാമ്യത്തിലിറങ്ങിയ അവർ മദ്രാസ് ഹൈക്കോടതിയിൽ അപ്പീൽ കൊടുത്തു. രാജനെ നിയമവിരുദ്ധ കസ്റ്റഡിയിൽ വച്ചതിന്റെ പേരിൽ മാത്രമേ പടിക്കലിനൊക്കെ ശിക്ഷയുണ്ടായിരുന്നുള്ളൂ. രാജന്റെ മരണത്തിനുള്ള ശിക്ഷയൊന്നുമുണ്ടായിരുന്നില്ല. ജാമ്യത്തിലിറങ്ങിയ പടിക്കലിനെ ജനകീയ വിചാരണ ചെയ്യണമെന്ന് പാർട്ടി തീരുമാനിച്ചു. പാർട്ടി സംസ്ഥാന കമ്മിറ്റിയാണ് പടിക്കലിന് നൽകേണ്ട ശിക്ഷ മരണം തന്നെയാണെന്നു തീരുമാനിച്ചത്. വിധി നടപ്പാക്കാൻ പലതവണ തീരുമാനിച്ചെങ്കിലും വിചാരിച്ചതുപോലെ നടക്കാതെ പോകുകയായിരുന്നു. മറ്റുള്ള സമരം പോലെ പെട്ടെന്നു ചെയ്യാൻ പറ്റുന്നതായിരുന്നില്ല പടിക്കലിനെ തിരെയുള്ളതെന്ന് പാർട്ടിക്കറിയാമായിരുന്നു.

സംസ്ഥാന കമ്മിറ്റിയിലെ പ്രമുഖനെയാണ് പടിക്കലിനെതിരായ ശിക്ഷ നടപ്പാക്കാൻ ചുമതലപ്പെടുത്തിയത്. എങ്ങനെ നടപ്പാക്കണമെന്നൊക്കെ അദ്ദേഹമായിരുന്നു തീരുമാനിച്ചിരുന്നത്. അതുപ്രകാരം മൂന്നു പേരുടെ സ്ക്വാഡ് രൂപീകരിച്ചു.

ജയറാം പടിക്കലിന് എറണാകുളത്ത് ഗാർമെന്റ് സ്ഥാപനമുണ്ടായിരുന്നു. അവിടെ എന്നും രാവിലെ കാറിൽ വന്നിറങ്ങും. ഈ സമയത്ത് ആക്ഷൻ നടത്താനായിരുന്നു തീരുമാനം. കൈപ്പിടിയിൽ ഒതുങ്ങുന്നൊരു മഴുവായിരുന്നു ആയുധം. കാറിൽ നിന്നിറങ്ങി ഓഫീസിലേക്കു നടക്കുമ്പോൾ രണ്ടുപേർ ചേർന്ന് ആക്ഷൻ നടത്തുക. വേണ്ടിവന്നാൽ മാത്രം മൂന്നാമത്തെ ആൾ ഇടപെടുക. ഇതിനുള്ള തീയതിയൊക്കെ നിശ്ചയിച്ചു. പടിക്കൽ കാറിൽ നിന്നിറങ്ങി. ഒരാൾ ആദ്യം ആക്രമിക്കും, രണ്ടാമൻ ഉടൻ തന്നെ പങ്കെടുക്കും. പടിക്കൽ മുന്നിലെത്തിയിട്ടും ഒന്നാമൻ ശങ്കിച്ചു നിന്നുപോയി. രണ്ടാമന് എന്തെങ്കിലും ചെയ്യാൻ കഴിയുന്നതിനു മുൻപു തന്നെ പടിക്കൽ കടയിലേക്കു കയറിപ്പോയി. പടിക്കൽ മുന്നിലെത്തിയപ്പോൾ ഒന്നാമൻ നിശ്ചലനായിപ്പോകുകയായിരുന്നു. പിന്നീട് ഈ സംഭവത്തിൽ മനസ്താപം തോന്നി അയാൾ നാടുവിട്ടുപോയി.

പടിക്കലിനെതിരായ ആക്ഷൻ നടത്തണമെന്നുതന്നെയായിരുന്നു പാർട്ടി തീരുമാനിച്ചിരുന്നതെങ്കിലും പലതവണ നീട്ടിവയ്ക്കപ്പെട്ട് തണുത്തു പോയി. പിന്നീട് ഇവിടെ സംസ്ഥാന കമ്മിറ്റി ഭാരവാഹികൾ മാറുകയും ആക്ഷൻ വാക്കിൽ മാത്രമായി ഒതുങ്ങുകയും ചെയ്തു. ജയറാം പടിക്കലിനെതിരായ ആക്ഷൻ വിജയിച്ചിരുന്നെങ്കിൽ പാർട്ടിക്കോ ജനകീയ സാംസ്കാരികവേദിക്കോ അതൊരു ദോഷമാകില്ലായിരുന്നു. കാരണം അടിയന്തരാവസ്ഥയിലെ പൊലീസ് ക്രൂരതകൾ അപ്പോഴും ജനങ്ങളുടെ മനസ്സിൽ നിന്നു മാഞ്ഞുപോയിട്ടില്ലായിരുന്നു. അന്ന് യുവാക്കളെ ചവിട്ടി മെതിച്ചവർക്കെതിരെ ജനകീയ വിചാരണ ഏതു സമയത്തും നടക്കുമെന്ന് പൊതുവെയൊരു തോന്നലുണ്ടായിരുന്നു. എന്നാൽ അതൊന്നും നടക്കാതെ വയനാട്ടിലെ കേണിച്ചിറയിൽ മഠത്തിൽ മത്തായിയെ ഉന്മൂലനം ചെയ്യുകയായിരുന്നു പാർട്ടി ചെയ്തത്. ജനകീയ വിചാരണയിൽ സൈനികലൈനിനെ അവഗണിക്കുകയാണെന്ന് പാർട്ടിയിൽ പ്രബലമായൊരു വിഭാഗം വാദിച്ചിരുന്നു. ജനകീയ പ്രവർത്തനത്തോടൊപ്പം സൈനിക പ്രവർത്തനവും ശക്തിപ്പെടുത്തണമെന്നായിരുന്നു അവരുടെയൊക്കെ നിലപാട്. വിചാരണ നടപ്പാക്കാൻ സൈനിക ശേഷി വേണമെന്നും അതിനുള്ള തയ്യാറെടുപ്പിൽ നിന്നു പാർട്ടി പിന്നോക്കം പോകരുതെന്നുമായിരുന്നു ഇക്കൂട്ടർ വാദിച്ചിരുന്നത്. ഈ ചിന്ത വളർന്നു വരുന്ന സമയത്താണ് കേണിച്ചിറയിൽ മഠത്തിൽ മത്തായിയെ ഉൻമൂലനം ചെയ്യാൻ വയനാട്ടിലെ ഒരു വിഭാഗം ഒരുങ്ങുന്നത്.

ധനികനായ മഠത്തിൽ മത്തായി തൊഴിലാളികളെ ക്രൂരമായി പീഡിപ്പിക്കുന്നതിൽ രസം കണ്ടെത്തിയ ആളായിരുന്നു. കോഴിക്കോട്ട് നടന്നതു പോലെ കേണിച്ചിറയിൽ വച്ച് അദ്ദേഹത്തെ രണ്ടു തവണ ജനകീയ വിചാരണ ചെയ്തു. എന്നിട്ടും അദ്ദേഹം ക്രൂരത തുടർന്നുകൊണ്ടിരുന്നു. ഒടുവിൽ മൂന്നാമത്തെ വിചാരണയിൽ മത്തായിക്കു വധശിക്ഷ പ്രഖ്യാപിച്ചു. മൂന്നു വിചാരണ നടന്നിട്ടും മത്തായി കീഴടങ്ങാൻ തയ്യാറായില്ല. അദ്ദേഹം പൊലീസ് സംരക്ഷണം ആവശ്യപ്പെട്ടു. അതുപ്രകാരം അദ്ദേഹത്തിന്റെ വീടിന് പൊലീസ് കാവൽ ഏർപ്പെടുത്തി.

ജയകുമാറിന്റെ നേതൃത്വത്തിലുള്ള വയനാട് ജില്ലാകമ്മിറ്റിയുടെ തീരുമാനം പരിശോധിക്കാൻ സംസ്ഥാന കമ്മിറ്റി വയനാട്ടിൽ യോഗം ചേർന്നു. ജനകീയ സാംസ്കാരികവേദിയിലൂടെയും കോഴിക്കോട്ടെ സമരത്തിലൂടെയും നേടിയെടുത്ത ജനപിന്തുണ ഇത്തരം ഉന്മൂലനത്തിലൂടെ നഷ്ടമാകുമെന്നും വീണ്ടും ഭീകരവാദ മുഖം ലഭിക്കുമെന്നും കുറച്ചുപേർ പറഞ്ഞു. പക്ഷേ, വേണുവടക്കമുള്ളവർ വധശിക്ഷ നടപ്പാക്കുന്നതിന് അനുകൂലമായിരുന്നു. ജനകീയ വിചാരണയിലൂടെ പ്രഖ്യാപിക്കപ്പെട്ട ജനവിധി നടപ്പാക്കണമെന്നു തന്നെയാണ് അദ്ദേഹവും കൂടെയുള്ളവരും വാദിച്ചത്. കോഴിക്കോട് ജനകീയ വിചാരണയിൽ ഡോ. ജോർജിനെ വധിക്കണമെന്ന് ആരും ആവശ്യപ്പെട്ടിരുന്നില്ല. എന്നാൽ കേണിച്ചിറയിൽ

മത്തായിയെ വധിക്കാനാണ് ജനവിധി എന്ന് വലിയൊരു വിഭാഗം വാദിച്ചു. ജനങ്ങളെ ദ്രോഹിച്ച മത്തായിയുടെ മകനെ വധിച്ചപ്പോഴും ജനങ്ങൾ എതിരായിട്ടില്ലെന്നും എല്ലാവരും അതിനെ പിന്തുണയ്ക്കുകയായിരുന്നു വെന്നുമായിരുന്നു ഇവരുടെ വാദത്തിലുണ്ടായിരുന്നത്.

പൊലീസ് സംരക്ഷണം ഉണ്ടായിക്കൊണ്ടു തന്നെ മത്തായിയെ വധിച്ചു. അതോടെ വീണ്ടും ഭീകരമായ നക്സലൈറ്റ് ആക്രമണം ആരംഭി ച്ചിരിക്കുന്ന എന്ന രീതിയിലുള്ള പ്രചാരണം ശക്തമായി. ജനകീയ വിചാരണകളെല്ലാം ഉന്മൂലനത്തിൽ കലാശിക്കുമെന്നും അതുകൊണ്ട് എല്ലാം മുളയിലേ നുള്ളണമെന്നും സർക്കാർ തീരുമാനിച്ചു. ജനകീയ വിചാരണ എവിടെ നടന്നാലും പൊലീസ് ഇടപെടാൻ തുടങ്ങി.

വാക്കിനു പകരം തോക്ക് എന്ന പാർട്ടിയുടെ നിലപാടിനെ സാംസ് കാരികവേദി ശക്തമായി വിമർശിച്ചു. അതോടെ പാർട്ടിയും സാംസ്കാ രികവേദിയും രണ്ടു ദിശയിലൂടെ സഞ്ചരിക്കാനും തുടങ്ങി. പാർട്ടിയുടെ പ്രവർത്തന രീതിയിൽ മാറ്റം വേണമെന്ന് സാംസ്കാരികവേദി ശക്ത മായി ആവശ്യപ്പെട്ടു. അതംഗീകരിക്കാൻ പാർട്ടി ഒരുക്കവുമായിരുന്നില്ല. ജനകീയാധികാരത്തിന്റെ ബീജരൂപമാണ് കേണിച്ചിറയിൽ പ്രയോഗി ക്കപ്പെട്ടതെന്നതായിരുന്നു പാർട്ടിയുടെ കാഴ്ചപ്പാട്. സാംസ്കാരിക വേദി യിലൂടെ ഉണ്ടാക്കിയെടുത്ത ജനീകയാടിത്തറ തകർക്കുന്നതായിരുന്നു മത്തായി ഉന്മൂലനമെന്ന് പാർട്ടി നേതൃത്വം തിരിച്ചറിഞ്ഞില്ല. കേണിച്ചിറ സംഭവത്തോടെ പാർട്ടി നേതാക്കളെക്കാൾ കൂടുതൽ പൊലീസ് വേട്ട യാടിയത് സാംസ്കാരിക വേദി പ്രവർത്തകരെയായിരുന്നു. ചില ജില്ല കളിൽ മാത്രമേ പാർട്ടി പരസ്യപ്രവർത്തനം നടത്തിയിരുന്നുള്ളൂ. പാർട്ടി യുടെ ആളുകളായി പൊലീസും സർക്കാരും കണ്ടിരുന്നത് വേദി പ്രവർ ത്തകരെയായിരുന്നു.

പാർട്ടിയും വേദിയും തമ്മിലുള്ള അകൽച്ച പരിഹരിക്കാൻ കൊടു ങ്ങല്ലൂരിൽ ഒരു യോഗം വിളിച്ചെങ്കിലും പൊലീസ് എത്തിയതിനെ തുടർന്ന് നടക്കാതെ പോകുകയായിരുന്നു. വേണുവായിരുന്നു യോഗത്തിലെ പ്രധാന പ്രാസംഗികൻ. വളരെ രഹസ്യമായിട്ടായിരുന്നു യോഗം വിളിച്ചി രുന്നത്. വേദി സെക്രട്ടറി കവിയൂർ ബാലൻ, ബി. രാജീവൻ, സിവിക് ചന്ദ്രൻ തുടങ്ങിയവരൊക്കെ യോഗത്തിൽ പങ്കെടുത്തിരുന്നു. യോഗം തുടങ്ങുന്നതിനു മുൻപു തന്നെ പൊലീസ് എത്തുകയും വേണു, സഹായി യുടെ കൂടെ രക്ഷപ്പെടുകയുമുണ്ടായി. കോഴിക്കോട് മെഡിക്കൽ കോളജ് ജനകീയ വിചാരണയ്ക്കു ശേഷം പാർട്ടിയും വേദിയും തമ്മിലുള്ള ആശയപോരാട്ടം പറഞ്ഞു തീർക്കാനുള്ള യോഗം പിന്നീടു നടക്കുകയു മുണ്ടായില്ല. വേദി പാർട്ടിയിൽ നിന്നു കൂടുതൽ അകലാൻ തുടങ്ങി.

കേണിച്ചിറ സംഭവം പാർട്ടിക്കുള്ളിലും തർക്കത്തിനു കാരണമായി. പാർട്ടി സായുധ സമരത്തെ കൈയൊഴിയണമെന്നായിരുന്നു ഭാസുരേന്ദ്ര

ബാബുവിന്റെ അഭിപ്രായം. രഹസ്യവാദപരമായ പ്രവണതകളെ പരാജയപ്പെടുത്തി ബഹുജന ലൈൻ പാർട്ടി ലൈൻ ആക്കണമെന്നായിരുന്നു സംസ്ഥാന കൺവൻഷനിൽ പാർട്ടി എടുത്ത തീരുമാനം. ഇതേ കൺവൻഷനിൽ വച്ചാണ് ഭാസുരേന്ദ്രബാബു സായുധലൈനിനെ തുറന്നെതിർത്തത്. ബൂർഷ്വാ ലിബറൽ ലൈൻ ആയിട്ടായിരുന്നു മറ്റുള്ളവർ ഈ നിലപാടിനെ വ്യാഖ്യാനിച്ചത്. തന്റെ നിലപാടിൽ ഉറച്ചു നിന്നുകൊണ്ട് അദ്ദേഹം സംസ്ഥാനകമ്മിറ്റിയിൽ നിന്നു സ്വയം പുറത്തു പോന്നു. കണ്ണൂരിൽ സിപിഎം- ആർഎസ്എസ് കൊലപാതകങ്ങൾ അരങ്ങേറിയപ്പോൾ സമാധാന ശ്രമത്തിനു പാർട്ടി ഇടപെട്ടിരുന്നു. എന്നാൽ ഭാസുരേന്ദ്രബാബുവിന്റെ നേതൃത്വത്തിൽ ബിഷപ്പിന്റെ കൂടെ നിരാഹാരമിരിക്കാൻ പോയത് ഏറെ വിമർശനങ്ങൾ വിളിച്ചുവരുത്തി. കോൺഗ്രസുകാർ പോലും ഉപേക്ഷിച്ച നിരാഹാര സമരത്തിൽ സിപിഐഎംഎൽ പ്രവർത്തകർ പങ്കെടുത്തത് മറ്റുള്ളവരിലും പരിഹാസമുണ്ടാക്കിയിരുന്നു.

പാർട്ടിക്കുള്ളിലെ ആശയസംഘട്ടനം വേദിയിലേക്കും വ്യാപിച്ചു. അവിടെയും രണ്ടു ചിന്താധാരകൾ വളർന്നുവന്നു. സിവിക് ചന്ദ്രന്റെ നേതൃത്വത്തിലും കവിയൂർ ബാലന്റെ നേതൃത്വത്തിലും. സാംസ്കാരിക വേദിയെ നയിക്കുന്നത് ബൂർഷ്വാ ലിബറൽ ആശയങ്ങളാണെന്ന് സിവിക്കിന്റെ നേതൃത്വത്തിൽ ആരോപിച്ചു. പാർട്ടിലൈനിനെ പിന്തുണയ്ക്കുന്നവരായിരുന്നു അന്ന് ഇവർ. കവിയൂർ ബാലന്റെ നേതൃത്വത്തിലുള്ളവർ ഭാസുരേന്ദ്രബാബുവിന്റെ ആശയക്കാരായിരുന്നു. വേദിയുടെ ഔദ്യോഗിക നേതൃത്വമായിരുന്നു ഇക്കൂട്ടർ. പ്രശ്നം ജില്ലാ കമ്മിറ്റികളിൽ അവതരിപ്പിക്കാൻ തീരുമാനമായി. വയനാട്, ഇടുക്കി, കൊല്ലം എന്നീ ജില്ലകളിൽ കമ്മിറ്റിയൊന്നുമില്ലായിരുന്നു. ജില്ലാ കമ്മിറ്റി യോഗങ്ങളിൽ ഇരുവിഭാഗവും തങ്ങളുടെ രേഖകൾ അവതരിപ്പിച്ചു. ബി.രാജീവനാണ് ഔദ്യോഗിക നേതൃത്വത്തിന്റെ രേഖ തെക്കൻ ജില്ലകളിൽ അവതരിപ്പിച്ചത്. വടക്കൻ ജില്ലകളിൽ കവിയൂർ ബാലനും. സിവിക് ചന്ദ്രൻ തന്നെയാണ് മറുവിഭാഗത്തെ എല്ലാ ജില്ലാ കമ്മിറ്റിയിലും പ്രതിനിധീകരിച്ച് രേഖ അവതരിപ്പിച്ചത്. കണ്ണൂരൊഴികെ ബാക്കിയെല്ലായിടത്തും സിവിക് അവതരിപ്പിച്ച രേഖയ്ക്കാണു പിന്തുണ ലഭിച്ചത്. അതോടെ വേദിയുടെ ഔദ്യോഗിക വിഭാഗത്തിന് കാര്യം ബോധ്യമായി. പാർട്ടിയുടെ കൈയിൽ തന്നെയാണ് വേദിയുടെ കടിഞ്ഞാൺ. അത് എത്ര ശ്രമിച്ചാലും ഊരിയെടുക്കാൻ കഴിയില്ല. പാർട്ടിയോടു കൂറുള്ളവർ തന്നെയായിരുന്നു എല്ലായിടത്തും കൂടുതൽ ഉണ്ടായിരുന്നത്.

കവിയൂർ ബാലൻ, ബി. രാജീവൻ, പി.സി. രവീന്ദ്രൻ എന്നിവർ ഒരു ഭാഗത്തും സിവിക് ചന്ദ്രൻ, പി.എം. ആന്റണി, കെ.ടി. കുഞ്ഞിക്കണ്ണൻ, വി.കെ. സോമൻ എന്നിവർ മറുഭാഗത്തുമായി വേദിയുടെ സംസ്ഥാന കമ്മിറ്റി ചേരിതിരിഞ്ഞു. കുറച്ചുപേർ മൗനം പാലിച്ചു. വേദിക്കു സ്വതന്ത്രമായ നിലപാട് വേണമെന്ന അഭിപ്രായം പറഞ്ഞവരേക്കാൾ പാർട്ടി

ലൈനിനോടു ചേർന്നുപോകണമെന്നു വാദിച്ചവർക്കായിരുന്നു മുൻതൂക്കം. തങ്ങളുടെ നിലപാടിന് ഭൂരിപക്ഷമില്ല എന്നുതെളിഞ്ഞതോടെ കവിയൂർ ബാലൻ, ബി. രാജീവൻ, പി.സി. രവീന്ദ്രൻ എന്നിവർ സ്വയം വിട്ടുപോയി. കോഴിക്കോട് ജില്ലയിലെ അത്തോളിയിൽ ചേർന്ന സംസ്ഥാന കമ്മിറ്റി യോഗത്തിൽ സിവിക് ചന്ദ്രൻ പുതിയ സംസ്ഥാന സെക്രട്ടറിയായി തിരഞ്ഞെടുക്കപ്പെട്ടു. സിവികിന്റെ നേതൃത്വത്തിലും വേദി അധികകാലം നിലനിന്നില്ല. പയ്യന്നൂരിൽ നടന്ന കൺവൻഷനിൽ വേദി പിരിച്ചുവിട്ടു. സാംസ്കാരികരംഗത്ത് ചിന്തിക്കുന്നൊരു തലമുറയെ വളർത്തിയെടുത്ത് പെട്ടെന്നുതന്നെ വേദി സ്വയം കത്തിത്തീർന്നു. എഴുപതുകളെ ഗൃഹാതുരതയോടെ ഓർക്കാൻ ഒട്ടേറെ കാര്യങ്ങൾ അവശേഷിപ്പിച്ചുകൊണ്ട്...

അനുബന്ധം

സാംസ്കാരികവേദിയെ ഉപയോഗപ്പെടുത്താൻ പാർട്ടിക്ക് അറിയില്ലായിരുന്നു

സിവിക് ചന്ദ്രൻ

കേരളത്തിലെ നക്സലൈറ്റ് പ്രവർത്തനങ്ങൾക്കു മൂന്നുഘട്ടമാണുള്ളത്. ആദ്യത്തേത് ആക്ടിവിസ്റ്റുകളുടേത്. കുന്നിക്കൽ നാരായണൻ, ഫിലിപ്പ് എം.പ്രസാദ്, മുണ്ടൂർ രാവുണ്ണി, വെള്ളത്തൂവൽ സ്റ്റീഫൻ എന്നിവരൊക്കെ പ്രതിനിധാനം ചെയ്ത വിഭാഗം. മറ്റു രാഷ്ട്രീയപാർട്ടിയിൽ നിന്നു വന്നവരായിരുന്നു ഇവരിൽ ഭൂരിഭാഗം പേരും. കുന്നിക്കലും ഫിലിപ്പുമെല്ലാം സിപിഎം പ്രവർത്തകരായിരുന്നു. എസ്എഫ്ഐ സംസ്ഥാന സെക്രട്ടറിയായിരുന്നു ഫിലിപ്പ്.

ബുദ്ധിജീവികളുടെതാണു രണ്ടാമത്തെ ഘട്ടം. വർഗീസിന്റെ കൊലപാതകം സൃഷ്ടിച്ച ശൂന്യതയ്ക്കു ശേഷം ഉയർന്നുവന്നവർ. അതിൽ പ്രധാനമായും അസ്തിത്വവാദത്തിന്റെയും യുക്തിവാദത്തിന്റെയും പശ്ചാത്തലത്തിൽ നിന്നു വന്നവരായിരുന്നു. കെ. വേണു യുക്തിവാദിയായിരുന്നു ആദ്യകാലത്ത്.

എഴുത്തുകാരും നാടകപ്രവർത്തകരുമൊക്കെയുള്ളതായിരുന്നു മൂന്നാമത്തെ ഘട്ടം. ഞാൻ രണ്ടാമത്തെ ഘട്ടത്തിന്റെ ഒടുക്കവും മൂന്നാമത്തെ ഘട്ടത്തിന്റെ ആദ്യവുമാണ് പ്രവർത്തനത്തിലുണ്ടായിരുന്നത്. ഹൃദയം ഇടതുഭാഗത്തുള്ള ആരും നക്സലൈറ്റ് ആകുമായിരുന്നു എഴുപതുകളിൽ. ലോകത്താകെ വ്യാമോഹം പിടികൂടിയ കാലമായിരുന്നു അത്. വിപ്ലവം അങ്ങേച്ചെരുവിൽ എത്തിയെന്നൊരു വ്യാമോഹം അന്നുണ്ടായിരുന്നു.

തൃശൂരിലെ ഒരു സാധാരണകുടുംബത്തിലെ അംഗമായിരുന്നു ഞാൻ. അധ്യാപക ജോലി കിട്ടി വയനാട്ടിലെത്തി. നാടകമായിരുന്നു എന്റെ രംഗം.

ആദ്യത്തെ നക്സലൈറ്റിനെ കണ്ടുമുട്ടുന്നതിനു മുൻപു തന്നെ ഞാൻ നക്സൽ ആഭിമുഖ്യമുള്ള രണ്ടു നാടകങ്ങൾ എഴുതിക്കഴിഞ്ഞിരുന്നു. അക്ഷൗഹ്ണി, കുരിശുയുദ്ധം തുടങ്ങുന്നു എന്നിവയായിരുന്നു അവ.

കെ.കെ. കൊച്ച്, വി.സി.ശ്രീജൻ എന്നിവരുമായുള്ള സൗഹൃദത്തിൽ നിന്നാണ് യെനാൻ എന്ന മാസിക പുറത്തിറക്കാൻ തീരുമാനിക്കുന്നത്. കെ.വേണുവും ഞാനുമാണ് യെനാൻ സാധിച്ചെടുത്തത്. നാടകത്തിന്റെയും പ്രസിദ്ധീകരണത്തിന്റെയും പേരിലാണ് ഞാൻ പൊലീസ് പിടിയിലാകുന്നതും കണ്ണൂർ സെൻട്രൽ ജയിലിലെത്തുന്നതും. ജയിലിൽ നിന്നാണ് എനിക്കു രാഷ്ട്രീയ വിദ്യാഭ്യാസം ലഭിക്കുന്നത്. ജയിലായിരുന്നു എന്റെ രാഷ്ട്രീയ സർവകലാശാല. അന്ന് പ്രമുഖരായ നേതാക്കളെല്ലാം ജയിലിൽ ഉണ്ടായിരുന്നു. കെ.ജി.മാരാരായിരുന്നു എന്റെ സഹമുറിയൻ. സിപിഎം നേതാക്കളായ പിണറായി വിജയൻ, കോടിയേരി ബാലകൃഷ്ണൻ എന്നിവരൊക്കെ ജയിലിലുണ്ട്. കുന്നിക്കൽ നാരായണൻ, കെ. വേണു, കെ.എൻ. രാമചന്ദ്രൻ എന്നിവരൊക്കെയായി ആശയസംവാദം അന്ന് സജീമായിരുന്നു.

ജയിലിൽ വിപുലമായൊരു ലൈബ്രറിയുണ്ടായിരുന്നു. ഇതിനു പുറമെ ജയിലിനു പുറമെ നിന്നു ഞങ്ങൾ രഹസ്യമായി സംഘടിപ്പിക്കുന്ന പുസ്തകങ്ങളും. കോളജ് വിദ്യാർഥികളും അടിയന്തരാവസ്ഥയിൽ ജയിലിലുണ്ടായിരുന്നു. അവർക്കു പഠിക്കാനുള്ള പുസ്തകമെന്ന പേരിൽ, പുസ്തകത്തിന്റെ പുറംചട്ട മാറ്റി ഞങ്ങൾ വിപ്ലവ പുസ്തകങ്ങൾ വരുത്തിക്കും. ഞങ്ങളിൽ ചിലർ അന്ന് രഹസ്യമായി മറ്റൊരു കാര്യം ചെയ്യുന്നുണ്ടായിരുന്നു. അത് കവിതയെഴുത്തായിരുന്നു. സോമശേഖരൻ, വി.കെ. പ്രഭാകരൻ, അബ്ദുൾ അസീസ് എന്നിവരൊക്കെ കവിതയെഴുതുന്ന കൂട്ടത്തിലായിരുന്നു. പൊലീസിൽ നിന്നും രാഷ്ട്രീയക്കാരിൽ നിന്നും ഒളിച്ചുവച്ചു. റൊമാന്റിക് ആകുകയെന്നാൽ മോശമായ കാര്യമാണെന്നു കരുതിയിരുന്ന കാലമായിരുന്നു. കവിതയെഴുതുകയാണെങ്കിൽ മുദ്രാവാക്യ കവിതയാണ് എഴുതേണ്ടതെന്നായിരുന്നു അന്നത്തെ പലരുടെയും ധാരണ.

ജയിലിൽ നിന്നിറങ്ങുമ്പോൾ രണ്ടുകാര്യം ഞാൻ തീരുമാനിച്ചു. ഒന്ന്, രാഷ്ട്രീയ പ്രവർത്തനം നടത്തില്ല. രണ്ട്, കുടുംബം ഉണ്ടാക്കും. അതുവരെയുള്ള നക്സലൈറ്റുകൾ കുടുംബത്തെ ഉപേക്ഷിച്ചു വന്നവരായിരുന്നു. എന്നാൽ കുടുംബമായി ജീവിക്കാനായിരുന്നു ഞാൻ ആഗ്രഹിച്ചിരുന്നത്. ജയിലിൽ നിന്നിറങ്ങിയ ആദ്യം തന്നെ ചെയ്തത് തടവറകവിതകൾ പ്രസിദ്ധീകരിക്കുകയായിരുന്നു. അതോടൊപ്പം പ്രേരണ മാസികയും തുടങ്ങി. ഈ സമയത്ത് മധുമാസ്റ്ററുടെ നാടകങ്ങളൊക്കെ ശ്രദ്ധിക്കപ്പെട്ടിരുന്നു. സാഹിത്യ പരിഷത്തിന്റെ രജതജൂബിലിയോടനുബന്ധിച്ചു നടത്തിയ നാടകമത്സരത്തിൽ മധുമാഷുടെ പടയണിക്ക് ഒന്നാം സ്ഥാനം ലഭിച്ചു. നാടകം, കവിയരങ്ങ്, സാംസ്കാരിക സംവാദം എന്നിങ്ങനെ

പുതിയൊരു സാംസ്കാരിക പ്രവർത്തനം കേരളത്തിൽ സജീവമായി. വയനാട്ടിൽ നിന്നായിരുന്നു അതിന്റെ തുടക്കം. നാടകം തെരുവുനാടകമായി പൊതുജനങ്ങളിലെത്തിയതുപോലെ കവിതയും പൊതുജനങ്ങളിലേക്കെത്തിക്കാനുള്ള പ്രവർത്തനത്തിൽ സച്ചിദാനന്ദൻ, കടമ്മനിട്ട, കെ.ജി.ശങ്കരപ്പിള്ള, ബാലചന്ദ്രൻ ചുള്ളിക്കാട് എന്നിവരും പങ്കാളികളായി. കേരളം പൊതുനിരത്തിൽ കാണുന്ന ആദ്യനക്സലൈറ്റുകൾ ഞങ്ങളായിരുന്നു. ജനങ്ങളിലേക്കിറങ്ങി ചെല്ലുന്നൊരു പ്രവർത്തനമായിരുന്നു വേദിയുടെ പ്രവർത്തകർ നടത്തിയിരുന്നത്.

സാംസ്കാരികവേദി എല്ലായിടത്തും സജീവമായി. ആദ്യ സംസ്ഥാന സമ്മേളനം അന്തിക്കാട്ടായിരുന്നു നടന്നത്. ആരും ചേരാൻ കൊതിക്കുന്നൊരു സംഘടനയായി മാറിയിരുന്നു സാംസ്കാരികവേദി. സംസ്ഥാന സമ്മേളന വേദിയിൽ നാടുഗദ്ദികയും സ്പാർട്ടക്കസും അവതരിപ്പിച്ചു. ധാരാളം നാട്ടുകാരും നാടകം കാണാൻ വന്നിരുന്നു. മുന്നൂറോളം പ്രവർത്തകർ സമ്മേളനത്തിൽ പങ്കെടുത്തു. ഞാനായിരുന്നു സമ്മേളനത്തിനു പതാക ഉയർത്തിയത്.

നക്സൽ സംഘടനയ്ക്ക് ഇങ്ങനെയും സ്വീകാര്യരാകാമെന്ന് സാംസ്കാരികവേദി തെളിയിച്ചു. കോഴിക്കോട് മെഡിക്കൽ കോളജ് ഡോക്ടറുടെ ജനകീയ വിചാരണയൊക്കെ അതിന്റെ ഭാഗമായിരുന്നു. കമ്യൂണിസ്റ്റ് പാർട്ടികളുടേതുപോലെ രഹസ്യ ഫ്രാക്ഷൻ സാംസ്കാരിക വേദിയിൽ ഉണ്ടായിരുന്നില്ല. വിപ്ലവരാഷ്ട്രീയം ഉയർത്തിപ്പിടിച്ചൊരു സ്വതന്ത്രസംഘടനയായിരുന്നു അത്. മുൻമാതൃകകളില്ലാത്തൊരു പ്രവർത്തനമായിരുന്നു ഞങ്ങൾ നടത്തിയിരുന്നത്. എന്നാൽ പാർട്ടിക്ക് സാംസ്കാരികവേദിയെ കൈകാര്യം ചെയ്യാൻ അറിയില്ലായിരുന്നു. തോക്കിനോട് തോക്കിനുണ്ടൊരു ഉത്തരം എന്നായിരുന്നു പാർട്ടിയുടെ നയം. തോക്കിനോട് വാക്കിനുണ്ടൊരു ഉത്തരം എന്നായിരുന്നു ഞങ്ങൾ പറഞ്ഞിരുന്നത്. അന്തിക്കാട് മുതൽ അത്തോളി വരെ മാത്രമേ വേദിക്ക് ആയുസ്സുണ്ടായിരുന്നുള്ളൂ. പലരും വേദി വിട്ടു. കവിയൂർ ബാലൻ, സച്ചിദാനന്ദൻ എന്നിവരൊക്കെ അത്തോളി കൺവൻഷനോടെ വേദിയോടു വിടപറഞ്ഞു. വിപ്ലവ രാഷ്ട്രീയം ഉപേക്ഷിക്കാതെ, പാർട്ടിയുമായി സഹകരിച്ചുകൊണ്ടു പ്രവർത്തിക്കാൻ ബാക്കിയുള്ള ഞങ്ങൾ തീരുമാനിച്ചു. എന്നാൽ അധികകാലം ഞങ്ങൾക്കും മുന്നോട്ടു പോകാൻ സാധിച്ചില്ല. പി.എം. ആന്റണി, കെ.ടി. കുഞ്ഞിക്കണ്ണൻ, വി.കെ. സോമൻ എന്നിവരായിരുന്നു വേദിയിൽ പിന്നീടുണ്ടായിരുന്ന പ്രമുഖർ. ഇതൊരു പിൻവാങ്ങുന്ന തിരയാണെന്ന് ഞങ്ങൾ തിരിച്ചറിഞ്ഞിരുന്നു.

മറ്റു ചിന്താധാരകളുമായി ഞങ്ങൾ സംവാദത്തിനുള്ള സാധ്യത തേടി. സൈലന്റ് വാലി പ്രശ്നമൊക്കെ ഉയർന്നുവരുന്ന സമയമായിരുന്നു. സച്ചിദാനന്ദനും സുഗതകുമാരിയും തമ്മിലുള്ള സംവാദം നടന്നിരുന്ന കാലം. മനുഷ്യനിൽ താത്പര്യമുള്ള നിങ്ങളെന്തുകൊണ്ട് പരിസ്ഥിതിയിൽ

താത്പര്യം കാണിക്കുന്നില്ലെന്ന് സുഗതകുമാരി സച്ചിദാനന്ദനോടു ചോദിച്ചപ്പോൾ, പരിസ്ഥിതിയിൽ താത്പര്യം കാണിക്കുന്ന നിങ്ങളെന്തു കൊണ്ട് മനുഷ്യനിൽ താത്പര്യം കാണിക്കുന്നില്ലെന്ന് സച്ചിയും തിരിച്ചു ചോദിച്ചിരുന്നു. അന്നു നിന്നുപോയ ആ സംവാദം തുടരാൻ ഞങ്ങൾ തീരുമാനിച്ചു. പ്രേരണ നിർത്താൻ തീരുമാനിച്ചു. പയ്യന്നൂരിലെ ഏഴിമലയിൽ നടന്നൊരു യോഗത്തിൽ സാംസ്കാരികവേദി പിരിച്ചുവിട്ടതായി പ്രഖ്യാപിച്ചു. പാഠഭേദം എന്നൊരു പുതിയ മാസിക ആരംഭിച്ചു. ഞങ്ങളെല്ലാം ഞങ്ങളുടെ പഴയ മാധ്യമങ്ങളിലേക്കു തിരിച്ചുപോകാൻ തീരുമാനിച്ചു. ഞാൻ നാടകത്തിലേക്കു തന്നെ തിരിച്ചുപോയി.

ഞാനൊരിക്കലും സിപിഐഎംഎല്ലിൽ പ്രവർത്തിച്ചിരുന്നില്ല. എന്നാൽ പാർട്ടിയുടെ വിശ്വസ്തനായിരുന്നു. ഇപ്പോൾ ഭൂതകാലത്തെക്കുറിച്ചോർത്തു സങ്കടപ്പെടുന്നുമില്ല. ■

www.ingramcontent.com/pod-product-compliance
Lightning Source LLC
LaVergne TN
LVHW060620051026
849519LV00002B/685